ജാനകീയം

(നോവൽ)

പി. സുഷമ

VAYANAPPURA

JANAKEEYAM

(malayalam novel)

by **P. Sushama**

Vayanappura Publications, Ernakulam
First published : September 2021
Typesetting & layout: Vinosh Ponnurunni
Cover picture : Harisankar
Cover setting : C.V. Harindran
Published by: Vayanappura Publications
Anathanam Studios, Old Railway Station
Cross Road, Ernakulam
Pin - 682018
mob: 9074188300
e-mail: vayanappuraeditorial@gmail.com

ISBN: 9789390999132

Price:310/-

പി. സുഷമ

ശ്രീ. എൻ. പത്മനാഭ പിള്ളയുടേയും, ശ്രീമതി. പി. എൻ. സൗദാമിനിയമ്മയുടേയും മകളായി എറണാകുളം ജില്ലയിലെ കാലടിയിൽ 1960 ൽ ജനിച്ചു. B.Sc,B.Ed ബിരുദങ്ങൾ നേടിയ ശേഷം പോസ്റ്റൽ വകുപ്പിലെ ഉദ്യോഗസ്ഥയായി. പിന്നീട് 1984 മുതൽ സർക്കാർ ഹൈസ്കൂളുകളിൽ ഗണിതാധ്യാപികയായി ദീർഘകാലം സേവനമനുഷ്ഠിച്ചു. പ്രധാനധ്യാപികയായി 2016 ൽ വിരമിച്ചശേഷം എഴുത്തിൽ സജീവമായി.

ഒറ്റയാൾ, സദ്ഗമയ, ഭീഷ്മായനം എന്നീ നോവലുകൾ പ്രസിദ്ധീകരിച്ചിട്ടുണ്ട്.

ഭർത്താവ് : ശ്രീ. റ്റി. എസ്. ശിവശങ്കരൻ

മക്കൾ : ഹരിശങ്കർ എസ്, ശ്രീശങ്കർ എസ്

വിലാസം: ഹരിശ്രീ (H), കാലടി പി.ഒ, എറണാകുളം,
പിൻ-683 574
ഫോൺ : 94466 41130.
e-mail : psharisree@gmail.com

അവതാരിക

ജാനകീയത്തിന്റെ ഉർവ്വരതകൾ

തുളസി കോട്ടുക്കൽ

ഓരോ മനുഷ്യനും, ആണായാലും പെണ്ണായാലും, ജനിക്കുന്ന നിമിഷം മുതൽ അഹംബോധത്തിലുണ്ടായ ഒരു കാത്തിരിപ്പ് തുടങ്ങുന്നു. ദുഃഖസ്പർശമേതുമില്ലാത്ത ഒരു സുഖത്തിനുവേണ്ടി. ഓരോ അവതാരത്തിലും ഈ കാത്തിരിപ്പിന്റെ ശക്തി എന്തെന്ന് ഇതിഹാസം പറഞ്ഞുതരുന്നു. ഈ ദുഃഖത്തെ ചെറുത്തു പരാജയപ്പെടുത്തുന്ന ഒരു ശക്തിക്കു വേണ്ടിയുള്ള ദാഹം എല്ലാ ഉപനിഷത്തുകളിലും ആന്തരികമായി നിലനിർത്തി മഹർഷീശ്വരന്മാർ. ആ ശക്തിയെ ഋഷിമാർ സത്യമെന്നും ദൈവമെന്നും ചിത് എന്നും വ്യവഛേദിച്ചു. അത് മഞ്ഞിൻ കണമേറ്റ് പ്രഭാതത്തിൽ സൂര്യാഭിമുഖമായി വിടരുന്ന താമരയുടെ ലാവണ്യത്തിലാകാം, ദിവ്യമായ അസ്തമയത്തിലാകാം, ഭവ്യമായ പുലരിയിലാകാം. അപ്രത്യക്ഷ സ്വഭാവമുള്ള ആ ശക്തിയുടെ അനന്തചിന്തക്കുള്ള കാത്തിരിപ്പാണ് ഇതിഹാസത്തിലെ ഓരോ കഥാപാത്രത്തിലൂടേയും ആവിഷ്കരിച്ചത്. ഇന്നലെയുടേയും നാളെയുടേയും അനുഭവങ്ങൾ സാകല്യേന സൂക്ഷിക്കുന്ന അന്തശ്ചേതന മണ്ണിൽ നിന്നും ഉണരുകയും മണ്ണിൽ തന്നെ അവസാനിക്കുകയും ചെയ്യുന്ന തിരശ്ചീന സത്യം ജാനകിയിലൂടെ രാമായണത്തിൽ അവതീർണമായപ്പോൾ ഒരു മഹാബോധം ഉത്ഭവിച്ചു. അതിനെ ഉപനിഷത്തുക്കൾ അസ്തിത്വബോധം എന്ന് വിളിച്ചു. രാമായണമെന്ന ഇതിഹാസത്തിൽ രാമനേക്കാളും ഒത്തിരി മാനങ്ങളും മുഖങ്ങളുമുള്ള ഒരു പ്രതിഭാസമായി ജാനകി മാറുന്നതും അങ്ങനെയാണ്. സീത കാലമാണ്. സീത ബ്രഹ്മവിദ്യയാണ്. ആത്മാവായ രാമൻ ബ്രഹ്മവിദ്യയാകുന്ന സീതയുമായി ഒന്നുചേരുന്നതാണ് സീതാപരിണയം. കാമമാകുന്ന രാവണൻ സീതയെ ഉപാലംഭനം ചെയ്യുന്നു. ബ്രഹ്മവിദ്യ

യിൽ അവിദ്യകലരുന്നു. ആ അവിദ്യയെ നശിപ്പിച്ച് ബ്രഹ്മവിദ്യയെ ആത്മാവ് സ്വകീയമാക്കുന്നു. എന്നാൽ കാലത്തിനു മുന്നിൽ എല്ലാം ലയിക്കുന്നുവെന്ന പ്രപഞ്ചസത്യം സീതാലയനത്തിലൂടെ രാമായണം ഉദ്ഘോഷിക്കുന്നു. ഈ സത്യത്തെ ആധുനിക ഭാഷയുടെ ചാരുതയോടെ അതീവഹൃദ്യതയോടെ 'ജാനകീയം' എന്ന ഈ നോവൽ അവതരിപ്പിക്കുമ്പോൾ നമ്മൾ സന്തോഷാശ്രുക്കൾ പൊഴിക്കുന്നു.

മനനശീലമുള്ള എല്ലാ സ്ത്രീകളുടെയും ആത്മാവാണ് ജാനകീയത്തിലെ ജാനകി. ദേശകാലവർഗത്തിനൊട്ടാകെ കിട്ടിയ ചിരന്തന പീഡയാണ് സീത അനുഭവിച്ച് തീർത്തത്. സൂക്ഷിച്ചുനോക്കിയാൽ ലോകത്തുള്ള കോടിക്കണക്കിനു ജനങ്ങളിൽ, പ്രത്യേകിച്ചും സ്ത്രീകളിൽ ജാനകി ഉണർന്നിരിക്കുന്നുവെന്നു കാണാം. ഈ ഉണർവിന്റെ ഉർവരതയാണ് ജാനകീയത്തിൽ ശ്രീമതി സുഷമ ആവിഷ്കരിച്ചത്. ഈ മനുഷ്യർക്കെല്ലാം ഈ കൃതിയിലെ അനുഭൂതിയുടെ ദർപ്പണത്തിൽ സ്വന്തം ചേതന പ്രതിഫലിച്ചു കാണാം. ആ കണ്ടെത്തൽ, തിരിച്ചറിയൽ, ആത്മസാക്ഷാത്ക്കാരം തന്നെയാണ്. 'ജാനകീയം' ആസ്വദിക്കുമ്പോൾ ലഭിക്കുന്ന രസാനുഭൂതിയുടെ രഹസ്യവും, പുണ്യവും, ഇരുട്ടു ംവെളിച്ചവും, മഴയും മഞ്ഞും, പൂക്കളും പൂത്തുമ്പികളും, കാറ്റും കോളും നിറഞ്ഞ ഋതുവിലാസങ്ങളിലൂടെ ആർത്തുലഞ്ഞു വിടരുന്ന നിറപ്രകൃതി മനുഷ്യന്റെ ഉൾഭൂമിയുടെ ഭാഗമായി പൊരുന്നു വരുന്നത് എങ്ങനെയെന്ന് വായനക്കാർക്ക് ബോധ്യമാവണമെങ്കിൽ 'ജാനകീയം' ഒരാവർത്തി ആസ്വദിച്ചാൽ മതി. 'വായിച്ചാൽ മതി' എന്നെഴുതാനാണ് ആദ്യം ഒരുമ്പെട്ടതെങ്കിലും 'വായന' എന്ന പ്രക്രിയയുടെ ചില തലങ്ങളിൽ വായനക്കാരന്റെ അപൂർണ്ണതകൾ കടന്നുവരാമെന്നതു കൊണ്ടാണ് 'ആസ്വദിച്ചാൽ' എന്ന വാക്കുപയോഗിച്ചത്. മനുഷ്യ ചരിത്രത്തിന്റെ സാംസ്കാരിക ആധ്യാത്മിക തലത്തിൽ 'രാമായണം' സ്ഥിരവൽക്കരിച്ച ഒരിടം ഉണ്ട്. പിന്നീട് അവിടേക്ക് കയറാനോ കടന്നിറങ്ങാനോ വന്നവർക്കാർക്കും ആയിട്ടില്ലെന്ന ഉൾബോധത്തിൽ നിന്നാണ് ഇങ്ങനെ പറയുന്നത്. മനുഷ്യജീവിതത്തിലെ സത്യസാരങ്ങളുടെ ദൃഢബന്ധവും ആലംബനവും ഉപാദാനവുമായിരുന്നു സീത എന്ന കഥാപാത്രം. സ്നേഹം നിറഞ്ഞ ഒരു ഉടമ്പടിയുടെ (സ്വയംവരം) പരസ്പരവിനിമയങ്ങൾ സീതയുടെയും രാമന്റെയും ജീവിതത്തിൽ കണ്ടെത്താത്തവർ രാമായണത്തിന്റെ പുറത്തുകൂടെ യാത്ര ചെയ്യുന്നവരാണ്. ആ ജീവിത

ത്തിന്റെ തഥ്യതകളിലേക്ക്, സാരപ്രതീകത്തിലേക്ക്, പ്രണയനിർഭ ളരഭാവങ്ങളിലേക്ക്, ഉല്പംഘിതകളിലേക്ക്, ധാർമ്മികമൂർച്ഛകളിലേക്ക് ആസ്വാദകനെ കൊണ്ടെത്തിക്കാൻ ശ്രീമതി സുഷമയ്ക്കായി എന്നതാണ് ജാനകീയത്തിന്റെന ഒരു മേന്മ. രാമായണത്തിലെ പ്രണയത്തിന്റെ ഒരു വലിയ അർത്ഥം ഗാർഹസ്ഥ്യത്തിൽ നിന്നും ഉത്ഭവിക്കുന്നതാണെന്ന നൂതനമായ ഒരു ചിന്തകൂടി ജാനകീപരിണയം നമുക്കു തരുന്നു. രാമന്റെയും രാമയുടെയും ആ ഗാർഹസ്ഥ്യജീവിതത്തിൽ അവർക്കു മാത്രം സങ്കീർണ്ണതകളോ അനിവാര്യതകളോ ഇല്ല. വിശുദ്ധമായ ഒരു യജ്ഞത്തിലെന്നോണം അവിടെ സീതാരാമന്മാർ ഒന്നിക്കുന്നു. ധർമ്മത്തിന്റെ വിശുദ്ധി എന്ന ഉദ്ദേശ്യനിർവഹണത്തിനായി ഒത്തുചേരുകയാണവർ. രാമന്റെയും ജാനകിയുടെയും കഥ ഈ സ്ഥായിയിലാണ് ജാനകീയത്തിൽ നമുക്കുമുമ്പിൽ നിവരുക. കാടിന്റെ നിരുപമസൗന്ദര്യത്തിൽ അഭിരമിക്കുമ്പോഴും, പഞ്ചവടിയിലെ വാസത്തിലും മാത്രമാണ് സീതയിൽ ഏതെങ്കിലും വിധത്തിലുള്ള പ്രണയമോഹം മൊട്ടിടുന്നതെന്ന് ജാനകീയം തറപ്പിക്കുന്നു. രാമായണത്തെ വ്യവച്ഛേദിച്ചറിയുമ്പോളാണ് ഈ ചിന്തയിൽ വിസ്മയം ജനിപ്പിക്കുക. പിൽക്കാല വിരഹത്തിൽ മൊത്തം ഓർത്തു വയ്ക്കാൻ പാകത്തിൽ പഞ്ചവടിവാസത്തിലെ അനുഭവങ്ങൾ ഒരു നോവലിന്റെ ചാരുതയിൽ വിവരിക്കുമ്പോൾ നാമും അതിൽ അഭിരമിക്കുന്നു. കാലത്തിനുശേഷം, രാവണൻ വസുധയെ ഉൾക്കൊള്ളാൻ കച്ച തീർക്കുമ്പോൾ ഉർവ്വരതയിൽ നിന്നും ഊഷരതയിലേക്കുള്ള ഒടുങ്ങിത്തീരലാണ് സംഭവിക്കുന്നതെന്ന് ജാനകീയം നമുക്ക് പറഞ്ഞു തരുന്നു. നൂതനമായ ഒരു അറിവിന്റെ പാലാഴിയിൽ അഭിരമിക്കുവാനും ശ്രീമതി സുഷമ ആസ്വാദകനെ പ്രാപ്തനാക്കുന്നു.

പൂക്കളിലെ മത്തിന്റെ നനുത്ത ശീതളിമ ഹൃദയാദ്രമാകുന്നപോലെ പ്രകൃതിക്കുള്ളിൽ ധ്യാനമോഹനമായി നിറയുന്ന മാതൃത്വത്തിന്റെ സ്നേഹാവസ്ഥയാണ്, 'ജാനകീയം' സ്വപ്നസുഖം പോലെ ഒരു ഭാവം നമ്മളിൽ പകരുന്നത്. കടുത്ത വേനലിൽ ആലില പൂത്തുമ്പിക്ക് തൊട്ടിലാശ്രയമാകുന്ന പോലെ മാതൃത്വസ്നേഹവും സീതയെന്ന ഉർവുര ഭൂമിയും നമുക്ക് ആശ്രയമായി ഭവിക്കുന്ന പുതിയൊരു ഭാവാത്മക ദർശനം അവതരിപ്പിക്കുന്നതു വഴിയാണ് 'ജാനകീയം' സാധാരണ ഇതിഹാസ നോവലുകളുടെ പൊതുധാരയിൽ നിന്നു മാറിനിൽക്കുകയും രാമായണത്തിന്റെ ആഴങ്ങളിലേക്ക് കടന്നു

പോവുകയും ചെയ്യുന്നത്. രാമനെ വിവരിക്കുവാൻ ശ്രമിച്ച വാല്മീകി രാമനെ വിവരിച്ചടങ്ങുന്ന കാഴ്ചയാണല്ലോ രാമായണത്തിൽ ദൃശ്യനീയമാകുന്നത്. മണ്ണിന്റെ മകളായ സീതയെക്കുറിച്ച് പറയുമ്പോൾ 'ഉദഗ്ര രമണീയ പൃഥ്വി' എന്ന് ഉദ്ഘോഷിക്കേണ്ടത് മനസ്സും തനുവും ഒന്നിച്ചു നിന്നുകൊണ്ടാവണമെന്ന് ജാനകീയം ഓർമ്മിപ്പിക്കുന്നു. ഒറ്റവാക്കിൽ 'മാനുഷിക സമാർദ്രത' വായനക്കാരനിൽ നിലനിർത്താൻ ജാനകീയത്തിനു കഴിയുന്നു.

രാമായണത്തിലെ ജാനകി നിരവധി വ്യവഹാരമുഖങ്ങളേന്തി നമ്മുടെ മുൻപിൽ അവതീർണയായിട്ടുണ്ട്. രാജലക്ഷ്മിയോട് മമത വർദ്ധിച്ചപ്പോൾ രാജാവ് തന്നിൽ വിരക്തനായി എന്നാണ് രഘുവംശത്തിൽ കാളിദാസൻ സീതയെക്കൊണ്ട് ഉച്ചരിപ്പിച്ചത്. കാളിദാസന്റെസീത പറഞ്ഞതുപോലെ തന്നെയാണ് ആശാന്റെ ചിന്താവിഷ്ടയായ സീതയും ചിന്തിക്കുന്നത്. സ്ത്രീത്വവും പുരുഷത്വവും സമ്മേളിക്കുമ്പോൾ ഉളവാകുന്ന ഊർജപ്രസരണത്തിന്റെ മറ്റൊരു ഭാവമായിട്ടാണ് സീതാവിരക്തിയെ കാളിദാസൻ കാണുന്നത്. രാജലക്ഷ്മിയോടുള്ള പ്രണയമാണ് സീതയോടുള്ള വിരക്തിയായി രൂപം മാറുന്നത്. അർത്ഥാൽ രാമൻ സീതയോട് ആത്മബന്ധം പ്രകൃത്യതീതമായ ഒരു ഭാവമായി മാറുകയാണ് രഘുവംശത്തിൽ. ജാനകീയത്തിലും അതേ ഭാവം തന്നെയാണ് നാം കണ്ടുമുട്ടുന്നത്. സീതയെന്ന ബ്രഹ്മവിദ്യയെ ആത്മാവായ രാമൻ അഭിരമിച്ച് ചേർക്കുന്ന കാഴ്ച രാമായണത്തിൽ ദർശിക്കുമ്പോഴാണ് ആ കൃതി സാധാരണ ചിന്തയിൽ നിന്നും വ്യതിചലിക്കുന്നത്. ആശാന്റെ സീത പരിത്യാഗത്തിന്റെ കാഠിന്യത്തിലാണ് ചിന്താകുലയായി വർത്തിക്കുന്നത്. ആശാന്റെ സീത വളരെ വർഷങ്ങൾക്കുശേഷമാണ് രാമന്റെ കർമ്മങ്ങളെക്കുറിച്ച് ചിന്തിക്കുന്നത്. പരിപക്വതയായ സീത മണ്ണിൽ അമരും മുൻപ് രാമനെ എങ്ങനെ കണ്ടുവെന്നാണ് കാളിദാസനും ആശാനും പറയുന്നത്. ഇവിടെയാണ് കഴിഞ്ഞ ഖണ്ഡികയിൽ സൂചിപ്പിച്ച പോലെ ജാനകീയത്തിലെ ഭാവാദ്രമായ ഒരു ലാവണ്യഭാവം ഉദീരണം ചെയ്യുന്നത്. 'സീതയിലെ മാതൃത്വ'ത്തിനാണ് ജാനകീയത്തിൽ അതീവ ശ്രേഷ്ഠത കല്പിക്കുന്നത്. കാളിദാസനും ആശാനും ജാനകിയുടെ ഈ ഭാവം എടുത്തുകാണിക്കുന്നുവെങ്കിലും രാമഭിമുഖമായ ചിന്തകൾക്കാ ണ് പ്രാധാന്യം കല്പിക്കുന്നത്. ഈ മാതൃത്വം എങ്ങനെയൊക്കെ പ്രതിഫലിച്ചിട്ടുണ്ട് സീതയിൽ.....? ആർക്കെതിരേയും

സീത മനസ്സിൽ പക സൂക്ഷിച്ചില്ല, ആരോടും ഒന്നിനെക്കുറിച്ചും പരാതി പറഞ്ഞില്ല, തന്നേയും ഭർത്താവിനേയും കാട്ടിലയച്ച കൈകേയിയുടെ കർമ്മത്തെക്കുറിച്ചും പരാതി പറഞ്ഞില്ല; പരിഭവം പറഞ്ഞില്ല. മനസ്സിൽ നിറഞ്ഞ നിത്യദുഃഖത്തിന്റെ പ്രതിഫലനമായി അലങ്കാരങ്ങൾ വെടിഞ്ഞ് തന്റെ മാതൃത്വം മാത്രം അവൾ കാത്തുസൂക്ഷിച്ചു. വാക്കുകളിൽ മിതത്വവും കർമ്മങ്ങളിൽ കണിശതയും പുലർത്തി. ജീവിതാനുഭവങ്ങളെ സമഭാവനയോടെ നേരിട്ടു. ആരോടും ആ മനസ്സിൽ വൈരമില്ലായിരുന്നു. അതാണ് യഥാർത്ഥ മാതൃത്വം. പരാർത്ഥ പ്രേരിതമായ മാതൃത്വം. തിരസ്കൃതനേയും ബഹിഷ്കൃതനേയും സ്നേഹിക്കുന്ന മാതൃത്വം.ജാനകീയത്തിൽ നാം ദർശിക്കുന്ന മാതൃത്വം ഇതാണ്. ഇവിടെയാണ് ഈ നോവൽ യശപ്രാർത്ഥിതമായ ഒരു ഭാവം കൈക്കൊള്ളുന്നത്. നരജീവിതമായ വേദനക്ക് അർഭകർ ഒരു പരിധിവരെ ഔഷധമാണെന്ന് ആശാൻ പറയുമ്പോൾ 'ഒരു പരിധി' എന്ന ഭാവം ജാനകീയത്തിൽ എടുത്തുമാറ്റുന്നു. മക്കളും അമ്മയും തമ്മിലുള്ള ആത്മബന്ധമാണ് നരജീവിതത്തിന്റെ പൂർണ്ണസത്യമെന്ന് ജാനകീയം ഉത്ഘോഷിക്കുന്നു. 'കുശലവന്മാരുടെ കൈകൾ രാമദേവന്റെ കൈകളിൽ ഭദ്രമായിരുന്നു. മക്കളെ സിംഹാസനത്തിലിരുത്താൻ യോഗ്യരാക്കി. അവരുടെ അച്ഛനെ ഏല്പിച്ചു കഴിഞ്ഞു. മറ്റൊരു ലക്ഷ്യവും എനിക്കില്ല. പരിത്യജിക്കപ്പെട്ട ഞാൻ ജീവിച്ചതുതന്നെ മക്കൾക്കുവേണ്ടിയായിരുന്നു. അവരിന്ന് സുരക്ഷിതരാണ്.' ജാനകീയത്തിലെ ഈ വരികൾ വളരെ ശ്രദ്ധാപൂർവം വായിച്ചാൽ മാതൃത്വത്തിന്റെ മഹനീയത നമുക്ക് ബോദ്ധ്യമാകും.

വാല്മീകിയുടെ സീതയും ആശാന്റെ സീതയും ഭൂമിയിലേക്ക് തിരോധാനം ചെയ്തപ്പോൾ ഉണ്ടായ വ്യതിയാനങ്ങൾ വായനക്കാർ ഗ്രഹിച്ചിരിക്കുന്നു. മലയാളത്തിലെ പ്രശസ്ത നിരൂപകൻ ശ്രീ. കുട്ടിക്കൃഷ്ണമാരാർ അക്കാര്യം വിശദമായി 'വാല്മീകിയുടെ രാമൻ' എന്ന ലേഖനത്തിൽ ചർച്ച ചെയ്യുകയും ചെയ്തു. മൂന്നുവട്ടം സത്യവാക്കുകൾ ഉദ്ധരിച്ചുകൊണ്ടാണ് വാല്മീകിയുടെ സീത വസുധയുടെ അങ്കത്തട്ടിൽ മറയുന്നത്. എന്നാൽ ആശാന്റെ സീത അങ്ങനെയല്ല. 'മിണ്ടാതന്തികമെത്തി അനുശയക്ലാന്താസ്യനാം കാന്തനെ മെല്ലെയൊന്നു നോക്കി' ഒന്നുമൊന്നുമുരിയാടാതെ ആ നിലയിൽ തന്നെ ഭൂമിയിൽ സീത മറയുകയാണ്. ഈ രണ്ടു ഭാവങ്ങളും ആ കവികളുടെ ആശയഗരിമാവിനെ പ്രദ്യോദിപ്പിക്കുന്നു. എന്നാൽ ജാനകീയത്തിൽ

തികച്ചും നാടകീയ മുഹൂർത്തങ്ങളാണ് അണിനിരത്തിയിരിക്കുന്നത്. തന്റെ ഭർത്താവിനെക്കുറിച്ച് ലോകത്ത് ആരേക്കാളുമറിയാവുന്നത് ജാനകിക്ക് തന്നെയാണ്. ആ നിമിഷങ്ങൾ നോക്കുക.

വസിഷ്ഠമുനിയുടെ ശബ്ദം കേട്ടു.

'ശ്രീരാമചന്ദ്ര.... പത്നിയെ തിരികെ വിളിച്ചാലും. പരീക്ഷണം മതിയാക്കുക.'

രാമന്റെ ഉറച്ച വീരശബ്ദം അവസാനമായി കാതിൽപതിച്ചു.

'കടൽ കടന്നുചെന്ന് ലങ്കയിൽ നിന്നും ദേവിയെ കൊണ്ടുവന്നവനാണ് ഞാൻ. എവിടെപോയാലും ഞാൻ സീതയെ തിരികെ കൊണ്ടുവരും.'

ആ ധീരമായ വിശ്വാസം എന്റെം തൃപ്തിയായി. ഒരു ദീർഘശ്വാസത്തോടെ ഞാനെന്റെ അമ്മയുടെ മാറത്തു ചാഞ്ഞ് സ്വാമിയെ നോക്കി.

എന്റെ മിഴികൾ അദ്ദേഹത്തോട് സംവദിച്ചു.

'ദേവാ.... അങ്ങയുടെ ഈ വാക്കുകൾ പാലിക്കാൻ ആവില്ലെന്നറിയുക. ലങ്കയിലെ എന്റെ മനസ്സ് അങ്ങയെ ആഗ്രഹിച്ചിരുന്നു. ഇപ്പോൾ അതില്ല. അടുത്ത ജന്മത്തിൽ കാണണമെന്ന ആഗ്രഹം മാത്രം. മാധവീദേവിയുടെ ഗർഭത്തിൽ ഞാൻ സുരക്ഷിതയാണ്. കളങ്കമില്ലാത്തവളാണ്. എന്നെ തേടിവരേണ്ടതില്ല. ഭൂമിയിൽ നിന്നും വന്നവൾ ഭൂമിയിലേക്കു തന്നെ മടങ്ങുകയാണ്. സീതയാണ് ഞാൻ........ഭൂമിപുത്രി......ഇതെന്റെ വിജയമാണ്. ഇങ്ങനെയെങ്കിലും ഞാൻ ജയിക്കട്ടെ..'

ഇങ്ങനെയാണ് ജാനകീയം അവസാനിക്കുന്നത്. രാമായണത്തിന്റെ അന്ത്യം പോലെ കിടിലം കൊള്ളിക്കുന്ന, വായനക്കാരന്റെ ഉള്ള് ചുട്ടുപൊള്ളിക്കുന്ന അന്ത്യം സോഫോക്ലിസ്സിന്റെ കൃതിയിലോ ഇലിയഡിലോ ഒഡീസ്സിയിലോ ഇല്ല. രാമന്റെ വദനത്തിൽ നോക്കിയുള്ള സീതയുടെ കാതരഭാവം, ഏതാനും വാക്കുകൾ, ഭൂകമ്പധ്വനി, സീതയുടെ അന്തർദ്ധാലനം ഇതാണ് രാമായണത്തിലെ ആ ദുരന്ത രംഗങ്ങൾ. ആ രംഗങ്ങൾ ഗൗരവവും ഉദാത്തതയും അസുലഭമായ ഒരു കാന്തിയും നൽകുന്നുണ്ട്. വാല്മീകിയുടെയും ആശാന്റെയും ജാനകിമാരിൽ നിന്ന് നവ്യമായ ഒരു കാന്തി ഈ ഭാഗത്ത് നോവലിസ്റ്റ് നൽകുന്നു. 'അടുത്ത ജന്മത്തിൽ കാണണമെന്ന ആഗ്രഹം' എന്നിടത്താണ് ജാനകീയത്തിലെ ഉദാത്തത ഉറപ്പിച്ചിരിക്കുന്നത്. രാമ

നിലേയും സീതയിലേയും ദൈവികഭാവം മുഴുവൻ ചോർത്തിക്കള ഞ്ഞ് അവരെ കേവലമനുഷ്യരായി ഇവിടെ കൊണ്ടുവരുന്നു. ഒപ്പം സീതയിലെ വിരക്തിയും പ്രകടമാകുന്നു.ലങ്കയിൽ വച്ച് രാമനെ ദർശിക്കാൻ മോഹമുണ്ടായിരുന്നു. ഇപ്പോൾ അതില്ല. മഹർഷിയുടെ ആശ്രമത്തിൽ വസിച്ച് കാമഭാവം പൂർണ്ണമായും ഉരുകിപ്പോയി തെളിമമുറ്റിയ നിലാവാണിപ്പോൾ സീത. അത്രമാത്രം ഹൃദ്യമായി ട്ടാണ് ജാനകിയുടെ തിരോധാനം നോവലിസ്റ്റ് കൊണ്ടുവരുന്നത്.

ഇതിഹാസ നോവലുകൾക്ക് സാധാരണ കാണുന്ന ഭാഷാരീതി യിൽ നിന്നും തികച്ചും സ്വതന്ത്രമായ രചനാ സൗഷ്ഠവമാണ് നോ വലിസ്റ്റ് ജാനകീയത്തിൽ തുടരുന്നത്. ജാനകിയുടെ ഹൃദയം പോ ലെ ശുദ്ധമായ രീതിയാണ് (style) നാം ദർശിക്കുന്നത്. ആർക്കും വായിച്ച് ആസ്വദിക്കാൻ പാകത്തിലുള്ള ലാവണ്യഭാഷാരീതിയാണി തെന്ന് ഒരു പേജ് വായിക്കുമ്പോൾ നമുക്കറിയാം. 'ഇനി ഞാനുറ ങ്ങട്ടെ' എന്ന നോവലിലെ പ്രയോഗരീതി വച്ചു നോക്കുമ്പോൾ ജാനകീയം രചനാരീതിയിലും വ്യതിയാനം പുലർത്തുന്നുവെന്ന് പറയാതെ വയ്യ.

ഇപ്പോൾ തന്നെ അധികമായ അവതാരിക ഇവിടെ നിർത്തുക യാണ്. ഇതിഹാസ കഥാപാത്രങ്ങളെ ആധാരമാക്കി നമ്മുടെ സാഹിത്യത്തിൽ നിരവധി കൃതികൾ ഉണ്ട്. അവയിൽ നിന്നും ജാനകീയം വേറിട്ടുനിൽക്കുന്നതിന്റെ കാലാവസ്ഥയെ കുറിച്ചാണ് നാം പ്രതിപാദിച്ചത്. ജാനകിയുടെ മനസ്സിന്റെ ആഴങ്ങളിൽ തൊട്ടാണ് ഈ രചന നിർവഹിച്ചിരിക്കുന്നത്. ഏതൊരു കൃതിയും ആസ്വാദ കന്റെ മനസ്സിൽ അവശേഷിപ്പിക്കുന്ന ഒരു വായനാ യാഥാർത്ഥ്യം ഉണ്ട്. ജാനകീയം അനുവാചകന്റെ മനസ്സിൽ അനുരണനം സൃഷ്ടി ക്കുകതന്നെ ചെയ്യും.

⁂ ⁂ ⁂

ആമുഖം

ഭാരതത്തിലെ രണ്ടു ഇതിഹാസങ്ങളാണ് രാമായണവും മഹാഭാരതവും. അതിൽ ആദ്യത്തേത് ത്രേതായുഗത്തിലെ രാമായണം തന്നെ. ഇതിന് ഏകദേശം 2500 വർഷത്തെ പഴക്കമുണ്ടെന്ന് പറയപ്പെടുന്നു.

'ഇതിഹ' എന്നാൽ പാരമ്പര്യമായ ഉപദേശമെന്നാണ് അർത്ഥം. ഇതിഹയ്ക്ക് ഇരിപ്പിടമായതാണ് ഇതിഹാസം. ധർമ്മോപദേശത്തിന് സഹായിക്കുന്ന കല്പിത കഥകളും ചരിത്രവും കൂടിക്കലർന്നതാകും ഒരു ഇതിഹാസം.

ഭാരതത്തിൽ മാത്രമല്ല ഇൻഡോനേഷ്യ, ബർമ്മ, ടിബറ്റ്, തായ്ലണ്ട്, മലേഷ്യ, ജപ്പാൻ, ഫിലിപ്പൈൻസ് തുടങ്ങിയ രാജ്യങ്ങളിലും രാമായണം എഴുതപ്പെട്ടിട്ടുണ്ട്. കഥകളിൽ ചെറിയ വ്യത്യാസങ്ങളുണ്ടെന്നു മാത്രം. മുന്നൂറിലധികം രാമായണങ്ങൾ ഉണ്ടെന്ന് പണ്ഡിതർ പറയുന്നു.

ഭാരതത്തിലുള്ള രാമായണങ്ങളിൽ മുന്നിട്ടു നിൽക്കുന്നത് വാല്മീകീ രാമായണമാണ്. ശേഷം തുളസീദാസന്റെ രാമചരിതമാനസം (ഹിന്ദി). മൂന്നാമത് തമിഴിലെ കമ്പരാമായണം (ഇരാമാവതാരം). നാലാമതായി വരുന്നത് മലയാളത്തിലെ എഴുത്തച്ഛനെഴുതിയ അദ്ധ്യാത്മരാമായണം കിളിപ്പാട്ടാണ്.

ഭാരതത്തിനും ശ്രീലങ്കയ്ക്കും ഇടയിൽ ഇപ്പോഴും കാണാൻ കഴിയുന്ന സമുദ്രസേതു ചരിത്രാവശിഷ്ടമായി നിലകൊള്ളുന്നു. അതിനാൽ തന്നെ രാമായണത്തെ അവിശ്വസിക്കേണ്ട കാര്യമില്ല. മനുഷ്യസംസ്കാരത്തിന്റെ പല മനോനിലയും വരച്ചുകാണിക്കുന്നവരാണ് ഇതിലെ ഓരോ കഥാപാത്രവും. രാജാവ്, അച്ഛൻ, അമ്മ,

ഭർത്താവ്, ഭാര്യ, സഹോദരൻ, സുഹൃത്ത്, ഇവരുടെയെല്ലാം കടമയും കർത്തവ്യങ്ങളും വ്യക്തമാക്കുന്ന സന്ദർഭങ്ങൾ ഇതിൽ കാണാനാകും. മകന് വേണ്ടി എന്തും ചെയ്യാൻ മടിക്കാത്ത കൈകേയിമാരും നമുക്കന്യരല്ല. ജ്യേഷ്ഠനെ മറ്റെന്തിനേക്കാളും സ്നേഹിക്കുന്ന ലക്ഷ്മണനും, ഭരതനും സഹോദര സ്നേഹത്തിന്റെ ഉത്തമ ഉദാഹരണങ്ങളാണ്. ധർമ്മപാലനത്തിനായി രാജ്യത്തേയും, ഭാര്യയേയും ത്യജിക്കുന്ന ശ്രീരാമൻ ഉത്തമപുരുഷനെന്നു വാഴ്ത്തപ്പെടുകയും ചെയ്യുന്നു. കടമ, കർത്തവ്യം ഇവയുടെ നിർവചനം വ്യക്തമല്ലാത്ത ഇക്കാലത്ത് ഇവരെയെല്ലാം വിമർശിക്കുന്നവർ ഉണ്ടാകുക സ്വാഭാവികമാണ്.

സ്വധർമ്മങ്ങൾ നിഷ്ഠയോടെ പാലിക്കുന്നവർക്ക് ദിവ്യത്വം നൽകുന്നതാണ് ഭാരതസംസ്കാരം. അതിന് ഉദാഹരണമാണ് രാമനും സീതയും. എങ്കിലും മാനുഷിക സ്വഭാവമുള്ള സീതയാണ് ജാനകീയത്തിലുള്ളത്.

സ്ത്രീ കഥാപാത്രങ്ങൾക്ക് ഇത്രയും സ്ഥാനവും പ്രാധാന്യവും നൽകുന്ന ഇതിഹാസങ്ങൾ ഇല്ലെന്നു പറയാം. ഇതിലെ സീത, ഊർമ്മിള, താര, മണ്ഡോദരി എന്നിവർ പരിശുദ്ധി, വിശ്വസ്തത, നന്മ, ഭക്തി അതിലുപരി ആത്മധൈര്യം നിറഞ്ഞ വനിതാരത്നങ്ങളാണ്. ഇവർ സ്ത്രീകളുടെ അഭിമാനമാണ്.

സീതയെ ചുറ്റിപ്പറ്റിയാണ് രാമായണ കഥ പറയുന്നതിന് ഞാൻ ശ്രമിച്ചിട്ടുള്ളത്. മകൾ, മരുമകൾ, ഭാര്യ, അമ്മ, രാജ്ഞി എന്നീ നിലകളിലെല്ലാം ഉണ്ടായിരിക്കേണ്ട എല്ലാ ഗുണങ്ങളും ചേർന്ന വ്യക്തിത്വമാണ് സീതാദേവിയുടേത്. എന്നാൽ അടിമയോ, അബലയോ ആയിരുന്നില്ല. പറയേണ്ടവ പറഞ്ഞും ചെയ്യേണ്ടവ ചെയ്തും രാമായണത്തെ സീതായനമായി മാറ്റുകയാണ് ആ മഹതി. ഭൂമിയോളം തന്നെ ക്ഷമയും സഹനവും ഉള്ളതിനാൽ ഭൂമിപുത്രി എന്ന് വിളിക്കുന്നതിലും തെറ്റ് കണ്ടെത്താനാകില്ല.

ഇതെഴുതാൻ വാല്മീകിരാമായണമാണ് കൂടുതൽ അവലംബിച്ചതെങ്കിലും അദ്ധ്യാത്മ രാമായണത്തിലേയും കമ്പരാമായണത്തിലേയും പത്മപുരാണത്തിലേയും ചിലഭാഗങ്ങൾ ചേർക്കുവാനും ശ്രദ്ധിച്ചിട്ടുണ്ട്.

എന്റെ ഈ ചെറിയ ഉദ്യമത്തിന് അവതാരിക എഴുതി അനുഗ്രഹിച്ച പ്രശസ്തനായ ശ്രീ. തുളസീ കോട്ടുക്കലിന് എന്റെ പ്രണാമം.

പണ്ഡിതനായ അദ്ദേഹത്തിന്റെതായി അൻപതിലേറെ പുസ്തകങ്ങളും, 225ലധികം പ്രബന്ധങ്ങളും ഉണ്ട്. ദീർഘകാലം അധ്യാപകനായിരുന്ന അദ്ദേഹം സ്വന്തമാക്കിയത് അനേകം പുരസ്കാരങ്ങളാണ്. കേരള സാഹിത്യ അക്കാദമിയുടെ തുഞ്ചൻ അവാർഡ് രണ്ടു പ്രാവശ്യം നേടിയ ആ അതുല്യ പ്രതിഭ ജാനകീയത്തിന് അവതാരിക എഴുതി തന്നത് എന്റെ ഒരു പുണ്യമായി കരുതുന്നു. അദ്ദേഹത്തിന് എന്റെ ആത്മാർത്ഥമായ നന്ദിയും കടപ്പാടും സ്നേഹാദരങ്ങളോടെ രേഖപ്പെടുത്തുകയാണ്.

എന്റെ മകൻ ഹരിശങ്കർ കവർചിത്രം ചെയ്തുതന്നാണ് എനിക്കുള്ള പിന്തുണ അറിയിച്ചത്. അവനെ വാത്സല്യത്തോടെ ആശംസിക്കുന്നു.

ജാനകീയം പ്രസിദ്ധീകരിച്ച വായനപ്പുര സൗഹൃദങ്ങൾക്ക് എന്റെ ഹൃദ്യമായ സ്നേഹവും നന്ദിയും കൈമാറട്ടെ.

പ്രിയ വായനക്കാരേ,

നിങ്ങളെല്ലാവരും സ്വീകരിക്കുമെന്ന വിശ്വാസത്തിൽ 'ജാനകീയം' പുറത്തിറങ്ങുകയാണ്. എന്റെ നാലാമത്തെ നോവലായി.

സ്വീകരിച്ച് ആശീർവദിക്കുക.

പി. സുഷമ

പ്രസാധക കുറിപ്പ്

പുരാണങ്ങളെ അന്തർധാരയാക്കി സാഹിത്യസൃഷ്ടിയിൽ ഏർപ്പെടുകയെന്നത് ശ്രമകരമായ ദൗത്യംതന്നെയാണ്. പുരാണങ്ങളും ഐതിഹ്യങ്ങളും അത്രകണ്ട് ഹൃദിസ്ഥമാക്കിയിട്ടുള്ള ഒരാൾക്ക് മാത്രമെ ധൈര്യത്തോടെ ഇത്തരമൊരു കർമ്മത്തിലേർപ്പെടാൻ സാധിക്കുകയുള്ളു.

ഇവിടെ ശ്രീമതി സുഷമ 'ജാനകീയം' എന്ന നോവലിന്റെ ആവിഷ്കാരത്തിനും തിരഞ്ഞെടുത്തിരിക്കുന്നത് രാമായണം എന്ന ബൃഹത്തായ പുരാണം തന്നെയാണ്. സീതയെ തന്റേതായ വീക്ഷണത്തിലൂടെ പുതിയ കാലത്തിന്റെ പ്രതിനിധിയാക്കി രചന നിർവഹിക്കുമ്പോൾ പാലിക്കേണ്ട തന്മയത്വം ഹൃദ്യമായിത്തന്നെ രചയിതാവ് പ്രാവർത്തികമാക്കിയിട്ടുണ്ട്. മലയാള നോവൽസാഹിത്യത്തിനു ഇതൊരു ക്ലാസ്സിക് കൃതിയായിരിക്കും. പുതിയ തലമുറകൾക്കു വായിക്കാനും സൂക്ഷിച്ചു വയ്ക്കാനും ഉപകരിക്കപ്പെടുന്ന ഈ നോവൽ പ്രസിദ്ധീകരിക്കുന്നതിൽ വായനപ്പുരയ്ക്ക് ഏറെ സന്തോഷമുണ്ട്. ജാനകീയം സ്നേഹപൂർവ്വം വായനയ്ക്കായി സമർപ്പിക്കുന്നു.

സ്നേഹപൂർവ്വം

പോൾസൺ തേങ്ങാപുരയ്ക്കൽ

സമർപ്പണം

സ്നേഹനിധിയായ എന്റെ അമ്മയ്ക്ക്

ഉള്ളടക്കം

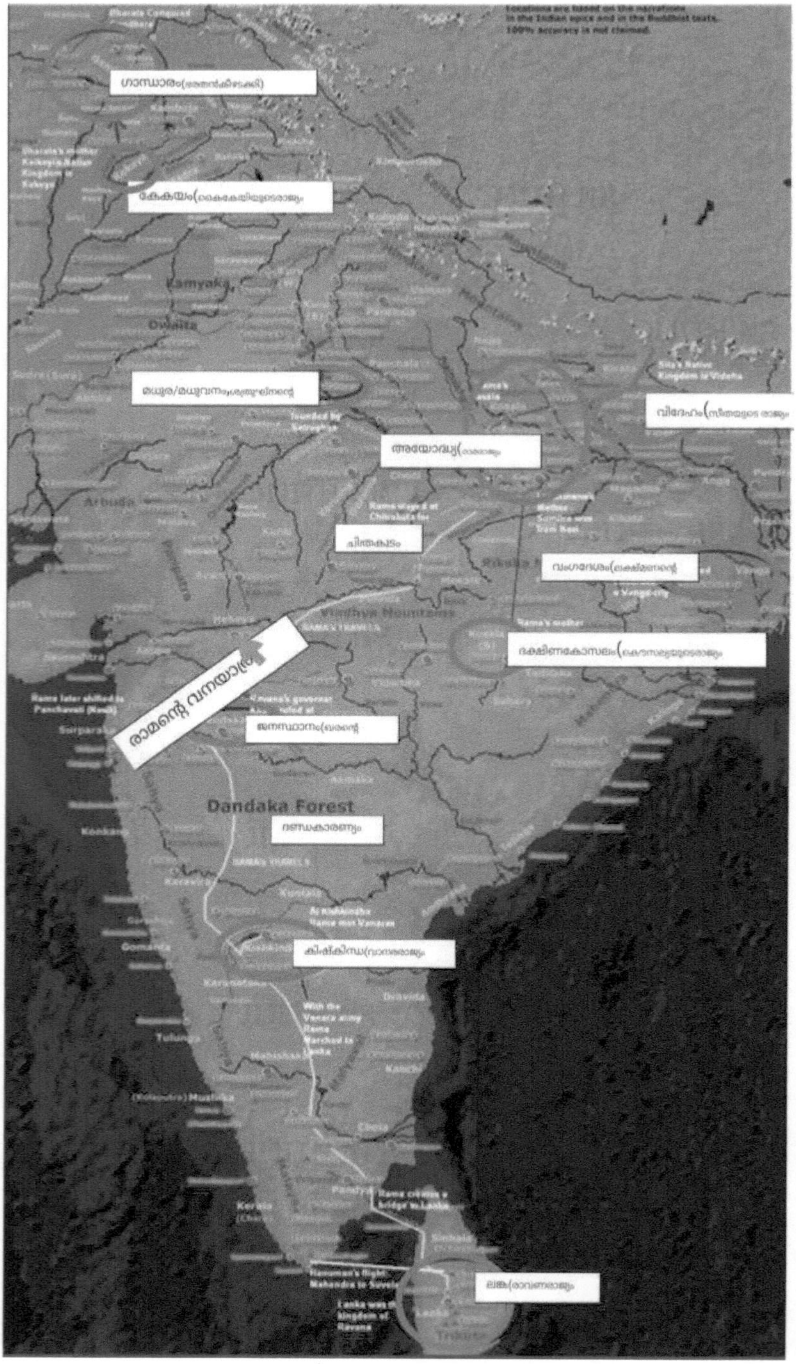
Locations are based on the narrations in the Indian epics and in the Buddhist texts. 100% accuracy is not claimed.
ഗാന്ധാരം
കേകയം
Kamyaka
Dwaita
മധുര/മധുവനം
Sita's Native Kingdom in Videha
വിദേഹം
അയോധ്യ
Arbuda
ചിത്രകൂടം
വംഗദേശം
Vindhya Mountains
ദക്ഷിണകോസലം
രാമന്റെ വനയാത്ര
Rama later shifted to Panchavati (Nasik)
ജനസ്ഥാനം
Dandaka Forest
ദണ്ഡകാരണ്യം
കിഷ്കിന്ധ(വാനരരാജ്യം
With the Vanara army Rama Marched to Lanka
ലങ്ക(രാവണരാജ്യം

വ്യാക്കൂൾ നിർവ്വഹണം

സീമന്തരേഖയിൽ കുങ്കുമവും ചാർത്തിച്ച്, തോഴിമാർ ദർപ്പണം നീട്ടി.

'നോക്കുക. മഹാറാണി എത്ര സുന്ദരിയാണെന്ന്! ലക്ഷ്മീദേവിയെപ്പോലെ!'

ഞാൻ, വിസ്മിതയായി ഭാവിച്ചു.

'ആഹാ....ശ്രീരാമചന്ദ്ര നരേന്ദ്രന്റെ ധർമ്മപത്നി മനോഹരിയാണല്ലോ!'

മഹാറാണി എന്ന സ്ഥാനത്തേക്കാൾ ഞാനിഷ്ടപ്പെടുന്നത് ആ സ്ഥാനമാണ്. മര്യാദാപുരുഷോത്തമന്റെ സഹധർമ്മിണി. അതാണെന്റെ അഭിമാനവും, അതിലുപരി അഹങ്കാരവും. ഭൂപാലകന്റെ പത്നി ഭൂമിപുത്രി സീത......

എന്റെ ചിരിയെ പ്രതിരൂപം ഏറ്റെടുത്തു.

'റാണി ചിരിക്കുന്നല്ലോ, എന്താണ് കാരണം...?'

'എന്റെ ആഗ്രഹങ്ങൾ നടത്തിത്തരാൻ കോസലാധിപന് സമയം കിട്ടിയല്ലോ എന്ന ഹർഷത്താലുണ്ടായ അഹങ്കാരത്തിന്റെ ചിരിയാണ്.....'

'അദ്ദേഹം ദേവിക്കു മുന്നിൽ ഭൂപതിയല്ല, സീതാപതിയാണ്. അല്ലേ കമലേ...?'

തോഴിമാരുടെ കളിയാക്കലുകളിൽ ലജ്ജാവതിയായി ഇരിക്കുമ്പോളാണ് ധാത്രി നന്ദിനി വന്നറിയിച്ചത്,

'ദേവീ, ലക്ഷ്മണകുമാരൻ വന്നിരിക്കുന്നു. രഥം തയ്യാറായെന്നറിയിച്ചു....'

ഒരുക്കങ്ങൾ കഴിഞ്ഞിരുന്നു. ഞാൻ ധാത്രിക്കൊപ്പം നടന്നു.

സുവർണ്ണ പേടകങ്ങളുമായി തോഴിമാരും.

നന്ദിനിയമ്മ പറഞ്ഞുകൊണ്ടിരുന്നു,

'ദേവിയെക്കാണാതെ എനിക്കു വയ്യെന്നായിരിക്കുന്നു. വേഗത്തിൽ തിരിച്ചെത്തണം. സീതക്കുട്ടി ഇപ്പോൾ ഒറ്റക്കല്ല. മറ്റൊരു ജീവൻ ഉള്ളിലുണ്ടെന്നോർക്കണം. എപ്പോഴും ശ്രദ്ധവേണം. അവിടെ ഉപദേശിക്കാനാരും ഉണ്ടാകില്ല.'

ഞാൻ മന്ദഹാസത്തോടെ തൊഴുതു.

'ഓ....അങ്ങനെയാകട്ടെ..... എന്റെ നിയന്ത്രണം മുഴുവൻ നന്ദിനിയമ്മയുടെ കൈയിലല്ലേ...... വരുന്നുണ്ടോ കൂടെ.....?'

അവർ ചിരിച്ചതേയുള്ളു. എന്റെ ആശകളെല്ലാമറിയുന്ന അമ്മയാണ് ധാത്രി. എന്റെ നന്ദിനിയമ്മ......!

വിലക്കിക്കൊണ്ട് നന്ദിനിയമ്മ പറയും,

'തോഴിമാരെ രാജകുമാരിമാർ പേരാണ് വിളിക്കുക. കുമാരിയും അങ്ങനെ എന്നെ വിളിച്ചാൽ മതി.'

ഞാൻ വിളി മാറ്റിയില്ല. ആ സ്നേഹം എന്നിൽ നിന്നും മായില്ല. ശൈശവത്തിൽ പലപ്പോഴും വാശിപിടിച്ച് അവരോടൊപ്പം ഉറങ്ങിയിട്ടുണ്ട്. അവരുടെ മുലപ്പാൽ, ഞാൻ നുണഞ്ഞിട്ടുണ്ടെന്ന രഹസ്യവും പറഞ്ഞറിയാം.

ആ ഓർമ്മയിൽ ഞാനെന്റെ ഉദരം തലോടി.

'ഇവനാണ് ഇന്നത്തെ ഈ യാത്രയുടെ കാരണം......'

രാമദേവന്റെ പ്രണയാർദ്ര സ്വരം ഇപ്പോഴും കാതിൽ മന്ത്രിക്കുന്നു,

'പ്രിയേ.....ദേവിയുടെ ആലസ്യം ഏറിവരുന്നുണ്ട്. ഇനിയധികം കാത്തിരിക്കേണ്ടെന്ന് തോന്നുന്നു. ഗർഭിണികൾക്ക് വ്യാക്കൂൾ ഉണ്ടാകുമെന്ന് കേട്ടിട്ടുണ്ട്. അതു സാധിച്ചു കൊടുക്കാത്ത ഭർത്താവ് നികൃഷ്ടനാണത്രേ! സീതയുടെ രാമൻ അങ്ങനെയാകില്ല. ദേവിക്ക് പ്രിയമായത് പറയുക.....?'

ആ വാക്കുകളുടെ മാധുര്യം മനസ്സിലിപ്പോഴുമുണ്ട്. ഞാനപ്പോൾ വല്ലഭന്റെ കരങ്ങൾ ഗ്രഹിച്ച്, ലജ്ജയോടെ ആവശ്യപ്പെട്ടതാണ് ഈ യാത്ര.

'നാഥാ.... അങ്ങയുടെ ദയയാൽ എനിക്കെല്ലാമുണ്ട്. എങ്കിലും..... വനവാസക്കാലത്ത് നമ്മൾ തങ്ങിയ ആശ്രമങ്ങൾ ഒന്നുകൂടി കാണണമെന്നുണ്ട്. അഗസ്ത്യാശ്രമത്തിൽ താമസിച്ച് മുനിപത്നി

ലോപാമുദ്രയുടെ വാത്സല്യം അനുഭവിക്കണമെന്നും ആഗ്രഹം തോന്നുന്നു. അങ്ങ്..... അനുവദിക്കുമെങ്കിൽ മാത്രം.'

സ്വാമി പുഞ്ചിരിയോടെ എന്നെ നെഞ്ചോടു ചേർത്തു.

'ആഹാ.....അതിനെന്താണ് തടസ്സം ദേവി. നാളെത്തന്നെ ഈ ആഗ്രഹം ഞാൻ നടത്തിത്തരുന്നതാണ്. തൃപ്തിയായില്ലേ....? സന്തോഷിച്ചാലും പ്രിയേ.....'

രാജരത്നമായ ദാശരഥിയുടെ ആ ഉറപ്പാണിപ്പോൾ സത്യമാകുന്നത്. ഇത്ര സ്നേഹവും കരുതലുമുള്ള നാഥനെ കിട്ടിയ ഞാൻ ഭാഗ്യവതിതന്നെ.

ആ ഓർമ്മയുടെ നിർവൃതിയിലാണ് പൂമുഖത്ത് എത്തിയത്. അവിടെ ലക്ഷ്മണനുണ്ടായിരുന്നു.

'പ്രണാമം ജ്യേഷ്ഠത്തി. അവിടുത്തെ അഭീഷ്ടസാദ്ധ്യത്തിന് രാജാവ് എന്നെയാണ് നിയോഗിച്ചിട്ടുള്ളത്. യാത്രയായാലും.....'

എന്റെ മുഖം ചെന്താമരയായി. ലജ്ജ, മിഴികളിലും സ്വരത്തിലും പടർന്നു.

'ആ...... ആര്യപുത്രൻ പറഞ്ഞിരുന്നു.. അനുജനെ കൂടെ വിടാമെന്ന്...'

പേടകങ്ങളുമായി തോഴിമാർ എന്നെ മറികടന്നു പോയി.

'ഭാഗീരഥി തീരത്തെ ആശ്രമങ്ങൾ ഒന്നുകൂടി കാണണമെന്ന് ഒരാഗ്രഹം. മുനിപത്നിമാരെ വന്ദിച്ചാരാധിക്കണമെന്നുണ്ട്. അവർക്ക് സമ്മാനങ്ങളും നൽകണം. ആ പെട്ടികളിൽ അവർക്കുള്ള രത്നങ്ങളും വസ്ത്രങ്ങളുമാണ്.'

'അങ്ങനെയാകാം ജ്യേഷ്ഠത്തി...'

ഉത്തമങ്ങളായ നാലു ശ്വേതാശ്വങ്ങൾ നയിക്കുന്ന കനകരഥം അങ്കണത്തിലെത്തി. അതൊരു സൂര്യനായി തിളങ്ങിയിരുന്നു. സാരഥിയായി സുമന്ത്രരും. അദ്ദേഹം ലക്ഷ്മണസവിധത്തിലെത്തി വന്ദനം അറിയിച്ചു.

കാർക്കശ്യത്തോടെ രാമാനുജൻ ആരാഞ്ഞു,

'റാണിക്ക് യോഗ്യമായ പൂമെത്തയും അലങ്കാരങ്ങളും തയ്യാറാക്കിയിട്ടില്ലേ?'

'ഉവ്വ്, കുമാര...... കയറിയാലും..'

എനിക്കു കയറാൻ തക്കവണ്ണം പടികൾ ക്രമീകരിച്ചിരുന്നു. ഞാൻ

മെല്ലെ പിടിച്ചു കയറി. പുറകെ ലക്ഷ്മണനും.

'പോകാം സുമന്ത്രരേ.....മന്ദഗതി മതി.'

ശിശിരാന്ത്യത്തിന്റെ ആഘോഷത്തിലാണ് സസ്യലതാദികൾ. നിറയെ പൂത്ത് വർണ്ണക്കുടകളുമായി ചാഞ്ചാടുന്നു. അവയുടെ നൃത്ത്യത്തിൽ വീഥിയിൽ പുഷ്പവൃഷ്ടിയായി. പവനനാകട്ടെ സുഗന്ധപൂരിതമായ ഹിമകണങ്ങളെ പാരിടമാകെ തളിച്ചുകൊണ്ട് പാഞ്ഞുപോകുന്നു. വഴിവിളക്കുകൾ താലവുമായി അണയാതെ നിരന്നു നിൽക്കുന്നു. നോക്കെത്താദൂരത്തോളം.....

വഴിയോരക്കാഴ്ചകൾ പുറകോട്ടേക്ക് ഓടിക്കൊണ്ടിരുന്നു. എങ്ങും ഉന്മേഷവും ഉത്സാഹവും. നഗരം ഉണർന്നു കഴിഞ്ഞു. കച്ചവടാലയങ്ങൾക്ക് മുന്നിൽ ധാന്യച്ചാക്കുകൾ നിറഞ്ഞ വണ്ടികൾ നിരന്നു. ജനപ്രവാഹം വർദ്ധിച്ചു.

രാജരഥം കണ്ട് എല്ലാവരും കൈകൂപ്പി മാറിനിന്നു.

തിരക്കുള്ള വീഥികൾ പിന്നിലേക്ക് മാറി. രഥചക്രങ്ങൾ പതിയെ ഉരുണ്ടു. കുതിക്കാനൊരുങ്ങുന്ന വാജികളുടെ കടിഞ്ഞാൺ സചിവോത്തമന്റെ കൈയിൽ ഭദ്രമായിരുന്നു.

മനോരമ്യമായ ഒരു പൂന്തോപ്പിലൂടെ രഥം നീങ്ങി. ശരീരവും മനസ്സും കുളിരിട്ടു. പക്ഷികളുടെ ഗാനലയം കർണ്ണങ്ങളേയും, സുഗന്ധം നാസാരന്ധ്രങ്ങളെ ത്രസിപ്പിച്ചു. രഥത്തോടൊപ്പം സുഗന്ധവുമായി മാരുതൻ പറന്നെത്തി.

ഉത്തരീയം തലയ്ക്കു മുകളിലൂടെ ചുറ്റി, ഞാൻ പരിഭവപ്പെട്ടു,

'ഹോ.... ഈ കാറ്റിന് എന്തൊരു തണുപ്പാണ്....!'

പശ്ചിമദിക്കിലേക്ക് തേർ തിരിഞ്ഞു. ഗന്ധം മാറി. കാഴ്ചകൾ വേറിട്ടതായി. ഇരുവശവും നോക്കെത്താദൂരത്തോളം സ്വർണ്ണവർണ്ണം. വിളഞ്ഞ കതിരുകൾ ഒരേതാളത്തിൽ തലകുനിച്ച് ഞങ്ങളെ വരവേറ്റു. വിളയെടുപ്പിന്റെ ഉത്സാഹം ഈരടികളായി ഉയരുന്നു. ആ ഈണത്തിൽ എന്റെ വിരലുകൾ താളമിട്ടു.

'അനുജാ, നമ്മുടെ പ്രജകൾക്കു ക്ഷേമം തന്നെയാണ്. അല്ലേ ? അവരെല്ലാം സന്തോഷഭരിതരായി കാണപ്പെടുന്നു.'

'അതേ ജ്യേഷ്ഠത്തി, ധർമ്മിഷ്ഠനായ ശ്രീരാമചന്ദ്രന്റെ ഭരണത്തിൽ അങ്ങനെയല്ലേ വരികയുള്ളു ? അതിൽ അത്ഭുതപ്പെടേണ്ടതില്ല.'

സൗമിത്രി പെട്ടെന്ന് നിർത്തി. ഇന്നെന്താണ് ഒരു മാറ്റം .....?

ഭരണത്തെ കുറിച്ച് പറയാൻ അവന് നൂറു നാവായിരുന്നല്ലോ....!

ഞാനതിന്റെ കാരണവും കണ്ടെത്തി. അംഗദൻ മഹാവികൃതിയാണെന്ന് ഊർമ്മിള പറഞ്ഞിരുന്നു. ഇന്നവന്റെ കരച്ചിലിനിടയിലാകും പുറപ്പെട്ടത്. പുത്രന്റെ തെളിഞ്ഞമുഖം കണ്ടിറങ്ങാനാണ് ഏതൊരച്ഛനും ആഗ്രഹിക്കുക.

അപ്പോഴാണ് ഓർത്തത്, ഇന്നത്തെ യാത്രയെ പറ്റി സഹോദരിമാരോട് പറയാനായില്ല. ധാത്രി അറിയിച്ചു കൊള്ളും. തിരികെയെത്തുമ്പോൾ അവരുടെ പിണക്കം മാറ്റാൻ നന്നായി ബുദ്ധിമുട്ടേണ്ടിവരും.

ഒരു നനുത്തപുഞ്ചിരി എന്റെ അധരങ്ങളിൽ മുത്തം വച്ചു. അനുജത്തിമാരോടുള്ള സ്നേഹവാത്സല്യങ്ങൾക്ക് കുറവ് വന്നിട്ടില്ല. പതിന്നാലു കൊല്ലമാണ് അവരെ പിരിഞ്ഞിരുന്നത്. അമ്മമാരായെങ്കിലും എനിക്കിപ്പോഴും അവർ കുട്ടികളാണ്. അവരുടെ മക്കൾ എന്റേയും.....

ശ്രുതികീർത്തിയുടെ പുത്രൻ സുബാഹുവാണ് എല്ലാവരിലും മൂത്തവൻ. അവൻ ശത്രുഘ്നനെ വാർത്തുവച്ചിരിക്കുന്നപോലെ. പ്രായത്തിൽ പിന്നെ വരുന്നത് മാണ്ഡവിപുത്രൻ തക്ഷനാണ്. മൂന്നു വയസ്സുണ്ടാകും ആ വികൃതിക്ക്. അവന് ഒരു അനുജനും ഉണ്ടായിട്ടുണ്ട്, പുഷ്കലൻ. ഭരതന്റെ വിശാലമായ നെറ്റിത്തടം അവനാണ് കിട്ടിയിട്ടുള്ളത്. ഊർമ്മിളയുടെ പുത്രൻ അംഗദൻ നടന്നുതുടങ്ങിയിട്ടില്ല. ആ കുസൃതിയുടെ വിടർന്ന കണ്ണുകൾ ലക്ഷ്മണനെ ഓർമ്മിപ്പിക്കും. അച്ഛനെപ്പോലെ ദേഷ്യക്കാരനുമാണ്.

ഉള്ളിൽ മാതൃത്വം കിനിയുന്നതറിഞ്ഞു. തനിക്കുള്ളവൻ എങ്ങനെയുള്ളവനായിരിക്കും.....? അച്ഛനെപ്പോലെയായിരിക്കുമോ.....?

എന്റെ അമ്മമനസ്സ് തുടിച്ചു. അതിലൊരു താരാട്ടുണ്ടായിരുന്നു. അതിന്റെ താളവുമായി ലയനത്തിലായി. പെട്ടെന്നുള്ള രഥത്തിന്റെ ചാഞ്ചാട്ടത്തിൽ കൈകൾ ഉദരത്തെ താങ്ങി.

സുമന്ത്രരുടെ വിഷമസ്വരം കേട്ടു.

'നൈമിശാരണ്യമായി കുമാരാ....വഴി അത്ര സുഖകരമല്ല.'

'വളരെ ശ്രദ്ധയോടെ പോകുക.' ഓർമ്മിപ്പിച്ചു രാമാനുജൻ.

അധികം കഴിഞ്ഞില്ല, അന്തരീക്ഷം മാറിമറഞ്ഞു. പേമാരിക്കു മുമ്പെന്ന പോലെ ഇരുൾമൂടി. കൊടുങ്കാറ്റിൽ ഉത്തരീയം പറന്നുമാറി.

കൂടണയാനുള്ള പരക്കം പാച്ചിലിൽ പക്ഷികൾ രഥത്തിലിടിച്ചു തെറിച്ചു.

എല്ലാം അമംഗള സൂചനകൾ. വലംകണ്ണു തുടിക്കുകയും ചെയ്തപ്പോൾ ചിത്തത്തിൽ ഭയം ഉറഞ്ഞുതുള്ളി. പിന്നെയത് എന്തിനെന്നറിയാത്ത വിഷാദമായി മാറി. കൈകാലുകൾ വിറച്ചു. ദേഹം തളർന്നു.

'അനുജാ... എന്താണ് അശുഭലക്ഷണങ്ങൾ കാണുന്നത്....? അമ്മമാർക്ക് സുഖം തന്നെയല്ലേ....? രാജാവിന് ഭരണത്തിൽ വിഘ്നങ്ങളെന്തെങ്കിലും......?'

'ഒന്നുമില്ല ജ്യേഷ്ഠത്തി. എല്ലാം ശുഭം തന്നെ..'

ശുഭമെന്ന വാക്കിൽ തട്ടി കണ്ഠം ഇടറിയിരുന്നു. സമാധാനത്തെ മടക്കി വിളിക്കാനായി ഞാൻ ശ്രമിച്ചു.

'ആ.....യുവരാജാവായി ഭരതകുമാരനും, സർവ്വസൈന്യാധിപനായി നീയും ധനകാര്യാധികാരിയായി ശത്രുഘ്നനും ഉള്ളപ്പോൾ ക്ഷേമൈശ്വര്യങ്ങൾ നിറഞ്ഞതാകും രാമരാജാവിന്റെ ഭരണം. എങ്കിലും മനസ്സ് പിടയുന്നു. എന്തോ ഒരു ഉൽക്കണ്ഠ മനസ്സിനേയും ശരീരത്തേയും ദുർബലമാക്കുന്നു.'

'യാത്രയുടേതാകും ദേവി. ഗോമതീതീരമടുക്കാറായി. മന്ത്രിസത്തമാ..... അവിടെയുള്ള ഒരാശ്രമത്തിൽ വിശ്രമിച്ചിട്ട് നാളെ യാത്ര തുടർന്നാൽ മതി. ജ്യേഷ്ഠത്തി വിശ്രമിക്കട്ടെ. ഋചീകമുനിയുടെ ശിഷ്യന്മാർ ഇവിടെയാണ് വസിക്കുന്നത്. ഭാർഗ്ഗവരാമന്റെ മുത്തച്ഛനാണ് പുണ്യവാനായ ഋചീകമുനി.'

ഞാൻ പതിയെ മൂളി. സ്വയംവരശേഷമുള്ള അയോദ്ധ്യായാത്രയിലുണ്ടായ അനുഭവം ഓർമ്മയിലുണ്ട്. ക്രുദ്ധനായ ഭാർഗ്ഗവരാമനെക്കണ്ട് ഭയന്നുവിറച്ചത് മറക്കാനാകില്ല. തനിക്കന്ന് ആറോ ഏഴോ വയസ്സു മാത്രം.

കുട്ടിക്കാലത്തെ ഭയപ്പെടുത്തിയ സംഭവങ്ങൾ മായാതെ മനസ്സിലുണ്ടാകും.

ആശ്രമങ്ങളുടെ മുന്നിൽ രഥം നിന്നു. ചിതറിനിന്നിരുന്ന കാഷായധാരികൾ ഓടിയെത്തി സ്വാഗതമോതി. സൗമിത്രി കാര്യങ്ങൾ വിശദമാക്കി.

ഋഷിനാരിമാർ എന്നെ ആശ്രമത്തിലേക്ക് കയറ്റി. അവർ വിരിച്ച

പുൽപ്പായയിൽ ഞാൻ വീഴുകയായിരുന്നു. തളർച്ച കൺപോളകളെ തഴുകിയുറക്കി.

സൂര്യതാപം മങ്ങിയപ്പോളാണ് ഉണർന്നത്. സമീപത്ത് വീശിക്കൊണ്ടിരുന്ന സ്വാമിനി പുഞ്ചിരിച്ചു.

'ഓ.....ദേവി ഉണർന്നല്ലോ....! ക്ഷീണം മാറിയോ.....?'

എന്റെ തലയാട്ടലിൽ അവർ നീട്ടി വിളിച്ചു,

'സുരജെ..... പുത്രീ.....ഇങ്ങോട്ട് വരിക.'

മുറിയിലേക്ക് കടന്നുവന്ന മുനികുമാരിയോട് പറഞ്ഞു,

'നമ്മുടെ രാജ്ഞിയാണ്.....സീതാദേവി. നീ ദേവിയെ നദിക്കരയിലേക്ക് കൊണ്ടുപോകുക. അവിടത്തെ കാറ്റേറ്റാൽ എല്ലാ തളർച്ചയും മാറിക്കിട്ടും.'

സുരജയോടൊപ്പം നടന്നു. നഗ്നപാദങ്ങൾ മണലിന്റെ ചൂടറിഞ്ഞു. കുങ്കുമത്തളികയായി ദിനമണി ഞങ്ങളെ എതിരേറ്റു. അർക്കകിരണങ്ങൾ തലോടാനെത്തി. ആ ശുശ്രൂഷ ഏറ്റുവാങ്ങി ഞങ്ങളൊരു മണൽത്തിട്ടയിലിരുന്നു.

'റാണി , ഈ ഗോമതിക്കുമുണ്ട് ഒരു കഥ....'

ആകാംക്ഷയോടെ സുരജയെ നോക്കി.

'ഋചീക മുത്തച്ഛൻ വലിയ താപസനായിരുന്നു. തപശ്ശക്തികൾ നിറഞ്ഞ മഹാമുനി. മുത്തശ്ശി സത്യവതി, വിശ്വാമിത്ര ബ്രഹ്മർഷിയുടെ സഹോദരിയായിരുന്നു. മുത്തച്ഛൻ സ്വർഗ്ഗാരോഹിതനായപ്പോൾ കൂടെ പോകാനിറങ്ങിയ മുത്തശ്ശിയെ ശപിച്ച് നദിയാക്കിയത്രേ! അതാണീ ഗോമതി. കൗശികീയെന്നും പറയും. ഇപ്പോഴും ഞങ്ങളുടെ മുത്തശ്ശിയാണ് ഈ നദി.'

ഓരോ വിശേഷങ്ങളും പറഞ്ഞ്, സുരജ എന്റെ സഖിയായി. പർണ്ണശാലയിൽ തിരിച്ചെത്തിയപ്പോൾ ലക്ഷ്മണൻ ചോദിച്ചു,

'ജ്യേഷ്ഠത്തി, ഇപ്പോൾ വിഷമങ്ങളില്ലെങ്കിൽ നാളെ യാത്ര തുടരാം.'

'പോകാം..' എന്റെ തലയാട്ടലിൽ കർണ്ണാഭരണം ചിലച്ചു.

സുഖനിദ്രയായിരുന്നു രാത്രിയിൽ. പ്രഭാതത്തിൽ തന്നെ സുമന്ത്രരും ലക്ഷ്മണനും തയ്യാറായി. മുനികുമാരിമാർക്ക് സമ്മാനങ്ങളും നൽകി ഞങ്ങൾ ആശ്രമത്തോട് വിട പറഞ്ഞു.

ഗോമതീ നദി കണ്ടപ്പോൾ സുമന്ത്രർ അറിയിച്ചു,

'കുമാരാ, നദിയുടെ തീരത്തു കൂടി ഉത്തരദിക്കിലേക്ക് പോകാനാകും. രഥത്തിന്റെ ചാഞ്ചാട്ടം കുറയും. ഈ നദി ചേരുന്നത് ഗംഗയിലാണ്. മറുകരയിലല്ലേ വാല്മീക്യാശ്രമം? ആ മാർഗ്ഗം പോയാലോ......?'

'ആകാം..... അവിടെയൊരു തോണിയും തയ്യാറാക്കി നിർത്താമെന്ന് മുനിമാർ ഏറ്റിട്ടുണ്ട്. രഥം തിരിച്ചുകൊള്ളൂ.'

പുല്ലുപിടിച്ചുറച്ച മണലിലൂടെ കുലുക്കമില്ലാതെ തേര് പൊയ്ക്കൊണ്ടിരുന്നു. തീരത്ത് അനവധി മുനിമാരെ കണ്ടു. ചിലർ സൂര്യനമസ്കാരത്തിലാണ്. ചിലർ ഗായത്രീമന്ത്രം ചൊല്ലുന്നു. എല്ലാം മനസ്സിനെ ശാന്തമാക്കുന്ന കാഴ്ചകൾ.

എന്നിട്ടും ലക്ഷ്മണമനസ്സ് ശാന്തമല്ലെന്ന് തോന്നിച്ചു. കാഴ്ചകൾ കാണാനെന്നപോലെ അവൻ മുഖം തിരിച്ചിരിക്കുന്നു. ചക്രങ്ങളിൽ മണൽ ഞെരിഞ്ഞമരുന്ന ശബ്ദം മാത്രം. ഞാനും മൗനത്തെ സ്വന്തമാക്കി.

ഉദരത്തിലെ ജീവൻ ഉണർന്നുകഴിഞ്ഞു. അവന്റെ ചലനങ്ങളുടെ അനുഭൂതിയിൽ ഞാൻ പുളകിതയായി. പൂർവ്വ ചക്രവാളത്തിന്റെ ചെഞ്ചായം എന്റെ വദനത്തേയും പ്രകാശിപ്പിച്ചു.

ഗോമതിയും ഗംഗയും സംഗമിക്കുന്നിടത്തെത്തിയപ്പോൾ രഥം നിർത്തി. പാപനാശിനിയെ വന്ദിച്ചശേഷമേ യാത്ര തുടർന്നുള്ളു. ഒരു തോണി കാഴ്ചയിലായപ്പോൾ സുമന്ത്രർ അറിയിച്ചു,

'കുമാരാ....വള്ളം കാത്തുകിടക്കുന്നുണ്ട്. ഇവിടെ ഇറങ്ങാം.'

രഥം നിന്നു. സുമന്ത്രർ പെട്ടികൾ താഴെയിറക്കി. ലക്ഷ്മണൻ എഴുന്നേൽക്കാതെ തലയും താഴ്ത്തി ഇരിക്കുന്നു. ഉറങ്ങുകയാണോന്ന് സംശയിച്ചു.

'എഴുന്നേൽക്കു കുമാരാ...... ഉറങ്ങുകയാണോ....?'

പെട്ടെന്ന് ലക്ഷ്മണനിൽനിന്നും ഒരു സീൽക്കാര ശബ്ദം. മുളന്തണ്ട് പൊളിയുന്നപോലെ. കുമാരന്റെ ശരീരം കുലുങ്ങുന്നുണ്ട്.

'കഷ്ടം.... രണ്ടു ദിവസം അഗ്രജനെ പിരിഞ്ഞതിനാലാണോ വിഷമിക്കുന്നത് ? എനിക്കുമുണ്ട് അനുജാ വിഷമം. എന്റെ ആഗ്രഹത്താൽ വന്നതല്ലേ.....? ഇന്നുകൂടി ക്ഷമിക്കുക. നാളെത്തന്നെ നമുക്ക് തിരിച്ചു പോകാം.'

ലക്ഷ്മണൻ, ഉത്തരീയം കൊണ്ട് മുഖം അമർത്തിത്തുടച്ചുകൊണ്ട്

താഴെയിറങ്ങി. അവനെന്നെ നോക്കിയില്ല, ഒന്നും പറഞ്ഞതുമില്ല. അത് മനഃപൂർവ്വമാണെന്ന് തോന്നിയെങ്കിലും ഞാനത് കാര്യമാക്കാതെ സാവകാശം തേരിൽനിന്നിറങ്ങി തോണിയുടെ സമീപത്തേക്ക് നടന്നു. തോണിക്കാരൻ വച്ചുതന്ന മരക്കഷണത്തിൽ ചവിട്ടി അതിനുള്ളിലേക്ക് ശ്രദ്ധിച്ചു കയറി.

സുമന്ത്രർ പെട്ടികൾ തോണിയിൽ. സുമിത്രാത്മജൻ മെല്ലെ പറഞ്ഞു,

'അങ്ങിവിടെ കാത്തു നിൽക്കുക.'

പങ്കായവും ജലവുമായുള്ള കലമ്പൽ മാത്രം. ലക്ഷ്മണമുഖത്തെ കാർമേഘത്തിൽ നിന്ന് ശബ്ദമൊന്നും വന്നില്ല. മറുകരയെത്തിയപ്പോൾ അവനു പിറകെ ഞാനും ഇറങ്ങി. പാദം പുണ്യജലത്തെ സ്പർശിച്ചു. കുളിർമ്മ പുണ്യമായി മനസ്സിലെത്തി, ഗംഗയെ സ്തുതിച്ചു.

തുംഗശ്രീ കരുണാഭോഗ,

സംഗതാമൃത പൂരിതേ!

മംഗലാത്മ മഹാഭാഗേ!

ഗംഗാദേവി നമോസ്തുതേ..

നദിയുടെ കൈവലയത്തിൽ ഒതുങ്ങി നിൽക്കുന്ന, ഹരിതാഭമായ കാടിന്റെ മനോഹാരിത അവർണ്ണനീയം തന്നെ! വസന്തകാലത്തിന്റെ നിറങ്ങൾ മുഴുവനും ചാലിച്ച സുമങ്ങൾ. വൃക്ഷങ്ങളുടെ പുഷ്പവൃഷ്ടി കഴിഞ്ഞിരിക്കുന്നു. വിരിച്ചിട്ട പരവതാനി പോലെ. അതിലൂടെ മൃദുവായി നടന്നു. ഇരുവശവുമുള്ള ചെടികളെന്നെ തൊട്ടുനോക്കി. മുയലുകളും മാനുകളും അതിശയിച്ച് നോക്കി നിന്നു. പിന്നെ കുതിച്ചോടി. വണ്ടുകളും പൂമ്പാറ്റകളും മൂളി.

'സ്വാഗതം ദേവി....'

വല്ലാതെ എന്നെ മുട്ടിയുരുമ്മിയ വല്ലിയിൽ നിന്നും ഒരു പൂവിറുത്ത് മണത്തു.

'ഹായ്.... നല്ല മണം. ഭംഗിയും. ഇതുവരെ കണ്ടിട്ടില്ല. ഏതാണീ പൂവ് കുമാര....?'

മറുപടി കേട്ടില്ല. തിരിഞ്ഞു നോക്കി. കുമാരൻ, വെട്ടിയിട്ട പോലെ കാൽക്കൽ വീണു. അവന്റെ തണുത്ത കരങ്ങൾ എന്റെ പാദങ്ങളേയും കുളിർപ്പിച്ചു.

'ദേവീ...... ഞാൻ അതിനിന്ദ്യനായിപ്പോയല്ലോ.....അവിടുന്നെന്റെ മാതാവാണ്..... അമ്മേ ....എന്നോട് ദയതോന്നി പ്രസാദിക്കണേ..'

'ഹേയ്...കുമാരാ.....എന്തായിത്...? കുട്ടികളെപ്പോലെ... ഏട്ടത്തി വളരെ ആഗ്രഹിച്ചു വന്നതല്ലേ? എഴുന്നേൽക്കുക. നമുക്ക് ആശ്രമത്തിലേക്കു പോകാം.'

രാമാനുജൻ വിവശനായി. അദ്ദേഹം ഭൂമിയിൽ മറിഞ്ഞു വീണു. എന്റെ പരിഭ്രമവും കരച്ചിലിന്റെ വക്കത്തായി.

'പൊന്നനുജാ....കരയാതെ...... നിനക്കെന്തുപറ്റി .....? തുറന്നു പറയു....'

ലക്ഷ്മണന്റെ വിലാപം ഗദ്ഗദത്തോടെ ഉയർന്നു.

'ഹോ... ദൈവമേ.....ഞാനതെങ്ങനെ പറയും...'

എന്റെ ശബ്ദം കനത്തു.

'ഇതെന്റെ ആജ്ഞയാണ്.......സത്യം പറയുക.'

'മഹാറാണി..., ക്ഷമിച്ചാലും. അവിടുത്തെപ്പറ്റി നാട്ടിൽ ദുഷ്പേര് പരന്നിരിക്കുന്നു. അതറിഞ്ഞ ജ്യേഷ്ഠൻ ദേവിയെ പരിത്യജിക്കുകയാണ്. ആ ദുഷ്കർമ്മത്തിന് ഈ പാപിയെയാണ് നിയോഗിച്ചത്. ഹോ...... ഭവതി വാല്മീകീദേവന്റെ പുണ്യാശ്രമത്തിൽ ദുഃഖം കൂടാതെ വസിച്ചാലും. എന്നെ ശപിക്കരുതേ....!'

എന്റെ കർണ്ണങ്ങളടഞ്ഞു. അന്ധകാരം നേത്രങ്ങളിൽ തിരശ്ശീലയിട്ടു. ചുറ്റുപാടുകൾ മാഞ്ഞില്ലാതെയായി. ഞാനൊരു സ്വരമായി, മൂളലായി പിന്നെ നിശ്ശബ്ദയായി, മയങ്ങിക്കിടന്നു.

ഞാനുണർന്നത് ശാന്തമായിട്ടായിരുന്നു. ദുർബലമായ ശരീരത്തെ ഒരു വൃക്ഷത്തിൽ താങ്ങിനിർത്തി. മനസ്സെടുത്ത ബലമുള്ള തീരുമാനം നാവിലെത്തി.

'കുമാരാ.... ദുഃഖിക്കാനായി പിറന്നവളാണ് ഞാനെന്നു തോന്നുന്നു. രാവണരാജ്യത്ത് ഞാനെപ്പോഴും ഭജിച്ചിരുന്നത് ശ്രീരാമപാദങ്ങളാണ്. അതാണെന്നെ ദുഃഖക്കയത്തിൽ ആഴ്ത്താതിരുന്നത്. ഇപ്പോഴും അങ്ങനെ കഴിയാനാകും.'

നിരാശ നെടുവീർപ്പായി. കരയരുതെന്ന് ഞാനതിനെ ശാസിച്ചു. സ്വരം ഇടറാൻ പാടില്ല.

'വിധിയെ പഴിക്കുന്നില്ല. അഗ്നിശുദ്ധി വരുത്തിയിട്ടും പാപങ്ങൾ തീർന്നിട്ടുണ്ടാകില്ല. എന്നെ ഉപേക്ഷിക്കുവാനുള്ള കാരണം എങ്ങനെ

പറയുമെന്ന വിഷമമേ ഇപ്പോഴുള്ളു. നീ ഭയപ്പെടേണ്ട, ഞാൻ പ്രാണൻ ഉപേക്ഷിക്കില്ല. കുഞ്ഞിനുവേണ്ടി ജീവിക്കും. നീ പോയി രാജാവിനോടൊപ്പം നിൽക്കുക.'

തലയിട്ടുരുട്ടി അവൻ കരഞ്ഞുകൊണ്ടിരുന്നു. എന്റെ മനസ്സ് ദൃഢമായി.

'എഴുന്നേൽക്കു കുമാരാ....പോകുക...എനിക്കിതും താങ്ങാനാകും.'

എന്നെ മൂന്നുപ്രദക്ഷിണവും ചെയ്തവൻ മടങ്ങി. തിരിഞ്ഞൊന്നു നോക്കാതെ...

സൗമിത്രി മറഞ്ഞപ്പോൾ എന്റെ ധൈര്യവും കൈവിട്ടു. വെറും കുമിളയായിരുന്നു ആ വീര്യം. കണ്ണുകൾ നിറഞ്ഞു, ചുണ്ടുകൾ വിതുമ്പി, ഹൃദയം വേദനിച്ചു. അതറിഞ്ഞപോലെ ഉദരത്തിലെ ജീവനും തുടിച്ചു.

എന്റെ ദുഃഖം അവനിലേക്ക് പകരാൻ പാടില്ല. ഞാൻ നിശ്ചയദാർഢ്യത്തോടെ ധ്യാനത്തിലായി. മനസ്സ് സ്വസ്ഥമായി, മുഖത്തെ പേശികൾ അയഞ്ഞു. മന്ദമാരുതൻ വീശിക്കൊണ്ടിരുന്നു. വൃക്ഷങ്ങൾ പൂക്കൾ വർഷിച്ചു. മടിയിൽ വീണ പൂക്കളെന്നെ കൊട്ടാര ഉദ്യാനത്തിലെത്തിച്ചു. എന്നെ പുഷ്പാഭിഷേകം ചെയ്യുന്ന നാഥന് മുൻപിൽ. പ്രണയസാന്ദ്രമായിരുന്നു ആ മുഖമപ്പോൾ......

പിന്നെ എപ്പോഴാണ് എന്നോടുള്ള വിരോധമായി മാറിയത്......?

തിരികെ കൊട്ടാരത്തിലെത്തുമ്പോൾ കുറച്ചു യുവാക്കൾ കാത്തുനിൽക്കുന്നുണ്ടായിരുന്നു. അവരെ പലപ്പോഴും കണ്ടിട്ടുണ്ട്. കൂട്ടുകാരാണെന്നാണ് പരിചയപ്പെടുത്തിയത്. വിജയൻ, മധുമത്തൻ, ഭദ്രൻ, പിംഗളൻ, സുരാജൻ, മാഗധൻ,......എന്നിങ്ങനെ. അവരുടെ സംഭാഷണത്തിൽ മറ്റാരും പങ്കുചേരാറുമില്ല. വളരെ വൈകിയാണ് അദ്ദേഹം കിടപ്പറയിലെത്തിയതും. വന്നപാടെ തളർന്നെന്നപോലെ കിടക്കുകയും ചെയ്തു.

ഇപ്പോൾ സംശയിക്കുന്നു, അവർ ചാരന്മാരാകാം...... അതെ.... അതാണ് സത്യം..!

'ഉത്തങ്കാ......., ദാ...... ഇവിടെ ഒരു രാജകുമാരി. നോക്കുക'.

മുനികുമാരന്മാരാണ്. അവരുടെ സ്വകാര്യം കർണ്ണങ്ങൾ പിടിച്ചെടുത്തു,

'ഈ ദേവിയെ കണ്ടോ ....? ഗുരു പറഞ്ഞ ലക്ഷ്മീദേവിയെപ്പോ

ലിരിക്കുന്നു. സാധാരണ സ്ത്രീയായി തോന്നുന്നില്ല. നമുക്ക് ആചാര്യനോട് ചെന്നു പറയാം.'

അവരോടിപ്പോയി. അവരുടെ ആശ്രമം അടുത്തായിരിക്കാം. മനസ്സ് പാളി, ഹൃദയം വിങ്ങി, കണ്ണുകൾ നിറഞ്ഞു......ഒന്നും തടയാനാകുന്നില്ല. എന്റെ ഹൃദയംപോലെ ചാഞ്ചാടുന്ന ഞാവൽപ്പഴങ്ങളെ നോക്കിയിരുന്നു.

ഒരു ഘനമുള്ള ശബ്ദം.....

'ജനകാത്മജേ..... ദേവിക്ക് സ്വാഗതം. വാല്മീകിയാണ് ഞാൻ.'

വനവാസകാലത്ത് അദ്ദേഹത്തെ കണ്ടത് ഓർമ്മയിൽ വന്നു.

'ഞാനെല്ലാം അറിഞ്ഞിരിക്കുന്നു. ഭവതി സങ്കടപ്പെടണ്ട. ധാരാളം ശിഷ്യകളുണ്ടെനിക്ക്. അവർ ദേവിയെ പുത്രിയെപ്പോലെ നോക്കിക്കൊള്ളും. എന്റെ ആശ്രമം, റാണിയുടെ സ്വന്തം ഗൃഹമാണ്. ഞാൻ പിതാവും. വന്നാലും.....'

അദ്ദേഹത്തിന്റെ കൂടെ നടന്നു. പുല്ലുമേഞ്ഞ പർണ്ണശാലകളിലൊന്നിന്റെ മുറ്റത്തെത്തി. സന്യാസിനിമാർ ഓടിയെത്തി വന്ദിച്ചു.

'ഇതു സീതാദേവി. ഇനി മുതൽ ഇവിടെയായിരിക്കും താമസിക്കുക. ഇവളെ നന്നായി സംരക്ഷിക്കുക.'

'അങ്ങയുടെ ഇഷ്ടം പോലെ.... വരൂ ദേവി.....'

വാക്കിലെ ഇഷ്ടം നോട്ടത്തിൽ കണ്ടില്ല. വേഷാലങ്കാരങ്ങൾ കണ്ടതാകാം കാരണം. സംശയത്തിന്റെ കാളിമയിൽ അവരുടെ ചോദ്യം ചെയ്യൽ തുടങ്ങി.

'ദേവി ആരാണ്.....? എവിടെ നിന്നാണ് വരുന്നത്....?'

'എന്റെ പേര് സീതയെന്നാണ്. കോസലമാണ് രാജ്യം.'

'നീയെന്തിനാണ് കാനനത്തിൽ തനിയെ വന്നത്? ഭർത്താവില്ലേ കൂടെ?'

നിലക്കാത്ത ചോദ്യങ്ങൾ. ഉറക്കിക്കിടത്തിയ ദുഃഖം ഉണരുന്നപോലെ.

'രാമനെന്നാണെന്റെ പതിയുടെ പേര്. അദ്ദേഹം സത്യസന്ധനാണ്. മറ്റുള്ളവർ എന്റെ പാതിവ്രത്യത്തിൽ സംശയിച്ചപ്പോൾ നിവൃത്തിയില്ലാതെ ഉപേക്ഷിച്ചതാണ്. വാല്മീകീദേവൻ എന്നെ ഇവിടേക്ക് കൂട്ടിക്കൊണ്ടുവന്നു.'

'ദേവി ഗർഭിണിയാണല്ലോ....? എത്ര മാസമായി ?'

ഒരു വൃദ്ധതാപസി വന്നപ്പോൾ അന്വേഷണങ്ങൾ നിർത്തി, അവർ പോയി.

'ഞാൻ ഗുരുപത്നിയാണ്. ശംഖാവതി. ദേവിയുടെ അമ്മയാണെന്ന് കരുതണം. മുനിദേവനെ അച്ഛനെന്നും. അദ്ദേഹമെല്ലാം എന്നെ അറിയിച്ചിട്ടുണ്ട്. ദേവി വിശ്രമിക്കുക. സഹായത്തിനായി രണ്ടുപേരെ പറഞ്ഞയക്കാം.'

താമസിച്ചില്ല, അവരെത്തി.

'ഞാൻ സത്യ, ഇവൾ മാലിനി. ഞങ്ങളിലാരെങ്കിലും എപ്പോഴും ദേവിയുടെ കൂടെയുണ്ടാകും. ഇതു ശ്രദ്ധിക്കേണ്ട സമയമാണെന്ന് മാതാജി പറഞ്ഞു.'

ഞാനവരിൽ എന്റെ അനുജത്തിമാരെ കണ്ടു,

'നിങ്ങളെന്നെ ഏടത്തിയായി കരുതണം.'

'ഭവതിക്ക്, അല്ല..... ഏടത്തിക്ക് ഞങ്ങളെ വിശ്വസിക്കാം.'

കൈയിലുള്ള കാവിവസ്ത്രങ്ങൾ നൽകിക്കൊണ്ട് മാലിനി പറഞ്ഞു,

'ദാ... വേഷം മാറിക്കൊള്ളുക.'

അമ്മയെന്ന പുണ്യം

കാവി വസ്ത്രത്തിൽ ഞാനൊരു സന്യാസിനിയായി.

ഭർത്താവ് പരിത്യജിച്ചവൾക്ക് അലങ്കാരങ്ങൾ ആവശ്യമില്ല. അണിഞ്ഞിരുന്ന ആഭരണങ്ങൾ ഊരി അവരെ ഏല്പിച്ചു.

'എനിക്കിനി ദേഹമില്ല, മനസ്സേയുള്ളു. വിദേഹിയായവൾ. അലങ്കാരങ്ങളില്ലാത്ത ആത്മാവ് മാത്രമുള്ളവൾ. നിങ്ങളിലൊരുവളായി ബ്രഹ്മചാരിണിയായിട്ടുള്ള പുനർജ്ജന്മമാണ് എനിക്കിത്.'

അവർ ഒന്നും മനസ്സിലാകാതെ തിരിച്ചുപോയി. ഞാൻ മനസ്സ് മാത്രമായി.

വിദേഹവംശത്തിന്റെ ആരംഭത്തെ കുറിച്ച് മനസ്സിലാക്കിയിട്ടുണ്ട്. ഇക്ഷ്വാകുപുത്രനായ നിമി, രാജാവായി. പിന്നെ ചക്രവർത്തിയുമായി. കൂടെ അഹങ്കാരവും വളർന്നു. വസിഷ്ഠദേവന്റെ ശാപത്താൽ ദേഹമില്ലാത്തവനായി മാറുകയും ചെയ്തു. അവിടംവരെയേ ഉണ്ടായിരുന്നുള്ളൂ അഹങ്കാരം. നിമിയുടെ മൃതശരീരം മഥനം ചെയ്തുണ്ടായ പുത്രനാണ് മിഥി. അദ്ദേഹം സ്ഥാപിച്ച പ്രദേശം മിഥിലാപുരിയായി. രാജ്യം വിദേഹമായി, വംശം വിദേഹവംശവും.

വൈദേഹിയായ ഞാനും ഇപ്പോൾ വിദേഹിയായിരിക്കുന്നു. എന്റെ മനസ്സിനെയല്ല ജനത്തിന് സംശയം, ശരീരത്തെയാണ്. ആ ദേഹത്തെയാണ് രാമരാജാവ് പരിത്യജിച്ചത്. എന്റെ മനസ്സിനെ ഉപേക്ഷിക്കാൻ അദ്ദേഹത്തിനാകില്ല.

ആശ്രമത്തിലെത്തിയിട്ട് രണ്ടു ദിവസമായി. ആദ്യം സ്വീകരിച്ച താപസിമാരൊന്നും പിന്നെ വന്നില്ല. ആശ്രമപരിസരത്ത് കാണാറുണ്ട്. എന്നെക്കണ്ടാൽ മാറിപ്പോകും.

മാതാജിയുടെ ഒഴുക്കൻ മറുപടിയിൽ എന്റെ സംശയം ഒടുങ്ങി.

'കാരണമൊന്നുമുണ്ടാകില്ല പുത്രി. അടുത്തുതന്നെ ഒരു യാഗം നടത്തുന്നുണ്ട്. അതിന്റെ ഒരുക്കത്തിലാകും.'

ഞാനറിയേണ്ടാത്തതൊന്ന് ആ മനസ്സിലുണ്ടെന്ന് തോന്നി. സത്യയും മാലിനിയും എത്തിയപ്പോഴാണ് ആ സത്യം അറിഞ്ഞത്.

മുനിപത്നിമാരുടെ സംശയം മറ്റൊന്നായിരുന്നുവത്രേ! മുനിമാരും അതേറ്റു പിടിച്ചു. ഋഷീശ്വരനോട് അവരത് തുറന്നു പറഞ്ഞു.

'ഗുരോ, ക്ഷമിച്ചാലും. സ്വഭാവദൂഷ്യമുള്ള ഒരുത്തിയെ ഇവിടെ താമസിപ്പിക്കുന്നതിൽ ഞങ്ങൾക്കെല്ലാം ഖേദമുണ്ട്. സീതയ്ക്ക് ദോഷമുണ്ട് എന്നതിനു സംശയമില്ല. അല്ലെങ്കിൽ എങ്ങനെയാണ് ഗർഭിണിയായ അവളെ ഉപേക്ഷിക്കാൻ രാമന് കഴിയുക? അവളുടെ പാപം കൂടി ഞങ്ങളിൽ പതിക്കില്ലേ.....?'

മുനിദേവൻ സൗമ്യനായി പറഞ്ഞു,

'നിർത്തുക....... അവൾ പവിത്രയാണെന്ന് എനിക്കുറപ്പുണ്ട്. ഞാനവളെ സംരക്ഷിക്കാമെന്ന ഉറപ്പു നൽകുകയും ചെയ്തു.'

മുനിമാർ നീരസത്തോടെ വാല്മീകിദേവനെ അറിയിച്ചു,

'അങ്ങ് വാക്കുപാലിക്കുക. ഞങ്ങൾ മറ്റൊരിടത്തേക്ക് പൊയ്ക്കൊള്ളാം.'

സത്യ വിഷമത്തോടെ പറഞ്ഞു,

'നാളെ ഏടത്തിയേയും കൊണ്ട് ടിട്ടിഭസരസ്സിൽ പോകുവാൻ വാല്മീകി ദേവൻ തീരുമാനിച്ചിരിക്കുന്നുത്രേ.....!'

ഞാനാ സരസ്സിനെക്കുറിച്ച് കേട്ടിട്ടില്ല.

'ടിട്ടിഭ സരസ്സോ? കുളക്കോഴികളുടേതാണോ അത്? അതിന്റെ മഹത്വമെന്ത്?'

'ഒരു പുണ്യതീർത്ഥമാണിത്. ഇവിടെ അടുത്താണ്. ഭർത്താവ് സംശയിച്ച ഒരു കുളക്കോഴി വേദനയോടെ അഷ്ടദിക്പാലകരെ വിളിച്ചു വിലപിച്ചത്രേ! അവർ നിർമ്മിച്ചതാണ് ഈ സരസ്സെന്നു പറയുന്നു. പരിശുദ്ധയാണെങ്കിൽ മാത്രമേ ഇതിലിറങ്ങി മറുകരയിൽ എത്താനാകു. അല്ലാത്തവർ മുങ്ങിത്താഴും. പിടക്കോഴി സുരക്ഷിതയായി മറുകരയിലെത്തി. അതാണീ പേരു വന്നത്.'

'ഇവിടെയുള്ളവർക്ക് എന്നെ സംശയമാണ്, അല്ലേ.....? നിങ്ങൾക്കും......?'

മാലിനി ആർദ്രത നിറച്ച് അറിയിച്ചു,

'ഏടത്തിയെ ഞങ്ങൾക്ക് വിശ്വാസമുണ്ട്. മറ്റുള്ളവരുടെ സംശയം ദൂരീകരിക്കണമല്ലോ ? അതാകും മുനിദേവൻ അങ്ങനെയൊരു തീരുമാനമെടുത്തത്. ഏടത്തിക്ക് അക്കരെ എത്താനാകും. തീർച്ച.'

മനം തേങ്ങി. തെറ്റിദ്ധാരണകൾ മാറുന്നില്ല. തന്നെ വിശ്വസിക്കുന്ന ഒരു ദേശവും ഇല്ലെന്നോ? എന്നെ പിന്തുടരുന്ന വിധിയുടെ പരീക്ഷണമാണിത്.

പണ്ട് മിഥിലയിൽ വച്ച് കൂട്ടിലടച്ച ശുകപ്പക്ഷിയുടെ ശാപമാണ് ഇതിനെല്ലാം കാരണമെന്ന് ഇപ്പോൾ തിരിച്ചറിയുന്നു. ഓർക്കുന്നു.

ഒരുദിവസം പൂങ്കാവനത്തിൽ വന്ന രണ്ടുതത്തകൾ രാമഗീതങ്ങൾ മധുരമായി പാടുന്നത് കേട്ടു. ഞാനവയുടെ സമീപം ചെന്ന് ചോദിച്ചു,

'ആരാണ് രാമൻ......? സീത ആരാണ്....?'

'അയോദ്ധ്യയിലെ രാജകുമാരനാണ് രാമൻ. സീത മിഥിലയിലെ കുമാരിയും.'

'ഞാനോ.....!'

'ഞങ്ങൾ വാല്മീക്യാശ്രമത്തിനടുത്താണ് താമസിക്കുന്നത്. മുനി രാമചരിതം പാടുന്നത് കേട്ട് പഠിച്ചതാണ്. അദ്ദേഹത്തിന് വരാനിരിക്കുന്നതും അറിയാം. രാമൻ, ദേവിയെ വിവാഹം ചെയ്യുമെന്നാണ് അദ്ദേഹം എഴുതിയിട്ടുള്ളത്.'

'എന്നാൽ അതൊന്ന് അറിയണമല്ലോ....? അതുവരെ നീ ഇവിടെ കിടക്കുക...'

ഞാനാ പക്ഷിയെ എടുത്തു കൂട്ടിലാക്കി. മറ്റേ പക്ഷി കരഞ്ഞു പറഞ്ഞു,

'അവളെന്റെ ഭാര്യയാണ്. ഗർഭിണിയായ അവളെ കൂട്ടിലിടല്ലേ....!'

ഞാനത് കേട്ടില്ല. അപ്പോൾ കൂട്ടിലിരുന്നു പെൺതത്ത പറഞ്ഞു,

'സീതേ, നിനക്കും ഈ അവസ്ഥ ഉണ്ടാകും. ഗർഭിണിയായിരിക്കുമ്പോൾ നീയും ഭർത്താവിനെ പിരിയും.'

ഇത്രയും പറഞ്ഞ് അവൾ കൂട്ടിൽ തലയടിച്ചു മരിച്ചു. ആൺതത്ത 'ഞാനും ഗംഗയിൽ പോയി മുങ്ങി മരിക്കട്ടെ' എന്നും പറഞ്ഞ് പറന്നു പോയി.

പാവം പക്ഷികൾ, ഞാൻ മൂലം മരണപ്പെട്ടു. കൂടെ ഉദരത്തിലെ ജീവനും. എത്ര സ്വപ്നങ്ങളാകും ആ പക്ഷിയുടെ അമ്മമനസ്സ്

കണ്ടിട്ടുണ്ടാകുക.....!

വരുന്നതെല്ലാം കർമ്മഫലങ്ങളാണ്. നേരിട്ടേ മതിയാകു. നാളത്തെ പരീക്ഷണത്തിൽ മനസ്സ് തളരരുത്. ഞാനതിനു ധൈര്യമേകി.

'ഇനിയും പരീക്ഷണങ്ങൾ ഒരുങ്ങും. പിന്തിരിയരുത്. കുറ്റബോധമുള്ളവരേ എതിർക്കുകയുള്ളു. പരിശുദ്ധയാണെന്ന് തെളിയിക്കണം. സംശയിക്കുന്നവർ പശ്ചാത്തപിക്കട്ടെ. അവർ പ്രണമിക്കാനിടവരും.'

പ്രഭാതത്തിൽ വാല്മീകിദേവൻ മനഃക്ലേശത്തോടെയാണ് സമീപിച്ചത്,

'ദേവിയെ ഞാനറിയുന്നു. എങ്കിലും ഭവതിയെ സംരക്ഷിക്കാൻ പലതും ചെയ്യേണ്ടതായി വരുന്നു. എല്ലാം ഈശ്വരനിശ്ചയമാണ്. എന്നിരുന്നാലും ഖേദമുണ്ട്. മകളേ.... നീ പിതാവിനോടെന്നവണ്ണം എന്നോട് ക്ഷമിക്കുക.'

ദുഃഖം, വാക്കുകളിൽ ചേരാതെ ഞാനറിയിച്ചു,

'ആരുമില്ലാത്തയെനിക്ക് അഭയം തന്ന അങ്ങെന്റെ താതൻ തന്നെയാണ്. അച്ഛൻ പറയുന്നതെന്തും എനിക്ക് സമ്മതമാണ്....'

അദ്ദേഹം വികാരനിർഭരനായി കൈകൂപ്പി.

'മഹാലക്ഷ്മിയെ പുത്രിയായി കിട്ടിയ ഞാൻ ഭാഗ്യവാനാണ്. തപസ്സുകളുടെ ഫലമാണിത്. അതിനായി ദേവിക്ക് എന്തെല്ലാം ദുഃഖങ്ങളാണ് വിധിക്കുന്നത്.'

'പിതാവേ, ഞാനിവിടെ ഒരു സാധാരണ താപസിയാണ്. താപസേന്ദ്രനായ വാല്മീകീദേവന്റെ വളർത്തുപുത്രിയെന്ന ഉന്നതസ്ഥാനം മതി എനിക്ക്. മറ്റൊന്നും കരുതരുതേ.'

അപ്പോഴേക്കും മുനിമാരും പത്നിമാരും തയ്യാറായി എത്തി. മാതാജിയുടെ മുഖത്ത് ഒരു വിശ്വാസം തെളിഞ്ഞു കാണാമായിരുന്നു. ആ നയനങ്ങൾ ചിമ്മിത്തുറന്നു. 'വിജയിച്ചു വരിക' എന്നനുഗ്രഹിക്കുന്ന പോലെ.......

വിളറിയ മുഖവുമായി സത്യയും മാലിനിയുമെത്തി. എന്റെ കൈകൾ പിടിച്ചുകൊണ്ടവർ വിതുമ്പി.

'നിങ്ങൾ വിഷമിക്കുന്നതെന്തിന്? എനിക്കൊന്നും സംഭവിക്കില്ലെന്നു നിങ്ങളല്ലേ ഇന്നലെ പറഞ്ഞത്? ഈ മുഖമാണ് ഇപ്പോളെന്നെ

വിഷമിപ്പിക്കുന്നത്. മുഖം തുടക്കുക. നിങ്ങളും കൂടെ വരൂ.'

മുനിമാർ മുൻപേ നടന്നു. അനുഗമിച്ചുകൊണ്ട് പത്നിമാരും. സരസ്സിന്റെ കരയിൽനിന്നുകൊണ്ട് ഞാൻ അവർ കേൾക്കെ പ്രാർത്ഥിച്ചു,

'ഭൂമാതേ.., സ്വപ്നത്തിൽ പോലും ഞാനെന്റെ പതിയെയല്ലാതെ മറ്റൊരാളേയും സ്മരിച്ചിട്ടില്ല. ഞാൻ പതിവ്രതയാണെങ്കിൽ എന്നെ മറുകരയിലെത്തിക്കുക.'

ചുറ്റുമുള്ളവരുടെ പരിഹാസച്ചിരി കേൾവിയിലെത്തി. കൈകൂപ്പിക്കൊണ്ട് ഞാൻ സരസ്സിലിറങ്ങി നടന്നു. മദ്ധ്യത്തിലെത്തിയപ്പോൾ കാൽ നിലത്തുമുട്ടുന്നില്ല. പെട്ടെന്ന് അടിത്തട്ടിൽ നിന്നാരോ എന്നെ മുകളിലേക്കുയർത്തിയതു പോലെയൊരു തള്ളൽ. പാദങ്ങൾ മുന്നോട്ടേക്ക് തെന്നിമാറിക്കൊണ്ടിരുന്നു. തൊഴുകൈകളോടെ തന്നെ ഞാൻ മറുകരതീണ്ടി.

മുനിമാർ ഉച്ചത്തിൽ വാഴ്ത്തി.

'സീത പരിശുദ്ധയാണ്. കളങ്കമില്ലാത്തവളാണെന്ന് തെളിയിച്ചിരിക്കുന്നു. മഹാസാധ്വി....മഹാസാധ്വി.....'

ഓളങ്ങൾ അതേറ്റു ചൊല്ലി ഇളകിയാടി. പറന്നുപോയ അരയന്നങ്ങൾ വീണ്ടും സരസ്സിലിറങ്ങി. സത്യയും മാലിനിയും ഓടിവന്നെന്റെ ഇരുകവിളിലും ചുംബിച്ചു. മുനിപത്നിമാർ കൈകൂപ്പി. മാപ്പപേക്ഷിക്കുന്നപോലെ.

അന്നുമുതൽ ഒരുക്കങ്ങൾ തുടങ്ങി. സൂതികാഗാരം പണിതീർത്തു. അതിനടുത്തായി നാലുവശവും ഓലകൊണ്ട് ഭംഗിയായി മറച്ച സ്നാനമുറിയും. തൈലങ്ങളുടേയും ഔഷധങ്ങളുടേയും ഗന്ധത്തിൽ ആശ്രമം മുങ്ങി. ഗർഭശുശ്രൂഷകൾ ആരംഭിച്ചു. ഔഷധജലത്തിലുള്ള സ്നാനം നിർബന്ധമായി. തൈലം തേച്ചുകുളിപ്പിക്കൽ ശുചിസ്മിതയമ്മയുടെ ജോലിയായി.

കൂട്ടുകിടക്കാനെത്തുന്ന സത്യയും മാലിനിയും ഉറങ്ങുന്നതുവരെ ലോകവിശേഷങ്ങൾ പറഞ്ഞും ചോദിച്ചും കൊണ്ടേയിരിക്കും. വായാടികൾ......!

അങ്ങനെ ഒരു രാത്രിയിൽ ആശ്രമത്തെ കുറിച്ച് പറയാനിടയായി.

'ഇവിടെ വേറേയും പർണ്ണശാലകളുണ്ടല്ലോ. നിങ്ങളവിടെ പോകാറുണ്ടോ?'

'അത് ഗൃഹസ്ഥരായ മുനിമാർക്കുള്ളതാണ്. ബ്രഹ്മചാരികൾക്ക് വേറേയും. ആ വേങ്ങമരത്തിനോട് ചേർന്നുകാണുന്നതിലാണ് ഞങ്ങൾ. ഇതു മുനിദേവന്റേതാണ്. ഇവിടെ വച്ചാകും ഹോമങ്ങളും പൂജകളും.'

സത്യ തുടർന്നു പറഞ്ഞു,

'മുനിദേവൻ ഇവിടെ ആശ്രമം സ്ഥാപിക്കാൻ മറ്റൊരു കാരണമുണ്ട്.'

'പറയു, കേൾക്കട്ടെ.'

'മുനിദേവൻ ജനിച്ചത് വരുണപ്രചേതസ്സിന്റെ പത്താമത്തെ പുത്രനായ അഗ്നിശർമ്മനായിട്ടായിരുന്നു. ബാലനായിരിക്കുമ്പോൾ അദ്ദേഹം ഒരു വനത്തിൽ ഒറ്റപ്പെട്ടു. ആ വനമാണ് തമസാനദിക്കക്കരെ കാണുന്നത്.'

പ്രചേതസ്സുകൾ.....? കേട്ടിട്ടുണ്ട്......

സമുദ്രപുത്രിയായ സവർണ്ണക്ക് പ്രാചീനബർഹിസ് എന്ന പ്രജാപതിയിൽ നിന്നും ജനിച്ച പത്തുപുത്രന്മാരും പ്രചേതസ്സുകളെന്നാണ് അറിയപ്പെടുന്നത്. ധനുർവ്വേദപാരംഗതന്മാരാണ് അവരെല്ലാവരും.

'ഒരു നിഷാദനാണ് പിന്നെ അദ്ദേഹത്തെ വളർത്തിയത്. രത്നാകരനെന്ന പേരിൽ. അദ്ദേഹം ഭാര്യയേയും മക്കളേയും പോറ്റാനായി മൃഗങ്ങളെ വേട്ടയാടിയും യാത്രക്കാരെ കൊള്ളയടിച്ചും ജീവിച്ചു.'

കഥ തുടർന്നു. സത്യ വിവരണം നിർത്തിയാൽ മാലിനി തുടരും.

എല്ലാം മനസ്സിൽ രൂപങ്ങളായി. അമ്പും വില്ലും ധരിച്ച മുനിയെ കാട്ടാളവേഷത്തിൽ ദർശിച്ചു. ഒരിക്കൽ അതിലെ വന്ന സപ്തർഷികളെ രത്നാകരൻ തടഞ്ഞു നിർത്തി കഠാര ചൂണ്ടി ആക്രോശിച്ചത്രേ!

'കൈയിലുള്ളത് വേഗം തന്നിട്ട് സ്ഥലംവിട്ടോ. അല്ലെങ്കിൽ നിങ്ങളുടെ ജീവൻ നഷ്ടമാകും. ആ...വേഗം.... എടുക്ക്.....'

ഭയലേശമന്യേ അത്രിമഹർഷി ചോദിച്ചു,

'നീ കൊള്ള ചെയ്യുന്നത് ഭാര്യാപുത്രാദികൾക്ക് വേണ്ടിയല്ലേ? ഈ ചെയ്യുന്ന പാപകർമ്മങ്ങളുടെ പങ്കും അവർക്കു നൽകുമോ....?'

ഇതെന്തു ചോദ്യം....? കാട്ടാളൻ തുറിച്ചു നോക്കി. കഠാര പിൻവലിഞ്ഞു.

'ഭാര്യയും മക്കളും പാപത്തിന്റെ പങ്ക് സ്വീകരിക്കുമോന്ന് ചോദിച്ചുവരിക. ഞങ്ങളിവിടെ കാത്തു നിൽക്കാം.'

'ഞാൻ തിരികെ എത്തുന്നതു വരെ നിൽക്കുമല്ലോ....? വിശ്വസിക്കാമോ...?'

'തീർച്ചയായും.. കള്ളവും വഞ്ചനയും ഞങ്ങളിലില്ല. നീ പോയി വരിക.'

താമസിയാതെ അയാൾ തിരികെയെത്തി. ആ മുഖം കുനിഞ്ഞിരുന്നു. ഋഷിമാരുടെ കാൽക്കൽ വീണവൻ കരഞ്ഞുകൊണ്ടിരുന്നു.

പുലഹമാമുനി അവനെ പിടിച്ചെഴുന്നേൽപ്പിച്ചു.

'നിന്റെ പശ്ചാത്താപം നന്മക്കായിരിക്കട്ടെ...! വിഷമിക്കേണ്ട, പാപങ്ങൾ തീർക്കാനുള്ള ഒരു മന്ത്രം ഉപദേശിക്കാം. അതിനാദ്യം നിന്നിലെ അഹങ്കാരവും തിന്മയും മരിക്കണം. കാട്ടാളന്റെ ജന്മത്തിൽ നിന്നുള്ള മോക്ഷവും വേണം. അതിനായി 'മരാ......മരാ' എന്നുള്ള പ്രാർത്ഥനയുമായി ഈ വൃക്ഷത്തണലിൽ ഇരുന്നുകൊള്ളുക. ഞങ്ങൾ തിരികെയെത്തുന്നത് വരെ..'

മരാ....മരാ..... എന്നത് രാമമന്ത്രമായി മാറി. അയാൾ പരിസരം മറന്നിരുന്നു. ചിതലുകൾ, ആ നിശ്ചലദേഹത്തിൽ പുറ്റുണ്ടാക്കി താമസവും തുടങ്ങി.

കുറേക്കാലം കഴിഞ്ഞെത്തിയ സപ്തർഷികൾ രത്നാകരനെ അവിടമാകെ തിരഞ്ഞു. അപ്പോഴാണ് കുറ്റിച്ചെടികൾക്കിടയിൽ മനുഷ്യരൂപത്തിൽ ഒരു ചിതൽപുറ്റ് ശ്രദ്ധയിൽപെട്ടത്. അതു തകർത്തു. അതിനുള്ളിൽ ചിതലുകൾ പൊതിഞ്ഞ ഒരു നഗ്ന അസ്ഥികൂടരൂപം. മർമ്മരംപോലെയുള്ള രാമനാമം. മണ്ണുചേർന്ന് ജടയായ താടിയിലും തലയിലും ചിറകു വിരിഞ്ഞ ചിതലുകൾ.

ഋഷിമാർ അയാളെ ഉണർത്തി അനുഗ്രഹിച്ചു,

'പുത്രാ...... ഉണരുക. രാമജപത്താൽ നിന്റെ പാപങ്ങളെല്ലാം മാഞ്ഞിരിക്കുന്നു.'

അദ്ദേഹം കണ്ണുകൾ തുറന്നു. രാമനാമം നിർത്തിയില്ല.

'വല്മീകത്തിൽ നിന്നും പുറത്തുവന്ന നീയിനി വാല്മീകി എന്നറിയപ്പെടും.'

അതൊരു നവജന്മമായിരുന്നു. രത്നാകരൻ, വാല്മീകീമഹർഷിയായി. ആശ്രമവും കെട്ടി ശിഷ്യരുടെ ഭഗവാനായി തമസാതീരത്തു

താമസമാക്കി. പത്നി ശംഖാവതിയും മുനിദേവന്റെ അനുയായി യായി ശുശ്രൂഷിക്കാനെത്തി. അങ്ങനെ ശംഖാവതിയമ്മ എല്ലാവ രുടേയും മാതാജിയായി.

എല്ലാം പറഞ്ഞു തീർത്തപ്പോൾ പാതിരാവായി. അവരുറങ്ങിക്ക ഴിഞ്ഞിട്ടും എനിക്ക് ഉറങ്ങാനായില്ല. എപ്പോഴോ നിദ്ര വന്നു വലിച്ച ടുപ്പിച്ചു.

മാലിനിയുടെ ശബ്ദമാണ് ഉണർത്തിയത്.

'ഏടത്തി...... എഴുന്നേൽക്കു. ഞങ്ങൾ പോകാണ്......'

പൂജയുടെ പ്രസാദം വാല്മീകിദേവൻ നേരിട്ടുവന്നാണ് നൽകി യത്. മറ്റുള്ളവരുടെ മനസ്സറിയുന്നവനാണ് മഹാമുനി.

'എന്നെക്കുറിച്ചെല്ലാം ദേവി അറിഞ്ഞിട്ടില്ല. കേൾക്കുക. ഒരുദിവ സം തമസാനദിയിൽ സ്നാനം ചെയ്യാനിറങ്ങവേ ഒരു ക്രൌഞ്ച പക്ഷി അമ്പേറ്റ് മുന്നിൽ പതിച്ചു. ചോരയിൽ കിടന്നത് പിടഞ്ഞു. ഹോ..... എന്റെ ശോകത്തിന് അതിരില്ലായിരുന്നു. അമ്പെയ്തു വീഴ്ത്തിയ വേടനെ ഞാൻ ശപിച്ചു. ആ ശാപവാക്കുകൾ ഒരു ശ്ലോക മായിട്ടായിരുന്നു പുറത്തേക്ക് വീണത്. ദുഃഖം തോന്നുക, ശ്ലോകരൂ പത്തിൽ സംസാരിക്കുക ഇതെല്ലാം ആദ്യമായിട്ടായിരുന്നു. കൂടെ യുണ്ടായിരുന്ന ശിഷ്യൻ ഭരദ്വാജനും അത്ഭുതത്തോടെ എന്നെ പ്രകീർത്തിച്ചു.'

എനിക്കൊരു ആഗ്രഹം തോന്നി. മടിച്ചാണെങ്കിലും ഞാനത് തുറന്നു പറഞ്ഞു,

'ഭഗവാനേ, അങ്ങയുടെ ആദ്യശ്ലോകം കേൾക്കണമെന്നുണ്ട്.'

വാല്മീകി കൂപ്പുകൈകളോടെ അറിയിച്ചു,

'ഭവതി എന്റെ പുത്രിയായി വന്നിരിക്കുന്നു. ആ ഭാഗ്യം കളയരുതേ. ഭഗവാനെന്നല്ല, അച്ഛനെന്നു വിളിച്ചാലും.'

ഞാൻ പുഞ്ചിരിയോടെ ആവർത്തിച്ചു,

'അച്ഛാ.... ചൊല്ലിയാലും. അതിന് ദ്വയാർത്ഥമുണ്ടെന്നും കേട്ടി രിക്കുന്നു.'

വാല്മീകീദേവൻ ധ്യാനത്തിലെന്നപോലെ ചൊല്ലി,

'മാ നിഷാദ പ്രതിഷ്ഠാം ത്വ

മഗമഃ ശാശ്വതീസമാഃ

യത് ക്രൗഞ്ചമിഥുനാദേകാ

മവിധീഃ കാമമോഹിതം.

'തുല്യാക്ഷരങ്ങളോട് കൂടിയ നാലുവരി ശ്ലോകമാണ് പുറത്തേക്ക് വന്നത്. അപ്പോൾ ഒരർത്ഥമേ അതിനുണ്ടായിരുന്നുള്ളു.' അരുത് കാട്ടാളാ, ക്രൗഞ്ചപക്ഷികളിൽ കാമമോഹിതനായ ഒന്നിനെ നീ നിഗ്രഹിച്ചതിനാൽ, അനശ്വര ജീവിതം നിനക്ക് ലഭിക്കുന്നതല്ല, എന്നായിരുന്നു അത്. എന്നാൽ ഭരദ്വാജനോട് വിശദീകരിച്ചപ്പോൾ മറ്റൊരു വ്യാഖ്യാനവും അതിൽ ദർശിച്ചു. 'ലക്ഷ്മീദേവിയുടെ ഇരിപ്പിടമായവനെ അതികാമിയായ രാക്ഷസനെ അതായത് രാവണനെ സംഹരിച്ച അങ്ങ് ശാശ്വതമായ പദം പ്രാപിച്ചു എന്നും.'

അദ്ദേഹം നിർവൃതിയിലെന്നപോലെ കണ്ണടച്ച് നിന്നു. പിന്നെ തുടർന്നു,

'നാരദമുനിയാണ് ശ്രീരാമദേവനെ കുറിച്ച് എന്നെ അറിയിച്ചത്. ഉത്തമപുരുഷനായ ആ കാകുൽസ്ഥനെ കുറിച്ചുള്ള കാവ്യം രചിക്കുവാനും ആവശ്യപ്പെട്ടു. സൃഷ്ടികർത്താവായ ബ്രഹ്മദേവനേയും വാക്ദേവതയേയും ഞാൻ ദിവസങ്ങളോളം ധ്യാനിച്ചിരുന്നു. മര്യാദാപുരുഷോത്തമന്റെ ജീവിതത്തിൽ നടന്നതും നടക്കാനുള്ളതുമായ എല്ലാ കാര്യങ്ങളും ഉൾക്കണ്ണുകൊണ്ട് കാണാനുള്ള സിദ്ധിയും ലഭിച്ചു. അക്കഥകൾ ഞാനെഴുതണമെന്ന നിയോഗമുണ്ടാകും. അതാകും ഈ പുനർജ്ജന്മം, സപ്തർഷികൾ അനുഗ്രഹിച്ചു നൽകിയത്. ദേവിയുടെ ഇപ്പോഴത്തെ അവസ്ഥയും എനിക്കു മുൻകൂട്ടി കാണാൻ കഴിഞ്ഞിരുന്നു. പുത്രീ..... ഞാനെഴുതുന്ന രാമായണകാവ്യം അന്ത്യത്തിലെത്താറായി. അതുവഴി എല്ലാം മംഗളമാകുമെന്ന് ഞാനുറച്ചു വിശ്വസിക്കുന്നു.'

ഒരമാനുഷനായി മുനിശ്രേഷ്ഠൻ എന്റെ മനസ്സിൽ വളരുകയായിരുന്നു.

ആ രാത്രിയിൽ മാതാജി മുറിയിലെത്തി, പായ വിരിച്ചു.

'ഞാനിനി ഇവിടെയാണ് കിടക്കുന്നത്. സൂതിമാസം അടുത്തിരിക്കുന്നു. മുനിദേവന് നിർബന്ധം, ഞാനിവിടെത്തന്നെ വേണമെന്ന്.'

ദിവസങ്ങൾ കഴിയുന്തോറും എന്റെ ആലസ്യം കൂടിവന്നു. മഴ കനത്തു. അതോടൊപ്പം ഭയവും. മനോവ്യാപാരങ്ങൾ അറിഞ്ഞിട്ടെന്നോണം മാതാജി അടുത്തിരുന്ന് ആശ്വസിപ്പിച്ചുകൊണ്ടിരുന്നു. ഒരമ്മയെപ്പോലെ.

ചിങ്ങമാസത്തിലെ തിരുവോണനാൾ ഞാൻ തീർത്തും അവശയായിരുന്നു. സന്ധ്യക്ക് വരാന്തയിൽ നിന്നുള്ള വർത്തമാനങ്ങൾ തളർച്ച കൂട്ടി.

'അമ്മേ... എനിക്കു വയ്യാ....പുറത്തെ ശബ്ദവും അസഹ്യമാകുന്നല്ലോ......'

'സാരമില്ല പുത്രി, കണ്ണടച്ച് പ്രാർത്ഥനയോടെ കിടക്കുക.'

മാതാജി വയറു തലോടിക്കൊണ്ടിരുന്നു. രാത്രിഭക്ഷണവുമായി വന്ന മുദിതയോട് പതുക്കെ ചോദിക്കുന്നത് കേട്ടു,

'കുമാരി, ആരാണിന്ന് ആചാര്യന്റെ അതിഥി.... ?'

'അയോദ്ധ്യയിൽ നിന്നുള്ളവരാണ്. യുദ്ധത്തിന് പോകുന്നവഴിയാണത്രേ!'

ആ നാമം, വേദനയെ ആട്ടിയകറ്റി. ആകാംക്ഷ സടകുടഞ്ഞെഴുന്നേറ്റു.

'ആരാണമ്മേ അയോദ്ധ്യയിൽ നിന്നു വന്നിട്ടുള്ളത്.... ?'

'കുറച്ച് അതിഥികൾ എത്തിയിട്ടുണ്ടത്രേ. അതാണീ ശബ്ദം. അത് ശ്രദ്ധിക്കാതെ പ്രാർത്ഥനയിൽ മുഴുകുക. പ്രസവസമയമായി. സൂതികർമ്മിണിക്ക് ആളു പോയിട്ടുണ്ട്. വൈകാതെ എത്തും.'

എനിക്കെങ്ങനെ അതിനാകും....? മനസ്സ് അയോദ്ധ്യയെ വിട്ടുവരുന്നില്ല. രാമദേവൻ എന്റെ വിശേഷങ്ങളറിയാൻ വിട്ട ആരെങ്കിലുമായിരിക്കുമോ......?

എന്നിലെ ആഗ്രഹം മനസ്സിലാക്കിയിട്ടാകും, മാതാജി പറഞ്ഞു,

'ആരാണ് വന്നിരിക്കുന്നതെന്ന് പോയി തിരക്കിയിട്ടു വരു മുദിതെ....'

അവൾ തിരികെ വരുന്നതുവരെ മനസ്സ് അസ്വസ്ഥയായിരുന്നു. മാതാജി നിർബന്ധിച്ചു നൽകിയ സൂപ്പും കുടിച്ച് ദൃഷ്ടിവാതിൽക്കൽ ഉറപ്പിച്ചു. ആകാംക്ഷ അതിരുവിടുമെന്നായപ്പോഴേക്കും മുദിത എത്തി.

'അത് രാമരാജാവിന്റെ സഹോദരൻ ശത്രുഘ്നനാണ്. ലവണാസുരനുമായുള്ള യുദ്ധത്തിനുള്ള പുറപ്പാടാണ്. സൈന്യം ഇന്നലെ പോയത്രേ. ഇപ്പോൾ കുമാരനും കുറച്ചു ഭടന്മാരുമേ ഇവിടുള്ളു.'

അനുജനെ കാണണമെന്ന മോഹമുണ്ടായി. പക്ഷെ, എഴുന്നേൽക്കാനാകില്ല. ശരീരം വിറച്ചു. അതിലെന്റെ ആഗ്രഹം ചുരുണ്ടുകൂടി.

‘ദേവിക്ക് അനുജനെ കാണണമെന്നു തോന്നുന്നുണ്ടാകുമെന്ന റിയാം. ഇപ്പോൾ അനങ്ങാതെ കിടക്കണം. മനസ്സിൽ ഭഗവാന്റെ ചിന്തകൾ നിറയട്ടെ. മറ്റൊന്നും അരുത്. പിറന്നുവീഴുന്ന കുഞ്ഞ് ആദ്യമറിയുന്നത് അമ്മമനസ്സാണ്. അതാകും അവന്റെ ജീവിതത്തെ നയിക്കുന്നത്. നല്ലത് ചിന്തിക്കുക.’

വേദന സഹിക്കാതാകുന്നു. പേശികൾ നുറുങ്ങുന്നപോലെ. തലയിട്ടുരുട്ടി നാമങ്ങൾ ഉരുവിട്ടു. കണ്ണുനീരിൽ വദനം കുതിർന്നു.

മാലിനിയുടെ രൂപം നിഴലുപോലെ കണ്ടു. കൂടെ ആരോ ഉണ്ട്. സന്യാസിനിയല്ല. സൂതികർമ്മിണിയാകും.

മാതാജിയുടെ വാക്കുകൾ മർമ്മരമായി കാതിൽ പതിഞ്ഞു,

‘മോളേ മാലിനീ.... നീ വേഗം പോയി ശുചിസ്മിതയോട് വരാൻ പറയുക....’

ശുചിസ്മിതയമ്മ വന്ന ഉടനെ എല്ലാവരും പുറത്തേക്കിറങ്ങി. വാതിലടഞ്ഞു. ഉദരത്തിലെ ചലനങ്ങൾ വേദന വർദ്ധിപ്പിച്ചുകൊണ്ടിരുന്നു. കണ്ണിലും മൂക്കിലും ജലം നിറഞ്ഞു. ഞാൻ പുളഞ്ഞു. അരക്കെട്ടിനു താഴെ പൊട്ടിത്തകരുന്നപോലെ. കരച്ചിലിനെ പുറത്തുവരാതെ കൈകൊണ്ടടക്കി നിർത്തി. ശുചിസ്മിതയമ്മ എന്നെ തലോടിക്കൊണ്ടിരുന്നു.

‘ള്ളേ...’ എന്ന കരച്ചിലിൽ ഞാൻ സ്വതന്ത്രയായി. കണ്ണുകൾ മയക്കത്തിലേക്ക് വീഴാൻ തുടങ്ങിയതേയുള്ളു. മറ്റൊരു വേദനയിൽ ഞാനിളകി.

‘മോളെ... പേടിക്കവേണ്ട.....നിങ്കൾക്ക് ഒരാങ്കുട്ടി പിറന്നേ. നിയും ഒന്നൂടിണ്ടെന്നു തോന്നണ്. ഒറച്ച് മുക്ക്.’

ശുചിയമ്മ കുഞ്ഞിനെ വൃത്തിയാക്കി തുണിയിൽ പൊതിഞ്ഞു മാറ്റിക്കിടത്തി. അവൻ ഉറക്കത്തിലേക്ക് വീണു.

പതിച്ചി പുറത്തേക്ക് വിളിച്ചു പറയുന്നതു കേട്ടു.

‘ആരേലും ഒരാളൂടി വേണം....’

ആരോ മുറിയിലെത്തി. ദേവമ്മയായിരുന്നു അത്. എന്നെ സംശയിച്ചവരിൽ ഒരാൾ. സൂതികർമ്മിണി എന്റെ ഉദരം താഴോട്ടേക്ക് അമർത്തി തലോടിക്കൊണ്ടിരുന്നു. ദേവമ്മ കാലുകൾ തിരുമ്മിക്കൊണ്ട് മന്ത്രങ്ങൾ ജപിച്ചു.

വീണ്ടും ഒരാൺകുട്ടി കൂടി........!

ആലസ്യത്തിൽ അടയാൻ പോകുന്ന കണ്ണുകൾ ബലത്തോടെ വിടർത്തി. അവനെ ഒരു നോക്കു കണ്ടു. പിന്നെയൊരു മയക്കത്തിലേക്ക് ആണ്ടുപോയി.

എപ്പോഴോ ഉണർന്നപ്പോൾ വാതിൽക്കൽ ഒരാൾ. പാതിതുറന്ന കണ്ണുകളിൽ അതൊരു നിഴലായി. തിരിച്ചറിയാൻ കഴിഞ്ഞില്ല.

എങ്കിലും അതേ രൂപം.....? ശ്രീരാമദേവൻ.... ? അല്ല....അദ്ദേഹമാകില്ല....

ആ രൂപമെന്നെ നമസ്കരിച്ചു. ഞാൻ കൺപോളകൾ ബലത്തിൽ തുറന്നുവച്ചു.

'ഏട്ടത്തി ശത്രുഘ്നനാണ് ഞാൻ. ജ്യേഷ്ഠന്റെ രണ്ടു കുഞ്ഞുങ്ങളേയും കാണാനുള്ള ഭാഗ്യം ഈ അനുജനാണല്ലോ ലഭിച്ചത്.'

ശ്രീരാമദേവനെ സ്മരിച്ചു കിടന്നതിനാലാകം തെറ്റിദ്ധരിച്ചത്. ഇഴഞ്ഞ ശബ്ദത്തിൽ അന്വേഷിച്ചു,

'നീ ...., പോകുന്നത് ഏതോ യുദ്ധത്തിനാണെന്ന് കേട്ടു.....'

'അതേ ഏട്ടത്തി, കാളിന്ദീതീരത്തുള്ള മധുവനത്തിലേക്ക്. അവിടെ മധു എന്ന അസുരന്റെ പുത്രനായ ലവണനുണ്ട്. അവൻ വലിയ അക്രമിയും ദേവദ്രോഹിയുമാണെന്ന് ജനങ്ങൾ പരാതിയുമായി വന്നിരുന്നു. അവനെ വധിക്കാനായി രാമരാജാവ് എന്നെ നിയോഗിച്ചതാണ്.'

'ഹോ....കുമാരാ...ലവണാസുരനോടോ...? അയാൾ വലിയ മായാവിയും ശക്തനുമാണെന്ന് കേട്ടിട്ടുണ്ട്. നിന്റെ കൂടെ ആരാണുള്ളത്...?'

'സൈന്യം പോയിട്ടുണ്ട്. ഏട്ടത്തിയെ കണ്ട് അനുഗ്രഹം വാങ്ങാൻ ഞാനിവിടെ തങ്ങിയതാണ്. രാമാത്മജരേയും കാണാൻ കഴിഞ്ഞല്ലോ....! ഇതൊരു നല്ല ശകുനമാണ്. ജ്യേഷ്ഠന്റെ ആഗ്രഹം പോലെ എനിക്ക് അസുരനെ കൊല്ലാനാകും. അദ്ദേഹത്തിന്റെ അനുഗ്രഹം എന്നോടൊപ്പമുണ്ട്. മധുവനത്തെ ഞാനൊരു സുന്ദര നഗരമാക്കും. ഏട്ടത്തി അനുഗ്രഹിച്ചാലും.....'

'വിജയിയായി വരിക, കുമാരാ.....'

കുമാരൻ പോയിക്കഴിഞ്ഞാണ് വാല്മീകീ ദേവൻ മുറിയിലെത്തിയത്. കൂടെ രണ്ടു വൃദ്ധതാപസിമാരും. ഒരു ദർഭ രണ്ടായി മുറിച്ച്, അഗ്രഭാഗംകൊണ്ട് ആദ്യം ജനിച്ചവനെ ഉഴിഞ്ഞു. അടിഭാഗം കൊണ്ട് രണ്ടാമത്തവനേയും.

'കുശഭാഗം കൊണ്ട് സ്പർശിച്ചതിനാൽ ഇവൻ കുശൻ എന്ന നാമധാരിയാകും. ലവഭാഗം കൊണ്ടുഴിഞ്ഞതിനാൽ ഇവൻ ലവനെന്നും അറിയപ്പെടും. നിങ്ങൾ അതാത് ഭാഗം കൊണ്ട് ഓരോരുത്തരേയും ഭൂതവിനാശി രക്ഷചെയ്യുക....'

ദർഭ ഭാഗങ്ങൾ താപസിമാർക്ക് നൽകി നിർദ്ദേശിച്ചു. പിന്നെ എന്നെ നോക്കി.

'പുത്രീ....ഇവരുടെ ജനനം അർദ്ധരാത്രി കഴിഞ്ഞാണ്. ആ സമയം ജനിക്കുന്നവർ ശ്രേഷ്ഠരും കീർത്തിമാന്മാരുമാകും. ചിങ്ങമാസത്തിലെ തിരുവോണ നക്ഷത്രജാതരായതിനാൽ സത്യപാതയിൽ നടക്കുന്നവരും ധീരരും ധൈര്യശാലികളും ആയിരിക്കും. മംഗളം ഭവിക്കട്ടെ....'

മുനിശ്രേഷ്ഠൻ പോയിക്കഴിഞ്ഞപ്പോൾ സത്യയും മാലിനിയും വാതിൽക്കൽ കുണുങ്ങിനിന്നു. എന്തോ തടസ്സം പോലെ....! അവരെ മാടിവിളിച്ചു. സങ്കോചത്തോടെ അവർ അടുത്തെത്തി.

'റാണി ക്ഷമിക്കണം. സീതാമഹാറാണിയെ ഞങ്ങൾ തിരിച്ചറിഞ്ഞില്ല. ഏടത്തിയോടെന്നപോലെ അമിത സ്വാതന്ത്ര്യം കാണിച്ചിട്ടുണ്ട്. ഞങ്ങളുടെ അവിവേകത്തിനെല്ലാം മാപ്പ് തരണമെന്നപേക്ഷിക്കയാണ്.'

അവരെ അരികിലേക്ക് ചേർത്തു പിടിച്ചു.

'ആഹാ... എന്തായിത്....? നിങ്ങളുടെ ഏടത്തിതന്നെയാണ് ഞാൻ. ഇനിയും അങ്ങനെതന്നെ ആയിരിക്കുകയും ചെയ്യും. റാണിക്ക് മുനികുമാരിമാരുടെ സഹോദരിയാകാൻ പാടില്ലെന്നുണ്ടോ?'

'അതൊന്നുമില്ല....'

'എങ്കിൽ, നിങ്ങളിവരുടെ ചെറിയമ്മയാണ്. ഈ കുഞ്ഞുങ്ങളെ കളിപ്പിച്ചും ചിരിപ്പിച്ചും കഴിയണം. കേട്ടല്ലോ?'

അവർ പതിയെ ചിരിച്ചു. തെല്ലു ബഹുമാനം കലർന്ന സ്വരത്തിൽ അറിയിച്ചു,

'ഇന്നാണെല്ലാവരും റാണിയെ തിരിച്ചറിഞ്ഞത്. അവർ മടിച്ചു നിൽക്കയാണ്.'

'അവരോട് വരാൻ പറയുക....'

അവർ മുറിയിലേക്ക് കടന്നു വന്നു. എല്ലാവരും എന്നെ സംശയിച്ചവർ.....

'റാണി, ഞങ്ങളുടെ അറിവുകേട് ക്ഷമിക്കണേ.....കോസലരാജ്ഞിയാണെന്നറിയാതെ എന്തൊക്കെയോ പുലമ്പി. മാപ്പാക്കണം. അനിഷ്ടമുണ്ടാകരുത്.'

'നിങ്ങളോടാണ് ഞാൻ അപേക്ഷിക്കേണ്ടത്. നിങ്ങളിലൊരാളായി എന്നെ സ്വീകരിക്കണം. ഉപേക്ഷിച്ച സ്ഥാനങ്ങളൊന്നും ഇനി എനിക്കാവശ്യമില്ല. അതിലും വലിയ സ്ഥാനമാണ് ഇപ്പോഴുള്ളത്. പിതാവിനേയും മാതാവിനേയും സഹോദരങ്ങളേയും ലഭിച്ചിരിക്കുന്നു. ഒരപേക്ഷ കൂടിയുണ്ട്. എന്റെ മക്കൾ മുനികുമാരന്മാരായി വളരണം. നിങ്ങൾ കേട്ടതൊന്നും ഇവരറിയരുത്.'

അതു സമ്മതിച്ചുകൊണ്ടാണ് എല്ലാവരും തിരിച്ചുപോയത്.

കമഴ്ന്നും, മുട്ടിലിഴഞ്ഞും, പിച്ചവച്ചും കുശലവന്മാർ ഓടാറായി. അതോടൊപ്പം വികൃതിത്തരങ്ങളും കൂടി. ചിലപ്പോൾ വഴക്കടിക്കും. താമസിയാത തോളിൽ കൈയിട്ടു നടക്കുന്നതും കാണാം. ഒരാൾ കരഞ്ഞാൽ മറ്റെയാളും കരയും. കുശനെ എടുത്താൽ ലവനേയും എടുക്കണം. ആശ്രമവാസികളെല്ലാവരും ചേർന്നെന്റെ കഷ്ടപ്പാട് കുറച്ചു.

കുട്ടികളോടൊപ്പം കൂടി മാതാജിക്കും ചെറുപ്പമായത്രേ.....!

സത്യയും മാലിനിയും മക്കളുടെ ഏടത്തിമാരായി. 'ച്ചി' എന്ന വിളി 'ഏടത്തി'യായപ്പോഴേക്കും വർഷം മൂന്നു കഴിഞ്ഞു.

കാലം പോകെ കുസൃതികളും ഒരുമിച്ചായി. പൂജാപുഷ്പങ്ങൾ പാത്രത്തോടെ എടുത്തു മാറ്റും, പുഷ്പഹാരങ്ങൾ സ്വന്തം കഴുത്തിലണിഞ്ഞു നിൽക്കും, കുശൻ, ലവനെ പൂജിക്കും. ലവൻ കുശനേയും. കൂടെ സംശയവും കേൾക്കാം.

'കുട്ടികൾ ദൈവമാണെന്ന് മുത്തച്ഛൻ പറയാറില്ലേ. അപ്പോൾ നമ്മളും ഈശ്വരന്മാരല്ലേ? എന്നിട്ടും നമ്മളെയാരും പൂജിക്കാത്തതെന്താണ്?'

അതിനെന്തു മറുപടിയാണ് പറയാനാകുക.....!

ഒരിക്കൽ മുനീന്ദ്രന്റെ യോഗദണ്ഡ് ഒളിപ്പിച്ചു വച്ചു. അന്വേഷിച്ചു നടന്നവരോട് ലവൻ പറഞ്ഞു,

'മുത്തച്ഛൻ വലിയ താപസനല്ലേ...? മനസ്സും ശരീരവും മുത്തച്ഛൻ പറയുന്നത് കേൾക്കും. പിന്നെ എന്തിനാണിത്?'

ചില ദിവസം പാൽ കുടിക്കാതെ മണ്ണിലൊഴിച്ചു കളഞ്ഞിട്ടു പറയും,

‘ഭൂമീദേവി നമ്മുടെ അമ്മയല്ലേ? അമ്മയ്ക്കുള്ള പാലാണ് നൽകിയത്.’

കൂടെ മറ്റൊരു സംശയവും,

‘ഗോമാതാവിന്റെ പാൽ അതിന്റെ കുട്ടിക്കുള്ളതല്ലേ? പിന്നെയെന്തിനാണ് ഞങ്ങൾക്കത്? ഞങ്ങൾക്ക് അമ്മയുടെ പാലുണ്ടല്ലോ..’

അവരുടെ സംശയങ്ങളും പ്രവൃത്തികളും എന്നെ വല്ലാതെ വിഷമിപ്പിച്ചു. വാല്മീകീദേവനെ അറിയിച്ചാൽ അതെല്ലാം ചിരിച്ചുതള്ളുകയും ചെയ്യും.

‘സാരമില്ല പുത്രീ, അവർ രാജകുമാരന്മാരായി വളരേണ്ടവരായിരുന്നില്ലേ? വിധി അവരെ മുനികുമാരന്മാരാക്കി. അവരിലുള്ളത് ക്ഷത്രിയരക്തമാണ്. മുനികുമാരന്മാരിലെ ശാന്തത അവരിൽ ഉണ്ടാകില്ല. സംശയങ്ങൾ അവരുടെ ബുദ്ധിവികാസമാണ് കാണിക്കുന്നത്. കൂടുതലറിയുമ്പോൾ അതെല്ലാം ഇല്ലാതാകും. ഉപനയനത്തിനുള്ള പ്രായമായി അവർക്ക്. വിദ്യാഭ്യാസം തുടങ്ങിയാൽ ഓരോ സംശയങ്ങൾക്കുമുള്ള ഉത്തരം സ്വയം കണ്ടെത്തിക്കൊള്ളും.’

കുട്ടികളിൽ വിഷയവാസന വരുന്നതിന് മുൻപേ ഉപനയനം നടത്തണം. കുശലവന്മാർക്ക് അഞ്ചു വയസ്സ് കഴിഞ്ഞപ്പോൾ അതിനുള്ള പ്രാരംഭമായി. കുട്ടികൾ വ്രതാചരണം തുടങ്ങി. മുറ്റത്തൊരു യജ്ഞകുണ്ഡവും തയ്യാറായി.

വേദാധ്യായനത്തിന് അധികാരിയാക്കാനുള്ള കർമ്മമാണ് യജ്ഞോപവീതധാരണം. മനസ്സിന്റെ ദേവിയായ ഗായത്രി, വാക്കിന്റെ അധിപയായ സരസ്വതീ, പ്രവൃത്തിയെ നിയന്ത്രിക്കുന്ന സാവിത്രീ എന്നീ മൂന്നു ദേവിമാരെ പ്രതിനിധാനം ചെയ്യുന്ന മൂന്നു നൂലുകൾ പിരിച്ചെടുത്തതാണ് പൂണൂലാകുക. പൂണൂൽ ധാരി ചിന്തയിലും വാക്കിലും പ്രവൃത്തിയിലും ശുദ്ധനായിരിക്കും.

ശുഭമുഹൂർത്തത്തിൽ കുളിച്ച്, ചന്ദന കുങ്കുമാദികൾ ചാർത്തിയ ഉണ്ണികളെ യജ്ഞവേദിയുടെ പടിഞ്ഞാറ് ഭാഗത്ത്, കിഴക്കിന് അഭിമുഖമായി ഇരുത്തി. എല്ലാവരും ചേർന്നുള്ള ഈശ്വരോപാസന യജ്ഞം ആരംഭിച്ചു. ഗായത്രീമന്ത്രോച്ചാരണത്തിൽ വേദി, ഭക്തിനിർഭരമായി.

ആചാര്യനായ വാല്മീകിദേവന്റെ നിർദ്ദേശപ്രകാരം കുട്ടികൾ യാഗാഗ്നിയിൽ ആഹൂതികൾ അർപ്പിച്ചു. ശേഷം, മന്ത്രധ്വനികളുടെ

അകമ്പടിയോടെ പൂണൂൽ ധാരണം നടന്നു. ഇടതു തോളിനു മുക ളിലൂടെ വലതുകൈക്ക് താഴേക്കൂടി അതു ശരീരത്തോട് ചേർന്നു കിടന്നു. അതു പിടിച്ചു നേരെയാക്കി ചന്തവും നോക്കി രണ്ടാളും. പിന്നെ അടുത്തതെന്തെന്നുള്ള ആകാംക്ഷയോടെ ആചാര്യനെ നോക്കി.

ആചാര്യൻ അറിയിച്ചു,

'വടക്കുഭാഗത്തേക്ക് മാറി പൂർവ്വാഭിമുഖമായി ഇരിക്കുക. ഗായ ത്രീ മന്ത്രമാണ് ഇനി ഉപദേശിക്കുന്നത്. ആദ്യം കേൾക്കുക. പിന്നീ ടത് ഏറ്റുചൊല്ലുക. മന്ത്രം ചൊല്ലിക്കഴിഞ്ഞാൽ നിങ്ങൾ ജ്ഞാനസ മ്പാദനം ആർജ്ജിക്കാൻ അർഹരാകും. ഇന്നുമുതൽ നിങ്ങളുടെ നവജന്മമാണെന്നറിയണം.'

കുട്ടികളുടെ കൈകൾ ചേർത്തു പിടിച്ച് ആചാര്യൻ ഉത്തരീയം മറയാക്കി. ആദ്യം നേരിയ ശബ്ദത്തിൽ മന്ത്രം ഉരുവിട്ടു. പിന്നെ കേൾക്കാൻ പാകത്തിൽ. മൂന്നാമത് ഏറ്റുചൊല്ലുവാൻ പറ്റുന്ന രീതി യിലും.

'ഓം ഭൂർഭുവഃ സ്വഃ,
തത് സവിതുർവരേണ്യം
ഭർഗോ ദേവസ്യ ധീമഹി,
ധിയോ യോ നഃ പ്രചോദയാത്.....'

പുത്രന്മാർ അതേറ്റു ചൊല്ലി. ശുദ്ധമായിത്തന്നെ. രണ്ടുപ്രാവശ്യം അതാവർത്തിച്ചു. ഭക്തിപാരമ്യത്തിൽ ഞാനതിൽ ലയിച്ചുനിന്നു.

പിന്നീട് ഒരു പ്രതിജ്ഞയാണ് നടന്നത്. ശ്രദ്ധയോടേയും ഏകാ ഗ്രതയോടേയും ശിഷ്യരെ നേർവഴിക്കു നയിക്കുമെന്ന് ആചാര്യ നും, നവജന്മത്തിൽ ആചാര്യന്റെ ആജ്ഞപ്രകാരം ജീവിക്കുമെന്ന് കുട്ടികളും പ്രതിജ്ഞ ചെയ്തു.

വിദ്യസ്വീകരിക്കാൻ അർഹരായി എന്റെ മക്കൾ. അവർ വളർ ന്നിരിക്കുന്നു. ഞാൻ രോമാഞ്ചിതയായി.

ബ്രഹ്മചാരി അനുഷ്ഠിക്കേണ്ട ധർമ്മങ്ങൾ, ആചമനം, നിത്യകർമ്മ ങ്ങൾ എന്നിവയുടെ ആത്മാവാണ് ആദ്യമറിയേണ്ടത്. ആചാര്യൻ അവർക്കത് പകർന്നു.

അന്നുമുതൽ നല്ല മാറ്റങ്ങളാണ് അവരിൽ കണ്ടുതുടങ്ങിയത്. മുനീന്ദ്രന്റെ ശിക്ഷണത്തിൽ കുശലവന്മാർ വേദങ്ങളും വേദാന്ത ങ്ങളും, ധർമ്മശാസ്ത്ര സംഹിതകളുമൊക്കെ ഹൃദിസ്ഥമാക്കി.

ധനുർവിദ്യകളും സ്വായത്തമാക്കാൻ തുടങ്ങി. അതിലവരുടെ ക്ഷത്രിയ ഗുണം പ്രകടമായിരുന്നു.

'അവർ ബഹുമിടുക്കരാണ്.....'

എന്ന ആചാര്യന്റെ അഭിപ്രായവും എന്റെ അഭിമാനമായി. മധുരമായി കീർത്തനങ്ങൾ ആലപിക്കുന്നതിലും കേമരായിരുന്നു കുട്ടികൾ. അതിനാൽ വളരെ വേഗം മുനിപത്നിമാരുടെ ഇഷ്ടപുത്രന്മാരായി മാറി.

സ്വന്തം അവസ്ഥയെ ഞാനിപ്പോൾ പഴിക്കാറില്ല. അതോർക്കാൻ സമയം കിട്ടുന്നില്ലെന്നതാണ് സത്യം. എന്റെ ജീവനും സ്പന്ദനവും ആശയും പ്രതീക്ഷയുമെല്ലാം ലവകുശന്മാരുടെ ചുറ്റും പറന്നു.

മറക്കാനാകാത്ത ഒരു ദിനമുണ്ട്. ഭയം എന്നെ വിഴുങ്ങാൻ വന്ന ദിവസം.

നിത്യവും സ്നാനം ചെയ്യാറുള്ളത് തമസാനദിയിലാണ്. നല്ല തെളിമയുള്ള വെള്ളമാണ് നദിയിലേത്. അന്നത് കലങ്ങി മറിഞ്ഞിരുന്നു.

'എല്ലാവരും വേഗം കുളിച്ചു കയറുക. ആനകൾ ഇറങ്ങിയിട്ടുണ്ട്.'

ശുചിയമ്മ പറഞ്ഞതു കേട്ട് ധൃതിയിൽ കുളിച്ച് ആശ്രമത്തിലെത്തി. മക്കളെ അവിടെ കണ്ടില്ല. ഞാൻ പരിഭ്രമത്തോടെ ഉച്ചത്തിൽ വിളിച്ചു,

'ലവാ.... കുശാ...... നിങ്ങളെവിടെ....? ആശ്രമം വിട്ടെങ്ങും പോകരുതേ....'

രണ്ടാളും മുന്നിലെത്തി. വലിയൊരു വില്ലും തോളത്തിട്ടുകൊണ്ട്. കൂടെ അവർക്ക് ജയാരവം മുഴക്കിക്കൊണ്ട് കുറേ മുനികുമാരന്മാരും.

'അമ്മേ, ആനക്കൂട്ടം നദികടന്നു വന്നിട്ടുണ്ടെന്ന് ഉത്തങ്കൻ പറഞ്ഞു. ഞങ്ങൾ ആനയെ ഓടിച്ചിട്ട് വരാം.....'

ഞാൻ വല്ലാതെ പരിഭ്രമിച്ചു.

'മക്കളേ.. നിങ്ങളെന്താണീ പറയുന്നത്? നിങ്ങൾ കുട്ടികളാണ്....'

'ആചാര്യൻ അഭ്യസിപ്പിച്ച അസ്ത്രവിദ്യകൾ പ്രയോഗിച്ചു നോക്കാമല്ലോ?'

അവരുടെ ആത്മവിശ്വാസം അമിതമാകുന്നുണ്ടെന്ന് തോന്നി. മാലിനിയെ പറഞ്ഞയച്ച് മുനിദേവനെ വരുത്തി. അദ്ദേഹം ഉപദേശിച്ചു,

'കുമാരന്മാരെ, അല്പം അറിവ് ആപത്താണ്. പഠിക്കുന്നത് മുഴുവനായാൽ മാത്രമേ അതു ഫലപ്രദമാകുകയുള്ളു. മുകളിൽ കയറാൻ അറിയാമെങ്കിൽ ഇറങ്ങാനും അറിയണം. അല്ലാതെ വരുന്നിടത്തുവച്ചു കാണാമെന്നായാൽ അത് അപകടത്തെ വരുത്തിവയ്ക്കും. അതുമാത്രമല്ല എതിരാളിയുടെ കഴിവ്, ശക്തി ഇവ മനസ്സിലാക്കി വേണം പോരിനിറങ്ങാൻ. ആത്മവിശ്വാസം ഒരു പരിധിവരെ മാത്രമേ ആകാവു. കൂടിയാൽ അത് നമ്മുടെ തയ്യാറെടുപ്പുകളെ കുറയ്ക്കും. നിങ്ങളൊരു ആനക്കൂട്ടത്തെ ഇതുവരെ കണ്ടിട്ടില്ല. അവയുടെ സ്വഭാവവും രീതികളും ഒന്നും ശരിക്കറിഞ്ഞിട്ടുമില്ല. പലതും ആലോചിച്ചു വേണം എതിരിടാനിറങ്ങാൻ. ധൈര്യം മാത്രം പോരാ എന്നർത്ഥം. മനസ്സിലാകുന്നുണ്ടോ നിങ്ങൾക്ക്? എടുത്തുചാട്ടം ബുദ്ധിഹീനന്മാർക്കുള്ളതാണ്. മനുഷ്യനോളം ബുദ്ധിയില്ലാത്ത, എന്നാൽ മനുഷ്യനേക്കാളും ശക്തിയുള്ള മൃഗങ്ങളെ സൂത്രങ്ങൾ കൊണ്ടാണ് കീഴടക്കേണ്ടത്.'

കുട്ടികൾ ആചാര്യന്റെ കാൽക്കൽ നമസ്കരിച്ചു,

'ഞങ്ങളുടെ അറിവുകേട് ക്ഷമിക്കണം ആചാര്യ...'

വാല്മീകിദേവന്റെ നിർദ്ദേശപ്രകാരം മുറ്റത്തുള്ള കുണ്ഡത്തിൽ അഗ്നി ജ്വലിപ്പിച്ചു. വാദ്യാഘോഷങ്ങളും പ്രാർത്ഥനകളും അത്യുച്ചത്തിലായി. രാത്രിയിൽ അനേകം തീവട്ടിപന്തങ്ങൾ കൊളുത്തി വയ്ക്കുകയും ചെയ്തു.

എങ്കിലും ഭയം എന്നെ വിട്ടുമാറിയില്ല. മാതാജി ആശ്വസിപ്പിച്ചു.

'ഒന്നും ഭയക്കാനില്ല ദേവി. ഇങ്ങനെ വല്ലപ്പോഴുമേ മൃഗങ്ങൾ വരാറുള്ളു. ആരേയും ഉപദ്രവിച്ചിട്ടുമില്ല. ആശ്രമപരിസരത്ത് അവ ശാന്തരായിരിക്കും.'

രാത്രി രണ്ടുമക്കളേയും ചേർത്തു പിടിച്ച് ഞാൻ ഉറങ്ങാതെ കിടന്നു.

ദിവസങ്ങൾ മാസങ്ങളായി. വർഷങ്ങളായി. മക്കൾക്ക് വിദ്യകൾ ഉറച്ചു തുടങ്ങി. അവരുടെ കുട്ടിത്തം വിട്ടുമാറി.

ഒരു ദിവസം മുനിദേവൻ അറിയിച്ചു.

'മകളേ, ശ്രീരാമചരിതം താമസിയാതെ പൂർത്തിയാകും. പക്ഷെ ഈ കാവ്യം ആരാണ് ഹൃദിസ്ഥമാക്കുക. അതിനു യോഗ്യരായവർ ആരാണ്?'

ആചാര്യന്റെ മനസ്സറിഞ്ഞ കുശനും ലവനും കാൽക്കൽ വീണു നമസ്കരിച്ചു,

'ഗുരുവിന്റെ ആഗ്രഹം ഞങ്ങൾ സഫലമാക്കും. ഞങ്ങളെ പഠിപ്പിച്ചാലും.'

ഞാൻ കോരിത്തരിച്ചു. മുനീന്ദ്രൻ ആനന്ദാശ്രുവോടെ അവരെ പുണർന്നു,

'ഹാ....കുഞ്ഞുങ്ങളെ.....ഏറ്റവും യോഗ്യർ നിങ്ങൾ തന്നെയാണ്. നാളെമുതൽ നമുക്ക് ആരംഭിക്കാം..... താല്പര്യമെങ്കിൽ ദേവിക്കും വരാവുന്നതാണ്.'

അന്നത്തെ രാത്രിക്ക് ദൈർഘ്യമേറിയിരുന്നു. കണ്ണുകൾ പലവട്ടം ജാലകത്തിലൂടെ പാഞ്ഞു. മാനം തെളിയുന്നതു കാണാനുള്ള വെമ്പലായിരുന്നു ഉള്ളു നിറയെ.

പുത്രകാമേഷ്ടിയുടെ സൗഭാഗ്യം

വൈകിയെത്തിയ പ്രഭാതത്തെ ഉണർവ്വോടെ എതിരേറ്റു. വളരെ ഉത്സാഹത്തോടെ കുട്ടികളും തയ്യാറായി. കാൽതൊട്ടു വന്ദിച്ച അവരെ പുണർന്ന് മൂർദ്ധാവിൽ ചുംബിച്ചു.

'നിങ്ങൾക്ക് നല്ലത് വരട്ടെ ! വാണീകടാക്ഷം എന്നും ഉണ്ടായിരിക്കട്ടെ.....!'

പീഠത്തിൽ ഉപസ്ഥിതനായിരിക്കുന്ന മുനീന്ദ്രനെ ഞാൻ ദൂരെ നിന്ന് വണങ്ങി. ഗണപതി,സരസ്വതീ പൂജകൾ കഴിഞ്ഞതോടെ മുനി പറഞ്ഞു തുടങ്ങി,

'വളരെ ശ്രദ്ധയോടെ കേൾക്കേണ്ട ഒരു കഥയാണ് ഇന്നുമുതൽ പറയുന്നത്. കോസലരാജ്യത്തെ മഹാരാജാവിന്റെ ജീവിതകഥ. ആദ്യം നിങ്ങൾ അവരുടെ കുലചരിത്രം അറിയണം.'

വാല്മീകി ദേവൻ തുടർന്നു,

'പെരുമയാർജ്ജിച്ച മഹാനഗരം. സൂര്യവംശത്തിൽ തുടങ്ങി ഇക്ഷ്വാകുവംശത്തിലുയർന്ന് രഘുവംശത്തിന്റെ പ്രതാപത്തിൽ വന്നു നിൽക്കുന്ന കോസല രാജ്യനൃപേന്ദ്രന്മാരുടെ സ്ഥിരം രാജധാനിയാണ് അയോദ്ധ്യ. കനകരത്ന കൊട്ടാരങ്ങൾ, കമാനങ്ങളോടെ പരിലസിക്കുന്ന മണിമാളികകൾ, നിത്യവും പുഷ്പങ്ങൾ വിതറി അലങ്കരിക്കപ്പെടുന്ന വിസ്തൃതവീഥികൾ..... എല്ലാം ഇന്ദ്രന്റെ അളകാപുരിയെ വെല്ലുന്ന വിധം അതിമനോഹരം.'

മാമുനിയുടെ വിവരണത്തിലൂടെ ഞാൻ വലതുകാൽ വച്ച് സാകേതപുരിയിൽ പ്രവേശിച്ചു.

ശ്രീരാമചന്ദ്രവധുവായി......

ഐശ്വര്യസമൃദ്ധമായ അയോദ്ധ്യ എന്റേതുകൂടിയായിരിക്കുന്നു.

ആദ്യമായി കണ്ട മനോഹരദൃശ്യങ്ങൾ മനം കവർന്നു. വിടർന്ന കണ്ണുകളിലൂടെ കാഴ്ചകളെല്ലാം ഉള്ളിലാക്കി. ഇനിയീ നാടിന്റെ സ്വന്തമാണ് താൻ.

അഭിമാനം ശിരസ്സിനെ ഉയർത്തി. മുനീന്ദ്രന്റെ സ്വരം ശ്രദ്ധിച്ചു.

'സൂര്യനെന്നറിയപ്പെട്ട വിവസ്വാനിൽ നിന്നാരംഭിച്ച സൂര്യവംശത്തിലെ വിഖ്യാതനായ രാജാവായിരുന്നു ഇക്ഷ്വാകു. അദ്ദേഹത്തെ തുടർന്ന് അത് ഇക്ഷ്വാകുവംശമെന്ന് അറിയപ്പെടാൻ തുടങ്ങി. കുറേ തലമുറകൾക്കു ശേഷമാണ് ദിലീപരാജാവിന്റെ പുത്രനായ രഘുകുമാരൻ ഭരണം ഏറ്റെടുത്തത്. അതിപ്രബലനായ അദ്ദേഹത്തിന്റെ നാമത്തിലായി പിന്നെ ഇക്ഷ്വാകുവംശം. ഞാനെഴുതിയ കാവ്യം രഘുവംശതിലകമായ ശ്രീരാമചന്ദ്രപ്രഭുവിനേയും ധർമ്മപത്നി, ലക്ഷ്മീതുല്യയായ ജാനകീദേവിയേയും കുറിച്ചാണ്.'

വാല്മീകിദേവൻ തുടർന്നു പറഞ്ഞത് രഘുവിന്റെ ജനനമായിരുന്നു.

ഇക്ഷ്വാകുകുലത്തിലെ ശ്രേഷ്ഠരാജാക്കന്മാരിൽ ഒരുവനായിരുന്നു ദിലീപൻ. പ്രജകൾക്കെല്ലാം പ്രിയങ്കരൻ. മഗധരാജകുമാരിയായ സുദക്ഷിണയായിരുന്നു മഹാറാണി. ധർമ്മനീതികളിൽ നിന്നും വ്യതിചലിക്കാതെ സർവൈശ്വര്യങ്ങളും നൽകി അദ്ദേഹം കോസലം ഭരിച്ചുകൊണ്ടിരുന്നു. എങ്കിലും ഒരു അനന്തരാവകാശിയില്ലെന്ന വിഷാദം മനസ്സിനെ തപിപ്പിച്ചു.

ദിലീപൻ, വസിഷ്ഠമുനിയെ സങ്കടമറിയിച്ചു. ബ്രഹ്മർഷി ധ്യാനനിമഗ്നനായി, അതിന്റെ ഹേതുവും കൊണ്ടാണ് ഉണർന്നത്.

'മഹാരാജൻ, സന്താനലബ്ധിക്ക് തടസ്സമായി നിൽക്കുന്നത് ഒരു ശാപമാണ്.'

'അതെന്താണെന്ന് അറിയിച്ചാലും, മഹർഷേ......'

'അങ്ങൊരിക്കൽ ഇന്ദ്രനെക്കണ്ട് മടങ്ങുമ്പോൾ കല്പവൃക്ഷച്ചുവട്ടിൽ കാമധേനു കിടക്കുന്നുണ്ടായിരുന്നു. അങ്ങവളെ വന്ദിച്ചില്ല. അതൊരു അപമാനമായി ധേനുവിന് തോന്നി. അങ്ങയെ ശപിക്കുകയും ചെയ്തു.'

'ഗുരോ, എന്താണാ ശാപമെന്ന് പറഞ്ഞാലും. അതിന് പരിഹാരമില്ലേ .....?'

വസിഷ്ഠൻ ഒരു നിമിഷം ആലോചനയിലായി.

‘കാമധേനുവിന്റെ പുത്രിയായ നന്ദിനിയെ ശുശ്രൂഷിച്ചു പ്രസാദിപ്പിക്കുന്നതുവരെ പുത്രഭാഗ്യം ഭവാന് ഉണ്ടാകില്ലെന്നാണ് ശാപം. നന്ദിനിയെ നിങ്ങൾ രണ്ടാളും സേവിച്ചു പ്രസന്നയാക്കുക. അതു മാത്രമാണ് പരിഹാരമുള്ളത്.’

അന്നുമുതൽ രാജാവും രാജ്ഞിയും കാമധേനുസുതയെ ശുശ്രൂഷിക്കാൻ തുടങ്ങി. ഗോവ് മേയുന്ന ദിക്കിലൊക്കെ രാജാവ് നിഴൽപോലെ പിന്തുടർന്നു.

ഇരുപത്തൊന്നാം ദിവസം പുലർന്നു. നന്ദിനി മേയാനായി ഒരു മഹാവനത്തിലേക്ക് പ്രവേശിച്ചു. അവൾ മേഞ്ഞുമേഞ്ഞു മുന്നോട്ട് പോകവേ, പെട്ടെന്നാണ് ദിലീപൻ അത് കണ്ടത്...!

ഒരു ഭീകരനായ സിംഹം ധേനുവിന്റെ നേരെ ചാടാനൊരുങ്ങി നിൽക്കുന്നു....! അദ്ദേഹം ശരമെടുത്തെങ്കിലും, തൊടുക്കാനാകാതെ കൈ വിറങ്ങലിച്ചു.

സിംഹം ഗർജ്ജിച്ചു. നന്ദിനി ഭയത്താൽ സ്തബ്ധയായി.

മൃഗപതി മനുഷ്യസ്വരത്തിൽ പരിചയപ്പെടുത്തി,

‘ഹേ....രാജാവേ അങ്ങയ്ക്കെന്നെ വധിക്കാൻ സാധിക്കില്ല. ഞാൻ ശ്രീപരമേശ്വരന്റെ കിങ്കരനാണ്. പാർവതീദേവി നട്ടുവളർത്തിയ ഈ ദേവതാരു വൃക്ഷം സംരക്ഷിക്കുകയാണെന്റെ കർമ്മം. ഇതിലൂടെ പോകുന്ന ജന്തുക്കളെയാണ് ഞാൻ ഭക്ഷിക്കുക. ഇന്നീ പശുവാണ് ഇരയായത്.’

ദിലീപ മഹീപതി യാചിച്ചു.

‘കരുണ കാണിച്ചാലും. ഭവാന്റെ വിശപ്പടക്കാൻ എന്നെ ഭക്ഷണമാക്കിയാലും. എന്റെ സംരക്ഷണയിലായ ധേനുവിനെ ജീവനോടെ വിടുക...’

കേസരി സമ്മതിച്ചു. നരേന്ദ്രൻ കണ്ണടച്ച് മൃഗരാജാവിനു മുൻപിൽ മുട്ടുകുത്തി. സമയമേറെ കഴിഞ്ഞിട്ടും സിംഹം, ദിലീപനെ തൊട്ടില്ല.

നന്ദിനിയുടെ സ്വരമാണ് കേട്ടത്.

‘വത്സാ, എഴുന്നേൽക്കുക....’

രാജാവ് കണ്ണു തുറന്നു. അരികെ സിംഹമില്ല. നന്ദിനി മാത്രം.

‘രാജാവേ ഞാനങ്ങയെ പരീക്ഷിച്ചതാണ്. ഞാൻ പ്രസന്നയായി. താമസിയാതെ ഭവാനൊരു ഉത്തമ പുത്രൻ ജനിക്കും.’

അങ്ങനെ ജനിച്ചവനാണ് രഘു. പിൽക്കാലത്ത് ഇക്ഷ്വാകുവംശത്തെ രഘുവംശമാക്കി മാറ്റുന്നത്ര അനന്യപ്രശസ്തി സ്വന്തമാക്കിയ ചക്രവർത്തി....!

രഘുവിനുശേഷം രാജാവായത് പുത്രനായ അജനായിരുന്നു. അദ്ദേഹത്തിന്റെ ഭരണത്തിന് വലിയ നേട്ടങ്ങളൊന്നും ഉണ്ടാക്കാനായില്ല. അകാലത്തിൽ പൊലിയുകയും ചെയ്തു. അജന്റെ അധികാരം പുത്രനായ നേമിക്ക് ലഭിച്ചു. അങ്ങനെ ഒന്നാം വയസ്സിൽ നേമി രാജാവായി. ജന്മശ്രീമാനെന്നാണ് അദ്ദേഹത്തെ ജനം ശ്ലാഘിക്കുന്നത്. എങ്കിലും കൗമാരംവരെ അദ്ദേഹം ഭരണത്തിൽ ഏർപ്പെട്ടില്ല.

നേമി വിദ്യകളെല്ലാം അഭ്യസിച്ച്, സർവ്വായുധ പാരംഗിയായി. അമ്മ ഇന്ദുമതി അവനെ ധീരനും വീരനുമായി വളർത്തി. മുത്തച്ഛനെപ്പോലെ സമർത്ഥനുമായി. ഗുരുരാജാമന്ത്രി എന്ന മൂർത്തീത്രയത്തിന്റെ സമുചിതമായ സമന്വയത്തോടെ അദ്ദേഹം കോസലത്തെ ഐശ്വര്യത്തിന്റെ നിറുകയിലെത്തിച്ചു.

വാല്മീകീ ആചാര്യൻ ശിഷ്യരെ നോക്കിയിട്ട് പറഞ്ഞു,

'ഉണ്ണികളേ, ആ നേമിയെക്കുറിച്ച് നിങ്ങൾ കേട്ടിട്ടുണ്ട്. ദശരഥനെന്ന പേരിൽ. കൗമാരക്കാരനായ നേമി, ദശരഥനായത് എങ്ങനെയെന്ന് അറിയണ്ടേ?'

ഗുരുവിന്റെ കഥനം തുടർന്നു.

ശംബരാസുരൻ ഇന്ദ്രലോകം കീഴടക്കി വാണിരുന്ന കാലം. ബലവാനും മായാവിയുമായ അസുരനെ നേരിടാൻ ദേവന്മാർക്കായില്ല. ബ്രഹ്മാവും ദേവന്മാരും ഭൂമിയിലെ അതിശക്തനായ മന്നവേന്ദ്രൻ നേമിയുടെ സഹായം അഭ്യർത്ഥിച്ചു. നേമി ഇന്ദ്രലോകത്തെത്തി.

ശംബരാസുരൻ, പത്തുമൂർത്തികളായി പത്തുദിക്കുകളിലൂടെ രാജാവിനെ എതിരിട്ടു. ആ ദിക്കിലേക്കെല്ലാം രഥം പായിച്ച് മൂർത്തികളെയെല്ലാം കാലപുരിക്കയച്ചു വീരനായ നേമി. അതോടെ അസുരസൈന്യം അവിടെ നിന്നും പലായനം ചെയ്തു. സ്വർലോകം വീണ്ടു കിട്ടിയ ദേവന്മാർ സന്തുഷ്ടരായി.

ഒരേസമയം പത്തുദിക്കിലേക്ക് രഥം തെളിക്കുന്നവനായതിനാൽ ബ്രഹ്മാവ് നേമിക്ക് നൽകിയ പേരാണ് ദശരഥൻ.

മറ്റൊരു കഴിവും ദശരഥരാജാവിനുണ്ടായിരുന്നു. ശബ്ദം കേട്ട് ലക്ഷ്യം കൃത്യമാക്കാൻ കഴിയുന്ന സാമർത്ഥ്യം. അതൊരു ശാപത്തിലേക്കാണ് അദ്ദേഹത്തെ നയിച്ചത്.

ഒരിക്കൽ നായാട്ടിന് പോയപ്പോൾ അദ്ദേഹം വനത്തിൽ ഒറ്റപ്പെട്ടു. ക്ഷീണിതനായ നേമിരാജൻ സരയൂനദിയുടെ തീരത്തുള്ള ഒരു വള്ളിക്കുടിലിൽ വിശ്രമിക്കാൻ കയറി. അപ്പോഴാണ് നദിയിൽ നിന്നൊരു സ്വരം കേട്ടത്. ആന വെള്ളം കുടിക്കുന്നതു പോലെ. അതൊരു ആനതന്നെ എന്നാണ് ദശരഥൻ ഉറപ്പിച്ചത്. ആ ശബ്ദത്തെ ലക്ഷ്യമാക്കി അദ്ദേഹം ശരമെയ്തു.

ഒരു മനുഷ്യന്റെ നിലവിളി കേട്ട രാജാവ്, പരിഭ്രമത്തോടെ ഓടിയെത്തി. മരണ വെപ്രാളത്തിൽ പിടയുന്ന ഒരു മുനികുമാരനെയാണ് കണ്ടത്. ദശരഥ രാജൻ അവനിൽ തറച്ച ശരം വലിച്ചൂരി, മാപ്പപേക്ഷിച്ചു.

മുനികുമാരൻ വേദനയാൽ പുളഞ്ഞു കൊണ്ട് വിക്കിവിക്കി പറഞ്ഞു,

'ഹാ....ദശരഥ രാജാവേ..... പ്രജകളെ സംരക്ഷിക്കേണ്ട അങ്ങുതന്നെ എന്റെ ജീവനെടുത്തല്ലോ.....? ഒരു സഹായം അപേക്ഷിക്കുകയാണ്.... ഞാൻ ശ്രാവണനെന്ന.... മുനികുമാരനാണ്...... എന്റെ അച്ഛനുമമ്മയും ദാഹജലവും പ്രതീക്ഷിച്ച്.... ആശ്രമത്തിലുണ്ട്..... അവർ അന്ധരാണ്. ഈ ജലം..... അവർക്കു നൽകി....എന്റെ മരണം അറിയിക്കുക..... ഹാ.... പിതാവേ.... മാതാവേ...'

ശ്രാവണകുമാരന്റെ പ്രാണൻപോയി. ജലവുമായി അന്ധരായ മുനിദമ്പതിമാരെ സമീപിച്ച, ദശരഥന്റെ കാലൊച്ച കേട്ട മാതാവ് ദേഷ്യപ്പെട്ടു,

'എന്താണ് കുമാര ഇത്ര വൈകിയത്....? ഞങ്ങൾ ദാഹിച്ച് തളർന്നിരിക്കയാണെന്നറിയില്ലേ....? എന്താണ് നീയൊന്നും മിണ്ടാത്തത്....?'

രാജാവ് അവരുടെ പാദത്തിൽ വീണ് തന്റെ കൈയബദ്ധം ക്ഷമിക്കണമെന്ന് അപേക്ഷിച്ചു. ആ വൃദ്ധദമ്പതിമാർക്ക് അതിനായില്ല.

ദുഃഖം നിറഞ്ഞ കോപത്തോടെ അവർ ശപിച്ചു,

'ദശരഥ രാജാവേ, യജ്ഞദത്തനായ അവനായിരുന്നു ഞങ്ങളുടെ

ആശ്രയം. അനാഥരായ ഞങ്ങളും ജീവൻ വെടിയുകയാണ്. അങ്ങും ഞങ്ങളെപ്പോലെതന്നെ പുത്രദുഃഖത്താൽ മരിക്കാനിടവരും.'

യഥാകാലം ദശരഥൻ വിവാഹിതനായി. ഉത്തരകോസലരാജാവ് സുകൗശന്റേയും, അമൃതപ്രഭയുടേയും പുത്രി കൗസല്യാദേവിയായിരുന്നു പത്നി. അവർക്ക് ശാന്ത എന്നൊരു പുത്രിയും ജനിച്ചു. കൗസല്യയുടെ ജ്യേഷ്ഠത്തി വർഷിണി അംഗരാജാവായ ലോമപാദന്റെ പത്നിയാണ്. ലോമപാദനാകട്ടെ ദശരഥന്റെ ആത്മമിത്രവും. അവർ കുഞ്ഞിനെക്കാണാനായി വന്നു. സുന്ദരിയായ ശാന്തയെ കണ്ടപ്പോൾ അവർക്കൊരു മോഹം.

'അനുജത്തീ, സന്താനമില്ലാത്ത മനോദുഃഖത്തിലാണ് ഞങ്ങൾ. നിനക്കിനിയും സന്താനങ്ങൾ ഉണ്ടാകുമല്ലോ? ഇവളെ ഞങ്ങൾക്ക് ദത്തുതരാമോ?'

ലോമപാദനിലും ആ ആശ മൊട്ടിട്ടു. ആത്മമിത്രത്തെ നിരാശപ്പെടുത്താൻ ദശരഥന് കഴിഞ്ഞില്ല. ഏടത്തിയെ സങ്കടപ്പെടുത്താൻ കൗസല്യക്കും. അങ്ങനെ അംഗരാജ്യത്തിലെ രാജകുമാരിയായി ശാന്ത വളർന്നു.

കാലമേറേ കഴിഞ്ഞിട്ടും മറ്റൊരു സന്താനം ദശരഥരാജാവിനുണ്ടായില്ല.

അദ്ദേഹം വീണ്ടുമൊരു വിവാഹം ചെയ്തു. കേകയത്തിലെ അശ്വപതി രാജാവിന്റെ പുത്രി കൈകേയിയെ. അവളിലും പുത്രലബ്ധി ഉണ്ടായില്ല. നിരാശനായ മന്നവേന്ദ്രൻ കാശിരാജകുമാരിയായ സുമിത്രയെ മൂന്നാമത്തെ പത്നിയായി വരിച്ചു. എന്നിട്ടും ഫലമുണ്ടായില്ല.

നിരാശയിലേക്ക് ആഴ്ന്നുതുടങ്ങിയ ദശരഥരാജന് കൗമാരത്തിൽ ലഭിച്ച മുനിശാപം ഓർമ്മയിൽ വന്നു. അതദ്ദേഹത്തിന്റെ പ്രതീക്ഷയെ തട്ടിയുണർത്തി. പുത്രന്മാർ ജനിക്കുകതന്നെ ചെയ്യും എന്നദ്ദേഹം വിശ്വസിച്ചു.

വാല്മീകിദേവൻ കഥനം നിർത്തി എഴുന്നേറ്റു.

'സമയം വൈകിയിരിക്കുന്നു. ബാക്കി അടുത്ത ദിവസമാകാം. കഥകളറിഞ്ഞശേഷമാണ് ശ്ലോകങ്ങൾ പഠിക്കുക. അപ്പോൾ പഠനം എളുപ്പമാകും.'

മംഗളം ചൊല്ലി എല്ലാവരും പിരിഞ്ഞു. ലവന്റെ സംശയങ്ങൾ

എന്റെ ചുറ്റും കറങ്ങി. യാന്ത്രികമെന്നോണം ഞാനതിനെല്ലാം ഉത്തരം പറഞ്ഞുകൊണ്ടിരുന്നു. കുശൻ ലവനെ ശകാരിച്ചു.

'അമ്മയ്ക്ക് അയോദ്ധ്യയിലെ കാര്യങ്ങൾ എങ്ങനെ അറിയാനാകും...? ലവാ, നീ അമ്മയെ ശല്യപ്പെടുത്താതെ വരിക. നമുക്ക് കായ്കനികൾ പറിക്കാൻ പോകാം. ദാ.......കൂട്ടുകാർ വിളിക്കുന്നു.'

കാഞ്ചനൻ, രൈവതൻ, വിശാഖൻ തുടങ്ങിയവർ കാത്തുനിൽക്കുന്നുണ്ടായിരുന്നു. മുതിർന്നവനായ ഉത്തങ്കനായിരുന്നു അവരെ നയിക്കുന്നത്.

ഹൃദയം മക്കൾക്കുള്ള സുരക്ഷ ഉറപ്പാക്കാൻ വെമ്പി. ഞാൻ ഹൃദയത്തെ നിയന്ത്രിച്ചു. രാജ്ഞിയായിരുന്ന തനിക്ക് എല്ലാവരും തുല്യരാകേണ്ടതാണ്. ഈ ആശ്രമവാസിയായവൾക്കും അതുതന്നെയാണ് യോജിച്ചതും. മക്കളെന്ന വ്യത്യാസം വാക്കിലോ പ്രവൃത്തിയിലോ, ചിന്തയിൽ പോലും വരാൻ പാടില്ല.

ശാന്തതയോടെ എല്ലാവരോടുമായി ഉപദേശിച്ചു,

'ഉണ്ണികളേ, നിങ്ങൾ വളരെ ശ്രദ്ധയോടെ മുന്നോട്ട് പോകണം. പഞ്ചേന്ദ്രിയങ്ങളിൽ ഒന്നുപോലും അലസതയിലാകരുത്.'

അവരെന്നെ നമസ്കരിച്ചുകൊണ്ട് യാത്രയായി. മുനികുമാരന്മാരെല്ലാവരുടേയും അമ്മയാണ് ഞാനിപ്പോൾ.

പൂജാസാമഗ്രികൾ ഒരുക്കുന്നിടത്തേക്ക് ചെന്നപ്പോൾ പീവരിയമ്മയുടെ മുഖം വല്ലാതെയിരിക്കുന്നു. ഞാനവരുടെ നെറ്റിയിൽ സ്പർശിച്ചു.

'ഹോ....നല്ല ചൂടുണ്ടല്ലോ! അമ്മ വിശ്രമിച്ചാലും. ഞാനിതെല്ലാം ശരിയാക്കാം.'

സംസാരിക്കാൻ പോലും പറ്റാത്തവിധം അവർ അവശയായിരുന്നു. അവരെ പിടിച്ച് ആശ്രമത്തിനുള്ളിൽ കിടത്തി.

പിറ്റേന്നും പീവരിയമ്മയുടെ അസുഖം കുറഞ്ഞില്ല. ഞാനാണ് ശുശ്രൂഷിച്ചു കൊണ്ടിരുന്നത്.

അന്ന് പഠനം കഴിഞ്ഞെത്തിയ കുശൻ സന്താപത്തോടെ പറഞ്ഞു,

'ഇന്ന് അമ്മ വരേണ്ടതായിരുന്നു. പുത്രകാമേഷ്ടിയാഗം നടത്തി രാജാവിന് നാലുമക്കൾ പിറന്ന കഥയാണ് ഇന്നാചാര്യൻ പറഞ്ഞത്.'

പുത്രകാമേഷ്ടി യാഗം കണ്ടിട്ടില്ലെങ്കിലും കേട്ടറിഞ്ഞിട്ടുണ്ട്. എന്റെ മനസ്സ് അയോദ്ധ്യയിലേക്ക് പോയി. എപ്പോഴാണ് ആ യാഗത്തെ

കുറിച്ച് കേട്ടത്...?

ധാത്രി നന്ദിനിയാണത് പറഞ്ഞത്.

'രാമകുമാരന് ഒരു ഏടത്തിയുണ്ടത്രേ! അംഗരാജ്യത്തെ രാജകുമാരി ശാന്ത.'

കുറച്ചു ദിവസങ്ങൾക്കു ശേഷമാണ് ഞാൻ കൗസല്യാമ്മയുടെ മന്ദിരത്തിലേക്ക് പോയത്. സ്വാമി ആ രാത്രിയിൽ ഉണ്ടാകില്ലെന്നറിഞ്ഞപ്പോൾ.

'അമ്മേ....ആര്യപുത്രൻ ഇന്നു വരില്ലെന്ന് പറഞ്ഞിട്ടുണ്ട്. സഹോദരരുമൊത്ത് അതിർത്തികളിലെ സുരക്ഷാസന്നാഹം നിരീക്ഷിക്കാൻ പോകുമെന്ന് പറഞ്ഞിരുന്നു. ഞാനിന്ന് ഇവിടെയാണ് കിടക്കുക.'

'ഉം.....അവരും രാജഭരണം അറിയേണ്ടവരല്ലേ. മഹാരാജാവ് പറഞ്ഞു വിട്ടതാണ്. മോളിന്ന് ഇവിടെ കിടന്നോളു. ഒരമ്മയ്ക്ക് ഇതിൽപ്പരം സന്തോഷം മറ്റെന്താണ്. നഷ്ടമായ പുത്രിക്കു പകരം മറ്റൊരു മകളെ കിട്ടിയില്ലേ എനിക്ക്.'

ആ ഹൃദയം ഒരു മകളുടെ സാമീപ്യം കൊതിക്കുന്നുണ്ടെന്ന് വ്യക്തം.

'അമ്മേ.... അമ്മയ്ക്ക് മകളെ കാണണമെന്ന് തോന്നാറില്ലേ?'

വാത്സല്യവും ദുഃഖവും കലർന്ന സ്വരത്തിൽ അമ്മ പറഞ്ഞു,

'ഒരമ്മയ്ക്ക് മക്കളെ എപ്പോഴും കാണണമെന്ന് തോന്നും. അവൾ യാചകിയായാലും പട്ടമഹിഷിയായാലും. പതിനഞ്ചുവർഷം മുൻപ് കണ്ടതാണ്. അന്നവൾ ഭർത്താവുമൊത്ത് ഒരു വർഷം ഇവിടെ താമസിച്ചു.'

'ആഹാ.... ഇത്രയും നാൾ തങ്ങാൻ ഏടത്തിയുടെ ഭർത്താവ് സമ്മതിച്ചുവോ?'

രാത്രിയിൽ അത് കേട്ടറിഞ്ഞു. ഒരമ്മയിൽ നിന്നും മകളെ വലിച്ചു മാറ്റുമ്പോഴുള്ള നീറ്റൽ. സ്നേഹബന്ധത്തിന്റെ മുൻപിൽ ലാഭനഷ്ടങ്ങളില്ല. ചില നഷ്ടപ്പെടലുകൾ ആനന്ദമാകുമെന്ന തത്വചിന്തയിൽ ആ വേദനയെ പൊതിഞ്ഞുവച്ചിരിക്കയാണ് കൗസല്യാമ്മ.

'പിന്നീട് എന്റെ നിർബ്ബന്ധത്താൽ രാജാവ് രണ്ടു വിവാഹവും കൂടി ചെയ്തു. അവരിലും സന്താനസൗഭാഗ്യം ഉണ്ടായില്ല. പ്രായമേറിയപ്പോൾ അദ്ദേഹം കൊടും നിരാശയിലായി. ഭരണത്തിൽ പോലും ശ്രദ്ധയില്ലാതായി. അപ്പോഴാണ് മന്ത്രി സുമന്ത്രർ അറിയിച്ചത്,

പുത്രന്മാരുണ്ടാകും. സനൽകുമാര ഋഷി അങ്ങനെ പ്രവചിച്ചിട്ടുണ്ടെന്ന്. രാജാവിന് കൗമാരക്കാലത്ത് കിട്ടിയ മുനിശാപവും ഞങ്ങളുടെ സന്താപം കുറച്ചു.'

കൗസല്യാമ്മയുടെ കണ്ണുകളിൽ ആ പഴയകാലം തെളിഞ്ഞുനിന്നിരുന്നു.

'ഋത്വിക്കുകളും ബ്രഹ്മർഷികളുമാണ് ഇവിടത്തെ രാജഗുരുക്കളായ വസിഷ്ഠനും വാമദേവനും. ഋശ്യശൃംഗ മുനിയെക്കൊണ്ട് യാഗം ചെയ്യിക്കുവാൻ അവരാണ് നിർദ്ദേശിച്ചത്. ഋശ്യശൃംഗൻ അംഗരാജ്യത്തുണ്ട്. ഔരസപുത്രി ശാന്തയുടെ ഭർത്താവുമായതിനാൽ തീർച്ചയായും വരുമെന്നും പറഞ്ഞു. അതിശ്രേഷ്ഠനാണ് ഋശ്യശൃംഗൻ..... ! വരണ്ട അംഗരാജ്യത്തിൽ അദ്ദേഹത്തിന്റെ പാദസ്പർശമാത്രയിൽ മാരിയുടെ അനുഗ്രഹവർഷം ഉണ്ടായെന്നു കേട്ടിട്ടുണ്ട്. കശ്യപന്റെ പുത്രനായ വിഭാണ്ഡമുനിയാണ് അദ്ദേഹത്തിന്റെ പിതാവ്. ഋശ്യശൃംഗൻ വളർന്നത് സ്ത്രീകളെ കാണാതെയാണത്രേ! അംഗരാജാവായ ലോമപാദന്റെ കല്പനപ്രകാരം ദേവദാസിമാരാണ് അദ്ദേഹത്തെ പ്രലോഭിപ്പിച്ച് കൂടെക്കൊണ്ടുവന്നത്. ജലക്ഷാമം പരിഹരിച്ച സന്തോഷത്താൽ രാജാവ്, പുത്രിയെ പത്നിയായി നൽകി. ആശ്രമം പണിതു നൽകുകയും ചെയ്തു.'

അംഗരാജ്യത്തേക്ക് പോയത് ദശരഥരാജനും കൗസല്യാമ്മയും കൂടിയാണ്. അവരവിടെ എട്ടുദിവസം താമസിച്ച്, ജാമാതാവായ യതിവര്യനേയും പുത്രിയേയും കൊണ്ടാണ് തിരികെയെത്തിയത്.

ആ മധുമാസത്തിൽ തന്നെ അശ്വമേധയജ്ഞത്തിന് തുടക്കമിട്ടു. ഒരു വർഷം കഴിഞ്ഞ് വസന്തകാലമായപ്പോഴേക്കും യജ്ഞത്തിന്റെ അവസാനമായി. ചതുഷ്ടോമം, ഉക്ത്യം, അതിരാത്രം എന്നീ ഹോമങ്ങൾ മൂന്നു ദിവസം കൊണ്ട് അവസാനിച്ചു. ആചാര്യന്മാർക്കും ബ്രാഹ്മണർക്കും ദക്ഷിണകൾ നൽകിക്കഴിഞ്ഞതോടെ ആ മഹായജ്ഞം സമംഗളം പൂർത്തിയായി.

ദശരഥൻ വിഭാണ്ഡകസുതനെ വണങ്ങിക്കൊണ്ട് മനസ്സ് തുറന്നു,

'മുനീന്ദ്രാ... സന്താനമില്ലാതെ ഞാൻ അതീവ ദുഃഖിതനാണ്. സന്താനലബ്ധിക്കായി ഞാനെന്താണ് ചെയ്യേണ്ടത്?'

'അഥർവ്വ വേദമനുസരിച്ച് പുത്രകാമേഷ്ടി എന്നൊരു ശ്രേഷ്ഠയജ്ഞമുണ്ട്. അതുടനെ നടത്തണം. ഉത്തമപുത്രലാഭം താമസിയാതെ ഉണ്ടാകും.'

യാഗശാല ഒരുങ്ങി. ഋശ്യശൃംഗന്റെ മുഖ്യ കാർമ്മികത്തിൽ ഹോമകുണ്ഡം ജ്വലിച്ചു. ദിവ്യമായ പുത്രകാമമന്ത്രം ജപിച്ച് യാഗാഗ്നിയിൽ ഹോമദ്രവ്യം അർപ്പിച്ചു തുടങ്ങി. മന്ത്രങ്ങളാൽ മുഖരിതമായി ആ പ്രദേശം.

ഹോമകുണ്ഡത്തിൽ നിന്നും അഗ്നിയെ വെല്ലുന്ന ഒരു പ്രകാശം ഉയർന്നു. സാവകാശം ഒരു ദിവ്യരൂപം തെളിഞ്ഞു. രക്തവർണ്ണ വസ്ത്രങ്ങളണിഞ്ഞ കറുത്ത രൂപം. വിടർന്നു നിൽക്കുന്ന താടിയും ജടയും ആ മുഖത്തിന് സിംഹത്തിന്റെ ശൗര്യം നൽകിയിരുന്നു. മാറിടത്തെ ആഭരണങ്ങൾ, അഗ്നിസമാനം ജ്വലിച്ചിരുന്നു. വലതുകൈയിൽ വെള്ളി അടപ്പോടുകൂടിയ ഒരു സുവർണ്ണപാത്രം, കിരീടം വച്ച ആദിത്യനെന്നപോലെ തിളങ്ങി.

'മഹാരാജാവേ, ഞാൻ ബ്രഹ്മദൂതനാണ്. ദേവനിർമ്മിതമായ പായസമാണ് ഈ ഭാജനത്തിൽ. അങ്ങയുടെ പത്നിമാർക്ക് ഇതു ഭക്ഷിക്കാൻ നൽകുക. യഥാകാലം ഉത്തമന്മാരായ പുത്രന്മാർ ഉണ്ടാകുന്നതാണ്.'

രാജാവ് അത് ഭക്തിയോടെ വാങ്ങി ശിരസ്സിലേന്തി രൂപത്തെ പ്രദക്ഷിണം ചെയ്തു. പിന്നെ പായസത്തെ രണ്ടായി പകുത്ത് കൗസല്യക്കും കൈകേയിക്കും നൽകി. രണ്ടാളും അവരുടെ പങ്കിൽ നിന്നും സുമിത്രയ്ക്കും നൽകി.

കൗസല്യാമ്മ ആഹ്ളാദത്തോടെ പറഞ്ഞു.

'പായസം ഭക്ഷിച്ചതിന്റെ രണ്ടാം മാസം ഞങ്ങൾ മൂവരും ഗർഭിണികളായി. മീനമാസത്തിലെ പുണർതം നക്ഷത്രത്തിൽ ഞാൻ രാമനെ പ്രസവിച്ചു. പിറ്റേന്ന് കൈകേയിക്ക് ഭരതനുണ്ടായി, അതിനു പിറ്റേനാൾ സുമിത്രക്ക് ഇരട്ടകളായി ലക്ഷ്മണനും ശത്രുഘ്നനും. പിന്നെ കൊട്ടാരം മുഴുവൻ ഉത്സവമായിരുന്നു. കൊട്ടാരം മാത്രമല്ല..... അയോദ്ധ്യാ നഗരി മുഴുവൻ.....'

മാതാവായതിന്റെ മാധുര്യം മായാതെ അമ്മ പറഞ്ഞുനിർത്തി. പുത്രകാമേഷ്ടിയജ്ഞം നേരിൽ കണ്ടതുപോലെയുള്ള അനുഭൂതിയിലായി ഞാനും.

ഞാനിപ്പോൾ ആ മാധുര്യം അറിയുന്നു. മക്കൾ എന്റെ തേൻകുടങ്ങളാണ്. അരികിൽ കിടന്നുറങ്ങുന്ന അവരുടെ നിറുകയിൽ വാത്സല്യത്തോടെ ചുംബിച്ചുകൊണ്ട് ഞാനവരെ പുണർന്നു കിടന്നു.

പിറ്റേന്ന് പ്രഭാതഭക്ഷണം കഴിക്കുന്നതിനിടയിൽ കുശൻ പറഞ്ഞു,

'ഇന്നാചാര്യൻ ഉണ്ടാവില്ല. ഭരദ്വാജമഹർഷിയുടെ ആശ്രമത്തിലേക്കു പോകയാണത്രേ. കുറച്ചു ദിവസം കഴിഞ്ഞേ തിരിച്ചെത്തു. അതുവരെ മുസലമുനിയാണ് പാഠശാലയെ നിയന്ത്രിക്കുക.'

ഭക്ഷണം വാരിത്തിന്നുന്നതിനിടയിൽ ലവൻ വ്യക്തമല്ലാതെ പറഞ്ഞു,

'ആ ..... അത്രയും ദിവസം..... ആചാര്യന്റെ കഥകൾ....... കേൾക്കാൻ പറ്റില്ലല്ലോ എന്നാണെന്റെ സങ്കടം.'

'നീ ഭക്ഷണം ഇറക്കിയിട്ട് സംസാരിക്കു ലവാ....'

കുശൻ ഉപദേശിച്ചു. ലവന്റെ മറുപടി വരുന്നതിനു മുൻപേ ഞാനിടപെട്ടു,

'രണ്ടാളും ഭക്ഷിക്കുക. അന്നേരം സംസാരിക്കാൻ പാടില്ലെന്ന് അറിയില്ലേ?'

അവർ നിശബ്ദരായി. കുശൻ കാര്യങ്ങൾ പറയുന്നവനാണ്. കൂടുതൽ സംസാരിക്കാത്തവൻ. എന്നാൽ നേരെ തിരിച്ചാണ് ലവന്റെ സ്വഭാവം. അവന്റെ വാചാലതയിൽ മയങ്ങാത്തവരില്ല. അതുകൊണ്ടു തന്നെ മുനികുമാരന്മാർക്ക് ലവനോട് കൂട്ടുകൂടാനാണ് താല്പര്യം. നിമിഷങ്ങളുടെ വ്യത്യാസമേ ഉള്ളുയെങ്കിലും കുശന് ഒരു വല്യേട്ടഭാവമാണ്.

കുറച്ചു കഴിഞ്ഞപ്പോൾ വാല്മീകിദേവൻ പീവരിയമ്മയെ കാണാനെത്തി.

'പുത്രി, ഞാൻ ഭരദ്വാജാശ്രമത്തിലേക്ക് പോകുകയാണ്. മുനിമാർ ക്ഷണിക്കാനെത്തിയിട്ടുണ്ട്. കുറച്ചു ദിവസം കഴിയും തിരിച്ചെത്താൻ. പീവരിദേവിക്ക് ഇനി അധികകാലമുണ്ടാകില്ല. ഒരു ശ്രദ്ധ വേണം.'

ഏഴു ദിവസം കഴിഞ്ഞാണ് മുനിശ്രേഷ്ഠൻ തിരികെ എത്തിയത്. കൂടെ ഒരു യുവതിയും. അതാരെന്ന് തിരിച്ചറിയാൻ എനിക്കു കഴിഞ്ഞില്ല. അവൾ പുഞ്ചിരിയോടെ അടുത്തേക്ക് വന്നു.

'ദേവി, ഞാൻ ശ്രുതാവതിയാണ്. ഭരദ്വാജപുത്രി. വനവാസകാലത്ത് ഭവതി ആശ്രമത്തിൽ വന്നപ്പോൾ എന്നെ കണ്ടിട്ടുണ്ട്.'

ഞാൻ ഓർത്തെടുത്തു,

'ഹോ..... ശ്രുതാവതി. പെട്ടെന്ന് മനസ്സിലാക്കാൻ പറ്റിയില്ല. അന്ന് ചെറിയ കുട്ടിയായിരുന്നതു കൊണ്ടാകും. വരൂ .....'

അപ്പോഴേക്കും മറ്റു മുനിപത്നിമാർ അവളെ വളഞ്ഞു.

'പുത്രി...... നീ ഞങ്ങളെ മറന്നുവോ?.....'

'ഇല്ല അമ്മമാരേ..... നിങ്ങളെ മറക്കാനാകുമോ? ഇന്ന് വന്നതുതന്നെ പീവരിയമ്മയെ കാണാനാണ്. കുറച്ചു ദിവസം ഇവിടെയുണ്ടാകും.'

അവരോടൊപ്പം പീവരിയമ്മയെ കാണാനവൾ പോയി. സത്യ അടുത്തു വന്നു.

'ആരാണേടത്തി ആ കുമാരി..... ?'

'ഭരദ്വാജമുനിയുടെ പുത്രിയാണ്. കുട്ടിക്കാലത്ത് ഇവിടെ വന്നിട്ടുണ്ടത്രേ!'

അവളത് മറ്റുള്ളവരിലേക്കും പരത്തി. അന്ന് ശ്രുതാവതി കിടന്നത് എന്നോടൊപ്പമായിരുന്നു. അവൾ കുശലവന്മാരെ കഥകൾ പറഞ്ഞുറക്കി.

'ദേവീ.... കുമാരന്മാർക്ക് ശ്രീരാമദേവന്റെ മുഖം തന്നെയാണ്....'

കുട്ടികൾ ഉറക്കമായെന്ന് ഉറപ്പിച്ച്, ഞാനറിയിച്ചു,

'മക്കൾക്ക് പഴയ കഥകളൊന്നും അറിയില്ല.'

'എനിക്കറിയാം ദേവി.... മുനിദേവൻ പറഞ്ഞിരുന്നു. പീവരിയമ്മയെ കാണാൻ മാത്രമല്ല ഞാൻ വന്നത്. ദേവിയേയും കാണാനാണ്. രാജ്ഞിയായ സീതാദേവി സന്യാസിനിയായി വാല്മീക്യാശ്രമത്തിൽ.....അറിഞ്ഞപ്പോൾ വിഷമമായി.'

'ഇതെല്ലാം ഓരോ പരീക്ഷണങ്ങളാണെന്ന് വിശ്വസിച്ചാൽ വിഷമം തോന്നില്ല കുമാരി. അവയിലെല്ലാം ജയിക്കാനാണ് ശ്രമിക്കേണ്ടത്, തളരാനല്ല.'

'എന്നാലും എന്തൊരു പരീക്ഷണമാണിത് ദേവി. ആദ്യം പതിന്നാലു വർഷം വനത്തിലലഞ്ഞു, പിന്നെ രാവണരാജ്യത്ത് ഭീതിയോടെ....ഹോ..... ഇപ്പോൾ ഉപേക്ഷിക്കപ്പെട്ട നിലയിലും....'

'എനിക്കിപ്പോൾ അതൊന്നും പ്രശ്നമല്ലാതായിരിക്കുന്നു. എന്റെ മക്കളാണെന്റെ സന്തോഷം. രാജകുമാരന്മാർക്ക് മാത്രമല്ലല്ലോ ജീവിതമുള്ളത് ? അവരെന്റെ മക്കളായി, വാല്മീകീദേവന്റെ കൊച്ചുമക്ക

ളായി, വാല്മീകീ ശിഷ്യരായി സമാധാനത്തോടെ ഇവിടെ ജീവിക്കട്ടെ. അപ്പോൾ കാടെന്നോ നാടെന്നോ വ്യത്യാസം ഉണ്ടാകില്ല. രാജകുമാരനെന്നോ മുനികുമാരനെന്നോ വേർതിരിവും ഉണ്ടാകില്ല.'

'ദേവി ഒരുപാട് മാറിയിരിക്കുന്നു.'

'ശരിയാണ് കുമാരി, കാലമെന്നെ മാറ്റിയിരിക്കുന്നു. രാജ്ഞിയുടെ പട്ടുചേലകളേക്കാൾ എനിക്കിപ്പോൾ ചേരുന്നത് ഈ പരുക്കൻ വസ്ത്രങ്ങളാണ്. രത്നങ്ങളോടല്ല, രുദ്രാക്ഷത്തോടാണ് പ്രിയം. ഞാനീ ജീവിതത്തിൽ തൃപ്തയാണ്.'

'എങ്കിലും.... വിഷമം തോന്നുന്നു.'

തെളിഞ്ഞു നിൽക്കുന്ന സോമബിംബത്തെ ജനനിലൂടെ കണ്ടു.

'ദാ....ആ ചന്ദ്രനെ നോക്കു. അദ്ദേഹത്തിന്റെ ഒരു മുഖം മാത്രമേ നമ്മളെന്നും കാണുകയുള്ളൂ. ശാന്തതയുള്ള കുളിരുള്ള വെള്ളിവെളിച്ചം നൽകി നിൽക്കും. വിഷാദഭാവം കാണുകയേയില്ല. അങ്ങനെയാകണം നമ്മളും.'

' എന്നാലും ദേവി, രാമരാജാവ് ഒരു രജകൻ പറയുന്നത് കേട്ട് ദേവിയെ ഉപേക്ഷിക്കണമെന്നുണ്ടോ....? അയാളെ തിരുത്തിയാൽ പോരെ.....?'

എന്റെ ചുണ്ടിൽ പുഞ്ചിരി വിടർന്നു,

'അധികാരങ്ങളുള്ളവൻ സ്വതന്ത്രനല്ല കുമാരി. ഒരു സാധാരണക്കാരനായിരുന്നു എന്റെ ഭർത്താവെങ്കിൽ എന്നെ ഉപേക്ഷിക്കുമായിരുന്നില്ല. രാജാവ് പ്രജകളുടെ സ്വന്തമാണ്. അങ്ങനെയുള്ളവൻ അപവാദങ്ങളിൽ നിന്നും മുക്തനായിരിക്കണം. അവർ പ്രജകൾക്കാണ് പ്രഥമസ്ഥാനം നൽകേണ്ടത്. ഭാര്യക്കോ മക്കൾക്കോ അല്ല. രാജാവായ രാമൻ ചെയ്തതും അതാണ്. ആദ്യം വേദന തോന്നിയെന്നത് സത്യം. പക്ഷെ ആലോചിച്ചപ്പോൾ അദ്ദേഹത്തോടുള്ള ബഹുമാനം വർദ്ധിക്കുകയാണുണ്ടായത്. സ്വാമിയും ഇപ്പോൾ സന്തോഷവാനായിരിക്കുമെന്ന് എനിക്കു തോന്നുന്നില്ല.'

ശ്രുതാവതി ചിന്തയിലായിരുന്നു. അവളെ ഉണർത്താനായി ചോദിച്ചു,

'കുമാരി എന്താണാലോചിക്കുന്നത്....?'

'അത്...... ദേവി ഞാനിപ്പോഴും അവിവാഹിതയാണ്. അതിനു

കാരണമുണ്ട്. ദേവേന്ദ്രനെ ഭർത്താവായി കിട്ടണമെന്നാണ് ഞാനാഗ്രഹിക്കുന്നത്. പക്ഷെ...... ദേവി പറഞ്ഞപോലെ....... അദ്ദേഹവും അധികാരസ്ഥാനത്തല്ലേ?'

'നടക്കേണ്ടത് നടക്കും കുമാരി. രാജാക്കന്മാരെല്ലാവരും ഭാര്യയെ ഉപേക്ഷിക്കുന്നില്ലല്ലോ? അപവാദവും ഉണ്ടാകണമെന്നുമില്ല. എന്റെ വിധിയാണത്. മിഥിലയിലെ പുരോഹിതനായ യാജ്ഞവൽക്യ മഹർഷി പറയുകയുണ്ടായി, മകം നക്ഷത്രത്തിൽ പിറന്നവളായതിനാൽ ഭർത്താവിൽ നിന്നും വേർപിരിഞ്ഞു താമസിക്കേണ്ടി വരുമെന്ന്. അതു സത്യമായെന്ന് കരുതാം.'

ശ്രുതാവതിയുടെ ആഗ്രഹം നടക്കണമെന്നാണ് എന്റെ മനം അനുഗ്രഹിച്ചത്.

സായാഹ്നമായപ്പോഴേക്കും പീവരിയമ്മയുടെ നില മോശമായി. ശ്വാസം ഉച്ചത്തിലായി. അവസാനം അതുനിന്നു. മന്ത്രങ്ങൾ ഉയർന്നു. തമസാതീരത്തു തയ്യാറാക്കിയ ചിതയിൽ ആ ദേഹം എരിഞ്ഞടങ്ങി.

'എന്നെ ഒരുപാട് ലാളിച്ചിട്ടുള്ളതാണ് ആ അമ്മ...'

ശ്രുതാവതിയുടെ വാക്കുകൾ ഇടറി.....

'പക്ഷെ ഞങ്ങൾ സന്യാസിനിമാർക്ക് ബന്ധങ്ങളില്ല. മരണം ഒരു മോക്ഷമാണ്. ദൈവസന്നിധിയിലേക്കുള്ള യാത്ര.'

കൗശികമുനിയോടൊപ്പം

ആചാര്യശബ്ദത്തിന് കാതോർത്ത് വാകവൃക്ഷത്തിൽ ചാരി ഞാനിരുന്നു. കൗസല്യാസുതനായ കാർവർണ്ണന്റെ വിവരണം എന്റെ ഹൃദയസ്പന്ദനം കൂട്ടി.

പ്രാണനാഥനെ ഒരുനോക്ക് കാണാനായെങ്കിൽ........

ആ ശബ്ദമൊന്നു കേൾക്കാൻ, രൂപമൊന്നു കാണാൻ, ആ തഴുകലിൽ വേദനകൾ മറക്കാൻ............അതെല്ലാം കൊതിക്കുന്ന ഹൃദയം ഒഴിവാക്കാനാകാതെ കൂടെയുണ്ട്......

ആചാര്യന്റെ മുഖവും ശബ്ദവും, ഭാവങ്ങളെ ആവാഹിച്ചെടുത്തു. അതിലലിഞ്ഞപ്പോൾ ദൃശ്യങ്ങളൊക്കെ കൺമുന്നിലായി.

പതിനൊന്നാം ദിവസം വസിഷ്ഠമുനിയാണ് നാലുപേരുടേയും ജാതകവും നാമകരണവും നടത്തിയത്. ശ്യാമളനിറവും എല്ലാവരേയും രമിപ്പിക്കുന്നവനുമായ അഗ്രജപുത്രന് രാമനെന്നും, രണ്ടാമനിൽ ഭരണനിപുണത കണ്ടതിനാൽ ഭരതനെന്നും നാമകരണം ചെയ്തു. സൗമിത്രീനന്ദനന്മാർക്ക് ലക്ഷണാന്വിതനായവന് ലക്ഷ്മണനെന്നും, ശത്രുനാശം വരുത്തുന്നവനാകുമെന്ന ജാതകന് ശത്രുഘ്നനെന്നും പേരിട്ടു. ഓരോ കുഞ്ഞിന്റേയും ചെവികളിൽ അവന്റെ നാമം മൂന്നു പ്രാവശ്യം ഓതിക്കൊടുത്തു രാജഗുരു.

ശേഷം രാജാവിനെ അറിയിച്ചു,

'രാമന്റെ ജാതകം അതിവിശിഷ്ടമാണ്. മേടമാസത്തിലെ ശുക്ലപക്ഷനവമിയിൽ പുണർതം. പഞ്ചമഹായോഗമുണ്ട്. ഗജകേസരിയോഗമാണ് കാണുന്നത്. ത്യാഗങ്ങൾക്കും സാധ്യതയുണ്ട്. പുത്രകാരൻ ഉച്ചത്തിലായതിനാൽ സന്താനങ്ങൾ അതിസമർത്ഥരും കർമ്മശേഷിയുള്ളവരും ആയിരിക്കും.'

ദശരഥനൃപേന്ദ്രൻ ആനന്ദത്തിൽ മതിമറന്നു. രാജഗുരുവിനും മുനിമാർക്കും പുരോഹിതർക്കുമെല്ലാം സമ്മാനങ്ങൾ വാരിക്കോരി കൊടുത്തു.

ആറാം വയസ്സിൽ കുമാരന്മാരുടെ ഉപനയനവും നടത്തി. വസിഷ്ഠൻ തന്നെയായിരുന്നു ആചാര്യൻ. വേദങ്ങളും ശാസ്ത്രങ്ങളും അതിവേഗം കീഴടക്കി. ആയോധനകലകളിലും ഉത്തമന്മാരായി. സർവ്വശാസ്ത്രകലകളിലും പ്രാവീണ്യവും നേടി, എല്ലാവരുടേയും കണ്ണിലുണ്ണികളായി അവർ വളർന്നു. സൗമിത്രിമാർ പായസത്തിന്റെ പങ്കുപോലെ ലക്ഷ്മണൻ രാമനും, ശത്രുഘ്നൻ ഭരതനും തുണയായി. ഉണ്ണുമ്പോഴും ഉറങ്ങുമ്പോഴുമെല്ലാം.

വിദ്യാഭ്യാസശേഷം വസിഷ്ഠമുനിയുടെ മേൽനോട്ടത്തിൽ ചതുരംഗസേനയോടെ ദേശസഞ്ചാരത്തിനിറങ്ങി. ആറുമാസം നീണ്ടു നിന്നു ആ യാത്ര. ലോകപരിചയത്താലും അനുഭവങ്ങളാലും അവരിലെ കുട്ടിത്തം അപ്പോഴേക്കും യാത്രപറഞ്ഞിരുന്നു. ഭരണത്തിൽ പങ്കാളികളായി അവർ ദശരഥമന്നവനെ ഭൂമിയിലെ ഇന്ദ്രനാക്കി. പ്രസിദ്ധി വാനോളം ഉയർന്നു.

പതിമൂന്നു വർഷങ്ങൾ കടന്നുപോയി.

ഒരു ദിവസം ദശരഥരാജാവ്, ബന്ധുക്കളും ഗുരുവര്യന്മാരും മന്ത്രിമാരും ഒത്തുചേർന്ന് രാജ്യകാര്യങ്ങൾ ചർച്ചചെയ്യുകയായിരുന്നു.

'എല്ലാവരോടുമായി ഒരു കാര്യം ഉണർത്തിക്കാനുണ്ട്. കുമാരന്മാർ യൗവ്വനത്തിലേക്ക് കടക്കുന്നു. സമർത്ഥരുമായി. അവർക്ക് വിവാഹാലോചനകൾ ആരംഭിക്കാം എന്നെനിക്ക് തോന്നുന്നു. എന്താണ് നിങ്ങളുടെ അഭിപ്രായം....?'

അഭിപ്രായങ്ങൾ ഉയർന്നില്ല. അതിനുമുൻപേ ഒരു അംഗരക്ഷകൻ ഓടിയെത്തി. അയാൾ ആധിചേർന്ന കിതപ്പോടുകൂടി പറഞ്ഞു,

' രാജൻ...... ഗാഥി പുത്രൻ..... വിശ്വാമിത്ര ബ്രഹ്മർഷി കവാടത്തിൽ വന്നിരിക്കുന്നു....... അനുമതിക്കായി കാത്തുനിൽക്കയാണ്.'

സഭ വിറച്ചു. ദശരഥൻ ചാടിയെഴുന്നേറ്റ് പരിഭ്രമത്തോടെ അറിയിച്ചു,

'കൗശികമുനിയോ? ക്ഷിപ്രകോപിയായ യതിവര്യനെ കാത്തുനിർത്തുന്നത് അനർത്ഥങ്ങളെ ക്ഷണിച്ചു വരുത്തും. ഉടനെ വരാൻ പറയുക.'

അതുല്യ തപോബലമുള്ള, വിശ്വവിശ്രുതനായ വിശ്വാമിത്രന്റെ കോപത്തെ കുറിച്ചറിയുന്നവർക്കെല്ലാം ഭയമാകും. സകല അസ്ത്ര വിദ്യകളും അറിയുന്നവൻ; ദശരഥന്റെ പൂർവ്വികനായിരുന്ന ത്രിശങ്കുവിനായി മറ്റൊരു സ്വർഗ്ഗം സൃഷ്ടിച്ചവൻ; സത്യവാനായ ഹരിശ്ചന്ദ്ര രാജാവിനെ ചണ്ഡാലദാസനാക്കി ചുടലക്കളത്തിന്റെ കാവലാളാക്കിയവൻ..........

വിശ്വാമിത്ര മഹാബ്രഹ്മർഷി..!

ആ ദിവ്യന്റെ കോപത്തെകുറിച്ച് കേൾക്കാത്തവരില്ല. ഇതെല്ലാം അറിയുന്ന ദശരഥനും കൂട്ടരും ചകിതരാകാതിരിക്കുമോ......? വരവിന്റെ ഉദ്ദേശ്യമെന്തെന്നും നിശ്ചയമില്ല. എല്ലാവർക്കും സംഭ്രമമായി.

സഭാകവാടത്തിലെത്തിയ മുനീന്ദ്രനെ എല്ലാവരും വന്ദിച്ചു. കൗശികൻ സന്തുഷ്ടനായി. ദശരഥനോടും, വസിഷ്ഠമുനിയോടും, മറ്റുള്ളവരോടുമെല്ലാം കുശലാന്വേഷണങ്ങൾ നടത്തി.

ഭയവിമുക്തനായ രാജാവ് വിനയത്തോടെ ആരാഞ്ഞു,

'മുനിശ്രേഷ്ഠ, അങ്ങയുടെ പാദസ്പർശനത്താൽ രാജധാനി പരിപാവനമായിരിക്കുന്നു. ഞാനെന്താണ് അവിടുത്തേക്ക് ചെയ്യേണ്ടതെന്ന് അറിയിച്ചാലും. അങ്ങയുടെ കല്പന ഞാൻ ശിരസ്സാവഹിക്കുന്നതായിരിക്കും.'

'രാജേന്ദ്ര, അങ്ങ് സത്യത്തിൽ അടിയുറച്ചവനാണ്. എനിക്ക് അങ്ങയുടെ ഒരു സഹായം വേണം.'

'പറഞ്ഞാലും ബ്രഹ്മർഷേ....'

'സർവ്വജനസംതൃപ്തിക്കായുള്ള ഒരു യാഗം നടത്തുകയാണ് ഞാനിപ്പോൾ. പക്ഷേ അത് പൂർത്തിയാക്കാൻ സാധിക്കുന്നില്ല. സുബാഹു, മാരീചൻ എന്ന രണ്ടസുരന്മാർ അനുചരന്മാരോടുകൂടി വന്ന് ഹോമാഗ്നിയിൽ രക്തവും മാംസവും ചൊരിയുകയാണ്. ദീക്ഷയുടെ സിദ്ധി കിട്ടുന്നില്ല. പലവട്ടമായതിനാൽ നിരാശനായി വന്നതാണ്. അങ്ങയുടെ അഗ്രജപുത്രൻ വീരനാണെന്ന് കേട്ടിരിക്കുന്നു. യാഗസംരക്ഷണത്തിനായി അവനെ കൂടെ അയക്കണം.'

ദശരഥൻ ഒരാർത്തനാദത്തോടെ പറഞ്ഞു,

'ഹോ..... മുനീന്ദ്രാ.... അവൻ ബാലനാണ്. പതിനാറ് തികഞ്ഞിട്ടില്ല. മിടുക്കരായ ഭടന്മാരെ എത്ര വേണമെങ്കിലും തരാം. അല്ലെങ്കിൽ ഞാൻ തന്നെ വരാം. എന്റെ വത്സലപുത്രനെ ആവശ്യപ്പെടരുതേ....'

മഹർഷിയുടെ കണ്ണുകളിൽ കോപം ആളിക്കത്തി,

'എന്ത്...വാക്ക് മാറ്റുന്നോ...? അപേക്ഷിക്കുന്നവനെ ഉപേക്ഷിക്കുകയാണോ രാജധർമ്മം? അതോ എന്റെ തപശ്ശക്തി അറിയില്ലെന്നുണ്ടോ? സത്യലംഘനം സഹിക്കാനാകില്ല. രാമനെക്കുറിച്ച് എനിക്ക് നന്നായറിയാം. മാരീചസുബാഹു വധം രാമനല്ലാതെ മറ്റാർക്കും സാധ്യവുമല്ല. വസിഷ്ഠമുനിക്കും അതറിയാം.'

രാജാവിന്റെ ദേഹം തളർന്നു. സ്വരം ഇടറി,

'മഹാമുനേ...... അവൻ കുട്ടിയാണ്, അഭ്യാസങ്ങൾ അറിയില്ല. ഇതുവരെ യുദ്ധം ചെയ്തിട്ടുമില്ല. മഹാതപസ്വിയായ അങ്ങയെ ഉപദ്രവിക്കുന്നവർ നിസ്സാരക്കാരാകില്ലല്ലോ? ആരാണവരെ പറഞ്ഞയക്കുന്നത്?'

ക്രോധം മാറാതെ വിശ്വാമിത്രൻ അറിയിച്ചു,

'പൗലസ്ത്യവംശജനായ വിശ്രവസ്സിന്റെ പുത്രൻ രാവണനാണ് ഇതിനു പിന്നിൽ. രാക്ഷസേന്ദ്രനാണവൻ. അവനാണ് താടകാപുത്രന്മാരെ എന്റെ യജ്ഞം മുടക്കാൻ അയക്കുന്നത്.'

ദശരഥന്റെ ഹൃദയം തകർന്നു,

'ബ്രഹ്മർഷേ.... കരുണ കാണിക്കണമേ..... മായാവികളായ രാക്ഷസരുടെ മുന്നിലേക്ക് എന്റെ സീമന്തപുത്രനെ നൽകരുതേ.....ഈ വാർദ്ധക്യത്തിൽ എനിക്കു കിട്ടിയ അനുഗ്രഹമാണവൻ.....'

രാജാവ് കാൽക്കൽ വീണു. മുനീന്ദ്രൻ പാദങ്ങൾ പിന്നിലേക്ക് വലിച്ചു.

'ഹേ അരചാ.... നീ കുലത്തിനൊരു കളങ്കമാണ്. രഘുവംശജർക്ക് സത്യഭംഗം യോജിച്ചതല്ല. വാക്കു മാറ്റുന്നവർക്കിടയിൽ ഞാൻ നിൽക്കുകയില്ല.'

മനോവേദനയിൽ നിശ്ശബ്ദനായ രാജാവിനെ വസിഷ്ഠഗുരു ഉപദേശിച്ചു,

'രാജൻ, അദ്ദേഹത്തെ തടയുക. അങ്ങ് ഇക്ഷ്വാകുകുലജാതനാണ്. മൂന്നു ലോകങ്ങളിലും ധർമ്മാത്മാവെന്ന ഖ്യാതിയുള്ളവൻ. സ്വധർമ്മം ചെയ്യുക. തപോനിധിയായ കൗശികന് അറിയാത്ത അസ്ത്രങ്ങളില്ല. അതെല്ലാം രാമന് പ്രയോജനപ്പെടും. വിശ്വസിക്കുക..... വിശ്വാമിത്രനു കീഴിലുള്ള രാമനെ തൊടാൻ പോലും ഒരസുരനും കഴിയില്ല. അവനെത്ര വീരനായാലും....'

മനസ്സില്ലാമനസ്സോടെ ഭൂപതി പുത്രനെ വരുത്തി. നിഴലായി ലക്ഷ്മണനും.... രാമൻ, അച്ഛനെ നമസ്കരിച്ചു കൊണ്ട് ആശ്വസിപ്പിച്ചു,

'താതൻ ഭയക്കേണ്ടതില്ല. മഹാത്മാവായ വിശ്വാമിത്ര മഹാബ്രഹ്മർഷി ബാലനായ എന്നെ ആവശ്യപ്പെട്ടത് ഒരു അംഗീകാരമായി ഞാൻ കരുതുന്നു. എന്റെ ആത്മവിശ്വാസം കൂടി. എല്ലാം നല്ലതിനാണെന്ന് വിശ്വസിച്ചാലും.ലക്ഷ്മണനും കൂടെയുണ്ടാകുമല്ലോ? ഞങ്ങളെ പോകാൻ അനുവദിച്ചാലും.....'

അമ്മ കൗസല്യയേയും ചേർത്തുപിടിച്ച് സമാധാനപ്പെടുത്തി രഘുനാഥൻ. രാമലക്ഷ്മണന്മാർ ആയുധപാണികളായി വന്ന് അച്ഛനമ്മമാരെ വണങ്ങി. അവർ മുനീന്ദ്രന്റെ കൂടെ സഗൗരവം ഇറങ്ങി.

ഒന്നരക്കാതം നടന്ന് സരയൂതീരത്തെയപ്പോഴേക്കും കുമാരന്മാർ തളർന്നിരുന്നു. ലക്ഷ്മണൻ രാമനോട് സ്വകാര്യം പറഞ്ഞു,

'ജ്യേഷ്ഠാ..., എനിക്ക് നടക്കാൻ വയ്യാതായി. നന്നായി വിശക്കുന്നുമുണ്ട്.'

രാഘവൻ ആ വിവരം ആചാര്യനെ അറിയിച്ചു,

'മുനീശ്വരാ.....ക്ഷമിക്കണം. ഞങ്ങൾ വിശപ്പും ദാഹവും കൊണ്ട് അവശരായിരിക്കുന്നു. ഇതുവരെ ഇത്രയും ദൂരം നടന്നിട്ടുമില്ല.'

'വിഷമിക്കണ്ട. നമുക്കിവിടെ തങ്ങാം. ക്ഷീണമോ വിശപ്പോ ബാധിക്കാത്ത മഹാമന്ത്രങ്ങൾ ഉപദേശിക്കുകയും ചെയ്യാം.'

സരയൂതീരത്തു വിശ്രമിക്കുമ്പോൾ ബ്രഹ്മർഷി മന്ത്രങ്ങൾ ഉപദേശിച്ചു. സാമവേദത്തിലെ സാവിത്ര്യോപനിഷത്തിലെ ബലയും, അതിബലയും......

'ഓം ഹ്രീം ബലേ മഹാദേവി ഹ്രീം മഹാബലേ......

അതിബലേ സർവ്വദയാമൂർത്തേ ബലേ....'

രണ്ടും ഹൃദിസ്ഥമാക്കിയ കുമാരന്മാർ ഉണർവ്വിലായി. മുനി അറിയിച്ചു,

'ബ്രഹ്മാവിൽ നിന്നുണ്ടായതാണ് ഈ മന്ത്രങ്ങൾ. ഇതറിയുന്നവർക്ക് അമേയമായ ശ്രേയസ്സുണ്ടാകും. പ്രായത്തിന്റെ രൂപമാറ്റങ്ങൾ ഉണ്ടാകുകയുമില്ല.'

രാത്രിയിൽ പുല്ലുകൾ കൊണ്ടുള്ള മെത്തയിലും രാജനന്ദനന്മാർ ഗാഢനിദ്രയിലായി. സൂര്യനു മുൻപേ അവർ യാത്ര തുടങ്ങി.

സായാഹ്നമായപ്പോൾ സരയൂഗംഗാസംഗമത്തിനടുത്തെത്തി.

ദൂരെയായി ഒരാശ്രമം കണ്ട് കൗസല്യനന്ദനൻ അന്വേഷിച്ചു,

'ബ്രഹ്മർഷേ, ആരുടേതാണ് ആ കാണുന്ന ദിവ്യാശ്രമം..... ?'

'അത് കാമാശ്രമമാണ്. ഇന്ന് നമുക്കവിടെ തങ്ങാം. വരിക.'

അങ്ങോട്ടേക്കുള്ള യാത്രക്കിടയിൽ വിശ്വാമിത്രൻ വിശദീകരിച്ചു,

'ശ്രീപരമേശ്വരൻ കാമദേവനെ തൃക്കണ്ണിനാൽ ദഹിപ്പിച്ചത് ഇവിടെ വച്ചാണ്. മന്മഥന്റെ അംഗനാശം സംഭവിച്ച സ്ഥലമായതിനാൽ ഈ പ്രദേശം അംഗരാജ്യമെന്നറിയപ്പെടുന്നു. കാമദേവന്റെ ശിഷ്യരാണ് ആ ആശ്രമത്തിൽ.'

മുനിമാർ അർഘ്യപാദ്യാദികളോടെ വിശ്വാമിത്രനേയും കുമാരന്മാരേയും പൂജിച്ച് സല്കരിച്ചു. സന്ധ്യാനാമങ്ങൾക്ക് ശേഷം, മുനി പറഞ്ഞ കഥകൾ കേട്ടു കൊണ്ട് രാമലക്ഷ്മണന്മാർ ഉറങ്ങി.

രാവിലെ മറുകരയിലേക്ക് യാത്രയായി. നദിയുടെ മദ്ധ്യത്തിലെത്തിയപ്പോൾ തോണിയെ ചാഞ്ചാടിച്ചു കൊണ്ട് ഓളങ്ങൾ തുള്ളിക്കളിച്ചു.

'ഭീതി വേണ്ട കുമാരന്മാരെ, അയോദ്ധ്യക്കടുത്തുള്ള സരയൂനദി കണ്ടിട്ടില്ലേ. കൈലാസത്തിലെ മാനസസരസ്സിൽ നിന്നും വരുന്നതാണ് ആ നദി. അത് അയോദ്ധ്യയെ വലംവച്ച് ഇവിടെയെത്തി ഗംഗയുമായി കൂടിച്ചേരുന്നു. അതാണിത്ര ഇളക്കം. ഈ സംഗമം പുണ്യതീർത്ഥമാണ്. വന്ദിക്കുക.'

ഗംഗയുടെ തെക്കേകരയിലാണ് അവർ ചെന്നിറങ്ങിയത്. ഒരു ഘോരാരണ്യത്തിന്റെ ആരംഭമായിരുന്നു ആ തീരം. ഭീമാകാരങ്ങളായ വൃക്ഷങ്ങൾ ഇടതൂർന്ന്, സൂര്യപ്രകാശം കയറാത്ത കൊടുങ്കാട്. അവരെ നടുക്കിക്കൊണ്ട് വന്യമൃഗങ്ങളുടെ ഗർജ്ജനം നാലു ദിക്കിൽ നിന്നും ഉയർന്നു.

'ഓ.....മുനീന്ദ്ര, ഭയപ്പെടുത്തുന്ന അന്തരീക്ഷമാണല്ലോ? ഏതാണീ വനം?'

'ഇതാണ് താടകാവനം. പണ്ടിത് ഐശ്വര്യസമൃദ്ധമായ രണ്ടു നാടുകളായിരുന്നു. മലദവും കരൂഷവും. അവയാണ് ഈ ഘോരവിപിനമായി മാറിയത്.'

'താടകയോ.... ആരാണവൾ....?'

'ഒരു ഭീകരരാക്ഷസി. പണ്ട് അവളൊരു സുന്ദരിയായ ഗന്ധർവ്വ

കുമാരിയായിരുന്നു. ഗന്ധർവ്വ രാജാവായിരുന്ന സുരക്ഷകന്റെ പുത്രനായ സുകേതുവിന് ബ്രഹ്മദേവന്റെ അനുഗ്രഹത്താൽ ജനിച്ചവൾ. ആയിരം ആനകളുടെ ശക്തിയും അവൾക്ക് ദേവൻ നൽകിയിരുന്നു. ഭർത്താവ് സുന്ദൻ. അവർക്ക് മാരീചനെന്നും സുബാഹുവെന്നും രണ്ടു പുത്രന്മാരും പിറന്നു. ഒരിക്കൽ മദോന്മത്തനായ സുന്ദൻ, അഗസ്ത്യാശ്രമം ആക്രമിച്ചു. മുനിയുടെ കോപാഗ്നിയിൽ അവൻ ചാമ്പലായി. അതറിഞ്ഞ താടക, പുത്രന്മാരായ മാരീചനും സുബാഹുവുമൊത്ത് അഗസ്ത്യമുനിയെ ആക്രമിച്ചു. മുനിയാണ് അവരെ ശപിച്ച് രാക്ഷസരാക്കിയത്. അഗസ്ത്യനെ ഭയന്ന് ബന്ധുവായ രാവണന്റെ കൂടെ ലങ്കയിലായിരുന്നു കുറച്ചുനാൾ. ഇപ്പോളവർ ഈ വനത്തിലാണുള്ളത്. ഘോരരൂപികളായ അവരെ ഭയന്ന് ഈ വഴി ആരും സഞ്ചരിക്കാറില്ല. രാമാ....ഈ ദുർവൃത്തയെ വധിച്ച് നാടിനെ മോചിപ്പിക്കുക.'

രാമൻ തെല്ലു ശങ്കയോടെ ആരാഞ്ഞു,

'സ്ത്രീഹത്യ പാപമല്ലേ മുനേ....?'

'ഹ...ഹ....തീർച്ചയായും കുമാരാ.... പക്ഷേ, ദുഷ്ടയായ ഇവളെ സ്ത്രീജാതിയിൽ പെടുത്താനാകില്ല. മാത്രമല്ല രാജ്യത്തേയും പ്രജകളേയും രക്ഷിക്കുകയാണ് രാജധർമ്മം. രാജകുമാരനായ നീ ചെയ്യേണ്ടതും അതാണ്. ഇവൾ വധാർഹയാണ്. മായാവിയായ ഇവളെ ജയിക്കാൻ മറ്റാർക്കും സാധ്യമല്ല. നിനക്കത് സാധിക്കും. പാപസ്ത്രീവധം പാതകമല്ല.'

'മുനിശ്രേഷ്ഠാ, അങ്ങയുടെ ആജ്ഞകൾ നിസ്സംശയം നിറവേറ്റണമെന്നാണ് താതനെന്നെ ഉപദേശിച്ചിട്ടുള്ളത്.'

രഘുകുലനാഥൻ ധനുസ്സെടുത്തു. ഞാണിൽ വിരലുകൾ കോർത്തു വലിച്ചു വിട്ടു. ഉഗ്രമായ ഞാണൊലി മുഴങ്ങി.......! ഇടിനാദം പോലെ.......! പക്ഷികൾ പറന്നുയർന്നു..... മൃഗങ്ങൾ പ്രാണനുവേണ്ടിയെന്നപോലെ പരക്കം പാഞ്ഞു.....

അതിനിടയിൽ അതിഭയങ്കരമായ അലർച്ചയും കേൾക്കാറായി. രാമലക്ഷ്മണന്മാർ ശ്രദ്ധാപൂർവ്വം നിന്നു. അലർച്ച അരികിലെത്തി. ഒരു ഭീകരരൂപം കരിഞ്ഞ കുന്നുപോലെ മുന്നിൽ.....

വിശ്വാമിത്ര മുനിയുടെ ശബ്ദം ഉയർന്നു.

'രാമാ....., അതാ, താടക എത്തിക്കഴിഞ്ഞു. ശരം തൊടുക്കുക.....'

നക്തഞ്ചരി കുമാരന്മാരുടെ ഓടിയടുത്തു. ആ കാറ്റിൽ വന്മരങ്ങൾ ആടിയുലഞ്ഞു. താമസമുണ്ടായില്ല, രാമബാണങ്ങൾ അവളുടെ പാദങ്ങളെ നിശ്ചലമാക്കി. അവളുടെ മായാപ്രയോഗം തുടങ്ങി. പൊടിപടലങ്ങൾ ഉയർന്നു പൊങ്ങി. അതൊരു ഭീകര ചുഴലിക്കാറ്റായി. കൂടെ ഉയർന്ന കല്ലുകളും മരങ്ങളും കുമാരന്മാർക്ക് നേരെ വർഷിച്ചുതുടങ്ങി.

രാമലക്ഷ്മണന്മാർ അവയെല്ലാം ഛിന്നഭിന്നമാക്കുന്നത് കണ്ട നിശാചരി ക്രുദ്ധയായി. അവളുടെ മുഖം കൂടുതൽ കറുത്തു. കണ്ണുകൾ ചുവന്ന ഗോളങ്ങളായി. ഒരു ഭീഷണമായ ശൂലവുമായി രാമനുനേരെ അവൾ ചീറിയടുത്തു. രാമാസ്ത്രങ്ങൾ അവളുടെ ബാഹുക്കൾ ദൂരേക്ക് തെറിപ്പിച്ചു. കൂടെ ശൂലവും.

ഗർജ്ജിച്ചുകൊണ്ട് ഗുഹപോലുള്ള വായും പിളർന്നവൾ കുമാരനെ വിഴുങ്ങാനടുത്തു. അന്തരീക്ഷത്തിൽ ഉയർന്നു പൊങ്ങിയ ലക്ഷ്മണൻ ആ ഘോരരൂപിയുടെ കാതുകളും മൂക്കും അരിഞ്ഞു വീഴ്ത്തി.

അവൾ പിന്തിരിഞ്ഞില്ല. കൈകളില്ലാത്ത, ആ രക്തവർണ്ണരൂപം ആയിരങ്ങളായി ചിതറിനിന്നു. അവരെറിഞ്ഞ ഉഗ്രശിലകൾ കൊണ്ട് കുമാരന്മാരുടെ ദേഹം കീറിമുറിഞ്ഞു. അവളുടെ ശക്തി വർദ്ധിച്ചുകൊണ്ടിരുന്നു.

വിശ്വാമിത്ര ബ്രഹ്മർഷി അത് തിരിച്ചറിഞ്ഞു,

'രാമാ.....കൊല്ലവളെ...... അവൾക്ക് ശക്തി കൂടുന്നു. രാത്രിയിൽ രാക്ഷസർക്ക് ശക്തിയേറും. ഉടനെ നിഗ്രഹിക്കുക. ദാ...... അതാണ് യഥാർത്ഥ രൂപം.'

മാമുനി ചൂണ്ടിക്കാണിച്ച രൂപത്തിന്റെ വിശാലവക്ഷസ്സിലേക്ക് രാമദേവന്റെ ശരം ആഴ്ന്നിറങ്ങി. അവൾ ഒരു വന്മലയായി നിലംപതിച്ചു.

'നല്ലത് കുമാര. നിനക്കെപ്പോഴും മംഗളം ഭവിക്കട്ടെ. ഈ കാടിന്റെ ഭീതി ഇല്ലാതായി. നമുക്കീ രാത്രിയിൽ ഭയമില്ലാതെ ഇവിടെ തങ്ങാം.'

പ്രഭാതമായപ്പോൾ ബ്രഹ്മർഷി ദിവ്യായുധങ്ങൾ രാമന് നൽകാനായിട്ടുള്ള ഒരുക്കങ്ങൾ തുടങ്ങി. മനസ്സും ദേഹവും ശുദ്ധിയാക്കി കിഴക്കോട്ട് തിരിഞ്ഞു നിന്ന് മന്ത്രങ്ങളോടെ ദണ്ഡചക്രം, ധർമ്മചക്രം,

കാലചക്രം, വിഷ്ണുചക്രം, ഇന്ദ്രാസ്ത്രം, വജ്രാസ്ത്രം, പാശുപതാസ്ത്രം തുടങ്ങി അനവധി മഹാദിവ്യങ്ങളായ അസ്ത്രങ്ങൾ ഉപദേശിച്ചു. മോദകീ, ശിഖരീ എന്ന ഗദകളും നൽകി.

പിനാകം,ആഗ്നേയം, ശിഖരം, നാരായണം തുടങ്ങിയ അമോഘാസ്ത്രങ്ങളും കൈമാറി. കൂടാതെ അസുരന്മാർക്ക് മാത്രം അധീനമായ കജാളം, മുസലം, കാപാലം, കങ്കണം എന്നീ ഘോരായുധങ്ങളും രഘുവംശ തിലകന് ലഭിച്ചു.

വാല്മീകി ആചാര്യൻ ശിഷ്യരേ അറിയിച്ചു,

'ഉണ്ണികളേ.... ഇത്രയും മഹായുധമന്ത്രങ്ങളെ മറ്റൊരാൾക്ക് ഒന്നിച്ചു സ്വീകരിക്കാനാവില്ല. ശ്രീരാമനല്ലാതെ....! ദാശരഥി അജയ്യനാകുകയായിരുന്നു. തുടർന്ന് അദ്ദേഹം പഠിച്ച ദിവ്യാസ്ത്രങ്ങൾ മുഴുവൻ അനുജന് ഉപദേശിച്ചു.'

ഒരുമാത്രനേരത്തെ നിശ്ശബ്ദതയെ ഖണ്ഡിച്ച് മുനീന്ദ്രന്റെ സ്വരം വന്നു,

'എന്തെങ്കിലും സംശയമുണ്ടെങ്കിൽ ചോദിക്കാം.'

കുശനാണ് ചോദിച്ചത്,

'ആചാര്യ, ഇത്രയും ആയുധങ്ങൾ കൈയിലുള്ള വിശ്വാമിത്ര മഹർഷി എന്തുകൊണ്ടാണ് യാഗം തടസ്സപ്പെടുത്തുന്നവരെ വധിക്കാതിരുന്നത്...? താടകയേയും അദ്ദേഹത്തിന് വധിക്കാനാകുമായിരുന്നില്ലേ ?'

'വിശ്വാമിത്രൻ മൗനവ്രതത്തിലായിരുന്നു. കോപിക്കുകയോ ശപിക്കുകയോ ചെയ്താൽ അതുവരെ നേടിയെടുത്ത തപശ്ശക്തി നഷ്ടമാകും. മാത്രമല്ല അധർമ്മികളും ദുഷ്ടരുമായ രാക്ഷസരെ നിഗ്രഹിക്കുകയാണ് ശ്രീരാമന്റെ ജന്മോദ്ദേശ്യം. ദേവനിശ്ചയങ്ങൾക്ക് വേണ്ട സഹായം ചെയ്യുകയെന്നതാണ് ഏതൊരു മഹർഷിയുടേയും കർത്തവ്യം. ശ്രീരാമന്റെ ആദ്യത്തെ രാക്ഷസവധമായിരുന്നു അത്.'

ലവന്റെ സംശയം മറ്റൊന്നായിരുന്നു,

'ആചാര്യ, യുദ്ധം ചെയ്യാൻ പ്രായമുണ്ടോ? എനിക്കിപ്പോൾ സാധിക്കുമോ?'

വാല്മീകീ ദേവൻ ചിരിച്ചുകൊണ്ടാണ് ലവന്റെ ചോദ്യത്തെ നേരിട്ടത്.

'ഹ...ഹ.....ലവ കുമാരാ, നിനക്കെപ്പോഴും ആയുധങ്ങളോടാണ്

ഇഷ്ടം. അറിയുക, പതിനാറു വയസ്സു കഴിഞ്ഞാലേ സൈന്യത്തിൽ ചേർക്കുകയുള്ളു. അതു നിയമമാണ്. കുട്ടികളെ ഭടന്മാരാക്കുന്നത് ക്രൂരതയായി കണക്കാക്കുന്നു. രാജാക്കന്മാർ നിയമം തെറ്റിക്കില്ല. അതാണ് ദശരഥ രാജാവ് ആദ്യം തടഞ്ഞത്. അന്ന് രാമന് പതിമൂന്നു വയസ്സേ ഉണ്ടായിരുന്നുള്ളൂ. എങ്കിലും സ്വയരക്ഷക്കും മറ്റും ആവശ്യമെങ്കിൽ ആയുധം എടുക്കുന്നതിൽ തടസ്സവുമില്ല.'

ശിശിരൻ തന്റെ സംശയം മടിച്ചാണ് ഉന്നയിച്ചത്,

'ആചാര്യ, എനിക്കു വിശ്വാമിത്ര മുനിയെ കുറിച്ച് അറിയണമെന്നുണ്ട്. രാജാവായ അദ്ദേഹം എങ്ങനെയാണ് ബ്രഹ്മർഷി പദത്തിലെത്തിയത്?'

'കൊള്ളാം ഉണ്ണികളേ, മുനികുമാരന്മാരായ നിങ്ങളിതു ചോദിക്കുമെന്നു പ്രതീക്ഷിച്ചിരുന്നു. കേൾക്കുക.'

മഹോദയപുരത്തിലെ രാജാവായ ഗാഥിയുടെ പുത്രനാണ് വിശ്വാമിത്രൻ. യൗവ്വനത്തിൽ രാജാവാകുകയും ചെയ്തു. ഒരിക്കൽ നായാട്ടിനു പോയ വിശ്വാമിത്രനും സേനയും വിശ്രമിച്ചത് വസിഷ്ഠാശ്രമത്തിലാണ്. അവർക്കെല്ലാം വസിഷ്ഠബ്രഹ്മർഷി,സുഭിക്ഷമായ സദ്യയും ശയ്യോപകരണങ്ങളും നൽകി. രാജാവിന് അത്ഭുതമായി. ഒരാശ്രമത്തിൽ ഇതെല്ലാം സാധിക്കുന്നതെങ്ങനെ? പുണ്യവതിയായ കാമധേനുവിന്റെ അനുഗ്രഹത്താലാണെന്ന് മുനിയിൽ നിന്നും അറിഞ്ഞപ്പോൾ രാജാവിന് ആ പശുവിനെ വേണമെന്നായി.

'രാജൻ, കാമധേനു സ്വതന്ത്രയാണ്. എനിക്കവളിൽ ഒരു അധികാരവുമില്ല.'

എന്നായിരുന്നു വസിഷ്ഠദേവന്റെ മറുപടി. കാമധേനുവിനെ പിടിച്ചുകെട്ടി കൊണ്ടുപോകാൻ വിശ്വാമിത്രൻ ഭടന്മാരോട് കല്പിച്ചു. അതിനായി ചെന്ന ഭടന്മാരെയെല്ലാം ഗോവ് വധിച്ചു. അപ്പോഴാണ് ഒരു ബ്രഹ്മർഷിയുടെ ശക്തി അദ്ദേഹത്തിന് മനസ്സിലായത്.

രാജാവിനേക്കാൾ മഹാശക്തനാണ് ഒരു ബ്രഹ്മർഷി........!

തനിക്കും ബ്രഹ്മർഷി ആകണമെന്ന് വിശ്വാമിത്രരാജാവിന് ആഗ്രഹം തോന്നി. അദ്ദേഹം രാജ്യം മക്കൾക്ക് നൽകി, വനത്തിൽ പോയി ഘോരതപസ്സാരംഭിച്ചു. ഉഗ്രതപസ്സുകളെ ദേവേന്ദ്രന് ഭയമാണ്. തന്റെ ഇന്ദ്രപദവി നഷ്ടമാകുമോ എന്ന ശങ്ക. ദേവരാജാവ്, അപ്സരസ്സായ മേനകയെ തപസ്സിളക്കാൻ പറഞ്ഞയച്ചു. അവളുടെ

മാദകസൗന്ദര്യത്തിൽ വിശ്വാമിത്രന് തപോവിഘ്നമുണ്ടായി. ആ ബന്ധത്തിൽ ജനിച്ച പുത്രിയാണ് ശകുന്തള. എങ്കിലും ആ തപസ്സു കൊണ്ട് വിശ്വാമിത്രൻ, ഋഷിപദവിയിലെത്തിയിരുന്നു.

വീണ്ടും തപസ്സാരംഭിച്ചു, മഹർഷിയായി. അപ്പോഴാണ് ത്രിശങ്കു രാജാവിന്റെ സ്വർഗ്ഗത്തിൽ പോകാനുള്ള ആഗ്രഹം നടത്തിക്കൊടുത്തത്. പുതിയൊരു സ്വർഗ്ഗം തന്നെ സൃഷ്ടിച്ചു വിശ്വാമിത്രൻ. അങ്ങനെ ആ തപസ്സും തടസ്സപ്പെട്ടു.

മൂന്നാമതും തപസ്സിലായപ്പോഴാണ് അംബരീക്ഷരാജാവ് നരബലിക്കായി കൊണ്ടുവന്ന ശുനശേഫനെ സ്വതന്ത്രനാക്കിയത്. എങ്കിലും ദേവർഷിയായി.

നാലാമതായി ചെയ്ത തപസ്സിനിടയിലാണ് സത്യവാനായ ഹരിശ്ചന്ദ്രരാജാവിനെ അസത്യവാനാക്കാൻ ശ്രമിച്ചത്. രാജഗുരുവായ വസിഷ്ഠമുനിയെ നിസ്സാരനാക്കാനാകുക എന്നതായിരുന്നു ലക്ഷ്യം. ഉദ്ദേശ്യം സാധിച്ചില്ലെന്നു മാത്രമല്ല, തപസ്സ് മുറിയുകയും ചെയ്തു. എങ്കിലും ബ്രഹ്മർഷിസ്ഥാനം ലഭ്യമായി.

അഞ്ചാം തവണയാണ് തപസ്സു പൂർണ്ണമാക്കിയത്. അങ്ങനെ മഹാബ്രഹ്മർഷിയായി. ഇത്ര ദൃഢവ്രതനായ മറ്റൊരു മുനീശ്വരനെ കാണാനാകില്ല.'

വാല്മീകീ മുനി പറഞ്ഞു നിർത്തി,

'നമ്മളും ലക്ഷ്യം സാധിക്കുന്നതുവരെ ശ്രമിച്ചുകൊണ്ടിരിക്കണം. പരാജയങ്ങളിൽ നിരാശപ്പെട്ട് മാറാതെ, ഉണർവ്വോടെ വീണ്ടും തുടരണം.'

ഇതെല്ലാം ആര്യപുത്രൻ പറഞ്ഞിട്ടുള്ളതാണ്. എങ്കിലും ആചാര്യഭാഷണത്തിലൂടെ അവയെല്ലാം എന്റെ മനസ്സിന്റെ നിറമായി.

നാളെ സീതയും ഉണ്ടാകും, വാല്മീകി ദേവന്റെ വാക്കുകളിൽ.....

യാഗ രക്ഷ

പിറ്റേന്ന് വാല്മീകി ദേവൻ തുടർന്നു.......

'കുഞ്ഞുങ്ങളെ.....വിശ്വാമിത്രൻ യാഗം ചെയ്തിരുന്നത് സിദ്ധാശ്രമത്തിൽ വച്ചായിരുന്നു. അവർ മൂവരും അവിടെയെത്തി.'

മഹാത്മാവായ വാമനൻ, മഹാബലിചക്രവർത്തിയെ പാതാളത്തിലയച്ച ശേഷം തപസ്സുചെയ്ത് സിദ്ധി സമ്പാദിച്ചത് അവിടെവച്ചാണ്. അതുകൊണ്ടാണത് സിദ്ധാശ്രമമെന്ന് അറിയപ്പെടുന്നത്.

ആശ്രമത്തിന്റെ മഹത്വം അറിഞ്ഞ ശ്രീരാമൻ ഉറപ്പുനൽകി,

'ആചാര്യ, അങ്ങ് ദീക്ഷയെടുത്തുകൊള്ളുക. യാഗരക്ഷക്കായി ഞങ്ങളുണ്ട്.'

ഹോമകുണ്ഡം ജ്വലിച്ചു. അഗ്നിഹോത്രം ആരംഭിച്ചപ്പോൾ ദാശരഥിമാർ ആയുധപാണികളായി യാഗശാലയിലെത്തി വിശ്വാമിത്രനെ വണങ്ങി.

'ഋഷീശ്വരാ..... രാക്ഷസർ എപ്പോഴാണ് വരാറുള്ളതെന്ന് അറിയിച്ചാലും.....?'

വിശ്വാമിത്രന്റെ മറുപടി വന്നില്ല. മറ്റൊരു ഋഷിയാണ് അറിയിച്ചത്,

'ആചാര്യൻ മൗനവ്രതത്തിലാണ് കുമാര. കഴിഞ്ഞ യാഗങ്ങളിലെല്ലാം ആറു ദിവസം കഴിഞ്ഞാണ് രാക്ഷസർ വരാറുള്ളത്.'

ജ്യേഷ്ഠാനുജന്മാർ കാവൽ തുടങ്ങി. ആറാം ദിവസം സായാഹ്നമായപ്പോൾ ആകാശം കറുത്തു. മഴമേഘം വന്നു മൂടിയത് പോലെ. രാമൻ സൂക്ഷിച്ചു നോക്കി. കറുത്ത ഭീകരരൂപികൾ നിരന്നു നിൽക്കുന്നു.

'ലക്ഷ്മണാ, ദാ അവരെത്തിക്കഴിഞ്ഞു. കുറേ അനുയായികളുമുണ്ട്.

മാനവാസ്ത്രം തൊടുത്ത് ഞാനിപ്പോൾ ആ ദുർവൃത്തന്മാരെ പറപ്പിക്കും.'

ഹോമാഗ്നി അശുദ്ധമാക്കുന്നതിനു മുൻപേ രാമബാണം അവർക്കു നേരെ പാഞ്ഞു. ആദ്യം ഇരയായത് മാരീചനാണ്. അവൻ ആ ബാണത്തോടൊപ്പം പറന്ന് ആഴിയിൽ പതിച്ചു. ശക്തനായ സുബാഹു പ്രതിരോധിച്ചു നിന്നു. രാമനെയ്ത ആഗ്നേയാസ്ത്രം ആ താടകാപുത്രന്റെ ജീവനെടുത്തു. ചിതറി ഓടിയവർക്കും രഘുകുല വീരന്മാരിൽ നിന്നും രക്ഷപ്പെടാനായില്ല.

യജ്ഞം അവിഘ്നം പൂർണ്ണമായി. മുനിപുംഗവൻ അവരെ ഓർമ്മപ്പെടുത്തി,

'നിങ്ങൾ സൂക്ഷിക്കണം. മാരീചൻ മരിച്ചിട്ടുണ്ടാകില്ല. അമ്മയേയും ഭ്രാതാവിനേയും വധിച്ച പ്രതികാരത്തിനായി അവൻ വരാതിരിക്കില്ല. അവസരവും കാത്തു നടക്കും. അതാണവന്റെ രീതി. മൃഗങ്ങളുടെ വേഷത്തിലാകും വരിക. വിചിത്ര മൃഗങ്ങളെ കണ്ടാൽ അവനാകുമെന്ന വിശ്വാസത്തിൽ വധിക്കണം.'

'തീർച്ചയായും ആചാര്യ. ഇനി എന്താണ് ഞങ്ങൾ ചെയ്യേണ്ടത്....?'

'മിഥിലാധിപനായ ജനകൻ ഒരു ധനുർയജ്ഞം നടത്തുന്നുണ്ട്. നാളെ ഞങ്ങളെല്ലാം അങ്ങോട്ടേക്ക് പോകുന്നു. അവിടെ ഒരത്ഭുത ശൈവചാപമുണ്ട്. സുനാഭം. വരികയാണെങ്കിൽ ആ ദിവ്യചാപം ദർശിക്കാം.'

ആ പള്ളിവില്ല് കണ്ട് വന്ദിക്കണമെന്നു രാജതനയന്മാർക്കും തോന്നി. അവരും ബ്രഹ്മർഷിയുടെ സംഘത്തോടൊപ്പം ചേർന്നു. കുമാരന്മാരുടെ സംശയങ്ങൾ തീർത്തുകൊണ്ട് മഹാബ്രഹ്മർഷി മുൻപിൽ നടന്നു. രാമന്റെ ആകാംക്ഷ വിശിഷ്ടചാപത്തെ കുറിച്ചറിയാനായിരുന്നു.

'എന്താണാ ത്രയംബക ചാപത്തിന്റെ സവിശേഷത, ആചാര്യാ..?'

'ത്രിപുരദഹനത്തിനായി കൈലാസപതിക്ക് വിശ്വകർമ്മാവ് നിർമ്മിച്ചു നൽകിയതാണ് ആ ചാപം. അതിനുശേഷം മഹാദേവൻ ഒരിക്കൽ കൂടി ഉപയോഗിച്ചിട്ടുണ്ട്. അത് ദക്ഷയാഗത്തിന് ഭംഗം വരുത്താനായിരുന്നു.'

ലക്ഷ്മണകുമാരൻ പെട്ടെന്ന് ചോദിച്ചു,

‘യാഗം, ഭഗവാൻ മുടക്കുകയോ....? രാക്ഷസരല്ലേ അങ്ങനെ ചെയ്യുക?’

‘കാരണമുണ്ട് കുമാരാ.....ആ യാഗത്തിൽ ശിവനൊഴികെയുള്ള ദേവന്മാർക്കെല്ലാം യാഗാംശം നൽകി. അതറിഞ്ഞ മഹാദേവൻ ക്രുദ്ധനായി യാഗശാലയിലെത്തി. സുനാഭചാപം കൊണ്ട് യാഗശാല നശിപ്പിച്ചു. എന്നിട്ടും അദ്ദേഹത്തിന്റെ കോപം മാറിയില്ല. അവിടെ സന്നിഹിതരായിരുന്ന ദേവന്മാരുടെ നേർക്ക് തിരിഞ്ഞു. ദേവന്മാർ അദ്ദേഹത്തെ സ്തുതിച്ചു ശാന്തനാക്കി. സുനാഭം ദേവന്മാർക്കു നൽകിയിട്ടാണ് മഹാദേവൻ തിരികെപോയത്. ദേവന്മാരാകട്ടെ ഭക്തനായ ദേവരാത ജനകരാജനെയാണ് ആ ദിവ്യചാപം ഏല്പിച്ചത്. ഇപ്പോഴും വിദേഹവംശജർ അതിനെ പൂജിച്ചു സംരക്ഷിക്കുന്നു.’

കഥകളിൽ അലിഞ്ഞപ്പോൾ, ദൂരം കാൽക്കീഴിലായി. സൂര്യാസ്തമയത്തിന് ശോണാനദീതീരത്തെത്തി.

‘നമുക്കിനി യാത്ര വേണ്ട. ഈ തീരത്ത് തങ്ങാം.’

രാത്രിവരെ ഋഷീശ്വരൻ കഥകൾ തുടർന്നു. മണൽതീരത്ത് വിടർത്തിയിട്ട പുല്ലിന്മേൽ അവരുറങ്ങി. നദിയുടെ ശബ്ദം രാജപുത്രന്മാരുടെ താരാട്ടായി. ഇരുൾ മാഞ്ഞപ്പോൾ സ്നാനാദികൾ കഴിഞ്ഞ് എല്ലാവരും പ്രാർത്ഥനകളിലായി.

വെട്ടം വീണപ്പോൾ മുനിമാർ ചോദിച്ചു,

‘മഹർഷേ, നദിക്ക് നല്ല ആഴമുണ്ടല്ലോ. എങ്ങനെയാണ് മറുകരയെത്തുക?’

വിശ്വാമിത്ര ബ്രഹ്മർഷി ശങ്കയില്ലാതെ അറിയിച്ചു,

‘മുനിമാർ പോകുന്ന വഴി എനിക്കറിയാം. അവിടെ ഗംഗയാണ്. ആഴം കുറവാണവിടെ. തോണിയും ഉണ്ടാകും.’

തീരത്തിലൂടെ അവർ ബഹുദൂരം മുന്നോട്ട് പോയി. ഒരു വശത്ത് നിബിഡമായ ആരണ്യം. ദാഹം തീർക്കാനായി നദിയിലെത്തിയ മൃഗങ്ങൾ വനത്തിനുള്ളിലേക്ക് ഊളിയിട്ടു. ഉച്ചകഴിഞ്ഞപ്പോൾ ഗംഗാനദി കാണാറായി.

ശാന്തമായ പുണ്യ നദി. നീന്തിക്കളിക്കുന്ന അനേകം രാജഹംസങ്ങൾ. മനോരമ്യമായ കാഴ്ചകളിൽ ലയിച്ച് കുമാരന്മാർ നിന്നു. മുനിമാർ അരികിലെത്തി.

'വന്ദനം മഹാമുനേ...... ഗൗതമമുനിയും ശിഷ്യരും ധനുർയജ്ഞത്തിൽ പങ്കെടുക്കാനായി പോകുന്നത് കണ്ടിരുന്നു. അങ്ങും മിഥിലയിലേക്കാകും അല്ലേ?'

'അതേ മുനിമാരേ, ആഗ്രഹമുണ്ടെങ്കിൽ നിങ്ങൾക്കും കൂടെ വരാം.'

അന്നത്തെ കഥകൾ കേൾക്കാൻ അവരുമുണ്ടായിരുന്നു. അന്ന് പറഞ്ഞത് ഗംഗാനദിയെ കുറിച്ചായിരുന്നു.

'നിങ്ങളുടെ വംശത്തിൽ പിറന്ന ഭഗീരഥനാണ് ഗംഗയെ ഭൂമിയിലേക്ക് എത്തിച്ചത്. അങ്ങനെ ഗംഗാനദി, ഭാഗീരഥി എന്നറിയപ്പെട്ടു. അതു കേൾക്കുക.'

നീണ്ടുനിന്ന വിവരണത്തിനൊടുവിൽ പാതിരാക്കോഴി കൂകി.

'സമയമേറെയായി, ഇനി കിടക്കാം....'

രാവിലെ ദേവപിതൃതർപ്പണങ്ങൾ നടത്തിക്കഴിഞ്ഞപ്പോഴേക്കും മുനിമാർ തോണിയുമായി എത്തിയിരുന്നു. അതിലേറി അവർ തെക്കേ തീരത്തെത്തി.

സ്വർഗ്ഗസുന്ദരമായ ഒരു വനപ്രദേശം! കാറ്റിന് പാരിജാത സുഗന്ധം. പക്ഷികളും മൃഗങ്ങളുമെല്ലാം വളരെ സന്തോഷിക്കുന്നത് പോലെ. ശത്രുക്കളാരും അവർക്കില്ലെന്ന് നിശ്ചയം.

'ആചാര്യ, ഇത്രയും ശാന്തതയുള്ള ഒരു വനം കണ്ടിട്ടില്ല. ഈ നാട് ഏതാണ്?'

'ഇതാണ് വിശാലപുരി. നരനാരായണന്മാരുടെ ആശ്രമം ഇവിടെയായിരുന്നു. ഇക്ഷ്വാകുരാജാവിന്റെ പുത്രൻ വിശാലനാണ് ഈ പുരി സ്ഥാപിച്ചത്. ഈ വംശത്തിലെ രാജാക്കന്മാർ വീരരും ധാർമ്മികരുമാണ്. അതാണീ നാടിന്റെ ഐശ്വര്യം. ഇപ്പോൾ സുമതി രാജാവാണ് ഭരിക്കുന്നത്. ഇന്നിവിടെ താമസിച്ച്, നാളെ മിഥിലയിലേക്ക് പോകാം.'

മഹാത്മാവായ വിശ്വാമിത്ര ബ്രഹ്മർഷി വരുന്നുണ്ടെന്നറിഞ്ഞ സുമതി നൃപൻ കവാടത്തിലെത്തി. അർഘ്യപാദാദികളോടെ സ്വീകരിച്ചിരുത്തി. ശ്രേഷ്ഠങ്ങളായ സത്ക്കാരങ്ങൾ കൊണ്ട് അവരെ സന്തുഷ്ടരാക്കി. കൂടെയുള്ള അതുല്യ തേജസ്വികളായ ക്ഷത്രിയകുമാരന്മാർ ഇക്ഷ്വാകുവംശത്തിലെ ദശരഥരാജന്റെ പുത്രരാണെന്നറിഞ്ഞപ്പോൾ രാജാവിന്റെ സന്തോഷം അത്യുന്നതിയിലായി.

അയോദ്ധ്യാ വിശേഷങ്ങളെല്ലാംചോദിച്ചറിഞ്ഞു.

രാത്രിയിൽ രാമചന്ദ്ര കുമാരൻ അറിയിച്ചു,

'മുനേ, ഇക്ഷ്വാകുവംശത്തിലുള്ളവർ അനേകം പേരുണ്ടല്ലോ. അയോദ്ധ്യാധിപനും മിഥിലാധിപനും ഇക്ഷ്വാകുവംശജരാണെന്നറിയാം. ഇപ്പോൾ വിശാലപുരി രാജാക്കന്മാരും. ആ ചരിത്രം അറിയാൻ ആഗ്രഹമുണ്ട്.'

വിശ്വാമിത്രന് സന്തോഷമായി,

'നല്ലത് കുമാരന്മാരെ. വിവസ്വനിൽ നിന്നുമുണ്ടായതാണ് സൂര്യവംശമെന്ന് നിങ്ങൾക്കറിയാമല്ലോ? ആ വംശത്തിലെ വൈവസ്വത മനുവിന്റെ പുത്രനാണ് ഇക്ഷ്വാകു. അതിപ്രശസ്തൻ....! കേൾവി കേട്ട അദ്ദേഹത്തിൽ നിന്നും ഇക്ഷ്വാകുവംശം ആരംഭിച്ചു. അദ്ദേഹത്തിന്റെ പുത്രന്മാരിൽ പ്രധാനികൾ ദണ്ഡൻ, വികുക്ഷി, നിമി എന്നീ മൂന്നു പേരായിരുന്നു. നാലാമനാണ് വിശാലൻ.

ഒന്നാമൻ ദണ്ഡൻ, മധുമത്തമെന്ന രാജ്യത്തെ മന്നനായിരുന്നു. അദ്ദേഹം വില്ലാളിയായിരുന്നെങ്കിലും, ദുർന്നടത്തക്കാരനായിരുന്നു. ഒരിക്കൽ അസുരഗുരുവായ ശുക്രാചാര്യരും പുത്രി അരജസ്സും തപസ്സിനായി അവിടെയുള്ള കാനത്തിലെത്തി. നായാട്ടിനിറങ്ങിയ ദണ്ഡരാജാവ് സുന്ദരിയായ മുനികുമാരിയിൽ മോഹിതനായി. അവളാകട്ടെ രാജാവിനെ തഴഞ്ഞു. അപമാനിതനായ ദണ്ഡൻ അവളെ ബലാത്സംഗം ചെയ്തു. ക്രുദ്ധനായ ശുക്രാചാര്യരുടെ ശാപത്താൽ ആ രാജ്യം മുഴുവൻ അഗ്നി വ്യാപിച്ചു. അതോടെ ജനവാസമില്ലാതെ, ഒരു ഘോരവിപിനമായി ആ രാജ്യം മാറി. അതാണ് ദണ്ഡകാരണ്യം.

രണ്ടാമനായ വികുക്ഷിരാജാവിന്റെ തലമുറയാണ് നിങ്ങളുടേത്. മൂന്നാമനായ നിമിരാജാവിന്റെ പിന്തുടർച്ചക്കാരാണ് മിഥിലയിലെ ജനകന്മാർ. നാലാമനായ വിശാലന്റെ രാജ്യമാണ് ഈ വിശാലപുരി. നിങ്ങളൊക്കെ ബന്ധുക്കളാണ്. അതാണ് സുമതിരാജാവിന്റെ സന്തോഷത്തിനു കാരണവും.'

ലക്ഷ്മണൻ ഒന്നുകൂടി ഉറപ്പിച്ചു,

'ഇക്ഷ്വാകുവംശത്തിൽ നിന്ന് ഇഴതിരിഞ്ഞവരാണ് ഞങ്ങൾ രഘുവംശജരും, വിദേഹവംശക്കാരും പിന്നെ ഈ വിശാലവംശക്കാരും, അല്ലേ?'

‘അതേ കുമാരാ..... ഈ ഭൂമിയിലുള്ള എല്ലാവരും ഒരു തരത്തിൽ അല്ലെങ്കിൽ മറ്റൊരുതരത്തിൽ ബന്ധുക്കളാണ്.’

അടുത്ത പ്രഭാതത്തിൽ അവർ മിഥിലയുടെ അതിർത്തിയിലെത്തി. അവിടെ ഒരു തകർന്ന ആശ്രമം കണ്ട് രഘുരാമൻ അന്വേഷിച്ചു,

‘മുനീന്ദ്രാ, ഈ ആശ്രമം ഏതാണ് ? മുനിവര്യന്മാരെ കാണുന്നില്ലല്ലോ......’

‘രാമാ, ഗംഗയുടെ ഒരുഭാഗം ഭൂമിയിലേക്ക് കൊണ്ടുവന്ന മഹാപ്രഭാവനായ ഗൗതമന്റെ ആശ്രമമാണിത്. പത്നി അഹല്യാദേവി ഒരു ശിലയായി ആശ്രമത്തിലുണ്ട്. ശാപമോക്ഷത്തിനായി അങ്ങയേയും പ്രതീക്ഷിച്ചുകൊണ്ട്.‘

‘ശാപമോ...? എന്തു ശാപം....? ആരാണ് ശപിച്ചത്....?’

‘അനേകം ശിഷ്യരുമായിട്ടായിരുന്നു അവരിവിടെ താമസിച്ചിരുന്നത്. കൂടെ പുത്രനായ ശതാനന്ദനും. പുരുരാജവംശജയായ, അതിസുന്ദരിയായ അഹല്യയിൽ ദേവേന്ദ്രനൊരു മോഹമുണ്ടായിരുന്നു. അവൾ ഗൗതമപത്നിയായിട്ടും ഇന്ദ്രൻ ആ മോഹം ഉപേക്ഷിച്ചില്ല. ഒരുരാവിൽ പാതിരാക്കോഴിയുടെ കൂകൽ കേട്ട്, പ്രഭാതമായെന്ന് തെറ്റിദ്ധരിച്ച് ഗൗതമമുനി സ്നാനത്തിനായിപോയി. അന്നേരം ദേവേന്ദ്രൻ, ഗൗതമരൂപത്തിൽ വന്ന് ദേവിയെ പ്രാപിച്ചു. സമയഭേദമറിഞ്ഞ് മുനി തിരിച്ചെത്തിയപ്പോൾ തന്റെ രൂപത്തിലുള്ള ശക്രനെ കണ്ടു. ദിവ്യദൃഷ്ടിയിൽ എല്ലാം മനസ്സിലാക്കിയ മുനി ഇന്ദ്രനെ ശപിച്ച് സഹസ്രഭഗനാക്കി. മനസ്സറിയാതെ ചെയ്തുപോയ തെറ്റായിട്ടും, പതിവ്രതയായ അഹല്യയേയും ശപിച്ചു. അങ്ങനെ വിശപ്പും ദാഹവുമില്ലാതെ, ദേവന്മാർക്കോ അസുരന്മാർക്കോ കാണാനാകാത്ത വിധത്തിൽ ദേവി, ശിലയായി മാറി. ശ്രീരാമദർശനത്തിലാണ് ശാപമോക്ഷമുണ്ടാകുക. അതിനാൽ രാമാ, അങ്ങാണ് അതിനു നിയോഗിക്കപ്പെട്ടിട്ടുള്ളത്.’

ലക്ഷ്മണൻ ജ്യേഷ്ഠനടുത്തെത്തി.

‘കഷ്ടം, ഒരു പതിവ്രതയുടെ അവസ്ഥ കേട്ടില്ലേ ജ്യേഷ്ഠ.....! ദേവിയെ ശാപവിമുക്തയാക്കിയാലും...’

വിശ്വാമിത്രൻ ആവർത്തിച്ചു,

‘അതേ കുമാര, മഹാഭാഗയും ദേവരൂപിണിയുമായ അഹല്യാദേവിയെ അങ്ങയ്ക്കു മാത്രമേ കാണാനാകു. ആശമത്തിനുള്ളിലേക്ക്

പ്രവേശിച്ച് ആ പതിവ്രതയെ അനുഗ്രഹിച്ചാലും.'

കാടുപിടിച്ചു കിടക്കുന്ന ആശ്രമപരിസരത്തെ ശ്രീരാമൻ വീക്ഷിച്ചു. അകലെയല്ലാതെ ഗംഗ, ഗൗതമിയായി ഒഴുകുന്നു. രഘുരാമൻ ആശ്രമമുറ്റത്തേക്ക് കാൽ വച്ചു. ഉണങ്ങിക്കരിഞ്ഞ ഇലകളുടെ ശബ്ദത്തിൽ വരാന്തയിലുണ്ടായിരുന്ന മാനുകൾ ഓടിയൊളിച്ചു. കിളികൾ ചിലച്ചു കൊണ്ട് രാമനെ വരവേറ്റു.

മാറാലകളെ നീക്കി ദാശരഥി ഇറയത്തു കയറി. വീഴാറായ ഭിത്തികളേയും മേൽക്കൂരയേയും വള്ളികൾ കീഴടക്കിയിരിക്കുന്നു. ഒരു വള്ളിക്കുടിലാണെന്നു തോന്നും. അരിച്ചിറങ്ങുന്ന വെളിച്ചത്തിൽ, നിഴലുപോലുമില്ലാത്ത ഒരു രൂപം രാമൻ കണ്ടു. അണഞ്ഞു പോയ നിലവിളക്കു പോലെ.....!

'അമ്മേ.......ദശരഥപുത്രനായ രാമൻ ദേവിയെ വണങ്ങുന്നു. കണ്ണുതുറന്നാലും.'

കുനിഞ്ഞിരുന്നിരുന്ന അഹല്യാദേവി ശിരസ്സുയർത്തി. കോമളരൂപനായ ശ്രീരാമന്റെ ദർശനമാത്രയിൽ സ്വരൂപത്തിലായ ദേവി ആ പാദാരവിന്ദങ്ങളെ പ്രണമിച്ചു. ആനന്ദത്തിന്റെ പരമോന്നതിയിൽ അഹല്യാദേവിയുടെ നാവിൽ നിന്നു തിർന്ന ശ്രീരാമസ്തുതികൾ അവിടെ അലയടിച്ചു.

'രാമാ, രാമാ, രഘുപതി രാമാ മംഗള മൂർത്തേ നമോസ്തുതേ....'

രാമന്റെ വരവ് അറിയിക്കാനായി വിശ്വാമിത്രൻ ശിഷ്യരെ ഗൗതമമുനിയുടെ സവിധത്തിലേക്ക് അയച്ചിരുന്നു. വൈകാതെ മുനി എത്തി.

സംസാരത്തിനിടയിൽ മുനി അറിയിച്ചു,

'സീരധ്വജ കൊട്ടാരത്തിലെ മുഖ്യപുരോഹിതനാണ് ഞങ്ങളുടെ പുത്രൻ ശതാനന്ദൻ. ശൈവചാപം കുലയ്ക്കുന്നവന് പുത്രിയെ വിവാഹം ചെയ്തു നൽകുമെന്നാണ് രാജവിളംബരം. രാമദേവാ, അങ്ങയ്ക്കതിനു കഴിയും.'

ഗൗതമമുനിയും അഹല്യാദേവിയും മിഥിലാ യാത്രയിൽ അനുഗമിച്ചു.

രാജപ്രൗഢിയേക്കാൾ സാത്വിക മോടിയിൽ പരിലസിക്കുന്ന മിഥിലാപുരി രാമലക്ഷ്മണന്മാരെ വളരെയധികം ആകർഷിച്ചു.

വിശ്വാമിത്രൻ അറിയിച്ചു,

'സീരധ്വജ രാജാവ് നിത്യബ്രഹ്മചാരിയാണ്. ശിവഭക്തനുമാണ്. വേദാന്തവിദുഷിയായ സുനയനയാണ് പട്ടമഹിഷി. യാഗഭൂമി ഉഴുതപ്പോൾ കിട്ടിയതാണ് സീതാദേവിയെ. ശാസ്ത്ര,ശസ്ത്ര, ധനുർവിദ്യകളിൽ സമർത്ഥയായ ആ കുമാരിയുടെ വിവാഹത്തെ കുറിച്ചാണ് ഗൗതമമുനി പറഞ്ഞത്.'

'ഇവിടെ കൂടുതലും വയലുകളാണല്ലോ.....?'

'അതേ കുമാര. കൃഷിയിലാണ് രാജ്യത്തിന്റെ വളർച്ച. രാജമുദ്ര തന്നെ കലപ്പയാണ്. യഥാകാലം നടത്തുന്ന യാഗങ്ങൾ ഭൂമിയെ ഫലഭൂയിഷ്ഠമാക്കുന്നു. ആവശ്യത്തിന് വൃഷ്ടിയും ലഭിക്കുന്നു.'

വയലുകളുടെ സൗരഭ്യവും മനോഹാരിതയും ആസ്വദിച്ച് അവർ കൊട്ടാര കവാടത്തിലെത്തി. രാജാവും രാജ്ഞിയും രാജപുരോഹിതരായ ശതാനന്ദനോടും, യാജ്ഞവൽക്യനോടുമൊപ്പം ബ്രഹ്മർഷിയെ സ്വീകരിക്കാനെത്തി.

വിശ്രമിച്ചിരിക്കെ ജനകനൃപൻ അന്വേഷിച്ചു,

'ഋഷിസത്തമാ, അങ്ങയോടൊപ്പം വന്നിരിക്കുന്ന കുമാരന്മാർ ആരാണ്...?'

'അയോദ്ധ്യാധിപതി ദശരഥന്റെ ആത്മജരാണിവർ. രാമനും ലക്ഷ്മണനും. യാഗരക്ഷക്കായി ആശ്രമത്തിലെത്തിയതാണ്. ദിവ്യചാപം കണ്ടു വന്ദിക്കണമെന്ന ആഗ്രഹവുമുണ്ടവർക്ക്. വരുന്ന വഴിയിൽ വിശാലപുരിയും ഗൗതമാശ്രമവും സന്ദർശിച്ചു. രാമദർശനത്താൽ അഹല്യാദേവിക്ക് മുക്തിയും ലഭിച്ചു.'

ശതാനന്ദ ഗുരു, അമിതാനന്ദത്തോടെ ഗൗതമമുനിയോട് ചോദിച്ചു,

'പിതാവേ.....അമ്മയ്ക്ക് മുക്തി കിട്ടിയെന്നോ....! മഹാഭാഗ്യം! ഉഗ്രതപസ്സിലായിരുന്ന ദേവിക്ക് മോക്ഷമായല്ലോ! കുമാരാ...ഭവാന് മംഗളമുണ്ടാകട്ടെ!'

രാജഗുരുവിന്റെ മിഴികളിൽ സന്തോഷാശ്രു നിറഞ്ഞു. രാജാവ് അറിയിച്ചു,

'ഇദ്ദേഹം പുരോഹിതനായ ശതാനന്ദ മഹർഷിയാണ്. അമ്മയെക്കുറിച്ചുള്ള വിഷമം കുറച്ചൊന്നുമല്ലായിരുന്നു അദ്ദേഹത്തിന്.'

ഗൗതമമുനി പുത്രനോട് പറഞ്ഞു,

'പുത്രാ.....മുനിപത്നിമാരുടെ കൂടെ മാതാവുണ്ടാകും. പോയി

നമിച്ചാലും...'

ജനകൻ വിശ്വാമിത്രനോട് സന്തോഷത്തോടെ അറിയിച്ചു,

'മഹാമുനേ, കാകുൽസ്ഥജാതരായ കുമാരന്മാരുമായി അങ്ങ് യാഗത്തിൽ പങ്കെടുക്കാൻ എത്തിയല്ലോ! അങ്ങയുടെ ദർശനം പുണ്യമാണ്. യജ്ഞകവാടത്തിനടുത്ത് പാർപ്പിടം തയ്യാറാക്കിയിട്ടുണ്ട്. അവിടെ വിശ്രമിച്ചാലും.'

വാല്മീകിദേവന്റെ കണ്ണുകൾ എല്ലാവരിലും പതിച്ചു. തുടർന്നു കേൾക്കാനുള്ള ആകാംക്ഷയിലായിരുന്നു ഞാൻ. പക്ഷേ അദ്ദേഹത്തിന്റെ വാക്കുകൾ എന്നെ വിഷമിപ്പിച്ച് കർണ്ണപടത്തിൽ കയറിയിരുന്നു.

'നാളെ സീതാസ്വയംവരം പറയാം. ഇന്നത്തെ സംശയങ്ങൾ ചോദിക്കുക.'

'ആചാര്യ, ഈ ഭൂമിയിലുള്ള എല്ലാവരും ബന്ധുക്കളാണ് അല്ലേ?'

'കോടാനുകോടി വർഷങ്ങൾക്ക് പിന്നിലേക്ക് ചിന്തിച്ചാൽ അങ്ങനെതന്നെയാകും. ഭൂമിയിൽ തുടക്കമിട്ട മനുഷ്യജന്മങ്ങൾ അധികമുണ്ടാകില്ല. സത്യയുഗത്തിൽ മനുഷ്യായുസ്സ് ആയിരക്കണക്കിന് വർഷങ്ങളായിരുന്നു. അവരുടെ തലമുറകൾ വളർന്നുകൊണ്ടിരുന്നു. അവർ പലനാടുകളിലും വ്യാപിച്ചു.'

കുട്ടികൾ കൈകൾ കോർത്തു പിടിച്ച് ചങ്ങലയായി നിന്നു. അവരെല്ലാം ബന്ധുക്കളായി എന്റെ മുന്നിലൂടെ കടന്നുപോയി. ചിന്തകൾക്ക് വളമിട്ടുകൊണ്ടാണ് ഞാൻ ആശ്രമത്തിനുള്ളിൽ പ്രവേശിച്ചത്.

നാളത്തെ കഥയിൽ ഞാൻ വധുവാകും. ജീവിതത്തിലെ മറക്കാനാകാത്ത ദിവസം. അതെല്ലാം കേട്ടിരിക്കാൻ എനിക്കാകുമോ....?

'ഏടത്തീ..... എന്തു പറ്റി....? അസുഖമാണോ....?'

സത്യയുടെ ശബ്ദത്തിൽ കാതുകൾ തുറന്നു. എങ്കിലും മനസ്സ് കൈവിട്ട് പോയിരുന്നു. ഞാനൊന്നും ഉരിയാടാതെ അവരെ മിഴിച്ചു നോക്കി.

'ഏടത്തി കിടന്നുകൊള്ളുക...'

എന്റെ ചിന്തകൾക്ക് തീപിടിച്ചു. ദേഹവും മനസ്സും ചുട്ടുപൊള്ളി. മിഥിലാപുരിയിലെ ഉദ്യാനത്തിലായിരുന്നു ഞാനപ്പോൾ. കൂടെ

ഊർമ്മിളയും. ശിവപാർവതിമാർക്കുള്ള മാല്യങ്ങൾ തയ്യാറാക്കുകയായിരുന്നു ഞങ്ങളപ്പോൾ.

പൂവെടുത്ത് നൽകുന്നതിനിടയിൽ ഊർമ്മിള പറഞ്ഞു,

'ഏടത്തി, യാഗത്തിന് പങ്കെടുക്കാനുള്ളവർ എത്തിത്തുടങ്ങി. ഇന്ന് വിശ്വാമിത്രമുനി വന്നിട്ടുണ്ടെന്നു കേട്ടു. കൂടെ രാജഗുരുവിന്റെ പിതാവുമുണ്ട്.'

'ആര്.... ? ഗൗതമ മഹർഷിയോ......?'

'അതെ.... കൂടെ അഹല്യാദേവിയുമുണ്ടത്രേ.....!'

ഞാൻ വിശ്വസിക്കാനാകാതെ തലയുയർത്തി.

'അതെങ്ങനെ.... ? ദേവിയെ ശപിച്ച് ശിലയാക്കിയതല്ലേ...... ?'

'രാമനെന്നൊരു രാജകുമാരൻ ശാപമോക്ഷം കൊടുത്തത്രേ...! അദ്ദേഹവും ഈ സംഘത്തിൽ ഉണ്ടെന്നാണ് കേട്ടത്.'

'നീയിതൊക്കെ എങ്ങനെയാണ് അറിഞ്ഞത്....?'

'അവരെ സ്വീകരിക്കാൻ വലിയമ്മയും പോയിരുന്നു. സൂര്യചന്ദ്രന്മാരെപ്പോലെ രണ്ടു കുമാരന്മാരെ കണ്ടെന്ന് പറയുന്നത് കേട്ടു. രാമനും ലക്ഷ്മണനും.'

ഊർമ്മിള ദീർഘിപ്പിക്കുകയാണ്. നിസ്സംഗതയോടെ ഞാനവളെ ശകാരിച്ചു,

'ആ......ആരെങ്കിലുമാകട്ടെ. നീ വേഗം പൂക്കൾ എടുത്തുതരിക.'

'ഏടത്തി ദേഷ്യപ്പെടല്ലേ....... ഒന്നുകൂടി ഞാൻ പറയട്ടെ..... രാമൻ ശൈവചാപം കുലയ്ക്കാൻ വന്നതാണോന്ന സംശയം എനിക്കുണ്ട്..... ഹ ഹ......'

ഊർമ്മിള പറഞ്ഞത് ശരിയാകാം. ഹൃദയം നാണത്താൽ ചുരുങ്ങി. അഹല്യാദേവിക്ക് ശാപമോക്ഷം നല്കിയവനല്ലേ.....! വരണമാല്യം അദ്ദേഹത്തിന്റെ ഗളത്തിലാണ് ചേരുക. ആ മോഹം, ദേഹത്തെ കുളിരണിയിച്ചു.

അനിഷ്ടം അഭിനയിച്ചു കൊണ്ട് ഊർമ്മിളയെ നുള്ളി.

'മതി, മതി.... നിർത്ത് നിന്റെ അധികപ്രസംഗം. വരൂ പോകാം.'

മാല്യവുമായി പോകുമ്പോൾ ക്ഷേത്രത്തിലേക്ക് നടക്കുമ്പോൾ എതിരെ രണ്ടു കുമാരന്മാർ വരുന്നു. ഞങ്ങൾ മാറി നിന്നു. പീതാംബര വസ്ത്രധാരി ജ്യേഷ്ഠനാകും. കറുത്തവനാണെങ്കിലും അതീവ തേജസ്വി. വിടർന്ന കണ്ണുകൾ, നനുത്ത പുഞ്ചിരി. കുങ്കുമ

വസ്ത്രമണിഞ്ഞവൻ അനുജനും. അവനും കോമളരൂപനാണ്. രണ്ടാൾക്കും വീരന്മാരുടെ പ്രകൃതം. ബലിഷ്ഠങ്ങളായ കൈകൾ, വിരിഞ്ഞ മാറിടം, ഉറച്ച കാലടികളോടെയുള്ള നടത്തവും. തോളെത്തുന്ന ഒതുക്കിവച്ചിരിക്കുന്ന ചുരുണ്ട മുടിയും, ഉയർന്ന നെറ്റിത്തടത്തിലെ തിലകക്കുറിയും ഗൗരവത്തെ ലഘൂകരിക്കുന്നുണ്ട്.

'ഏടത്തി, അത് അവരാണ്, രാമനും അനുജനും....'

അത് കേട്ടിട്ടെന്നോണം അവർ ഞങ്ങളെ നോക്കി. രാമന്റെ കണ്ണുകൾ എന്റെ നേരെ നിശ്ചലമായി. എന്തൊരാകർഷണമാണ് ആ നോട്ടത്തിന്.... ! ഞാൻ ദൃഷ്ടി മാറ്റി. ഹൃദയസ്പന്ദനം കൂടി. അത് മനസ്സിനെ അറിയിച്ചു.

'സീതേ.... ഇതാണ് നിന്റെ രാമൻ.'

അന്ന് പാർവതീദേവിയോട് പ്രാർത്ഥിച്ചത് തെല്ലു നാണത്തോടെയായിരുന്നു.

'മഹേശ്വരീ..... ഞാനെന്റെ രാമനെ കണ്ടു. പരാശക്തിക്ക് പരമശിവൻ എന്ന പോലെ സീതയ്ക്ക് രാമനും സ്വന്തമാകണേ.....'

തിരിച്ചു കൊട്ടാരത്തിലേക്ക് നടക്കുമ്പോൾ രണ്ടാളും മൗനത്തിലായിരുന്നു. ഊർമ്മിളയുടെ മുഖവും തുടുത്തിരുന്നു.

അവളുടെ പ്രാർത്ഥനയിൽ ലക്ഷ്മണൻ സ്വന്തമാകണമെന്നായിരുന്നുവോ......?

സ്വയംവരവേദിയിൽ

എത്ര മനോഹരമായിരുന്നു അക്കാലം !

എല്ലാ സായാഹ്നങ്ങളിലും ഞങ്ങൾ ഉദ്യാനത്തിലായിരിക്കും. തോഴിമാർ പറിച്ചുനൽകുന്ന പൂക്കൾകൊണ്ട് ഹാരമുണ്ടാക്കും. ഊർമ്മിളയും ശ്രുതകീർത്തിയും പൂക്കൾ ഓരോന്നായി എടുത്തു നൽകും. ഞാനും മാണ്ഡവിയും മാലകെട്ടും. അതിനിടയിൽ സംസാരിക്കാത്ത വിഷയങ്ങളുണ്ടാകില്ല. ചിലപ്പോൾ കീർത്തനങ്ങളും ആലപിക്കും. അതൊരു മത്സരമായി മാറും.

ഇളയച്ഛനായ കുശധ്വജന് രണ്ടു റാണിമാരിലായി ജനിച്ചവരാണ് മാണ്ഡവിയും, ഊർമ്മിളയും, ശ്രുതകീർത്തിയും. അവരെന്റെ സ്വന്തം അനുജത്തിമാരായി കൊട്ടാരത്തിൽ വളർന്നു. അവരുടെ സീതേടത്തിയെന്ന വിളിയുടെ മാധുര്യം ഒന്നു വേറെതന്നെയാണ്!

അയൽരാജ്യമായ സാംകാശ്യം, അച്ഛൻ കീഴടക്കിയപ്പോൾ ഇളയച്ഛനെ അവിടത്തെ രാജാവാക്കി. ഇളയമ്മമാരോടൊപ്പം മാണ്ഡവിയും, ശ്രുതകീർത്തിയും അവിടേക്ക് പോയി. ഊർമ്മിള പോയില്ല.

എന്നെ പിരിയാൻ കഴിയില്ലത്രേ അവൾക്ക്...! എനിക്കും അങ്ങനെതന്നെ....

ഒരു ദിവസം, ഉദ്യാനത്തിലെ ഉയരമുള്ള വൃക്ഷത്തിൽ പടർന്നു ചുറ്റിക്കിടക്കുന്ന ഒരു വല്ലിയിൽ ഭംഗിയുള്ള ഒരു പൂക്കുല കണ്ടു. ആദ്യമായി പുഷ്പിച്ചതാണ്. അതിനാൽ അത് മഹാദേവന് കാഴ്ച വയ്ക്കണമെന്നായി ഊർമ്മിള. കൈയെത്താത്തത്ര മുകളിലാണ് ആ പൂക്കൾ.

തോഴിമാർ മരം കുലുക്കി...., വള്ളി പിടിച്ചു വലിച്ചു ..! കിട്ടിയില്ല.

പെട്ടെന്നൊരാശയം തോന്നി ഞാൻ ആയുധശാലയിലേക്ക് ഓടി. അവിടെ നിന്നൊരു വില്ലും ശരവും എടുത്തുകൊണ്ടു വന്നു. അച്ഛൻ പൂജിക്കാറുള്ള ശൈവചാപമായിരുന്നു അത്. അതുപയോഗിച്ച് വീഴ്ത്തുന്ന പൂക്കളും ഭഗവാനുവേണ്ടിയായതിനാൽ ഭയക്കേണ്ടതില്ല എന്നാണപ്പോൾ തോന്നിയത്.

തോഴിമാരുടെ അതിശയസ്വരം ശ്രദ്ധിക്കാതെ ഞാൻ ശരം തൊടുത്തു. പൂക്കുല താഴെവീണു. ഊർമ്മിള ഭയത്തോടെ ചോദിച്ചു,

'ഏടത്തി..... പൂജിക്കുന്ന ധനുസ്സ് എടുത്തതിൽ വലിയച്ഛൻ കോപിക്കില്ലേ....?'

അതോർത്താണ് ഞാനും ഭയന്നത്. എന്താകും ശിക്ഷ....?

രാത്രിയിൽ ഞങ്ങൾ ആശങ്കയോടെയാണ് അച്ഛനരികിൽ എത്തിയത്. എന്നെക്കണ്ടപ്പോൾ അച്ഛൻ ഗൗരവത്തിൽ അമ്മയോട് പറയുകയാണ്,

'റാണി, നമ്മുടെ മകൾ നല്ലൊരു വില്ലാളിയാണെന്ന് എനിക്കിന്ന് ബോദ്ധ്യമായി. അവൾ ഏതു വില്ലാണ് കുലച്ചതെന്നറിയാമോ.....?'

ഊർമ്മിള എന്റെ ചെവിയിൽ പറഞ്ഞു,

' അയ്യോ..... വലിയച്ഛൻ കണ്ടല്ലോ ഏടത്തി...! ഇനി എന്താകും ഉണ്ടാകുക....?'

എന്റെ ധൈര്യം മറഞ്ഞു. നെഞ്ചിടിപ്പ് കൂടി. കാലുകൾ വിറച്ചു തുടങ്ങി.

'ഏതാണെന്ന് പറയൂ രാജൻ.....' അമ്മയ്ക്ക് അതറിയാൻ തിടുക്കമായി.

'നമ്മൾ പൂജിക്കുന്ന ശൈവചാപം.....'

അമ്മയുടെ കണ്ണുകൾ തുറിച്ചു,

'ങ്ഹേ.... എന്ത്.... ? മഹാദേവന്റെ ധനുസ്സോ...? ഭഗവാനേ...!'

അച്ഛന്റെ ഗൗരവത്തെ പുഞ്ചിരി കീഴടക്കി. അതിൽ വാത്സല്യം നിറഞ്ഞു. എന്നെ തലോടി നിറുകയിൽ മുകർന്നുകൊണ്ട് പറഞ്ഞു,

'ഹാ...സത്യമാണ് റാണി. അല്ലേ മോളേ...?ഞാനത് മട്ടുപ്പാവിൽ നിന്നും കണ്ടു.'

അമ്മ വിശ്വാസം വരാതെ എന്റെ കൈകളിൽ പിടിച്ചു.

'പിതാവ് പറയുന്നത് സത്യമാണെന്ന് എനിക്കറിയാം. പക്ഷേ....

നീയെങ്ങനെ..? അത്ര ശക്തിയുണ്ടോ ഈ പിഞ്ചുകരങ്ങൾക്ക്.....!'

പിതാവ് ചിരിച്ചു കൊണ്ട് പറഞ്ഞു,

'റാണീ.....ഇവളെ ഞാൻ വീരശുല്കയായി പ്രഖ്യാപിക്കും. അസ്ത്രശസ്ത്ര വിദ്യകളും അഭ്യസിപ്പിക്കും. ഇവളെ വിവാഹം ചെയ്യുന്നവനും ശൈവചാപം കുലയ്ക്കാൻ കഴിയണം. പുത്രിയെ, കൗമാരത്തിനു മുൻപ് വിവാഹം ചെയ്തയക്കുക പിതാവിന്റെ കടമയാണ്. അതിനുള്ള ഒരുക്കങ്ങളും തുടങ്ങണം.'

താമസിയാതെ അസ്ത്രാഭ്യാസവും തുടങ്ങി.

കുറച്ചുനാളുകൾക്കുശേഷം രാജവിളംബരം കൊട്ടിഘോഷിക്കപ്പെട്ടു.

'സീരധ്വജ ജനകരാജാവ് വിളംബരം ചെയ്യുന്നു ...... കൊട്ടാരത്തിൽ സൂക്ഷിച്ചിട്ടുള്ള സുനാഭമെന്ന ശൈവചാപം കുലയ്ക്കുന്ന വീരന്.... രാജകുമാരി ജാനകീദേവിയെ വിവാഹം ചെയ്തു നൽകുന്നതാണ്.......'

ക്ഷണിക്കപ്പെട്ടവരും അല്ലാത്തവരുമായി അനേകായിരം പെരെത്തി. 'സീതയെ മോഹിക്കുന്നവർ ഇത്രയധികമോ' എന്നെല്ലാവരും അത്ഭുതപ്പെട്ടു. ഒരാൾക്കു പോലും ശൈവചാപം ഉയർത്തുവാൻ കഴിഞ്ഞില്ല...! പിന്നെയാണോ ഞാൺ വലിച്ചു കെട്ടുക....!

അപ്പോഴാണ് എന്റെ ബോധം ഉണർന്നത്. മഹാദേവൻ ദക്ഷയാഗം മുടക്കാനുപയോഗിച്ച ചാപമാണിതെന്ന് കേട്ടിട്ടുണ്ട്. എങ്കിലും ഉയർത്താൻ പറ്റാത്തതാണെന്ന് അറിഞ്ഞിരുന്നില്ല.

ഇത്രയും വീരന്മാർക്ക് പറ്റാത്തത് എനിക്കെങ്ങനെ കഴിഞ്ഞു......!

ലങ്കാധിപതി രാവണരാജാവ് പോലും വന്നിരുന്നു...! പ്രൗഢിയിലാണ് വന്നു കയറിയത്. ഇതൊക്കെ തനിക്കു നിസ്സാരമെന്ന പുച്ഛഭാവത്തോടെ.

ഇടതുകൈയിലെ ചെറുവിരൽ മതിയെന്ന ഉറപ്പായിരുന്നു അഹമെന്ന ഭാവത്തിന്. ശ്രമിച്ചപ്പോൾ ആ ഭാവം വിളറി. പിന്നെ വലതു കൈ കൊണ്ട് വലിച്ചു നോക്കി. ചാപം അനങ്ങിയില്ല. ശിരസ്സിന്റെ ഗമ നഷ്ടമായി. വാശികൂടിയെന്ന് തോന്നുന്നു. ദേഹമാകെ ഇളക്കി ഇരുകൈകളും പ്രയോഗിച്ചു. ചാപം കുറച്ചുയർന്നു. പിന്നെ കേട്ടത് ഒരു അലർച്ചയാണ്. വേദനകൊണ്ടുള്ള അലറൽ. വില്ലിന്റെ അടിയിൽ പെട്ട് രാക്ഷസരാജന്റെ വിരലുകൾ ചതഞ്ഞു. ഒരുവിധ

ത്തിലാണ് ആ കൈവലിച്ചെടുത്തത്. രാക്ഷസേന്ദ്രന്റെ പരിഭ്രമം കണ്ട് ഞങ്ങൾ ചിരിയടക്കാൻ വിഷമിച്ചു.

അടുത്തു നിന്നിരുന്ന ധാത്രി പറഞ്ഞു,

'അദ്ദേഹത്തെ ക്ഷണിച്ചിരുന്നില്ലെന്നാണ് കേട്ടത്. ലങ്കയിൽനിന്നും ഇത്ര ദൂരം വന്നത് ജയിക്കുമെന്ന ഉറപ്പിലാകും. ഇഷ്ടപ്പെടുന്നതെന്തും സ്വന്തമാക്കുന്നവനാണ്. അങ്ങനെ അദ്ദേഹത്തിന് ധാരാളം ഭാര്യമാരുമുണ്ട്.'

എന്റെ ആശ്വാസം ദീർഘശ്വാസമായി. രാക്ഷസരാജാവ് പരാജയപ്പെട്ടതിൽ മഹേശ്വരനോട് നന്ദിയും പറഞ്ഞു. എങ്കിലും ആപത്തുകൾ മാറിയിരുന്നില്ല.

'ശിവനല്ലാതെ മറ്റാർക്കും ഉപയോഗിക്കാനാകാത്തതാണെന്ന് അറിയാമായിരുന്നിട്ടും ജനകരാജാവ് നമ്മളെ ക്ഷണിച്ചുവരുത്തിയതെന്തിന് ? പുത്രിയെ കാണിച്ചു ഭ്രമിപ്പിക്കുവാനാണോ .....?'

എന്നായി പരാജിതർ. അവർ സംഘം ചേർന്നു. അപമാനിക്കപ്പെട്ടതിന് പകരം ചോദിക്കാനായി അവരൊറ്റക്കെട്ടായി അച്ഛനെ എതിരിട്ടു.

ഒരു വർഷമാണ് ആ പോരാട്ടം നീണ്ടുനിന്നത് !

മിഥിലാസൈന്യത്തെ എതിർത്തു നിൽക്കാൻ അവർക്കായില്ല. അവരോരുത്തരായി മരണപ്പെട്ടപ്പോൾ, ബാക്കിയുള്ളവർ പിന്തിരിഞ്ഞു. കാമിനിമൂലം മരിക്കേണ്ടെന്നു കരുതിയാകും.......

ഇപ്പോൾ ദാശരഥിരാമൻ വന്നിരിക്കുന്നു.....!

ചാപം കുലയ്ക്കാൻ അദ്ദേഹത്തിനും കഴിഞ്ഞില്ലെങ്കിൽ ....?

ആശങ്ക ഭയമായി വളർന്നു. ആദ്യദർശനത്തിൽ തന്നെ രാമൻ മനസ്സിൽ കയറിക്കഴിഞ്ഞു. ആ രൂപം മായ്ച്ചു കളയാൻ എന്റെ മനസ്സിന് കഴിയുമോ.....? നേരം വെളുക്കുവോളം ഞാൻ പ്രാർത്ഥിക്കുകയായിരുന്നു.

'മഹാദേവാ......., പാർവ്വതീദേവീ....... ഞങ്ങളെ ഒരുമിപ്പിക്കണേ......'

രാവിലെ എല്ലാവരും സഭയിലെത്തി. അവിടെ നടക്കുന്നതെല്ലാം കാണാവുന്ന രീതിയിൽ ഞാനും ഊർമ്മിളയും ഇരുന്നു.

അവളെനിക്ക് പ്രതീക്ഷ നൽകി,

'രാമകുമാരൻ വിജയിച്ചാൽ ഏടത്തിയുടെ വിവാഹം നടക്കും. വിവാഹത്തിന് മാണ്ഡവിയേയും ശ്രുതകീർത്തിയേയും കൊണ്ട്

അച്ഛൻ വരുമായിരിക്കും, ഇല്ലേ....? എത്ര നാളായി അവരെ കണ്ടിട്ട്...!'

മനസ്സെനിക്ക് ഉറപ്പുതന്നു. 'വരും.... സീതേടത്തിയുടെ വിവാഹത്തിന് അവർ വരാതിരിക്കില്ല.' എങ്കിലും ഊർമ്മിളയെ പ്രോത്സാഹിപ്പിച്ചില്ല.

'ആദ്യം ജയിക്കട്ടെ...എന്നിട്ടാകാം ബാക്കി കാര്യങ്ങൾ.'

ഞാൻ ലജ്ജയിൽ കുനിഞ്ഞ മുഖത്തോടെ മെല്ലെ വിക്കിവിക്കി പറഞ്ഞു,

'പിന്നെ.... അനുജത്തി.... അദ്ദേഹം വിജയിക്കണമെന്ന് നീ പ്രാർത്ഥിക്കണം....'

വാക്കുകൾ ജാള്യതകൊണ്ട് ഇഴഞ്ഞിരുന്നു. ഊർമ്മിള താടിപിടിച്ചുയർത്തി.

'ഏടത്തി നാണിക്കേണ്ട. എനിക്കറിയാവുന്നതല്ലേ ആ മനസ്സ്. അതിനു ചേരുന്നവൻ ഈ രാമനാണെന്നും അറിയാം.'

എനിക്കുറപ്പായിരുന്നു, ഊർമ്മിള പ്രാർത്ഥിക്കുമെന്ന്. രാമൻ ജയിച്ചാലല്ലേ രാമാനുജനെ വീണ്ടും കാണാനാകു.

സഭ തുടങ്ങി. ജനക മഹാരാജാവ് പ്രഖ്യാപിക്കുകയാണ്,

'സന്നിഹിതരായ എല്ലാവർക്കും മിഥിലാനരേശന്റെ സ്വാഗതം. സുനാഭമെന്ന ദിവ്യചാപം ദർശിക്കുന്നതിന് അയോദ്ധ്യയിലെ ദശരഥരാജാവിന്റെ പുത്രൻ രാമകുമാരൻ വിശ്വാമിത്ര ബ്രഹ്മർഷിയോടൊപ്പം എത്തിയിട്ടുണ്ട്. കൂടെ അനുജൻ ലക്ഷ്മണകുമാരനുമുണ്ട്. അവരെ ശിവധനുസ്സ് കാണിക്കുവാൻ ഞാനാഗ്രഹിക്കുന്നു. മാത്രമല്ല, രാമൻ ചാപം ഉയർത്തി, ഞാൺ കെട്ടിയാൽ, സീതയെ സഹധർമ്മിണിയായി നൽകുമെന്ന ഉറപ്പും നൽകുന്നു.'

ഊർമ്മിളയുടെ വാക്കുകൾ സത്യമായിരിക്കുന്നു. ശൈവചാപം വന്ദിക്കാൻ വന്നവനേയും പരീക്ഷിക്കാൻ തീരുമാനിച്ചിരിക്കുന്നു. അനുജത്തിയുടെ കൈകൾ എന്നെ ചുറ്റിപ്പിടിച്ചു.

എട്ടു ചക്രമുള്ള പേടകം വലിച്ചു കൊണ്ട് ഭടന്മാർ സഭയിലെത്തി. അതിനു മുകളിൽ വച്ചിട്ടുള്ള ത്രയംബകവില്ലിനെ എല്ലാവരും വണങ്ങി.

വിശ്വാമിത്രമുനി രാമന് അനുവാദം കൊടുത്തു,

' വത്സാ രാഘവാ...., പോയി ചാപം എടുത്തു കുലയ്ക്കുക.'

എന്നിലെ വിഭ്രാന്തിയിളകി മറിഞ്ഞു. ഇമവെട്ടാതെ ഞാൻ നോക്കിയിരുന്നു.

ഋഷീശ്വരന്റെ അനുഗ്രഹവും വാങ്ങി ദാശരഥി പേടകത്തിനടുത്തെത്തി. ദിവ്യചാപത്തെ പ്രദക്ഷിണം ചെയ്ത് പുഷ്പാർച്ചന ചെയ്തു. സഭയിലെ എല്ലാവരേയും നോക്കി കൈകൂപ്പി, ധനുസ്സിനെ തൊട്ടുവണങ്ങി. ഒരു നിമിഷം..... ഇടതു കൈ അതിൽ പിടിച്ച്, കണ്ണടച്ച് ഒരു മാത്ര നിന്നു. പിന്നെ നിഷ്പ്രയാസം അതെടുത്തുയർത്തി.

'ഭേഷ്...ഭേഷ്...വീരനാണീ കുമാരൻ.....നമ്മുടെ രാജകുമാരിക്ക് യോജിച്ചവൻ...'

ഹോ.....എന്റെ ശ്വാസം നേരെ വീണു. മനം നൃത്തലഹരിയിലായി. ആരവങ്ങൾക്കിടയിൽ രാമൻ, ചാപത്തിന്റെ ഒരഗ്രം നിലത്തുറപ്പിച്ചു.

ഞാൻ മഹാദേവിയെ ധ്യാനിച്ചു.

'പരാശക്തീ.... അദ്ദേഹത്തിനത് സാധ്യമാകണമേ....'

ഇടിവെട്ടിയ പോലെയുള്ള ഭീകരശബ്ദത്തിൽ എന്റെ നേത്രങ്ങൾ അടഞ്ഞുപോയി. ശരീരവും മനസ്സും നടുങ്ങി. ഊർമ്മിള വിറച്ചുകൊണ്ട് എന്നെ ചുറ്റിപ്പിടിച്ചു. കാണികളിൽ നിന്നുള്ള ആർത്തനാദങ്ങൾ ഉച്ചത്തിൽ കേട്ടു.

എല്ലാം ഒരൊറ്റ നിമിഷത്തിൽ.......!

സഭയിലെ കാഴ്ച കുളിരായി പടർന്നുകയറി. വില്ലിന്റെ ഒരു കഷണം രാമകരങ്ങളിൽ. ബാക്കിഭാഗം, ഞാണിൽ നിന്നും വേർപെടാതെ, തറയിൽ. പലരും മോഹാലസ്യപ്പെട്ടിരിക്കുന്നു. ചിലർ തറയിൽ, മറ്റുചിലർ ഇരിപ്പിടത്തിൽ ചാഞ്ഞ്, ചിലരാകട്ടെ ഇരിപ്പിടത്തോടെ നിലം പതിച്ചും.

എന്റെ കൈകൾ കൂമ്പി. ചുണ്ടുകൾ മന്ത്രിച്ചു......

'മഹാദേവാ....രാമൻ വിജയിയായി. ചാപനാശത്തിൽ ക്ഷമിച്ചാലും ദേവാ..'

അടക്കാനാകാത്ത സന്തോഷത്താൽ ഞാൻ ഊർമ്മിളയെ ഗാഢാലിംഗനം ചെയ്തു. മനസ്സിന്റെ തുടികൊട്ടൽ അവളറിഞ്ഞിട്ടുണ്ടാകും. പരിസരം മറന്ന് ആടാനായി കാലുകൾ തയ്യാറായി. അവളെന്നെ ബലത്തിൽ പിടിച്ചു നിർത്തി.

'ഏടത്തിയുടെ മനസ്സെനിക്കറിയാം. പക്ഷെ മറ്റുള്ളവരെന്തു വിചാരിക്കും? രാമാനുജന്റെ സന്തോഷം നോക്കുക. അതുപോലെ യാണ് ഞാനിപ്പോൾ.'

ഞാനും ഊർമ്മിളയുടെ കാതിൽ പറഞ്ഞു,

'അനിയത്തികുട്ടീ...... എനിക്കും നിന്നെ അറിയാൻ കഴിയുന്നുണ്ട്. ആ ഇഷ്ടവും നടക്കുമെന്ന് എന്റെ മനസ്സ് പറയുന്നു.'

അവൾ നാണിച്ചു തലതാഴ്ത്തി.

സഭയിലെ ആരവം ഒടുങ്ങി. അച്ഛൻ, വിശ്വാമിത്രനെ തൊഴുതു.

'മുനീന്ദ്ര, രഘുരാമന് ഞാനെന്റെ പുത്രിയെ വേളി ചെയ്തു നൽ കാനാഗ്രഹിക്കുന്നു. ദശരഥരാജനെ ക്ഷണിക്കാനായി അമാത്യരെ അയക്കട്ടെ?'

അത്യധികം ആനന്ദത്തോടെ ബ്രഹ്മർഷി സമ്മതം മൂളി. ഉടനെ തന്നെ വിശ്വസ്തരായ രണ്ടു മന്ത്രിമാരെ വിളിച്ച് വിവരങ്ങൾ വിശ ദമാക്കിയ സന്ദേശവുമായി സാകേതത്തിലേക്ക് പറഞ്ഞു വിട്ടു.

രാജഗുരുവിനോട് വിവാഹദിവസം നിശ്ചയിക്കാൻ പറയുന്നത് കേട്ട് ഞാൻ അക്ഷമയായി. കണക്കുകൂട്ടലുകൾക്കു ശേഷം ശതാ നന്ദമുനി അറിയിച്ചു,

'ദൂതർ അയോദ്ധ്യയിലെത്താൻ മൂന്നു ദിവസമെടുക്കും. തിരി ച്ചും അത്രയും തന്നെ ദിവസം വേണം. വിവാഹം അതിനു ശേഷ മുള്ള ശുഭമുഹൂർത്തത്തിലാകാം. അതായത് ഉത്രം നക്ഷത്രത്തിൽ. ഇന്നേക്ക് പതിനൊന്നാം ദിവസം.'

ഊർമ്മിളയുടെ രഹസ്യം കർണ്ണത്തിലെത്തി.

'എന്താ ഏടത്തി, അത് അകലെയാണെന്ന് തോന്നുന്നുവോ.....?'

ലജ്ജ, ദേഷ്യത്തിലേക്ക് വഴിമാറി. ഞാൻ മിണ്ടാതെ മുഖം വീർ പ്പിച്ചിരുന്നു.

അടുത്ത ദിവസം തന്നെ ഇളയച്ഛനും ഇളയമ്മമാരും എത്തി. മാണ്ഡവിയും ശ്രുതകീർത്തിയും വേഴാമ്പലിനെപ്പോലെ എന്റെ അടുത്തേക്ക് ഓടിയെത്തി. അവരുടെ വിശേഷങ്ങളിൽ ദിവസങ്ങൾ കടന്നു പോയിക്കൊണ്ടിരുന്നു.

ആറാം ദിവസം നന്ദിനിയമ്മ എന്നെ അറിയിച്ചു,

'സീതക്കുട്ടി അറിഞ്ഞില്ലേ....? ദശരഥരാജാവ് വന്നിരിക്കുന്നു. കൂടെ മക്കളും മന്ത്രിമാരും മഹർഷിമാരും തുടങ്ങി ആയിരക്കണെ

ക്കിന് ജനങ്ങളുമുണ്ട്. രഥങ്ങൾ നഗരത്തിൽ നിറഞ്ഞു.'

'മക്കളാരൊക്കെയാണ് നന്ദിനിയമ്മേ ....?'

'രാമലക്ഷ്മണന്മാർ കൂടാതെ ഭരതൻ, ശത്രുഘ്നൻ എന്ന രണ്ടു പേരു കൂടിയുണ്ട്. ദിവസങ്ങളുടെ വ്യത്യാസമേയുള്ളൂ അവർ തമ്മിലത്രേ! നിങ്ങളെപ്പോലെ...!'

എങ്കിലും എന്നെപ്പോലെ ആരുമുണ്ടാകില്ല. അച്ഛനമ്മമാർ ആരെന്നോ കുലമേതെന്നോ അറിയാത്ത ഞാൻ സാത്വികനായ ജനകരാജാവിന്റെ കാരുണ്യത്താൽ വിദേഹവംശജയായതാണ്. എല്ലാമെന്റെ മഹാഭാഗ്യമാണെന്ന് തോന്നിയിട്ടുണ്ട്. അച്ഛനെന്നെ പലപ്പോഴും വൈദേഹിയെന്നാണ് വിളിക്കുക. അനാഥത്വം തോന്നാതിരിക്കാനാകും.

ഞാനറിഞ്ഞ വാർത്ത അനുജത്തിമാർക്കും നൽകി.

'കേട്ടില്ലേ...., അദ്ദേഹത്തിന്റെ പിതാവും മറ്റുള്ളവരും എത്തിയെന്ന്. ആ കുമാരന്മാർ തമ്മിലും അധികം പ്രായവ്യത്യാസമില്ലെന്ന്. നമ്മളെപ്പോലെ.'

ഊർമ്മിളയുടെ ചിരിയിൽ കളിയാക്കലിന്റെ ഭാവം,

'അല്ല സീതേടത്തി..... മനസ്സിലായില്ല...... ആരാണീ അദ്ദേഹം....?'

'അത്..... ലക്ഷ്മണകുമാരന്റെ ജ്യേഷ്ഠൻ....'

മാണ്ഡവിയാണ് അടുത്തതായി ഊഴമെടുത്തത്.

'ആരാണ് ലക്ഷ്മണ കുമാരൻ..... ? പറയു ഏടത്തി.....ഹ...ഹ....'

എനിക്ക് ദേഷ്യം വന്നു. മുഖം തിരിച്ചിരുന്നപ്പോൾ അവർ കൂട്ടച്ചിരിയോടെ ഇക്കിളികൂട്ടി. അവരെ കുടഞ്ഞുകൊണ്ട് ഞാനോടിപ്പോയി.

പിറ്റേന്ന് വിവാഹത്തിന്റെ ആദ്യചടങ്ങായിരുന്നു. വസിഷ്ഠദേവൻ അറിയിച്ചു,

'സഭയിൽ വരന്റേയും വധുവിന്റേയും പിതാക്കൾ സ്വന്തം കുലമഹിമ വർണ്ണിക്കണം. അതെല്ലാം സ്വീകാര്യമാണെങ്കിൽ പരസ്പരം വാക്കു നൽകണം. വരൻ, ദാനാദികൾ നടത്തി, പിതൃക്രിയാദികൾ നിർവ്വഹിച്ച്, വൈവാഹിക മംഗളകർമ്മങ്ങൾ ആചരിച്ചശേഷമാണ് വിവാഹം. ഇന്നേക്ക് നാലാം നാൾ.'

രഘുകുലമഹിമ കേൾക്കാൻ കാതുകൾ കൊതിച്ചു. ദശരഥരാജാവിന്റെ വിശദീകരണം കഴിഞ്ഞപ്പോൾ അച്ഛൻ വിദേഹവംശ

മഹിമയും പറഞ്ഞു. കൂടെ ഞാൻ അദ്ദേഹത്തിന്റെ മകളല്ലെന്ന സത്യവും. അതു വിവരിച്ചപ്പോൾ അച്ഛന്റെ സ്വരം ഇടറിയിരുന്നു.

കുലമഹിമയില്ലെന്നു പറഞ്ഞ് ഒഴിയുമോയെന്ന ഭയമായിരുന്നു വോ......?

മറ്റൊരാഗ്രഹം കൂടി അച്ഛനറിയിച്ചു. ഞങ്ങളെ സുഖിപ്പിച്ച ഒന്ന്.

'എന്റെ മകൾ സീതയെ ദശരഥപുത്രൻ രഘുരാമന് നൽകുന്നു. മറ്റൊരാഗ്രഹവും അറിയിക്കട്ടെ. എന്റെ അനുജനും സാംകാശ്യ രാജാവുമായ കുശധ്വജന് മൂന്നു പുത്രിമാരുണ്ട്. അങ്ങയുടെ മറ്റു മൂന്നു കുമാരന്മാർക്കും അവരെ വിവാഹം ചെയ്തു നൽകുവാൻ ഞങ്ങൾക്ക് താല്പര്യമുണ്ട്. അയോദ്ധ്യയുടെ സ്നുഷമാരായാൽ സഹോദരിമാർ പിരിയുകയില്ലായിരുന്നു.'

കൗശികനും വസിഷ്ഠനും പരസ്പരം നോക്കി മന്ദഹസിച്ചു. വസിഷ്ഠനറിയിച്ചു,

'രാജാവേ, സന്തോഷമായി.അതുതന്നെയായിരുന്നു ഞങ്ങളുടെ ആഗ്രഹവും. ചോദിക്കാൻ വിചാരിച്ചതുമാണ്. ആ... മൂന്നാം നാൾ ഉത്രം, നല്ലദിനമാണ്.'

ശതാനന്ദ മുനി അറിയിച്ചു,

'അങ്ങനെയാകട്ടെ. നാളെമുതൽ ഹോമം തുടങ്ങാം. ഹോമാവ സാനം നാലു വിവാഹങ്ങളും മംഗളകരമായി നടത്താം. എന്താണ് രാജൻ......?'

എല്ലാവരും അതംഗീകരിച്ചതോടെ സഭ പിരിഞ്ഞു. ഞങ്ങളുടെ കളിയാക്കലുകൾ ആരംഭിച്ചു. ആരും മോശക്കാരായിരുന്നില്ല.

സീതയ്ക്ക് മാലയിടാൻ രാമൻ.....,ഊർമ്മിളയ്ക്കാകട്ടെ ലക്ഷ്മ ണനും..., മാണ്ഡവിക്കു ദേവൻ ഭരതൻ..., ശ്രുതകീർത്തി ശത്രുഘ്ന ന്റേയും....

ഞങ്ങളുടെ മനസ്സുകൾ ഇതിനെ ഈണമായി കൊണ്ടു നടന്നു. ഇടക്ക് മൂളലുകളായി പുറത്തേക്ക് ഒഴുകുകയും ചെയ്തു.

പിറ്റേന്ന് നടന്ന ദാനകർമ്മാദികൾക്കിടയിൽ ഒരു സുവർണ്ണരഥം വരുന്നതു കണ്ടു. അതാരെന്നറിഞ്ഞ് നന്ദിനിയമ്മ എനിക്ക് കൈമാറി.

'പുത്രീ, ഇന്നു വന്നത് കേകയത്തെ അശ്വപതിരാജാവിന്റെ പുത്രനാണ്. യുധാജിത്തെന്നാണ് പേര്. ഭരതകുമാരന്റെ മാതുലൻ.

അയോദ്ധ്യയിൽ ചെന്നപ്പോൾ, കുമാരന്മാരുടെ വിവാഹവിശേഷം അറിഞ്ഞെത്തിയതാണ്.'

വൈകിട്ട് മട്ടുപ്പാവിൽ നിൽക്കുമ്പോൾ, സ്ഫടികഭിത്തിയിൽ രാമന്റെ പ്രതിച്ഛായ.....! ഞാൻ തിരിഞ്ഞു നോക്കി. ഉദ്യാനത്തിൽ നാലു പേരും ഉണ്ട്. ഞാൻ വേഗം അനുജത്തിമാരേയും കൊണ്ട് ഉദ്യാനത്തിലെത്തി. പൂക്കളിറുക്കുകയായിരുന്നില്ല ലക്ഷ്യം.... പ്രതിശ്രുതവരന്മാരെ കാണണമെന്നായിരുന്നു......

അപ്പോൾ രാമദേവൻ തനിച്ച് ശുദ്ധജലതടാകത്തിൽ നോക്കി നിൽക്കുകയായിരുന്നു. അനുജത്തിമാർ എന്നെ അങ്ങോട്ടേക്ക് തള്ളിവിട്ടിട്ട് മാറിപ്പോയി. ഞാൻ വെള്ളത്തിലെ നിഴലായപ്പോൾ അദ്ദേഹം തലയുയർത്തി. ഞങ്ങളുടെ കണ്ണുകൾ കോർത്തു. കൈയിലുള്ള താമര എന്റെ ദേഹത്തേക്കെറിഞ്ഞു കൊണ്ട് അദ്ദേഹം മന്ദഹസിച്ചു. ഞാൻ തിരിഞ്ഞോടി അനുജത്തിമാരുടെ സമീപമെത്തി. അവരും അതേ അവസ്ഥയിലായിരുന്നു.

ക്ഷേത്രത്തിലേക്ക് പോകുന്ന ദാശരഥിമാരെ വീക്ഷിച്ചു കൊണ്ട് ഞങ്ങൾ കേളീഗൃഹത്തിൽ മറഞ്ഞു നിന്നു. മനസ്സിലാരൂപം പ്രതിഷ്ഠിക്കുകയായിരുന്നു ഞാനപ്പോൾ. എന്നെ പിന്തിരിപ്പിച്ചത് തോഴിമാരായിരുന്നു.

'നിങ്ങളിവിടെ നിൽക്കയാണോ? വധുക്കളല്ലേ......? പല ഒരുക്കങ്ങളും നടത്താനുണ്ട്. ഈ സുന്ദരിമാരെക്കണ്ട് എല്ലാവരും അതിശയിക്കണം. മഞ്ഞളും സുഗന്ധദ്രവ്യങ്ങളും തേച്ചു പിടിപ്പിക്കണം, മൈലാഞ്ചി ഇടണം.... അങ്ങനെ എന്തെല്ലാം...! വരൂ പോകാം....'

അടുത്ത ദിവസവും ഞങ്ങളെ പുറത്തിറക്കിയില്ല. വിവാഹവസ്ത്രങ്ങളും ആഭരണങ്ങളും തിരഞ്ഞെടുത്തത് ഞങ്ങൾ തന്നെയാണ്. ഞാനൊരു ഇളം മഞ്ഞനിറമുള്ള സാരിയും അരുണനിറമുള്ള ഉത്തരീയവും, മാണ്ഡവി നീല വസ്ത്രവും വെളുത്ത ഉത്തരീയവും.

ഊർമ്മിള എന്നോട് പതിയെ പറഞ്ഞു,

'നമ്മൾ കണ്ടപ്പോഴെല്ലാം ഇളംചുവപ്പ് നിറമുള്ള വസ്ത്രത്തിലല്ലേ കണ്ടത്. ആ നിറമാകും ഇഷ്ടം. ഞാനുമങ്ങനെയാകട്ടെ ഏടത്തി.'

പുഞ്ചിരിയോടെ ഞാൻ തലയാട്ടി. അവളുടെ വികാരം എനിക്കു മനസ്സിലാകും. പീതാംബരനിറം എനിക്കിഷ്ടമായതിനും കാരണം

മറ്റൊന്നല്ല.

'ശ്രുതകീർത്തീ, നിനക്കിഷ്ടമുള്ളത് ഏതാണ്.......?'

സംഭ്രാന്തിയിൽ ആ സുന്ദരമുഖം വിവർണ്ണമായിരുന്നു. ഞങ്ങളുടെ കൊഞ്ചിക്കുട്ടിയാണവൾ. ഹരിതവർണ്ണചേല ഞാനവൾക്കായി എടുത്തു നൽകി.

വിവാഹദിനത്തിൽ ഞങ്ങൾ മഴവില്ലിന്റെ ശോഭയോടെ നിരന്നിരുന്നു.

വസിഷ്ഠമുനി ഹോമാഗ്നി കൊളുത്തി. സ്വയംവരമേളങ്ങൾ ആരംഭിച്ചു. മംഗളമേളത്തോടൊപ്പം വരണമാല്യവും കണ്ഠത്തിൽ ചാർത്തപ്പെട്ടു. അച്ഛൻ, എന്റെ കൈകൾ രാമന്റെ കൈകളിൽ ചേർത്തു വച്ചു. ആ കൈകളുടെ ബലവും ചൂടും എന്നെ രോമാഞ്ചിതയാക്കി.പിന്നെ ഇളയച്ഛനാണ് മാണ്ഡവിയെ ഭരതനെ ഏൽപ്പിച്ചത്. ലക്ഷ്മണന്റെ കരങ്ങളിൽ ഊർമ്മിളയേയും. ശത്രുഘ്നന് ശ്രുതകീർത്തിയേയും.

അഗ്നിയെ മൂന്നു വട്ടം വലം വച്ച് ഞങ്ങളെ ദശരഥരാജാവിന് നൽകിയിട്ടുള്ള കൊട്ടാരത്തിലേക്ക് കൊണ്ടുപോയി.

ഞങ്ങൾ വസിഷ്ഠമുനിപത്നിയായ അരുന്ധതീ ദേവിയെ നമസ്കരിച്ചു. ദേവിയോളം പതിവ്രതയായ മറ്റൊരു സ്ത്രീ ഭൂമിയിലില്ല. ഭർത്തൃശുശ്രൂഷയിലും അഗ്രഗണ്യ. വിവാഹിതകൾ അവരെ നമസ്കരിച്ച് അനുഗ്രഹം നേടണം. അരുന്ധതീ ദേവി, ഞങ്ങളെ പതിവ്രതാധർമ്മങ്ങൾ ഉപദേശിച്ചു.

വൈകിട്ട് ശ്രുതകീർത്തി കണ്ണു നിറച്ചുകൊണ്ട് വന്നു.

'സീതേടത്തി, എനിക്കമ്മയെ വിട്ടുപോകാനാവില്ല. സങ്കടം വരുന്നു.'

'ഞങ്ങൾക്കും വിഷമമുണ്ട്. എങ്കിലും നമ്മളൊന്നിച്ചാണല്ലോ പോകുന്നത്. നീയിനി കൊച്ചുകുട്ടിയല്ല, ഭാര്യയാണ്. ഏടത്തിമാരും കൂടെയില്ലേ?'

അവളെ ആശ്വസിപ്പിച്ച് ഞങ്ങൾ മൂന്നുപേരും കൂടെയിരുന്നു. രാത്രിയായപ്പോൾ ഞാനെന്റെ അറയിലേക്ക് പോയി. ആ രാത്രിയിലെ സ്വപ്നത്തിൽ ഞാനൊരു വധുവായിരുന്നു. തിളങ്ങുന്ന കനകാഭരണങ്ങൾ വാരിയണിഞ്ഞ മനോമോഹിനി. നേത്രങ്ങൾ പിടഞ്ഞത് രാമനെക്കാണാനായിരുന്നു. ഉത്തരീയം നിലത്ത് ഒഴു

കിക്കിടന്നു. സീമന്തരേഖയിൽ നിന്നും അടർന്നു വീണ കുങ്കുമത്ത രികൾ നെറ്റിത്തടത്തിലെ രക്തനക്ഷത്രങ്ങളായി തിളങ്ങി.

ആ കനവിന്റെ മധുരം നുണഞ്ഞു കൊണ്ട് കൊതിയടങ്ങാതെ ഇരിക്കുമ്പോഴാണ് രാമദേവൻ പറഞ്ഞത്.

'സീതേ, വിശ്വാമിത്ര ബ്രഹ്മർഷി ഇന്നു പോകുമെന്ന് പറഞ്ഞിരുന്നു. വരൂ, അദ്ദേഹത്തിന്റെ അനുഗ്രഹം വാങ്ങാം.'

എന്റെ കൈയ്യിൽ പിടിച്ചുകൊണ്ട് രാമൻ മുറിക്കു വെളിയിൽ കടന്നു. ഞങ്ങൾ നാലു നവദമ്പതിമാരും വിശ്വാമിത്ര പാദങ്ങളിൽ നമസ്കരിച്ചു.

അദ്ദേഹം എന്റെ തലയിൽ കൈവച്ചനുഗ്രഹിച്ചു,

'എല്ലാ മംഗളങ്ങളും ഉണ്ടാകട്ടെ......ദീർഘ സുമംഗലീ ഭവ.....'

അപ്പോഴേക്കും അച്ഛനുമമ്മയും, ഇളയച്ഛനും ചെറിയമ്മമാരും എത്തി.

മുനിസത്തമൻ അറിയിച്ചു,

'എന്റെ ആശ്രമം ഹിമാലയത്തിലാണ്. ഇനി എന്റെ യാത്ര അങ്ങോട്ടേക്കാണ്.'

വസിഷ്ഠമുനി ആരാഞ്ഞു,

'അങ്ങവിടെയാണോ ഇപ്പോൾ വസിക്കുന്നത് ?'

'അതേ ബ്രഹ്മർഷേ. സിദ്ധാശ്രമത്തിൽ യജ്ഞാനുഷ്ഠാനത്തി നായി എത്തിയതാണ്. ജ്യേഷ്ഠത്തി സത്യവതിയെ കുറിച്ച് അങ്ങ് കേട്ടിട്ടില്ലേ?'

'കേട്ടിട്ടുണ്ട്. ഋചീകമുനിയുടെ പത്നി. അദ്ദേഹം പത്നിയെ ശപിച്ച് നദിയാക്കി എന്നും കേട്ടിരിക്കുന്നു.'

'അതേ... പതിവ്രതയായ അഗ്രജ, വല്ലഭനെ പിരിയാനാകാതെ കൂടെ സ്വർഗ്ഗത്തിലേക്ക് പോകാനിറങ്ങിയതാണ്. കുപിതനായ മഹർഷി ശപിച്ചു. ജ്യേഷ്ഠത്തി കൗശികീ നദിയായി, ഹിമവാനിൽ നിന്നാണ് ഉത്ഭവിക്കുന്നത്. സഹോദരീ സ്നേഹത്താൽ ഞാനും അവിടെ താമസമാക്കി.'

മുനീന്ദ്രനും ശിഷ്യരും യാത്രപറഞ്ഞു പിരിഞ്ഞു. അല്പം കഴി ഞ്ഞ് ഞങ്ങളും. എല്ലാവരോടും യാത്രപറയുമ്പോൾ വിതുമ്പൽ അടക്കാനായില്ല. കൂടെ മറ്റുള്ളവരും കരയുന്നുണ്ടായിരുന്നു.

അച്ഛൻ നൽകിയ ആർഭാടത്തോടെയുള്ള സ്ത്രീധനം കണ്ട്

എന്റെ കണ്ണുകൾ തള്ളിപ്പോയി. ഞാൻ ശബ്ദമടക്കി അനുജത്തിമാരോട് പറഞ്ഞു,

'നോക്കുക, നമ്മുടെ അച്ഛന്മാരുടെ സ്നേഹം. ചതുരംഗസേനയും, പശുക്കളും ആനകളും കുതിരകളും, ദാ....അവിടെ നോക്കു....ആ നിരന്നു നിൽക്കുന്ന രഥങ്ങളിലൊക്കെ ആഭരണങ്ങളും രത്നങ്ങളും മറ്റുമാണെന്ന് അമ്മ പറഞ്ഞു.'

'നാലു കുമാരിമാരെ ഒന്നിച്ചൊരു ഗൃഹത്തിലേക്ക് പറഞ്ഞുവിടുന്നതല്ലേ? അതാണ് ഇത്രയധികം. പിന്നെ ദാസിമാരും ദാസന്മാരും വരുന്നുണ്ടത്രേ...!'

'നന്ദിനിയമ്മയും വരുന്നുണ്ടെന്നു പറഞ്ഞു. നമുക്ക് ഒരു കുറവും വരരുതെന്ന് നമ്മുടെ മാതാപിതാക്കൾ ആഗ്രഹിക്കുന്നുണ്ട്.'

എല്ലാവരും രഥത്തിൽ കയറി. മുൻപിലും പുറകിലും ചതുരംഗസേനകൾ. ഞങ്ങളുടെ അലങ്കരിച്ച കനകരഥങ്ങൾക്കു മുൻപിലെ രഥത്തിൽ ദശരഥരാജാവും, വസിഷ്ഠദേവനും കയറി. ഞങ്ങൾക്കു പുറകിലായി ദാസീദാസന്മാരും.

പാരിതോഷികങ്ങൾ നിറഞ്ഞ വണ്ടികൾ, പശുക്കൾ, ആനകൾ, കുതിരകൾ..... എനിക്കാ ഘോഷയാത്രയുടെ രണ്ടറ്റവും കാണാൻ പറ്റിയിരുന്നില്ല....!

രാമദേവന്റെ നർമ്മസല്ലാപങ്ങളിൽ എന്റെ മനഃക്ലേശം വിട്ടുമാറിയിരുന്നു. ഞങ്ങൾക്കിടയിലെ അപരിചിത്വം മാറി. കളിയും ചിരിയുമായി.

പെട്ടെന്ന് എന്തൊക്കെയോ മാറ്റങ്ങൾ ചുറ്റുപാടും കാണപ്പെട്ടു. സൂര്യൻ മങ്ങി. മന്ദമാരുതൻ കൊടുങ്കാറ്റായി ആഞ്ഞടിച്ചു. പക്ഷികൾ ചിലച്ചു കൊണ്ട് രഥത്തിന് മുകളിലൂടെ പരക്കം പാഞ്ഞു. മൃഗങ്ങൾ വലം വച്ചു. ചിലത് കുറുകെ ചാടി. ആകെ ഭയാനക അന്തരീക്ഷം. ഞാൻ രാമനെ ചേർന്നിരുന്നു.

'നാഥാ..എന്തൊക്കെയോ അപശകുനം കാണുന്നല്ലോ? ഭയം തോന്നുന്നു.'

അദ്ദേഹം ആശ്വസിപ്പിച്ചു. കുറച്ചു കഴിഞ്ഞപ്പോൾ മുന്നോട്ടുള്ള യാത്ര ബുദ്ധിമുട്ടായി. എല്ലാ രഥങ്ങളും നിന്നു. വസിഷ്ഠമുനിയും ദശരഥരാജനും ഞങ്ങളുടെ രഥത്തിനടുത്തെത്തി.

'പുത്രാ, ദുർന്നിമിത്തങ്ങൾ കാണുന്നുണ്ടല്ലോ. എന്റെ ഹൃദയം

അകാരണമായി വിറയ്ക്കുകയും ചെയ്യുന്നു.'

രാമൻ താഴെയിറങ്ങി, ബ്രഹ്മർഷിയോട് ചോദിച്ചു,

'ഗുരോ.....ഈ ശകുനങ്ങൾ സൂചിപ്പിക്കുന്നതെന്താണ്....... ?'

ഒരു നിമിഷത്തെ നിരീക്ഷണത്തിനുശേഷം മുനി പറഞ്ഞു,

'പക്ഷികളുടെ ഭീകര ശബ്ദം ഭയത്തെയാണ് സൂചിപ്പിക്കുന്നത്. മൃഗങ്ങളുടെ പെരുമാറ്റം ഭയത്തെ നശിപ്പിക്കുന്നതായും കാണുന്നു. പേടിക്കേണ്ടതില്ല. കീർത്തി ഉണ്ടാകുമെന്നും കാണുന്നുണ്ട്.'

പറഞ്ഞു തീരുന്നതിനു മുൻപേ കൊടുങ്കാറ്റ് ഭയാനകമായി. മരങ്ങൾ കടപുഴകി വീണു. ചുറ്റും കാണാൻ കഴിയാത്തവിധം പുക വന്നു മൂടി. ശക്തമായ ഭൂകമ്പത്തിൽ കുതിരകൾ ചാടി. പലരും തെറിച്ചു മണ്ണിൽ വീണു.

പുകയിൽ നിന്നും ഒരു രൂപം പ്രകാശമായി തിളങ്ങി......!

തേജസ്സുള്ള ഉഗ്രരൂപം. നെഞ്ചിനു കുറുകെയുള്ള പുലിത്തോൽ അദ്ദേഹ ത്തിന് പുലിയുടെ ശൗര്യം നൽകിയിരുന്നു. നല്ല ഉയരം, പാറിപ്പറക്കുന്ന ജടയും താടിയും, ജ്വലിക്കുന്ന കണ്ണുകൾ, ഇടതുചുമലിൽ പരശു, കൈയിലൊരു ഘോരചാപം. ഒരു അമാനുഷനായ ഋഷിരൂപമായാണ് എനിക്കു തോന്നിയത്.

ശരം ഞങ്ങൾക്കു നേരെ ചൂണ്ടി ആ പരശുപാണി ആക്രോശിച്ചു.

'ജമദഗ്നിപുത്രൻ ഭാർഗ്ഗവരാമനാണ് ഞാൻ. എന്നെക്കൂടാതെ മറ്റൊരു രാമൻ വീരനായിട്ടുണ്ടെന്നോ ...! ആരാണവൻ....... ?'

വസിഷ്ഠബ്രഹ്മർഷി മറ്റു മുനിമാരോട് പറയുന്നത് കേട്ടു

'പിതാവിനെ നിഗ്രഹിച്ചതിനാൽ ക്ഷത്രിയ വംശം മുഴുവൻ നശിപ്പിച്ചവനാണ് ഇദ്ദേഹം. ഈ ക്ഷത്രിയരെക്കൂടി വധിക്കാനാണോ വരുന്നത്....?'

ആ വാർത്ത എന്നെ വിഴുങ്ങാനൊരുങ്ങി. ഞാൻ പരാശക്തിയെ ധ്യാനിച്ചു. നല്ലതേ സംഭവിക്കുകയുള്ളുവെന്ന് മനസ്സെന്നെ ധൈര്യപ്പെടുത്തി.

ആര്യപുത്രൻ മുന്നോട്ട് കയറി നിന്നു. ക്ഷത്രിയാന്തകനായ രാമൻ ഗർജ്ജിച്ചു,

'ഓഹോ...നീയാണോ രാമൻ....? ബാലനാണല്ലോ...? നിന്റെ അത്ഭുതവീര്യം കേട്ടു. എന്റെ ഗുരുവായ മഹേശ്വരന്റെ ചാപം നീ ഖണ്ഡിച്ചു, അല്ലേ?'

ദശരഥമന്നവൻ കേണപേക്ഷിച്ചു,

'ഭഗവാനേ, എന്റെ പിഞ്ചുകുട്ടികൾക്ക് അഭയം തരണേ....'

എല്ലാവരും അദ്ദേഹത്തെ സ്തുതിച്ചു. അതിലൊന്നും അണയാതെ അദ്ദേഹം ആളിക്കത്തുകയായിരുന്നു.

'നിന്റെ കഴിവ് ഞാനുമൊന്നു കാണട്ടെ. ദാ.....ഈ ചാപം കോദണ്ഡമെന്ന ഘോരചാപമാണ്. നീ ഇതൊന്നു കുലച്ചു കാണിക്കുക...'

വസിഷ്ഠദേവൻ വിനയത്തോടെ കെഞ്ചി,

'നേടിയെടുത്ത ഭൂമിയെല്ലാം ബ്രാഹ്മണർക്ക് ദാനം ചെയ്ത മഹാത്മാവല്ലേ അങ്ങ്? ഈ ബാലന്മാരുടെ വിവാഹയാത്രയെ അനുഗ്രഹിച്ചു വിട്ടയച്ചാലും...'

ഭൃഗുരാമനെ ശാന്തനാക്കാൻ ആ വാക്കുകൾക്കായില്ല.

'ഹേ...രാമാ, ദിവ്യമായ ശൈവചാപം നീ ഖണ്ഡിച്ചു. ഈ വൈഷ്ണവചാപത്തെ വാങ്ങുക. കുലച്ചു കാണിക്കുക. ഉം..... വേഗം'

രാഘവൻ, രേണുകാതനയനെ വന്ദിച്ചു കൊണ്ട് പറഞ്ഞു,

'അങ്ങ് മഹാനാണ്. ഗുരുവായ വിശ്വാമിത്രാചാര്യന്റെ കുലത്തിൽ പിറന്ന അങ്ങയെ ഞാൻ ബഹുമാനിക്കുന്നു. ബാലനായ ഞാൻ അങ്ങയുടെ ദാസനുമാണ്. എന്നാൽ എന്നെ വീര്യമില്ലാത്തവനായി കാണരുത്. ധനുസ്സ് തന്നാലും.'

ആര്യപുത്രൻ വില്ല് വാങ്ങി, അതിൽ ശരം തൊടുത്തു. അതുകണ്ടപ്പോഴാണ് എന്റെ അഞ്ചൽ ഓടി മറഞ്ഞത്. എന്റെ ഭർത്താവ് വീരനാണ്.

ആദ്യമായി ക്രോധത്തോടെയുള്ള ഭർത്തൃശബ്ദം കേട്ടു,

'ജമദഗ്നി പുത്രാ, ഞാനങ്ങയെ ബഹുമാനിക്കുന്നു. അതിനാൽ ഈ ബാണം കൊണ്ട് അങ്ങയെ വധിക്കാൻ എനിക്കാകില്ല. രാമബാണം പിൻവലിക്കാനും കഴിയില്ല. ഇതിനൊരു ലക്ഷ്യം കാണിച്ചു തരിക.'

പരശുരാമന്റെ ഗർവ്വ് മറഞ്ഞു. അദ്ദേഹം ആര്യപുത്രനെ തൊഴുതു.

'മഹാപ്രഭോ, രഘുകുലനാഥാ, എനിക്കങ്ങയെ മനസ്സിലായി. ക്ഷമിച്ചാലും. തപസ്സിനാൽ നേടിയിട്ടുള്ള എന്റെ പുണ്യങ്ങളും, ശക്തിയും അങ്ങയുടെ ശരത്തിന് ലക്ഷ്യമാകട്ടെ. ഈ കോദണ്ഡം

ഇനി അങ്ങയുടേതാണ്. എനിക്ക് വിടതന്നാലും. ഞാൻ തപസ്സിനായി മഹേന്ദ്ര ഗിരിയിലേക്ക് പോകട്ടെ.'

എന്നെ വിവാഹം ചെയ്തശേഷം ഉണ്ടായ ആദ്യനേട്ടങ്ങൾ....! അനന്യമായ പുണ്യങ്ങളും, കോദണ്ഡമെന്ന വൈഷ്ണവചാപവും...! എന്റെ ആനന്ദത്തിന് അതിരില്ലായിരുന്നു. ഞാനദ്ദേഹത്തോട് കൂടുതൽ ചേർന്നിരുന്നു. കൂടെ മനസ്സും. ഞാൻ രാമന്റെ ഐശ്വര്യമാകുകയായിരുന്നു.

ആദ്യത്തെ അയോദ്ധ്യായാത്രയുടെ ഓർമ്മ തന്ന ലഹരിയിൽ മയങ്ങി ഇരുന്നു. രണ്ടു കുഞ്ഞു കരങ്ങൾ കണ്ണുകൾ പൊത്തി.

ആ മണവും സ്പർശനവും ഞാൻ തിരിച്ചറിഞ്ഞു. ലവൻ....!

'ആഹാ.... നിങ്ങൾ എത്തിയോ....? കൈവിടു ലവാ...., വേദനിക്കുന്നു.'

ലവൻ എന്റെ കാഴ്ചയെ സ്വതന്ത്രമാക്കി. കുശൻ നെറ്റിയിൽ തൊട്ടുനോക്കി.

'അമ്മയുടെ അസുഖം കുറഞ്ഞു, ഇല്ലേ ?'

അവർക്കറിയില്ലല്ലോ അസുഖം ശരീരത്തിനല്ല, മനസ്സിനാണെന്ന്.

'അമ്മേ, ഗുരു പറഞ്ഞു സീതാദേവി, ഭൂമിപുത്രിയാണെന്ന്. നമ്മളും ഭൂമിയുടെ മക്കളല്ലേ? എന്നിട്ടും നമ്മളെ ആരും അങ്ങനെ വിളിക്കുന്നില്ലല്ലോ?'

പരിഭവ സ്വരത്തിലാണ് ലവൻ ചോദിച്ചത്. എന്റെ സ്വരം അടഞ്ഞു,

'ആ.....ശരിയാണ്. നമ്മുടെയെല്ലാം മാതാവാണ് ഭൂമി. മനുഷ്യൻ മാത്രമല്ല എല്ലാ ജീവജാലങ്ങളും ഭൂമിയുടെ മക്കൾ തന്നെയാണ്. ഈ ധരണിയില്ലെങ്കിൽ ആരുമുണ്ടാകില്ല. നമുക്ക് വേണ്ടതെല്ലാം ഭൂദേവി തരുന്നില്ലേ? സീതാദേവിയെ ജനകരാജാവിന് കിട്ടിയത് ഉഴവുചാലിൽ നിന്നാണല്ലോ. അവളുടെ മാതാപിതാക്കൾ ആരെന്നും അറിയില്ല. അതുകൊണ്ട് അവളെ ഭൂമിപുത്രിയാക്കി.'

കുശൻ അത്ഭുതത്തോടെ നോക്കി.

'ഇതെല്ലാം അമ്മയെങ്ങനെയറിഞ്ഞു...? ആചാര്യൻ പറയുന്നത് കേട്ടുവോ?'

മുനിയുടെ ഭാഷണം കേൾക്കാതെയാണ് താൻ പറഞ്ഞതെന്നറിഞ്ഞാൽ കുട്ടികളിൽ സംശയമുണ്ടാകും. കള്ളം പറയാനും വയ്യ.

ഔഷധപാനീയം ഉണ്ടാക്കാനുള്ള തുളസിയിലക്കായി അവിടെ പോയിരുന്നു. അപ്പോൾ മുനിയുടെ ശബ്ദം വ്യക്തമല്ലാതെ കേൾക്കുകയും ചെയ്തു. എന്താണ് പറയുന്നതെന്ന് മനസ്സിലായില്ല. എങ്കിലും അതിൽ പിടിച്ചു നിന്നു.

'തുളസിക്കതിർ നുള്ളാൻ ചെന്നപ്പോൾ ആചാര്യൻ പറയുന്നത് കേട്ടു.'

കുശനതിൽ തൃപ്തനായി. അപ്പോഴേക്കും ചങ്ങാതിമാർ വന്നതിനാൽ അവരോടൊപ്പം മക്കൾ പോയി.

യാഗശേഷം ഭൂമി ഉഴുകുമ്പോൾ ജനകരാജാവിന് എന്നെ കിട്ടിയതാണ്. സിതത്തിൽ നിന്നു കിട്ടിയതിനാൽ സീത എന്ന നാമവും കിട്ടി. ആ സീതയാണ് ഞാനെന്ന് മക്കളോട് പറയുന്നതെങ്ങനെ...? ഞാനാ രഹസ്യം അറിഞ്ഞപ്പോളുണ്ടായ ഖേദം ഇപ്പോഴും ബാക്കിയുണ്ട് മനസ്സിൽ.

എന്നാണത്....? ആ......ഓർക്കുന്നു.....!

വ്യാസപുത്രനായ ശുകമഹർഷി കൊട്ടാരത്തിൽ വന്ന ദിവസങ്ങളിലായിരുന്നു അത്. അച്ഛനിൽ നിന്നും ധർമ്മോപദേശം സ്വീകരിക്കാനെത്തിയതാണ് മുനിശ്രേഷ്ഠൻ. അച്ഛനെത്ര ജ്ഞാനിയാണെന്ന് അഭിമാനിച്ച ദിവസങ്ങൾ. തെല്ലഹങ്കാരവും തോന്നാതിരുന്നില്ല.

ഒരുദിവസം സഹോദരിമാരോടൊത്ത് ഒളിച്ചുകളിക്കുന്നതിനിടയിൽ ഞാൻ പതുങ്ങിയത് അവരിരുന്നിരുന്ന ശാലയ്ക്കടുത്തായിരുന്നു. അന്നവർ സംസാരിച്ചത് ദത്തിനെ സംബന്ധിക്കുന്ന ധർമ്മമായിരുന്നു.

ശുകമഹർഷി ചോദിക്കുന്നത് വ്യക്തമായി കേട്ടു.

'അങ്ങയ്ക്ക് കിട്ടിയ കുഞ്ഞിനെ പുത്രിയായി സ്വീകരിച്ചെന്ന് കേട്ടിട്ടുണ്ട്. അത് ആ കുമാരിയെ അറിയിക്കേണ്ടതല്ലേ?'

'സന്ദർഭത്തിനനുസരിച്ച് മാറ്റങ്ങൾ വരുന്ന ധർമ്മങ്ങളും ഉണ്ട്. സ്വഭാവവും മാനസിക നിലപാടും നോക്കി വേണം ധർമ്മാധർമ്മങ്ങൾ നിശ്ചയിക്കാൻ അപ്പോളത് തെറ്റാകുകയുമില്ല. സീത ഒരു സാധാരണ കുട്ടിയല്ല. എന്റെ പുത്രിയല്ലെന്ന് അറിഞ്ഞാൽ എന്താകുമെന്ന ഭയമുണ്ട്. എനിക്കവൾ സ്വന്തം പുത്രി തന്നെയാണ്. ഞാനവളെ വേർതിരിച്ചു കാണുകയാണെങ്കിൽ അത് അധർമ്മമാകും. പ്രായമാകുമ്പോൾ പറയാമല്ലോ......?'

എന്നിലെ അഹങ്കാരത്തിന്റെ മുന ഒടിഞ്ഞുപോയി. അനാഥയാണെന്ന അറിവ് എന്നെ കൊണ്ടെത്തിച്ചത് ധാത്രിയുടെ മുന്നിലാണ്.

'നന്ദിനിയമ്മേ... ഞാൻ അനാഥയാണോ........?'

'എന്താ മോളേ അങ്ങനെ ചോദിച്ചത്? ദേവി രാജകുമാരിയല്ലേ.....'

'എനിക്കതറിയണം. എവിടുന്നാണ് എന്നെ കിട്ടിയത്...? പറയുക. ഇതറിയാതെ എനിക്കിന്ന് ജലപാനം പോലും ഉണ്ടാകില്ല.'

അങ്ങനെ വാശിയിൽ കിട്ടിയ അറിവാണ് സീതയെന്ന നാമത്തിന്റെ ഉല്പത്തി. അതൊന്നും അറിഞ്ഞതുപോലെ നടിച്ചുമില്ല. ധാത്രിയെ എനിക്ക് അത്രമാത്രം ഇഷ്ടമായിരുന്നു. അവരെ നഷ്ടപ്പെടുത്താൻ എനിക്കാവില്ല.

ഓർമ്മകൾ വേദനിപ്പിച്ചിട്ടേയുള്ളൂ. ഇന്നത് മറ്റൊരു വേദനയാണ് തന്നത്.

'ഞാനാരെന്ന് മക്കൾ അറിഞ്ഞുവോ....?'

ഉരുകിയ മനസ്സുമായി പോയത് വാല്മീകീദേവന്റെ സമീപത്തേക്കാണ്. മറുപടി ആശ്വാസത്തിന്റേതായിരുന്നു.

'ഇല്ല ദേവി. അവർക്ക് സംശയമൊന്നുമില്ല. ഞാനാ രീതിയിൽ പറയുകയുമില്ല. വിശ്വസിച്ചാലും.'

'പിതാവിനെ എനിക്കു വിശ്വാസമാണ്. സത്യം കുറേക്കാലം മൂടിവയ്ക്കാനാകില്ലല്ലോ. പറയേണ്ടസമയം സർവ്വജ്ഞനായ ഭവാന് അറിയാമെന്നും നിശ്ചയമുണ്ട്. എങ്കിലും....മനസ്സ് ഭയക്കുന്നു. അവരെയെങ്ങനെ നേരിടുമെന്നോർത്ത്.'

'സംഭവിക്കാനുള്ളത് കാലമാകുമ്പോൾ സംഭവിക്കും. അതു എനിക്കോ നിനക്കോ തടയാനാകില്ല. സമാധാനമായി പോകുക.'

തിരികെ വന്നു കിടന്നതേ ഓർമ്മയുള്ളു. മനസ്സ് ശാന്തമായതിനാലാകും മയക്കത്തിലേക്ക് വീണിരുന്നു.

സന്ധ്യയായതൊന്നും അറിഞ്ഞില്ല.

സാകേതത്തിൽ

ആരോ വിളിച്ചുണർത്തി. മുന്നിൽ ശുചിസ്മിതാദേവി .

'എന്താണമ്മേ...'

'പൂജക്ക് കാണാതെയായപ്പോൾ വന്നതാണ്. മാതാജി വന്നപ്പോൾ നല്ല ഉറക്കമായിരുന്നത്രേ! പിച്ചും പേയും പറയുന്നുണ്ടായിരുന്നെന്ന്...! നോക്കട്ടെ..'

സുഖകരമായ ഓർമ്മകളിൽ തിമിർക്കുകയായിരുന്നു ഞാനെന്ന് മാതാജിക്ക് അറിയില്ലല്ലോ......?

ശുചിയമ്മയുടെ കൈ, മുഖത്തുനിന്നും കൈകാലുകളിലേക്ക് ഇഴഞ്ഞു. ആ മഞ്ഞുകരങ്ങളുടെ തഴുകലിൽ ഞാൻ കുളിരിട്ടു.

'നല്ല ചൂടുണ്ട്...! കിടന്നോളു. മരുന്നുമായി ഞാനുടനെയെത്താം...'

മുറിവൈദ്യനാണ് ശുചിയമ്മ. കാട്ടിലെ മരുന്നുകളെ കുറിച്ച് കുറച്ചൊക്കെ അറിയാം.

തെല്ലുനേരം കഴിഞ്ഞപ്പോൾ ശുചിയമ്മ മരുന്നുകളുമായി വന്നു. എന്തൊക്കെയോ അരച്ചത് നെറ്റിയിൽ കനത്തിൽ തേച്ചുവച്ചു. പിന്നെ കുമ്പിളിലെ പാനീയം കുടിക്കാനും തന്നു. കയ്പോ ചവർപ്പോ എന്നറിയാത്ത രുചി.

'ഇതിവിടെ ഇരിക്കട്ടെ. പലതവണയായി നെറ്റിയിൽ തേക്കണം, കേട്ടോ?'

രാവിലെയായപ്പോഴേക്കും ദേഹാസ്വാസ്ഥ്യം മാറിയിരുന്നു. മാതാജി വന്നു.

'ഹായ്.... അസുഖം മാറിയല്ലോ. എങ്കിലും ഇന്നു വരണ്ടെന്ന് മുനിദേവൻ പറഞ്ഞിട്ടുണ്ട്. പുത്രിക്ക് അതൊന്നും താങ്ങാനാകുന്നുണ്ടാകില്ല.'

‘ശരിയാണമ്മേ. ഞാനുള്ള ഭാഗങ്ങൾ കേൾക്കുമ്പോൾ കണ്ണു നിറയും.’

എന്റെ കൈകളിൽ ചുംബിച്ചുകൊണ്ട് മാതാജി പറഞ്ഞു,

‘വിശ്രമിക്കുക.’

മാതാജി പോയപ്പോൾ ഏകാന്തതയുടെ കൂടെ മനസ്സ് പാഞ്ഞു. അതിപ്പോൾ അയോദ്ധ്യയിലാണ്. കോസലത്തിന്റെ തിലകക്കുറിയായ നഗരത്തെ കണ്ണുകളിലൂടെ അത് വരച്ചെടുക്കുകയായിരുന്നു.

രാജകുമാരന്മാരേയും വധുക്കളേയും വരവേൽക്കാൻ അണിഞ്ഞൊരുങ്ങി സുന്ദരിയായി നിന്നു സാകേതം. മുഴങ്ങുന്ന കുരവയും ആർപ്പുവിളികളും.

രാമദേവൻ പറഞ്ഞു,

‘നമുക്ക് നടന്നു പോകാം. പ്രജകളുടെ ആഗ്രഹവും അതാകും.....!’

രഥം നിന്നു. ഞങ്ങൾ നാലു മിഥുനങ്ങളും പൂക്കൾ വിതറിയ വീഥിയിലൂടെ സാവകാശം നടന്നു. വാദ്യഘോഷങ്ങൾ ഉച്ചത്തിലായി. ആ സാന്ദ്രസ്വനങ്ങളിൽ ലയിച്ച് പാദങ്ങൾ മുന്നോട്ട് ചലിച്ചു. താലമേന്തിയ തരുണീമണികൾ പുഷ്പങ്ങൾ വർഷിച്ചുകൊണ്ടിരുന്നു.

കൊട്ടാരമുറ്റത്ത് എതിരേൽക്കാൻ അമ്മമാരും എത്തിയിരുന്നു. വെള്ളപ്പട്ടിൽ അവർ ദേവതമാരെപ്പോലെ......

അവർ ഞങ്ങളെ ആരതിയുഴിഞ്ഞു സ്വീകരിച്ചു.മംഗളാശ്ശിസ്സുകളും നൽകി, ദീപങ്ങളുമായി അന്തഃപുരത്തിലേക്ക് ആനയിച്ചു. ആദ്യം കൊണ്ടുപോയത് ഗുരുശ്രേഷ്ഠരെ വന്ദിക്കാനായിരുന്നു.ആചാര്യന്മാരുടെയെല്ലാം അനുഗ്രഹവും വാങ്ങി ഞങ്ങൾ അവരവരുടെ കൊട്ടാരങ്ങളിലേക്ക് പോയി.

സായാഹ്നങ്ങളിൽ ഞങ്ങൾ സഹോദരിമാർ ഒത്തുചേരും. പഴയതുപോലെ ...... ഒരു ദിവസം ഞാനെന്റെ തോന്നലുകൾ പറഞ്ഞു.

‘ഈ രാജ്യം എത്ര സമ്പന്നമാണ്....! നമ്മുടെ വിദേഹത്തേക്കാൾ.....അല്ലേ?’

ഊർമ്മിള കൂട്ടിച്ചേർത്തു,

‘സമ്പത്ത് മാത്രമല്ല, വിദ്യയിലും മുൻപിലാണിവർ...!’

‘ഭരിക്കുന്നവർക്ക് മാത്രമല്ല, പ്രജകളുടേയും ഏകലക്ഷ്യം നാടിന്റെ ഉയർച്ചയാണ്.’

ശ്രുതകീർത്തി തത്വജ്ഞാനിയെപ്പോലെ പറഞ്ഞു,

‘ഏടത്തിമാരേ, അതെന്താണെന്നോ ഇവിടെ ആർക്കും സ്വാർത്ഥതയില്ല. ആത്മാർത്ഥത അധികമുണ്ടുതാനും.....’

ഞാൻ ചെറുചിരിയോടെ പറഞ്ഞു,

‘കൈകേയി ചെറിയമ്മയ്ക്ക് കുറച്ച് സ്വാർത്ഥതയില്ലേന്ന് ഒരു സംശയം....’

മാണ്ഡവി പെട്ടെന്ന് ചോദിച്ചു,

‘അതെന്താ സീതേടത്തി ? പുത്രനെ വലിയ ഇഷ്ടമാണെന്ന് എനിക്കറിയാം. എന്നോടും താല്പര്യം കാണിക്കുന്നുണ്ട്. ‘

കൈകേയിചെറിയമ്മ തടയുന്ന കാരണമാണ് അച്ഛൻ ഞങ്ങളുടെ കൊട്ടാരത്തിലേക്ക് വരാത്തതെന്നാണ് എന്റെ മനസ്സിലാക്കൽ. അച്ഛനും അങ്ങനെ പറയാതെ പറഞ്ഞിരുന്നു. എന്നാൽ കൗസല്യാമ്മ ഒരു പരാതിയും പറഞ്ഞിട്ടില്ല. ഞാനൊരു ഒഴുക്കൻ മറുപടിയിൽ അതൊതുക്കി.

‘ചിലപ്പോൾ എന്റെ ഊഹം തെറ്റാകും. അച്ഛനെ, സപത്നിമാരുടെ അടുത്തേക്ക് വിടുന്നതേയില്ല.’

‘ഏടത്തിക്ക് തോന്നുന്നതാകും.... കൈകേയിയമ്മയുടെ സ്നേഹമറിഞ്ഞിട്ടാകും അച്ഛനവിടെ താമസിക്കുന്നത്....’

ഊർമ്മിള എന്നോട് ചേർന്നുനിന്നുകൊണ്ട് പറഞ്ഞു,

‘സീതേടത്തിക്ക് തെറ്റില്ല. എത്രയോ കാര്യങ്ങൾ ശരിയായിരിക്കുന്നു. ആ..... ഇനി എന്തൊക്കെയാണ് ഏടത്തിയുടെ കണ്ടുപിടുത്തങ്ങൾ...? കേൾക്കട്ടെ.’

ഞാൻ ചിരിയോടെ മനസ്സ് തുറന്നു.

‘കൗസല്യാമ്മയോട് ബഹുമാനവും അടുപ്പവും കൂടുതൽ കാണിക്കുന്നതു സുമിത്രാമ്മയാണ്. ചെറിയമ്മ ബുദ്ധിമതിയും സുശീലയുമാണ്. കൈകേയി മാതാവ് വല്ലപ്പോഴും വരാറുണ്ട്. രാജാവ് അവിടെയായതിനാൽ സമയം കിട്ടുന്നുണ്ടാവില്ല. പട്ടമഹിഷി സ്ഥാനം കിട്ടാത്തതിൽ ഖേദമുള്ളതും ഒരു കാരണമാകാം. കൗസല്യാമ്മക്ക് അങ്ങനെയൊരു വ്യത്യാസവും ഉള്ളതായി തോന്നിയിട്ടില്ല. എന്റെ സഹോദരിമാരാണ് കൈകേയിയും സുമിത്രയും എന്നാണ് പറയുക. അവരുടെ ഇഷ്ടങ്ങൾക്ക് മുൻഗണന കൊടുക്കാൻ മടിക്കാറുമില്ല.’

ധർമ്മാത്മാവായ സുകൗശല രാജാവിന്റേയും പതിവ്രതയായ അമൃതപ്രഭയുടേയും മകളായ കൗസല്യാമ്മക്ക് അങ്ങനെയാകാനേ

കഴിയു. സ്വന്തം പുത്രിയെ ജ്യേഷ്ഠത്തിക്ക് കൊടുക്കുവാൻ തോന്നിയത് അതുകൊണ്ടാണ് .

കുറച്ചു ദിവസങ്ങൾ കഴിഞ്ഞ് മാണ്ഡവി അറിയിച്ചു,

'ഏടത്തി, ഇന്നലെ അച്ഛൻ ആര്യപുത്രനെ വിളിപ്പിച്ചിരുന്നു. യുധാജിത്തമ്മാവൻ ഞങ്ങളേയും കൊണ്ട് പോകാനാണത്രേ ഇത്രയും ദിവസം ഇവിടെ തങ്ങിയത്. നാളെ രാവിലെ ഞങ്ങളും കേകയത്തിലേക്ക് പോകയാണ്. തിരിച്ചുവരുന്നത് എന്നാണെന്നറിയില്ല. അതുവരെ നിങ്ങളെ ഞാനെങ്ങനെ പിരിഞ്ഞിരിക്കും!'

ഞാൻ മാണ്ഡവിയെ ആശ്വസിപ്പിച്ചു,

'സാരമില്ല മാണ്ഡവി. എന്തായാലും ശത്രുഘ്നനും കൂടെ ഉണ്ടാകും. അപ്പോൾ ശ്രുതകീർത്തി നിനക്ക് കൂട്ടുണ്ടാകുമല്ലോ.'

ഊർമ്മിള അന്വേഷിച്ചു,

'കൈകേയിവലിയമ്മയുടെ അനുജനാണോ അമ്മാവൻ?'

'അവർ ഇരട്ടകളാണ്. മുത്തച്ഛന് സൂര്യകൃപയാൽ ജനിച്ചവരാണത്രേ!'

അന്നത്തെ പിരിയലിന് കണ്ണുനീരിന്റെ ഉപ്പുണ്ടായിരുന്നു.

പിന്നെ ഒരു വർഷം കഴിഞ്ഞാണ് മാണ്ഡവിയേയും ശ്രുതകീർത്തിയേയും കാണാനായത്. വന്ന ഉടനെ അവർ ഓടിയെത്തി. രണ്ടാളും കുറച്ചു തടിച്ചിട്ടുണ്ട്. കൂടെ സുമിത്രാമ്മയും ഉണ്ടായിരുന്നു. കൗസല്യാമ്മയുടെ അന്വേഷണങ്ങൾ തീർന്നപ്പോൾ അവർ യാത്ര പറഞ്ഞു.

പോകാൻ നേരം മാണ്ഡവി അറിയിച്ചു,

'ഏടത്തി, ഇന്നു വൈകിട്ട് ഉദ്യാനത്തിൽ കാണാം...'

ഞങ്ങൾ നാൽവരും വൈകുന്നേരമാകാൻ കാത്തിരുന്നു. ശ്രുതികീർത്തിയും മാണ്ഡവിയായിരുന്നു ആദ്യം ഉദ്യാനത്തിലെത്തിയത്. കാത്തിരുന്നപോലെ കണ്ട ഉടനെ മാണ്ഡവി അറിയിച്ചു,

'സീതേടത്തി പറഞ്ഞത് ശരിയാണ്. കൈകേയിയമ്മക്ക് മുത്തശ്ശിയുടെ സ്വഭാവമാണെന്ന് കൊട്ടാരത്തിലുള്ളവർ പറയുന്നു. സ്വാർത്ഥയായ തന്നിഷ്ടക്കാരി ആയിരുന്നത്രേ മുത്തശ്ശി. ആ സ്വഭാവം അമ്മയ്ക്കും കിട്ടിയിട്ടുണ്ടെന്ന്.....!'

'മുത്തശ്ശി നിന്നോടെങ്ങനെയുണ്ട്......?'

'മുത്തശ്ശി കേകയത്തിലില്ല. മുത്തശ്ശിയുടെ സ്വഭാവം സഹിക്കാ

നാകാതെ മുത്തച്ഛൻ ഉപേക്ഷിച്ചത്രേ! കുട്ടികളായിരുന്ന അമ്മയേയും അമ്മാവനേയും പിന്നെ വളർത്തിയത് ധാത്രിയായ മന്ഥരയാണ്. വിവാഹം കഴിഞ്ഞ് ഇങ്ങോട്ടേക്ക് പോന്നപ്പോൾ ആ ധാത്രിയും കൂടെവന്നു.'

ഊർമ്മിള ആലോചനയോടെ പറഞ്ഞു,

'ഓ....മന്ഥര...., ആ വളഞ്ഞു നടക്കുന്ന വൃദ്ധയല്ലേ ? അറിയാം.... ചിരി കണ്ടാൽ പരിഹസിക്കുകയാണോന്ന് തോന്നും. തുളച്ചുകയറുന്ന നോട്ടവും.'

'ആ...അവരാണ് മന്ഥര. ആര്യപുത്രനെ എന്നപോലെ എന്നേയും ഇഷ്ടമാണ്. അവർ അമ്മയെ നിയന്ത്രിക്കുന്നത് കാണുമ്പോൾ അതിശയിച്ചിട്ടുണ്ട്.'

ഞാൻ സ്വയമെന്നോണം പറഞ്ഞു,

'നമ്മൾ ഭാഗ്യവതികളാണ്. സ്നേഹമുള്ള ഭർത്താക്കന്മാർ, കരുതലോടെ പരിരക്ഷിക്കുന്ന മാതാപിതാക്കൾ. സ്വന്തം മാതാപിതാക്കളെ കാണാത്തതിലുള്ള വിഷമം ഉണ്ടാകുന്നേയില്ല. ഭർത്താവിന്റെ ബന്ധുക്കളും നമ്മുടേതുമാകണം.'

മാസങ്ങൾ വർഷങ്ങളായി. പന്ത്രണ്ടു വർഷങ്ങളുടെ മിനുക്കുപണികൾ ഞങ്ങളിലും വന്നു. താരുണ്യം പുഷ്പിച്ചുതുടങ്ങി. യൗവ്വനത്തിന്റെ കൈവിരുതുകൾ പ്രകടമായി.

ആര്യപുത്രന് രാജ്യകാര്യങ്ങളിൽ ധാരാളം ശ്രദ്ധിക്കേണ്ടതായി വന്നു. വർഷങ്ങൾ പോകുന്തോറും ഉത്തരവാദിത്തങ്ങൾ ഏറി. സൂര്യവംശത്തിലെ ജ്യോതിസ്വരൂപനായി, പ്രജകളുടെ കണ്ണിലുണ്ണിയായി എന്റെ നാഥൻ മാറി.

ഒരു ദിവസം കേകയത്തിൽ നിന്നും ഒരു മന്ത്രി വന്നെന്ന് കേട്ടു. ഭരതനെ കൊണ്ടുപോകാനാണത്രേ!

ആര്യപുത്രനോട് ഞാൻ ഹാസ്യത്തോടെ ചോദിച്ചു,

'കൗസല്യാമ്മയുടെ രാജ്യത്ത് നിന്നും ആരും വരാത്തതെന്തേ? രാമനെ കൊണ്ടുപോകാൻ....'

ഉടനെ ഗൗരവത്തിലുള്ള മറുപടിയും വന്നു,

'അതോ...? രാമൻ, സീതയെ വിട്ട് എവിടേയും പോകില്ലെന്ന് അറിഞ്ഞിട്ടാകും.'

ഞാനും വിട്ടുകൊടുത്തില്ല.

'അതാവില്ല. ആ മുത്തച്ഛന് കൊച്ചുമോനെ കാണണമെന്ന് തോന്നു ന്നുണ്ടാകില്ല. അത്ര വികൃതിത്തരം അവിടെ കാണിച്ചിട്ടുണ്ടാകും.'

പിറ്റേന്ന് മാണ്ഡവിയും ശ്രുതകീർത്തിയും കൂടി യാത്രപറയാനായി വന്നു. അവർക്ക് ചിരിയോടെ യാത്രാമംഗളം നേരുമ്പോഴും മനസ്സ് വേദനിച്ചു.

ദിവസങ്ങൾ വളർന്ന് വർഷങ്ങളായി.

രാമകുമാരനെ യുവരാജാവാക്കണമെന്നുള്ള ആവശ്യം പ്രജകൾക്കിടയിൽ ഉയർന്നുവന്നു. ദശരഥനൃപൻ സഭയിൽ അതു പ്രഖ്യാപിച്ചു.

'എനിക്ക് പ്രായമേറെയായി, രാമകുമാരൻ യുവരാജാവാകണമെന്ന് ജനം ആഗ്രഹിക്കുന്നതായി ചാരന്മാർ അറിയിക്കുകയും ചെയ്തു. കുമാരന് ഇരുപത്തഞ്ചു വയസ്സായതിനാൽ ഞാനും അതേക്കുറിച്ച് ചിന്തിക്കുന്നുണ്ട്. പക്ഷെ യുവരാജാവായിട്ടല്ല, രാജാവായിട്ടാണ് അഭിഷേകം ചെയ്യുക. എനിക്കു വിശ്രമിക്കാനുള്ള സമയമായി. എന്താണ് മന്ത്രിമാരുടെ അഭിപ്രായം?'

മന്ത്രിമാർ എട്ടുപേരും അതംഗീകരിച്ചു.

അന്ന് മൂന്നമ്മമാരും ഒത്തുചേർന്നു. പ്രധാന കാര്യങ്ങൾ ചർച്ച ചെയ്യുന്നത് പട്ടമഹിഷിയായ കൗസല്യാമ്മയുടെ സാന്നിദ്ധ്യത്തിലാണ്. അങ്ങനെയാണ് ഞാനീ സംഭവങ്ങൾ അറിഞ്ഞത്.

കൗസല്യാമ്മ തുടക്കമിട്ടു,

'അനുജത്തിമാരെ, രാജകീയ സദസ്സിലെ തീരുമാനം നിങ്ങൾ അറിഞ്ഞുവോ?'

കൈകേയി ചെറിയമ്മ പറഞ്ഞു,

'അറിഞ്ഞു ഏട്ടത്തി, രാജാവത് നിത്യവും പറയാറുള്ളതാണ്. എല്ലാ മന്ത്രിമാരും ആ തീരുമാനത്തെ സ്വാഗതം ചെയ്തുവത്രേ! എന്റെ പ്രഥമപുത്രനല്ലേ രാമചന്ദ്രൻ ? എന്റെ സന്തോഷം പറഞ്ഞറിയിക്കാനാകില്ല !'

സുമിത്ര ചെറിയമ്മ അതിരറ്റ സന്തോഷ സ്വരത്തിൽ പറഞ്ഞു,

'എന്റേയും സീമന്തപുത്രനല്ലേ രഘുനാഥൻ? എന്റെ സന്തോഷവും രാജാവിനെ അറിയിക്കണം. കേട്ടോ കൈകേയിയേടത്തി?'

അമ്മ തമാശയായി പറഞ്ഞു,

'കൊള്ളാം സഹോദരിമാരേ..... എന്റെ രാമഭദ്രനെ നിങ്ങൾ

രണ്ടാളും സ്വന്തമാക്കിയല്ലോ? മഹാരാജാവ് അവനെ പ്രജകൾക്കും നൽകുന്നു. എന്റെ ഓമനപുത്രനെ എനിക്കു നഷ്ടമായിരിക്കുന്നു. ഞാനിനി എന്താണ് ചെയ്യുക....?'

അവർ മൂവരും പൊട്ടിച്ചിരിച്ചു. മാതൃസദസ്സ് പിരിഞ്ഞു. രാത്രിയിൽ ആര്യപുത്രൻ അത് ഒന്നുകൂടി ഉറപ്പാക്കുകയും ചെയ്തു,

'സീതേ, എല്ലാവരും രാജാവാകാൻ നിർബന്ധിക്കുന്നു. അച്ഛനുള്ളപ്പോൾ ആ സിംഹാസനത്തിലിരിക്കാൻ എനിക്കാവില്ല. അച്ഛനെ സഹായിച്ച് ഭരണപങ്കാളിയാകാമെന്നു പറഞ്ഞിട്ടും സമ്മതിക്കുന്നില്ല. പിതാവിനെ ധിക്കരിക്കുന്നതെങ്ങനെ? നാളെ കഴിഞ്ഞ് അഭിഷേകത്തിന് നല്ലദിവസമാണത്രേ! അങ്ങനെയെങ്കിൽ ഒരുക്കങ്ങളെല്ലാം വേഗത്തിൽ പൂർത്തിയാക്കണം. നാട്ടുപ്രമാണിമാരേയും, പ്രമുഖന്മാരേയും, പ്രധാന രാജാക്കന്മാരേയും ക്ഷണിച്ചിട്ടുണ്ട്. നാളത്തെ സഭയിൽ അവരുടെ സമ്മതം ലഭിക്കണം. അതാണ് ആദ്യ ചടങ്ങ്.'

'കേകയത്തിലേക്ക് അറിയിച്ചിട്ടില്ലേ? അവിടെയല്ലേ ഭരതനും ശത്രുഘ്നനും.'

സ്വാമി വിഷാദത്തോടെ പറഞ്ഞു,

'ഏഴു ദിവസത്തെ യാത്രയുണ്ട് കേകയത്തിലേക്ക്. ദൂതരെ വിട്ടറിയിച്ചാൽ തന്നെ അവരിവിടെ എത്തുമ്പോൾ കുറഞ്ഞത് പതിന്നാല് ദിവസമെങ്കിലും കഴിയും. അതുപോലെ മിഥിലയിലും അറിയിച്ചിട്ടില്ല. പൂയം നാളിൽ അഭിഷേകം ചെയ്താൽ കേമമാണെന്ന് ഗുരു പറഞ്ഞിരിക്കുന്നു. അതിനിനി രണ്ടു ദിവസം തന്നെയില്ല. അവർക്ക് ഈ തീരുമാനത്തിൽ തടസ്സങ്ങളൊന്നും ഉണ്ടാകില്ല എന്നാണെല്ലാവരും പറഞ്ഞത്. പിന്നീട് പെട്ടെന്നറിയുമ്പോൾ അവരുടെ സന്തോഷം വർദ്ധിക്കുമെന്നാണ് മഹാരാജാവിന്റെ നിഗമനം.'

'എന്നാലും.... ഭരതനും, ശത്രുഘ്നനും ഇല്ലല്ലോ ? അവരുംകൂടി ഇവിടെ ഉണ്ടായിരുന്നെങ്കിൽ .....'

'അവർക്കത് മനസ്സിലാകും. പക്ഷേ..... ദേവിയുടെ സഹോദരിമാർ എന്ത് കരുതും എന്ന ഭയമുണ്ട്.'

'അങ്ങയുടെ അനുജന്മാരെപ്പോലെ തന്നെയാണ് എന്റെ സഹോദരിമാരും. മാണ്ഡവിക്കും ശ്രുതികീർത്തിക്കും ഞാനും പ്രിയപ്പെട്ട ഏടത്തിതന്നെ.'

എന്റെ പരിഭവത്തെ ഒരു കള്ളച്ചിരിയിൽ ഉരുക്കിക്കളഞ്ഞു രാമദേവൻ.

പിറ്റേന്ന് രാവിലെ ആര്യപുത്രനും ഞാനും കൗസല്യാമ്മയുടെ ഉപദേശങ്ങൾ കേട്ടുകൊണ്ടിരിക്കയായിരുന്നു. അപ്പോഴാണ് സുമന്ത്രർ വന്ന വിവരം അംഗരക്ഷകൻ അറിയിച്ചത്.

രാമദേവൻ പോയി സുമന്ത്രരെ കണ്ടിട്ട്, തിരികെ വന്നറിയിച്ചു,

'അമ്മേ, ക്ഷണിച്ചെത്തിയവരുടെ സഭ ചേർന്നിരിക്കയാണ് ഇപ്പോൾ. അവിടേക്ക് ചെല്ലാൻ അച്ഛൻ പറഞ്ഞിരിക്കുന്നു. ഞാൻ പോയി വരാം. ജാനകി ഇവിടെത്തന്നെ നിൽക്കട്ടെ.'

രഥം മറയുന്നതുവരെ ഞാനും അമ്മയും നോക്കിനിന്നു.

മധ്യാഹ്നമായിട്ടും ആര്യപുത്രൻ തിരികെ എത്തിയില്ല. ഞങ്ങൾ സഭയുടെ തീരുമാനം അറിയാതെ വിഷമിച്ച് വരാന്തയിൽ കാത്തുനിൽക്കയായിരുന്നു. അപ്പോൾ മൂന്നു യുവാക്കൾ വന്ന് കൗസല്യാമ്മയേയും എന്നേയും വന്ദിച്ചു,

'മഹാറാണീ, ഞങ്ങൾ രാമകുമാരന്റെ ചങ്ങാതിമാരാണ്. ഞാൻ പ്രതിഹാരൻ, ഇദ്ദേഹം ബലദേവൻ, പിന്നെ ഇത് ഭദ്രാശ്വൻ. മന്ത്രിമാരുടെ പുത്രന്മാരുമാണ്.'

കൗസല്യാമ്മ ചിരിച്ചു കൊണ്ട് പറഞ്ഞു,

'ആ.... നിങ്ങളെ കണ്ടിട്ടുള്ളത് ഓർക്കുന്നുണ്ട്. എന്താണ് പ്രത്യേകിച്ച്....?'

ഭദ്രാശ്വൻ പറഞ്ഞു,

'ഞങ്ങൾ സഭ കഴിഞ്ഞുവരികയാണ്. മഹാറാണിയെ ആദ്യം വിവരം അറിയിക്കാൻ ഓടിയെത്തിയതാണ്.'

അടുത്തയാൾ മുഴുവനാക്കി,

'രാമകുമാരനെ യുവരാജാവാക്കാൻ തീരുമാനമായി. നാളെ രാവിലെ അഭിഷേകവും നിശ്ചയിച്ചു.'

ബലദേവൻ സന്തോഷത്തോടെ അറിയിച്ചു,

'ഞങ്ങളുടെ ചങ്ങാതി യുവരാജാവാകുന്നതിലുള്ള സന്തോഷം പറയാവതല്ല.'

കൗസല്യാമ്മ അവർക്കുള്ള പാരിതോഷികങ്ങൾ കൊണ്ടുവരാൻ ഭൃത്യയെ പറഞ്ഞു വിട്ടു. സ്വർണ്ണനാണയങ്ങൾ, രത്നമാലകൾ, വജ്രംപതിച്ച കങ്കണങ്ങൾ തുടങ്ങിയവ മൂന്നു വെള്ളിത്തളികകൾ

കൊണ്ടുവരപ്പെട്ടു.

'സന്തോഷവാർത്ത അറിയിച്ച നിങ്ങൾക്കുള്ള സമ്മാനങ്ങൾ ഇതാ...'

അവരുടെ കണ്ണുകൾ പ്രകാശിച്ചു. അമ്മ ആവശ്യപ്പെട്ടു,

'ഇനി അവിടെ നടന്നത് മുഴുവൻ പറയുക.....'

പ്രതിഹാരൻ തുടക്കമിട്ടു,

'കേട്ടാലും....ആ മഹാസഭയിൽ നൃപേന്ദ്രൻ അലങ്കാരങ്ങളില്ലാതെ സാധാരണ വേഷത്തിലാണ് സിംഹാസനാരൂഢനായത്. അദ്ദേഹം പ്രഖ്യാപിച്ചു,' ഈ കുലത്തെക്കുറിച്ച് നിങ്ങൾക്കറിയാവുന്നതാണല്ലോ? ഞാൻ വൃദ്ധനായി. പഴയതുപോലെ ഭരണകാര്യങ്ങളിൽ ശ്രദ്ധിക്കാനാകുന്നില്ല. എന്റെ പ്രഥമപുത്രൻ രാമനെ ഭരണം ഏല്പിച്ചിട്ട് എനിക്ക് വിശ്രമിക്കണമെന്നുണ്ട്. ഭരണകാര്യങ്ങളിലെല്ലാം അവൻഎന്നേക്കാൾ മേലെയാണ്. നിങ്ങളെനിക്ക് അനുവാദം തരിക.' എന്ന്. സദസ്സപ്പോൾ മനസ്സ് തുറന്നു,

'ഞങ്ങൾക്ക് രാമനെ അറിയാം. മര്യാദാ പുരുഷോത്തമനായ കുമാരന്റെ കഴിവിലും സംശയമില്ല. എന്നിരുന്നാലും അങ്ങ് രാജകീയ ചിഹ്നങ്ങളോടെ വാഴണമെന്നാണ് ഞങ്ങളുടെ ആഗ്രഹം. രാമകുമാരനെ യുവരാജാവാക്കിയാലും. എന്നാണവർ അറിയിച്ചത്.'

ഭദ്രാശ്വൻ കൂട്ടിച്ചേർത്തു,

'എല്ലാവരും അത് അംഗീകരിച്ചപ്പോൾ ദശരഥരാജൻ ആഹ്ളാദചിത്തനായി സഭയെ അറിയിച്ചു, രാമനെ നാളെ യുവരാജാവായി അഭിഷേകം നടത്തുന്നതായിരിക്കും, എന്ന്.'

എല്ലാവരും പറയാനായി മത്സരിക്കുന്നപോലെ. ബലദേവൻ ഇടയിൽ പറഞ്ഞു,

'ശേഷം മഹാരാജാവ് വസിഷ്ഠമുനിയോട് നാളത്തെ അഭിഷേകത്തിനുള്ള ഒരുക്കങ്ങളും, കർമ്മങ്ങളും അറിയിക്കുവാൻ ആവശ്യപ്പെട്ടു.'

പിന്നീടെല്ലാം ബലദേവൻ ഭാവത്താൽ അഭിനയിച്ചു കാണിച്ചു,

'പുഷ്പമാല്യങ്ങൾ കൊണ്ട് ഗോപുരങ്ങളും, കവാടങ്ങളും അലങ്കരിക്കണം. രാജവീഥികൾ ശുചിയാക്കി പൂക്കൾ വിതറണം. നഗരം മുഴുവൻ പരിമളം പരത്തുന്ന ധൂമങ്ങൾ ഉണ്ടാകണം. എന്നെല്ലാം ബ്രഹ്മർഷി അറിയിച്ചപ്പോൾ രാജാവ്, ആ ചുമതല മന്ത്രിമാരായ

ധൃഷ്ടിയേയും ജയന്തനേയും ഏല്പിച്ചു. എന്റെ അച്ഛനായ ധൃഷ്ടിക്കൊപ്പം ഞാനും ഉണ്ടാകും.'

ഭദ്രാശ്വൻ അറിയിച്ചു,

'മന്ത്രിമാരായ എന്റെ അച്ഛൻ വിജയനും, സിദ്ധാർഥനുമാണ് നാളത്തെ നൂറായിരം പേർക്കുള്ള പ്രഭാത ഭക്ഷണവും, ദക്ഷിണയും, എല്ലായിടത്തും കൊടിക്കൂറകൾ നാട്ടുന്നതിനും ഉള്ള ചുമതല. ഞാനും അവിടെയുണ്ടാകും.'

പ്രതിഹാരൻ അറിയിച്ചു,

'മഹാറാണി, ഞാനും സൈന്യാധിപന്റെ മകനും എന്റെ അച്ഛനോടൊപ്പം ചുമതല ഏറ്റെടുക്കാനുണ്ടാകും. അത് സംഘടിപ്പിക്കുക അത്ര എളുപ്പമല്ല. വിശിഷ്ടവസ്ത്രങ്ങളണിഞ്ഞ രാജഭടന്മാർ ആയിരക്കണക്കിന് വേണം. അവർ നിരന്നു നിൽക്കണം. പിന്നെ വാദ്യക്കാരും, നാലംഗപ്പടകൾ, സർവ്വലക്ഷണങ്ങളോട് കൂടിയ ഗജവീരന്മാർ, വെൺകൊറ്റക്കുടകൾ, വെഞ്ചാമരങ്ങൾ, ശ്രേഷ്ഠമായ കൊടിമരം, എല്ലാ ആയുധങ്ങളുമുള്ള ഒരു പള്ളിത്തേര്, സ്വർണ്ണം കെട്ടിച്ച കൊമ്പുകളോടെ ഒരു വെളുത്ത വൃഷഭം ..... അങ്ങനെ കുറേയേറെ കാര്യങ്ങൾ രാജഗുരു അറിയിച്ചു.'

അമ്മ സംശയത്തോടെ ചോദിച്ചു,

'കുമാരന്റെ അച്ഛൻ... മന്ത്രി അർത്ഥസാധകൻ......?'

'അതെ റാണി. അച്ഛനും പിന്നെ മന്ത്രിയായ അശോകനും നൽകിയിരിക്കയാണ് ആ ജോലികളുടെ ഉത്തരവാദിത്തം'

കൗസല്യാമ്മ എന്നെ നോക്കി മന്ദഹസിച്ചു. ആകാംക്ഷ അടങ്ങിയിട്ടുണ്ടായിരുന്നില്ല ആ കണ്ണുകളിൽ.

'പിന്നെ അഗ്നിശാലയിലെ ഒരുക്കങ്ങളോ.... ? അതു പറഞ്ഞില്ലേ രാജഗുരു?'

'പറഞ്ഞു മഹാറാണി. പഞ്ചലോഹങ്ങൾ, നവരത്നങ്ങൾ, പൂജാദ്രവ്യങ്ങൾ, പ്രധാന ഔഷധങ്ങൾ, പൂക്കൾ, നെയ്യും തേനും നിറച്ച കുംഭങ്ങൾ, കൊടിക്കൂറകൾ, നൂറു തങ്കക്കുടങ്ങൾ, ഒരു പുലിത്തോൽ എന്നിവയാണ് അഗ്നിശാലയിൽ ഒരുക്കേണ്ടത്. ആ ജോലി ഏറ്റെടുത്തത് സചിവേന്ദ്രനായ സുമന്ത്രരും മന്ത്രപാലനുമാണ്'

ബലദേവൻ പറഞ്ഞു,

'അപ്പോഴേക്കും രാമകുമാരനെ സുമന്ത്രർ സഭയിലെത്തിച്ചു.

രാജാവ് രാമനെ ഉപദേശിച്ചു കഴിഞ്ഞ ഉടനെ ഞങ്ങൾ ഇങ്ങോട്ടേക്ക് ഓടുകയായിരുന്നു.'

ഞാനെന്റെ മൗനത്തെ ദൂരെ എറിഞ്ഞു. ആകാംക്ഷ ബന്ധനം പൊട്ടിച്ച് ചാടി,

'എന്താണ് മഹാരാജാവ് സ്വാമിയെ ഉപദേശിച്ചത്.....?'

'ദേവി, രാജാവ് പറഞ്ഞത് അങ്ങനെതന്നെ പറയാം. നാളത്തെ യുവറാണി അതറിഞ്ഞിരിക്കണം. പതിയെ മാർഗ്ഗം തെറ്റാതെ നടത്തേണ്ടത് പത്നിയുടെ ഉത്തരവാദിത്തമാണ്. പക്ഷെ ഞങ്ങളുടെ രാമകുമാരന് അതിന്റെ ആവശ്യം വരില്ലെന്ന് ഉറപ്പുണ്ട്. എങ്കിലും പറയാം......'

'രാമാ, നീ നാളെ യുവരാജാവായി അഭിഷേകം ചെയ്യപ്പെടുകയാണ്. നീ വിനയാന്വിതനാണ്. ആ വിനയം ഒരിക്കലും കൈവിടരുത്. ഇന്ദ്രിയങ്ങളെ ഭരിക്കുന്നവനാകണം. കാമക്രോധാദികളിൽ നിന്നുണ്ടാകുന്ന വ്യസനങ്ങളെ പരിത്യജിക്കണം. പ്രത്യക്ഷമായും പരോക്ഷമായും പ്രജകളെ പ്രസാദിപ്പിക്കണം. തെളിഞ്ഞ ഹൃദയത്തോടെ വേണം നാട് ഭരിക്കാൻ. എപ്പോഴും സംയമന ചിത്തനായിരിക്കണം.....' എന്നിങ്ങനെയുള്ള ഉപദേശങ്ങളാണ് നൽകിയത്. ഉടനെതന്നെ ഞങ്ങളിങ്ങോട്ടേക്ക് പോന്നതിനാൽ പിന്നീട് നടന്നതെന്തെന്ന് അറിയില്ല. '

അവർ യാത്രപറഞ്ഞു.

' മഹാറാണീ, ഇനി ഞങ്ങൾ പോകട്ടെ. ഒരുക്കങ്ങളിൽ പങ്കാളികളാകണം.'

അവർ പോയിക്കഴിഞ്ഞപ്പോൾ ഞാനൊരു മായാലോകത്തിലായിരുന്നു. രഥത്തിന്റെ ശബ്ദം ആ ലോകത്തുനിന്നും എന്നെ താഴെ ഇറക്കി. ആര്യപുത്രനായിരുന്നു അതിൽ വന്നത്. വന്നപാടെ അമ്മയുടെ കാൽക്കൽ പ്രണമിച്ചു. അദ്ദേഹത്തെ പുല്കിക്കൊണ്ട് അമ്മ അറിയിച്ചു,

'പുത്രാ, നിന്റെ കൂട്ടുകാർ വന്നിരുന്നു. സഭയിൽ അവരും ഉണ്ടായിരുന്നെന്ന്. നടന്നതെല്ലാം എന്നെ അറിയിക്കുകയും ചെയ്തു. നിനക്കു മുൻപേ വിവരം അറിയിക്കാനായി അവർ ഓടിയെത്തിയതാണ്. അവരുടെ സന്തോഷം കാണേണ്ടതു തന്നെ! എന്നേക്കാൾ കൂടുതലാണ്. ശുഭവാർത്ത അറിയിച്ചതിന് അവർക്ക് കൈനിറയെ

പാരിതോഷികങ്ങൾ കൊടുക്കുകയും ചെയ്തു.'

എത്ര സന്തോഷമായിരുന്നു അമ്മയ്ക്ക് ! അമ്മ വിളമ്പിത്തന്ന ഭക്ഷണവും കഴിച്ച്, ഞങ്ങൾ രാമമന്ദിരത്തിലെത്തി. എന്റെ ആഗ്രഹം അറിയിച്ചു, ഏഴാം നിലയിലെ മട്ടുപ്പാവിൽ നിന്നാൽ രാജവീഥി കാണാമല്ലോ.....?

'നാഥാ, നമുക്ക് മുകളിൽ നിന്ന്, അലങ്കാരങ്ങൾ കാണാനാകും. പോകാം.?'

'വേണ്ട ദേവി. ഇപ്പോൾ തുടങ്ങിയിട്ടേ ഉണ്ടാകു. വൈകുന്നേരം വീക്ഷിക്കാം.'

ഞങ്ങൾ പള്ളിയറയിലേക്ക് പ്രവേശിച്ചു. അദ്ദേഹം പൊൻകട്ടിലിൽ ചാരിയിരുന്നു. ഞാനദ്ദേഹത്തെ വെഞ്ചാമരം കൊണ്ട് വീശുകയായിരുന്നു. സ്വാമി ഒന്നു മയങ്ങിക്കാണും. അപ്പോഴാണ് സുമന്ത്രർ വന്നത്.

'കുമാരനെ കാണണമെന്ന് മഹാരാജാവ് കല്പിച്ചിരിക്കുന്നു. കൈകേയിറാണിയുടെ കൊട്ടാരത്തിലാണ് അദ്ദേഹം.'

രാമദേവൻ എഴുന്നേറ്റ് ഉത്തരീയം ദേഹത്ത് ചാർത്തിക്കൊണ്ട് പറഞ്ഞു,

'എന്റെ അഭിഷേകത്തെ കുറിച്ച് കൈകേയിമാതാവിന് എന്തെങ്കിലും നിർദ്ദേശം തരാനുണ്ടാകും. ഞാനുടനെ തിരിച്ചു വരാം.'

പുറംവാതിൽവരെ ഞാൻ സ്വാമിയെ അനുഗമിച്ചു. ലക്ഷ്മണകുമാരൻ അംഗരക്ഷകനെപ്പോലെ ജ്യേഷ്ഠനെ തേരിനടുത്തേക്ക് ആനയിച്ചു. വാദ്യഘോഷങ്ങൾ നഭോമണ്ഡലത്തെ കീഴടക്കി. നിരന്നു നിന്നിരുന്ന നൂറുകണക്കിന് സേനാനായകർ അഭിവാദ്യം ചെയ്തു. അവർക്കിടയിലൂടെ രഥം മറഞ്ഞു.

തിരികെ മുറിയിലെത്തി, രാജമകുടവും ധരിച്ചു നിൽക്കുന്ന പ്രിയതമനെ ഭാവനയിൽ കണ്ടുകൊണ്ട് ഞാൻ പട്ടുമെത്തയിലേക്ക് ചാഞ്ഞു.

വൈകുന്നേരമായിട്ടും സ്വാമി തിരികെയെത്തിയില്ല. എന്റെ ക്ഷമ പിടച്ചു കൊണ്ടിരുന്നു. അമ്മയെ കാണാൻ പോയിട്ടുണ്ടാകും എന്ന വിശ്വാസത്തിൽ ഞാൻ കൗസല്യാമ്മയുടെ കൊട്ടാരത്തിലേക്ക് പോയി. അവിടേയും സ്വാമി എത്തിയിട്ടുണ്ടായിരുന്നില്ല. കൗസല്യാമ്മ മംഗളഹോമം നടത്തുകയായിരുന്നു. ഭക്തിയോടെ സമീപ

ത്ത് ഇരുന്നിരുന്ന സുമിത്രാമ്മയുടേയും ഊർമ്മിളയുടേയും സമീപം ഞാൻ ചെന്നിരുന്നു.

ഹോമശേഷമാണ് സ്വാമി എത്തിയത്. അദ്ദേഹം അമ്മയേയും ചെറിയമ്മയേയും നമസ്കരിച്ചു. എന്റെ മനസ്സിലെ ചോദ്യം അമ്മയാണ് പുറത്തിട്ടത്.

'മഹാരാജാവ് വിളിച്ചതെന്തിനാണ് പുത്രാ....?'

'ഞാനും സീതയും രാത്രിയിൽ ഉപവസിക്കണമെന്ന് പറയാൻ വിളിച്ചതാണ്. ഒരുക്കങ്ങളെല്ലാം രാത്രിയോടെ കഴിയും. നാളെത്തന്നെ അഭിഷേകമുണ്ടാകും. വേണ്ടുന്ന മംഗള കർമ്മങ്ങളെല്ലാം അമ്മ ചെയ്യണം.'

'നീ ഓർമ്മിപ്പിച്ചില്ലെങ്കിലും ഞാൻ മംഗളഹോമം തുടങ്ങിക്കഴിഞ്ഞു. ദീർഘായുസ്സായിരിക്കട്ടെ.....! ഇക്ഷ്വാകുവംശം നിന്നിലൂടെ പ്രശസ്തമാകട്ടെ....!'

'അമ്മേ, ഇനി ഞങ്ങൾ പോകട്ടെ. ആചാര്യൻ ഉപവസിപ്പിക്കാനായി എത്തും.'

ചെറിയമ്മയും അനുഗ്രഹിച്ചു. ഊർമ്മിളയോട് യാത്ര പറഞ്ഞപ്പോൾ അവൾ കള്ളച്ചിരിയോടെ ചോദിച്ചു,

'റാണിയാകുമ്പോൾ ഇവളെ മറക്കുമോ? ഏടത്തിയെന്നു വിളിക്കാമോ.....?'

ഞാനവളെ പിടിച്ചു തള്ളിക്കൊണ്ട് പറഞ്ഞു,

'കൂടെ നടക്കാനും അനുവാദമില്ല....'

അവൾ മുഖം വീർപ്പിച്ച് അവിടെത്തന്നെനിന്നു. ഞാനവളെ ചേർത്തു പിടിച്ചുകൊണ്ട് തേരിനടുത്തേക്ക് നടന്നു. അവിടെ സൗമിത്രിയുണ്ടായിരുന്നു. ആര്യപുത്രൻ അനുജനെ പുല്കിക്കൊണ്ട് അറിയിച്ചു,

'അനുജാ, നീയാണെന്റെ ശക്തി. എല്ലാ കാര്യങ്ങളിലും നീയും എന്റെ കൂടെയുണ്ടാകണം. അപ്പോളെനിക്ക് ഈ ഐശ്വര്യങ്ങളെല്ലാം സംരക്ഷിക്കാനാകും.'

ഞങ്ങളോടൊപ്പം നടന്ന ലക്ഷ്മണനെ ഞാൻ തടഞ്ഞു,

'അനുജൻ വരണമെന്നില്ല. സന്ധ്യയായില്ലേ. ഊർമ്മിളയുടെ കൂടെ പൊയ്ക്കൊള്ളു.... ഇവളെ കുറച്ച് മര്യാദ പഠിപ്പിക്കണം, കേട്ടോ കുമാര.'

ഊർമ്മിളയുടെ മുഖം ഒന്നുകൂടി ചീർത്തു, പൊട്ടുമെന്ന അവസ്ഥയിലായി. ആ കവിളിൽ ഞാൻ നൽകിയ മുത്തത്തിൽ. വീർത്തതെല്ലാം ചിരിയായി.

തേര് രാമമന്ദിരത്തിലെത്തി. അധികം വൈകാതെ വസിഷ്ഠമുനിയെത്തി. ഞങ്ങളെ മന്ത്രപൂർവ്വം ഉപവസിപ്പിച്ചു.

ദർഭതല്പങ്ങൾ ഒരുങ്ങി. അതിൽ കിടന്ന് എനിക്കുറങ്ങാൻ കഴിഞ്ഞില്ല. ദർഭയുടെ കാഠിന്യത്താലല്ല. നാളത്തെ പ്രഭാതം എനിക്കുവേണ്ടി കാത്തുവച്ചിരിക്കുന്ന സൗഭാഗ്യത്തിന്റെ ചിന്തയിൽ. എങ്കിലും അതിനിടയിൽ തേട്ടിവന്ന മറ്റൊന്ന് മനസ്സിനെ സന്തോഷിക്കാൻ വിടാതെ തടഞ്ഞു നിർത്തി. അതെന്റെ മനസ്സിനെ മഥിച്ചുകൊണ്ടിരുന്നു. തേരിൽ വച്ച് സ്വാമി പറഞ്ഞത് മായുന്നില്ല.

'സീതേ.....താതൻ മറ്റൊന്നു കൂടി പറഞ്ഞു. അദ്ദേഹത്തിന് എന്തൊക്കെയോ അപശകുനങ്ങൾ അനുഭവപ്പെടുന്നെന്ന്. ഭയങ്കരമായ ആപത്തിനെ സൂചിപ്പിക്കുന്നത്. അച്ഛന്റെ മനസ്സ് മാറുമോന്ന് ഭയക്കുന്നത്രേ! അതുകൊണ്ട് നാളെ പ്രഭാതത്തിൽത്തന്നെ അഭിഷേകം നടക്കണമെന്ന്. എന്താകും കാരണം....?'

ആ ചോദ്യം എന്നിലും ആവർത്തിച്ചു....

എന്താകും കാരണം.....?

അഭിഷേക വിഘ്നം

ഏഴരവെളുപ്പിനുതന്നെ ആര്യപുത്രൻ ഉണർന്നിരുന്നു. എന്നേയും വിളിച്ചുണർത്തി. വൈകി ഉറങ്ങിയതിന്റെ ക്ഷീണം കണ്ണുകളിൽ തങ്ങി നിന്നു.

'വേഗം തയ്യാറാകുക. സൂര്യോദയത്തിനു മുൻപ് രാജധാനിയിൽ എത്തണം.'

സഖിമാർ എന്നെ അണിയിച്ചൊരുക്കി. ചുവന്ന സാരിയിൽ ഞാനൊരു പനിനീർപ്പൂവായി ശോഭിച്ചു. സൗന്ദര്യം ഞാൻ ആസ്വദിച്ചു നിൽക്കേ ആര്യപുത്രൻ തയ്യാറായി കടന്നുവന്നു. ഞാൻ കണ്ടിട്ടില്ലാത്ത കണ്ഠാഭരണങ്ങളിലെ വജ്രത്തിളക്കമാണോ, വെള്ളപ്പട്ടിന്റെ തിളക്കമാണോ എന്റെ കണ്ണുകളെ വിസ്മയിപ്പിച്ചത് എന്നറിയില്ല.

'ഗന്ധർവ്വനായിരിക്കുന്നു എന്റെ സ്വാമി......'

എന്നു പറഞ്ഞ് ആലിംഗനം ചെയ്യാൻ മനസ്സ് കൊതിച്ചു. പക്ഷെ സഖിമാരുടെ സാമീപ്യത്തിൽ പുറത്തു വന്നത് അങ്ങനെയല്ല.

'അതിഗംഭീരമായിരിക്കുന്നു യുവരാജാവിന്റെ അലങ്കാരങ്ങൾ.....!'

അദ്ദേഹം പുഞ്ചിരിച്ചുകൊണ്ട് അറിയിച്ചു,

'യുവറാണിയും മോശമല്ല..... പിതാവിനെന്നെ കാണണമത്രേ...! സുമന്ത്രർ തേരുമായി വന്നിട്ടുണ്ട്. ദേവി ഒരുങ്ങിയിരുന്നോളു. തേര് പറഞ്ഞയക്കാം.'

അദ്ദേഹം ധൃതിയിൽ പുറത്തേക്ക് പോയി.

തോഴിമാർ നീട്ടിയ ദർപ്പണത്തിൽ ഞാനെന്നെക്കണ്ട് തൃപ്തിപ്പെട്ടു. അപ്പോഴേക്കും നന്ദിനിയമ്മ ഓടിക്കിതച്ചെത്തി.

' സീതാദേവീ...... മാണ്ഡവിക്കുഞ്ഞിന്റെ ദാസി, സുരഭി വന്നിരിക്കുന്നു.'

‘അതിനെന്താണ് നന്ദിനിയമ്മേ? നമ്മുടെ നാട്ടിൽ നിന്നും വന്ന വളല്ലേ? ഇന്നത്തെ എന്നെക്കാണാൻ വന്നതാകും. എങ്ങനുണ്ട് എന്റെ വേഷം...?’

നന്ദിനിയമ്മ മറ്റൊന്നാണ് മറുപടി പറഞ്ഞത്,

‘ദേവിയോട് മാത്രമായി എനിക്കു പറയാനുണ്ട്. ‘

ആ വിളറിയ മുഖവും പരിഭ്രമവും ദുസ്സൂചനകളുടേതായിരുന്നു. ദാസിമാരെല്ലാവരും പുറത്തേക്ക് പോയപ്പോൾ ഞാൻ ധാത്രിയെ അടുത്തിരുത്തി.

അവരുടെ ശബ്ദം മെല്ലെ ഇഴഞ്ഞു,

‘ദേവീ.... കൈകേയീറാണിയുടെ കൊട്ടാരത്തിൽ എന്തൊക്കെ യോ നടക്കുന്നുണ്ട്. രാത്രിയിൽ റാണി കോപാലയത്തിലായിരുന്ന ത്രേ! അഭിഷേകം നടക്കുമോന്ന സംശയവും സുരഭി പറഞ്ഞു.’

എനിക്കു വിശ്വസിക്കാനായില്ല. കോപവും തികട്ടി വന്നു.

‘എല്ലാ ഒരുക്കങ്ങളും രാത്രികൊണ്ട് തീർന്നിരിക്കും. പിന്നെയെ ന്താണ് തടസ്സം? കേൾക്കുന്നതെല്ലാം ഇവിടെ പറയരുതെന്ന് ധാത്രിയോടു പറഞ്ഞിട്ടില്ലേ?’

എന്റെ സ്വരം ശാസനയായി. ഇഷ്ടക്കേടുള്ളപ്പോഴാണ് ഞാനവ രെ ധാത്രിയെന്ന് വിളിക്കാറ്. ധാത്രിക്കത് മനസ്സിലായിക്കാണും.

അവർ എഴുന്നേറ്റ് തൊഴുതറിയിച്ചു,

‘ദേവി, ക്ഷമിക്കണം. അതു കേട്ടപ്പോൾ സമനില തെറ്റിയപോ ലെയായി.’

ഞാനൊന്ന് അയഞ്ഞു,

‘സാരമില്ല നന്ദിനിയമ്മേ, സ്വാമി അവിടേക്ക് പോയിക്കഴിഞ്ഞു. എനിക്കായി തേര് അയക്കുകയും ചെയ്യും. ഒന്നും സംഭവിച്ചിട്ടില്ല. പോയി ഒരുങ്ങുക. അഭിഷേക മഹോത്സവം കാണാൻ ഉണ്ടാകണം.’

അവർ പോയിക്കഴിഞ്ഞിട്ടും ആ വാക്കുകൾ മനസ്സിനെ കോർ ത്തു വലിച്ചു. ആര്യപുത്രൻ പോയിട്ട് കുറേ നേരമായി. എനിക്കായി തേരും വന്നില്ല.

ഞാൻ വാതായനത്തിലൂടെ കവാടത്തിലേക്ക് നോക്കിക്കൊണ്ടി രുന്നു. ജനങ്ങൾ രാജകൊട്ടാരത്തിലേക്ക് കൂട്ടത്തോടെ പോകുന്നു. അഭിഷേകം ഇന്നുണ്ടാകുമെന്നു തന്നെയാണ് അവരുടെ ഉത്സാഹം അറിയിക്കുന്നത്.

ആ ഉറപ്പൊന്നും എന്റെ ഹൃദയം സ്വീകരിച്ചില്ല. അത് പിടച്ചു കൊണ്ടിരുന്നു. സമയം കടന്നുപോകുന്തോറും വിശ്വാസവും എന്നെ വഞ്ചിക്കാൻ തുടങ്ങി.

'നിങ്ങൾ പോകുക. ഞാനൊന്ന് തനിച്ചിരിക്കട്ടെ....' അടുത്തു നിന്നിരുന്ന തോഴിമാരെ ഞാൻ പറഞ്ഞുവിട്ടു,

സൂര്യൻ താപത്തോടെ ജ്വലിച്ചു തുടങ്ങി. രാജരഥം വെയിലിന്റെ തിളക്കത്തെ ആവാഹിച്ച് വരുന്നത് കണ്ടു .

'തോഴിമാരെ വരിക. രഥം വന്നു കഴിഞ്ഞു. നമുക്ക് പോകാം.'

ഞാൻ മാളിക മുകളിൽ നിന്നും താഴേക്കിറങ്ങി. കൂടെ തോഴിമാരും. മുൻവശത്തെത്തിയപ്പോൾ സ്തംഭിച്ചു നിന്നുപോയി. സ്വാമിയുടെ വാടിയ മുഖമാണ് എന്നെ എതിരേറ്റത്. പിന്നാലെ കരയുന്ന ഭാവത്തോടെ സുമന്ത്രരും.

'നാഥാ, എന്തുണ്ടായി......? പറയുക.'

അദ്ദേഹം, എന്റെ കൈയിൽ പിടിച്ചുകൊണ്ട് അന്തഃപുരത്തിലെത്തി.

'ദേവീ, സാവകാശം കേൾക്കുക. വിക്ഷോഭം ഉണ്ടാകരുത്.'

'പറയു ദേവാ... എന്താണ്....'

' ഇന്നെന്റെ അഭിഷേകം ഉണ്ടാകില്ല....'

' അതിനെന്താണ് നാഥാ.... മറ്റൊരു ദിവസം ഉണ്ടാകുമല്ലോ ?'

എന്റെ ആകാംക്ഷ അതിരു കടന്നു. രാമദേവൻ പതിയെ പറഞ്ഞു,

'നീ സമചിത്തത വെടിയരുത്. ഞാനല്ല യുവരാജാവാകുന്നത്. ഭരതനാണ്..'

ഞാൻ പൊട്ടിച്ചിരിച്ചു കൊണ്ട് പറഞ്ഞു,

'ഹോ..ഇതാണോ കാര്യം? ഞാൻ ഭയന്നു പോയി. ഭരതൻ ഭരണനിപുണനാണെന്ന് അങ്ങു തന്നെയല്ലേ പുകഴ്ത്താറുള്ളത്. കുമാരൻ, എന്റേയും അനുജനല്ലേ? മാണ്ഡവിയും എനിക്ക് പ്രിയപ്പെട്ടവൾ തന്നെ. പിന്നെ എനിക്കെന്ത് വിരോധം ഉണ്ടാകാനാണ്.....?'

'ദേവി സമാധാനത്തോടെ കേൾക്കുക, ഞാൻ.....പതിന്നാലു വർഷം കാനനവാസത്തിനു പോകയാണ്. അച്ഛനെന്നെ അതിനാണ് നിയോഗിച്ചിരിക്കുന്നത്. ദേവി, അമ്മയോടൊപ്പം ഇവിടെ സന്തോഷത്തോടെ വസിക്കണം.'

എന്റെ ബോധം മറയുന്നപോലെ. സ്വാമി എന്തൊക്കെയാണ്

പുലമ്പുന്നത്!. അസംഭവ്യം. ഞാനദ്ദേഹത്തെ ഉണർത്തുന്നപോലെ കുലുക്കി വിളിച്ചു,

'ആര്യപുത്രാ...... അങ്ങെന്താണീ പറയുന്നത് ?'

'അതേ, ജാനകി..... അച്ഛൻ സത്യപാലകനാണ്. കൈകേയിയമ്മ ആവശ്യപ്പെട്ട രണ്ടു വരങ്ങൾ അദ്ദേഹം നൽകുന്നെന്നു മാത്രം.'

'എന്തു വരങ്ങൾ....? തെളിച്ചു പറയു നാഥാ ...'

എന്റെ ശബ്ദം കരച്ചിലിന്റെ വക്കത്തായിരുന്നു.

'പറയാം ദേവി. ക്ഷമയോടെ കേൾക്കുക. പണ്ട് ദേവാസുരയുദ്ധത്തിൽ പങ്കെടുക്കാൻ അച്ഛൻ പോയപ്പോൾ കൈകേയിയമ്മയും കൂടെയുണ്ടായിരുന്നു. പലദിക്കിലൂടേയും രഥം പായിച്ചാണ് അച്ഛൻ അസുരരെ നശിപ്പിച്ചത്. അതിനിടയിൽ സംഭവിച്ചത് യുദ്ധശേഷമാണ് അദ്ദേഹമറിഞ്ഞത്. രഥത്തിന്റെ ചാഞ്ചാട്ടത്തിൽ, ചക്രത്തിന്റെ ഊരിപ്പോകാറായ അച്ചാണി, ചെറിയമ്മ ബലത്തിൽ അമർത്തിപ്പിടിച്ചുകൊണ്ട് യുദ്ധാവസാനം വരെ ഇരുന്നുവത്രേ! വിരലുകളിൽ നിന്ന് രക്തം ഒഴുകുകയായിരുന്നു. ആ ധീരപ്രവൃത്തിയിൽ സന്തുഷ്ടനായ രാജാവ് ഇഷ്ടമുള്ള രണ്ടു വരങ്ങൾ ആവശ്യപ്പെടാൻ പറഞ്ഞിട്ടും ചെറിയമ്മ ചോദിച്ചില്ല. ആവശ്യമുള്ളപ്പോൾ ചോദിച്ചു കൊള്ളാമെന്നാണ് പറഞ്ഞത്. അതിപ്പോൾ ആവശ്യപ്പെട്ടു.'

'എന്താണ് ചെറിയമ്മ ആവശ്യപ്പെട്ടത്.....?'

'ഭരതകുമാരനെ രാജാവായി അഭിഷേകം ചെയ്യണമെന്നാണ് ഒന്നാമത്തേത്. പിന്നെ ഞാൻ ഈരേഴുസംവത്സരം വനത്തിൽ പോകണമെന്നും.'

'ഭരതൻ രാജാവാകുന്നത് നമ്മൾ എതിർക്കുന്നില്ലല്ലോ.... ? പിന്നെന്തിനാണ് അങ്ങ് വനവാസത്തിനു പോകാൻ പറയുന്നത്?'

'ഞാനിവിടെ നിന്നാൽ ഭരതൻ രാജ്യം സ്വീകരിക്കില്ലെന്ന് തോന്നിയിരിക്കണം. ജനകജേ, ഇതെല്ലാം ദൈവഹിതമാണ്. എനിക്ക് വനത്തിലും പലതും ചെയ്യാനുണ്ടാകും. എല്ലാം നല്ലതിനെന്ന് ചിന്തിക്കുക, പ്രിയേ...... നീ വിഷമിക്കാതിരിക്കുക.'

'ഇന്നലെ സന്ധ്യക്ക് അങ്ങവിടെ ചെന്നപ്പോൾ ഇല്ലാത്ത ചിന്തകൾ ഒരു രാത്രികൊണ്ട് ഉണ്ടായതെങ്ങനെയാണ്...?'

'കേകയത്തിൽ നിന്നും വന്നൊരു സേവകയില്ലേ ? മന്ഥര. അവരാണ് റാണിയിൽ വിഷം കേറ്റിയതെന്നാണ് സുമന്ത്രർ പറ

ഞ്ഞത്. ഇതാരുടേയും കുറ്റമായി കാണരുത്. എന്റെ കർമ്മത്തിലുണ്ടായ നിയോഗമാണ്. ദേവി സ്വസ്ഥമാകുക.'

'അങ്ങ് തനിച്ചല്ല പോകുന്നത്. ഞാനും ഉണ്ടാകും....'

'ദേവി, കാനനം ദുർഘടം നിറഞ്ഞതാണ്. രാക്ഷസരും ഭീകര ജന്തുക്കളും ധാരാളം. കിടക്കാൻ പോലും ഇടം കിട്ടുകയില്ല. അങ്ങനെയുള്ള ഒരു ദിക്കിലേക്ക് ഞാനെന്റെ പ്രിയപ്പെട്ടവളെ കൊണ്ടുപോകയോ.....? ഒരിക്കലുമില്ല.'

'ക്ഷമിച്ചാലും. ഞാനങ്ങയുടെ കൈപിടിച്ച് അഗ്നിപ്രദക്ഷിണം ചെയ്തത്, സുഖത്തിലും ദുഃഖത്തിലും കൂടെയുണ്ടാകുമെന്ന ഉറപ്പു നൽകിയാണ്. ഭവാൻ കൂടെയുണ്ടെങ്കിൽ കാനനം പോലും വൃന്ദാവനമാകുമെനിക്ക്.'

'അപകടത്തിലേക്ക് കൊണ്ടുപോകാനല്ല ഞാൻ ദേവിയുടെ കൈപിടിച്ചത്. മാത്രമല്ല ദേവിയെപ്പോലൊരു സുന്ദരി കൂടെയുണ്ടെങ്കിൽ ആപത്തുകളും ഏറുമെന്നറിയണം. ഞാൻ ഏകനായി പോകയാണ് ഉത്തമം.'

എന്റെ സ്വരം കടുത്തു. ദുഃഖം പോയ് മറഞ്ഞു.

'അങ്ങിത്ര ഭീരുവാണെന്ന് എന്റെ പിതാവ് കരുതിയിട്ടുണ്ടാവില്ല. അതാണ് പുത്രിയെ, അങ്ങയുടെ കൈകളിൽ ഏല്പിച്ചത്. ഞാനിവിടെ തനിച്ചായാൽ എന്റെ മനസ്സാകും മുള്ളിലുറങ്ങുക. അങ്ങ് കൂടെയുള്ളപ്പോൾ ദേഹത്തു തറയ്ക്കുന്ന മുള്ളുകൾ പുഷ്പസമാനമാകും. അങ്ങ് ഭക്ഷിക്കുന്നതെന്തുതന്നെയായാലും, അതാകും എന്റേയും ഭക്ഷണം. പിന്നെ, ആപത്തുകൾ.......! എന്നെ സംരക്ഷിക്കുവാൻ സ്വാമിക്ക് കരുത്തില്ലെന്ന് ഞാൻ കരുതണമോ.....?'

എന്റെ തീരുമാനത്തെ മാറ്റാനാവില്ലെന്നറിഞ്ഞപ്പോൾ അദ്ദേഹം സമ്മതം മൂളി.

'ഞാൻ ദേവിയുടെ നിശ്ചയദാർഢ്യം അറിയുന്നതിനായി ശ്രമിച്ചതാണ്. അത് ഉറച്ചതാണെന്ന് ബോദ്ധ്യപ്പെട്ടു. കൂടെ വന്നുകൊള്ളുക. അമൂല്യമായ ആഭരണങ്ങളും വസ്ത്രങ്ങളുമെല്ലാം ഭൃത്യർക്കും ആശ്രിതർക്കും ദാനം ചെയ്യുക. ഞാനെന്റെ സമ്പത്തുക്കളും ദാനം ചെയ്തിട്ടു വരാം.'

ഞങ്ങളുടേതായ മഞ്ചലുകൾ, വാഹനങ്ങൾ, രത്നങ്ങൾ, പട്ടുവസ്ത്രങ്ങൾ, സ്വർണ്ണനാണയങ്ങൾ തുടങ്ങി എല്ലാ സമ്പാദ്യങ്ങളും

ദാനം ചെയ്തു. കരഞ്ഞു കൊണ്ടാണ് എല്ലാവരും അവ സ്വീകരിച്ചത്. എന്നിട്ടും ഞാനെന്റെ മനസ്സാന്നിദ്ധ്യം നഷ്ടപ്പെടുത്തിയില്ല. പക്ഷെ നന്ദിനിയമ്മയുടെ മുൻപിൽ ഞാൻ തോറ്റുപോയി. എന്റെ വിങ്ങൽ അവരുടെ മാറിൽചാഞ്ഞ് അലിയിച്ചുകളഞ്ഞു.

സൂര്യൻ അസ്തമിക്കാറായിരുന്നു. അപ്പോഴാണ് ഉറക്കെ കരഞ്ഞു കൊണ്ട് ലക്ഷ്മണൻ എത്തിയത്. അദ്ദേഹം സ്വാമിയുടെ കാൽക്കൽ വീണ് വിലപിച്ചു.

'ഹാ....ജ്യേഷ്ഠാ....വന്യമൃഗങ്ങളുള്ള കാട്ടിലേക്ക് അവിടുന്നു പോകയാണോ...? വില്ലും ശരവുമായി അങ്ങയുടെ മുൻപിൽ ഈ അനുജനുമുണ്ടാകും. ഈ ലോകത്തിലെ ഒന്നിലും എനിക്കു താല്പര്യമില്ല. അങ്ങയുടെ പാദശുശ്രൂഷ മാത്രമാണ് എനിക്കു തൃപ്തി തരിക.'

രാമദേവൻ അനുജനെ പിടിച്ചെഴുന്നേൽപ്പിച്ചു.

'എന്താണനുജാ ചിന്തയില്ലാതെ പറയുന്നത്....? നമ്മൾ രണ്ടാളും നാടുവിട്ടാൽ അമ്മമാരുടെ ഗതിയെന്താകും.....? ഊർമ്മിളയുടേതോ.....?'

'അങ്ങെന്നെ തടയരുത്. കൈകേയീറാണിയുടെ കാമുകനായ ദശരഥരാജനല്ല ഇനി ഭരിക്കുന്നത്. ഭരതജ്യേഷ്ഠനാണ്. പിന്നെ എന്താണ് ഭയക്കാനുള്ളത് ? അദ്ദേഹം നമ്മുടെ അമ്മമാരെ സംരക്ഷിക്കുമെന്ന് എനിക്കുറപ്പാണ്.'

അനുജനേയും തടയാൻ ആര്യപുത്രനായില്ല.

'ശരി. നീ പോയി പൂജിക്കുന്ന വില്ലുകളും ദിവ്യാസ്ത്രങ്ങൾ ഒടുങ്ങാത്ത തൂണീരങ്ങളും എടുത്തു കൊണ്ട് വരിക. പിന്നെ അത്യാവശ്യം വേണ്ടുന്ന പോർച്ചട്ട, ഖഡ്ഗം തുടങ്ങിയവയും..... വൈകാതെ എത്തണം.'

ഞാനത്ഭുതത്തോടെ അന്വേഷിച്ചു,

'നാഥാ, വനവാസത്തിനു പോകുമ്പോൾ ആയുധങ്ങളെന്തിന്.....? താപസരെപ്പോലെയല്ലേ പോകേണ്ടത്? മാത്രമല്ല ആയുധം കൈയിലുണ്ടായാൽ അതുപയോഗിക്കാനും തോന്നുകില്ലേ?'

രാമദേവൻ എന്നെ നോക്കി മന്ദഹസിച്ചു.

'സീതേ, അധികാരം ഉണ്ടെങ്കിലും ഇല്ലെങ്കിലും ഞാൻ ക്ഷത്രിയനാണ്. ഏതവസ്ഥയിലും ധർമ്മസംരക്ഷണമാണ് ക്ഷത്രിയധർമ്മം.

അതിന് ആയുധം അത്യാവശ്യവുമാണ്......'

താമസിയാതെ സുമിത്രാത്മജൻ തിരിച്ചെത്തി. അനുജന്റേതായ സർവ്വധനവും ദാനം ചെയ്തശേഷം ഞങ്ങൾ കാൽനടയായി പിതൃഗൃഹത്തിലേക്ക് നടന്നു. ദാസീദാസന്മാരെല്ലാവരും പൊട്ടിക്കരഞ്ഞുകൊണ്ട് ഞങ്ങളെ പിന്തുടർന്നു. നിര കൂടിക്കൂടി വന്നു.

ആരോ പറയുന്നത് കേട്ടു,

'ചണ്ഡാലിയായ കൈകേയി റാണിയും മകനും കൂടി ഇവിടെ ഭരിക്കട്ടെ. അവർക്ക് രാജ്യമല്ലേ വേണ്ടത്? നമുക്ക് കുമാരനെ അനുഗമിച്ച് വനത്തിലേക്ക് പോകാം. കുമാരനും സീതാദേവിയും ഇല്ലാത്ത അയോദ്ധ്യ നമുക്കും വേണ്ട.'

കൈകേയീമന്ദിരത്തിലെ തറയിൽ ദേഹവും വസ്ത്രവും പൊടിപുരണ്ട് ഒരു ഭിക്ഷക്കാരനെപ്പോലെ അയോദ്ധ്യാധിപതി കിടക്കുന്നുണ്ടായിരുന്നു. 'രാമാ...... രാമാ.....' എന്ന ദീനതയാർന്ന നിലവിളിക്കൊപ്പം തലയിട്ടുരുട്ടി. ബോധം നഷ്ടമായവനെപ്പോലെ.

പുത്രനെക്കണ്ട് രാജാവ് എഴുന്നേൽക്കാൻ നോക്കിയെങ്കിലും, മൂർച്ഛിച്ച് താഴെ വീണു. ആര്യപുത്രൻ അച്ഛനെ താങ്ങി മഞ്ചലിൽ കിടത്തി.

അദ്ദേഹം ഉണർന്നപ്പോൾ സ്വാമി പ്രണമിച്ചു.

'അച്ഛാ, വിട തന്നാലും. ലക്ഷ്മണനും സീതയും എന്നോടൊപ്പം വരുന്നുണ്ട്.'

അദ്ദേഹം ദീനനായി കരഞ്ഞുകൊണ്ട് അപേക്ഷിച്ചു,

'പുത്രാ.... രാമാ....., ഞാൻ ഭ്രാന്തനായി. എന്നെ പിടിച്ചുകെട്ടി നീ രാജാവാകുക. മകനേ.....ഇന്നു നീയെന്റെ കൂടെ താമസിക്കുക.'

'അങ്ങനെ പറയരുതേ...... ! പിതാവിന്റെ സത്യം പാലിക്കാൻ എന്നെ അനുവദിച്ചാലും. ഒരു നിമിഷം പോലും ഞാനിവിടെ നിൽക്കാൻ പാടില്ല.'

അച്ഛൻ മഞ്ചലിൽ നിന്നും എഴുന്നേറ്റു നിന്നു. സ്വാമിയുടെ തോളത്ത് കൈവച്ചെങ്കിലും കുഴഞ്ഞു വീണു. വീണ്ടും മഞ്ചലിലേക്ക് കിടത്തി.

ലക്ഷ്മണന്റെ കോപം വെറുപ്പായി. അവൻ മുഖം വെട്ടിത്തിരിച്ച് മാറി നിന്നു.

അച്ഛനെ നമസ്കരിച്ച് ഞങ്ങൾ പുറത്തിറങ്ങി.

പരസഹസ്രം ജനങ്ങളാൽ കൊട്ടാര പരിസരം തിങ്ങി നിറഞ്ഞിരുന്നു. അഭിഷേകകർമ്മങ്ങൾക്കായി എത്തിയിരുന്ന ഋഷിമാരും രാജാക്കന്മാരും സഹതാപത്തോടെ നോക്കുന്നത് എനിക്കു ഉൾക്കൊള്ളാനായില്ല. വസിഷ്ഠമുനിയും വാമദേവനും മന്ത്രിമാരും തേജസ്സില്ലാത്തവരായി നിന്നിരുന്നു.

കൈകേയിയമ്മയെ നോക്കി സുമന്ത്രർ പുച്ഛത്തോടെ പറഞ്ഞു,

'ഭവതി ഇങ്ങനെ ദുഷ്ടയാകരുത്. റാണിയുടെ അമ്മ ദുർവാശിക്കാരിയായിരുന്നെന്ന് കേട്ടിട്ടുണ്ട്. അതുപോലെ തന്നെയായി ദേവിയും. ഭർത്താവിന് എന്തു സംഭവിച്ചാലും റാണിക്ക് സ്വന്തം താല്പര്യമാണ് വലുത്. രാജ്യം, മൂത്തപുത്രനെ ഏല്പിക്കുകയാണ് ഈ വംശത്തിന്റെ കീഴ്‌വഴക്കം. അതു സാധ്യമാക്കുക.'

ചാഞ്ചല്യമേതുമില്ലാതെ കൈകേയിയമ്മ അകത്തേക്ക് പോയി. അതുകണ്ട് വർദ്ധിച്ച അരിശത്തോടെ സുമന്ത്രർ പൊട്ടിത്തെറിച്ചു.

'ഈ ദേവിയുടെ മാതാവ്, കേകയത്തിലെ മഹാറാണി, എന്താണ് ചെയ്തതെന്ന് നിങ്ങൾ കേൾക്കുക. അശ്വപതിരാജാവ് സർവ്വജീവികളുടേയും ഭാഷ മനസ്സിലാക്കുന്നവനായിരുന്നു. ഒരു രാത്രിയിൽ രണ്ടു ഉറുമ്പുകൾ സംസാരിക്കുന്നത് കേട്ട് അദ്ദേഹം ചിരിച്ചു. അതുകണ്ട റാണിക്ക് എന്തിനാണ് ചിരിച്ചതെന്നറിയണം. ആ രഹസ്യം പറഞ്ഞാൽ താൻ മരണപ്പെടുമെന്ന് അദ്ദേഹം അറിയിച്ചിട്ടും റാണി നിർബ്ബന്ധിച്ചുകൊണ്ടിരുന്നു. പതിയുടെ ജീവനേക്കാൾ, റാണിയുടെ വാശിക്കായിരുന്നു സ്ഥാനം. അങ്ങനെയുള്ള ഭാര്യയെ തനിക്കു വേണ്ടെന്നുപറഞ്ഞ് രാജാവ്, റാണിയെ പരിത്യജിച്ചു. ഇപ്പോൾ പുത്രിയുടെ വാശിയും അതുപോലെ തന്നെയായി.'

സുമിത്ര ചെറിയമ്മ, കൗസല്യാമ്മയേയും കൊണ്ട് എത്തിയിരുന്നു. ഊർമ്മിള എന്റെ സമീപത്തു നിന്നും മാറാതെ നിന്നു. അവളുടെ വിഷാദം മാറ്റാൻ എനിക്കാകില്ലെന്ന സത്യം ഞാൻ തിരിച്ചറിഞ്ഞിരുന്നു.

പതിന്നാലു വർഷം പ്രിയപ്പെട്ടവനെ കാണാതെ അവൾ കഴിയണം.....!

രാമദേവൻ, താതന്റെ സത്യസംരക്ഷണത്തിനായി പോകുന്നു. അതൊരു പുത്രന്റെ കടമയാണ്. ഞാനെന്റെ ഭർത്താവിനോടൊപ്പം പോകുന്നു. അത് ഭാര്യയുടെ കർത്തവ്യവുമാണ്.

ഇതൊന്നിലുംപെടാത്ത ലക്ഷ്മണനനും ഊർമ്മിളയും.....! യഥാർത്ഥ ത്യാഗം അവരുടേതല്ലേ.... ?

അവരെ നമസ്കരിക്കണമെന്നുണ്ട്. പക്ഷെ ജ്യേഷ്ഠത്തിക്കത് സാധ്യമല്ലല്ലോ....?

കൈകേയിയമ്മ കടന്നു വന്നപ്പോൾ ജനം ആക്രോശിച്ചു. അച്ഛനേയും കൊണ്ട് സുമന്ത്രർ അടുത്തെത്തി. അച്ഛൻ സുമന്ത്രരോട് പറയുന്നത് കേട്ടു,

'സുമന്ത്രരേ, എനിക്കിനി ഈ നാട് വേണ്ട. രാമനുള്ള സ്ഥലമാണ് എന്റെ നാട്. ഞാനും കൂടെപ്പോകുന്നു. അവർ വനത്തിൽ വിഷമിക്കരുത്. നമ്മുടെ എല്ലാ ധനവും ചതുരംഗസേനയും അവരുടെ കൂടെ പോകട്ടെ.'

ചെറിയമ്മ ധിക്കാരത്തോടെ ചോദിച്ചു,

'ഹാ...ഹാ...കൊള്ളാം..... അപ്പോൾ എന്റെ ഭരതന് ഒന്നും വേണ്ടെന്നാണോ? നിർധനവും, ശൂന്യവുമായ ഈ രാജ്യം ഭരതനു വേണ്ട.'

രാമദേവൻ അച്ഛനെ വണങ്ങി പറഞ്ഞു,

'അച്ഛാ, കാട്ടിൽ പോകുന്ന എനിക്കെന്തിനാണ് ധനവും സൈന്യവും....? മരവുരിയും കൈക്കൊട്ടുമല്ലേ വേണ്ടത്. അത് തന്നാലും.'

ചെറിയമ്മ അതും തയ്യാറാക്കിയിട്ടുണ്ട്. തോഴിയുടെ കൈയിൽ നിന്നും വൽക്കലം വാങ്ങി ഞങ്ങൾക്കു മൂന്നു പേർക്കും നൽകി.

അതെങ്ങനെ ചുറ്റേണ്ടതെന്നറിയാതെ ഞാൻ പരിഭ്രമിച്ചു. സ്വാമിയും ലക്ഷ്മണനും രാജകീയ വേഷങ്ങൾ മാറ്റി, മരവുരി ചുറ്റി വന്നിട്ടും, ഞാനതും പിടിച്ച് അവിടെത്തന്നെ നിൽക്കുകയായിരുന്നു. ആര്യപുത്രൻ അടുത്തേക്ക് വന്നു.

'സ്വാമി, തപസ്വിനികൾ എങ്ങനെയാണ് ഇതു ചുറ്റുക.....?'

അദ്ദേഹം, എന്റെ പട്ടുസാരിയുടെ മുകളിലൂടെ അത് ചുറ്റി കാണിച്ചു തന്നു. എനിക്കപ്പോൾ സങ്കടമൊന്നും തോന്നിയില്ല. ജനങ്ങൾ ഉറക്കെ നിലവിളിച്ചു കൊണ്ട് ചെറിയമ്മയെ ശപിച്ചുകൊണ്ടിരുന്നു.

വസിഷ്ഠമുനിയുടെ കഠിന സ്വരം ഉയർന്നു.

'ഹേ...കൈകേയി...നീയിത്ര ദുഷ്ടയായല്ലോ...! മഹാരാജാവിനെ

ചതിച്ചിട്ടും മതിയായില്ലേ? രാമന് നൽകാത്ത രാജ്യം രാമപത്നിക്ക് അർഹമായതാണ്. അതെല്ലാം വേണ്ടെന്നു വച്ച്, ഭർത്താവിനെ അനുഗമിക്കുന്ന പതിവ്രതയാണ് സീതാദേവി. രാജകീയ ആഡംബരങ്ങളോടെയാണ് ജനകാത്മജ പോകേണ്ടത്. രാമന്റെ വനവാസം മാത്രമാണ് നീ വരിച്ചിട്ടുള്ളത്.'

ആച്ഛൻ ഇഴഞ്ഞ സ്വരത്തിൽ കൽപ്പിച്ചു,

'സുമന്ത്രരേ....., സീതാദേവിക്ക് പതിന്നാലു വർഷത്തേക്കുള്ള ആടയാഭരണങ്ങൾ പള്ളിത്തേരിൽ കൊണ്ടുവയ്ക്കുക. തങ്കത്തേരു തന്നെവേണം.'

കൗസല്യാമ്മ മരവുരി എന്റെ കൈയിൽ നിന്നും വാങ്ങിക്കളഞ്ഞു. എന്നിട്ടെന്നെ പുണർന്നുകൊണ്ട് പറഞ്ഞു,

'ഭർത്താവ് കുബേരനായാലും കുചേലനായാലും വ്യത്യാസം കാണിക്കാത്ത ഭാര്യ സതീരത്നമാണ്. നിന്നെയോർത്ത് ഞാൻ അഭിമാനിക്കുന്നു. എന്റെ ആനന്ദം പറയാവതല്ല, പുത്രീ. പോയ്വരിക. നന്മയുണ്ടാകട്ടെ!'

സുമിത്രച്ചെറിയമ്മ, ആത്മജനെ ഉപദേശിച്ചു.

'ലക്ഷ്മണാ, നിനക്കിനി വനമാണ് അയോദ്ധ്യ. രഘുനാഥനെ , ദശരഥ നൃപനാണെന്ന് കരുതണം, സീതയെ ഞാനെന്ന പോലെയും. ജ്യേഷ്ഠനേയും ജ്യേഷ്ഠത്തിയേയും സേവിച്ച് പതിന്നാലുവർഷം കഴിയുക. നിങ്ങളുടെ വരവും കാത്ത് ഞാനും ഊർമ്മിളയും കഴിയും. പോകുക പുത്രാ....നിങ്ങൾക്ക് നല്ലത് വരട്ടെ.'

ശ്രേഷ്ഠയായ ആ അമ്മയുടെ ധീരതയിൽ എനിക്കഭിമാനം തോന്നി. ഞാനവരുടെ അരികിൽചെന്ന് വന്ദിച്ചുകൊണ്ട് അറിയിച്ചു,

'ഇങ്ങനെയൊരു അമ്മയേയും വല്ലഭനേയും ലഭിച്ച എന്റനുജത്തി ഭാഗ്യവതിയാണ്. അമ്മേ ഞങ്ങളെ അനുഗ്രഹിച്ച് വിടതരിക'

ഊർമ്മിള അടക്കാനാകാത്ത ദുഃഖത്തോടെ എന്നെ പുണർന്നു നിന്നു.

'അനുജത്തീ, നീ ലക്ഷ്മണ സമീപം പോകുക. കുമാരന്റെ ശോകം കുറയട്ടെ.'

'അദ്ദേഹത്തിന് ശോകമല്ല ഉള്ളത്. ദേഷ്യമാണ്. ഞാനാണ് സങ്കടത്തിലുള്ളത്. അദ്ദേഹത്തിന് ആശ്വസിക്കാൻ ജ്യേഷ്ഠനുണ്ട് കൂടെ. എനിക്കെന്റെ ഏടത്തി പോലുമില്ല. അദ്ദേഹത്തെ കണ്ടാൽ

എന്റെ ദുഃഖം കൂടുകയേയുള്ളു.'

ഞാനവളുടെ മൂർദ്ധാവിൽ ചുംബിച്ചു കൊണ്ട് പറഞ്ഞു,

'ഭാര്യക്ക് ഭർത്താവാണ് കൂട്ടുവേണ്ടത്. നിന്നെയോർത്ത് സങ്കടപ്പെടാനേ എനിക്കിപ്പോൾ കഴിയുന്നുള്ളൂ. പോകുക.'

അവൾക്കെന്നെ അനുസരിക്കാതിരിക്കാനായില്ല. ഊർമ്മിള എന്റെ കരവലയത്തിൽ നിന്നും വിട്ടുപോയി. അവളുടെ കണ്ണുനീർ ധാരയെ തുടച്ചുമാറ്റി ലക്ഷ്മണൻ ആശ്വസിപ്പിക്കുന്നതും കണ്ടു.

മാതാപിതാക്കളെ പ്രദക്ഷിണം ചെയ്ത് ഞങ്ങളിറങ്ങി. വേണ്ടതെല്ലാം തേർത്തട്ടിൽ അടുക്കിവച്ചിരുന്നു. ഞങ്ങൾ തേരിൽ കയറി. ജനം ആർത്തലച്ചു.

'പോകല്ലേ കുമാരാ.....ഞങ്ങളിനിയെങ്ങനെ ഇവിടെ കഴിയും.'

ഞാനൊരിക്കൽ കൂടി കൊട്ടാരത്തെ നോക്കി. മഹാരാജാവ് പൊട്ടിക്കരഞ്ഞുകൊണ്ട് പിന്നാലെ വേച്ചുവേച്ച് ഓടി വരുന്നു. രാമദേവൻ അറിയിച്ചു,

'അച്ഛൻ പുറകെ വരുന്നുണ്ട്. രഥം വേഗത്തിൽ പോകട്ടെ. യാത്ര മുടങ്ങരുത്.'

ജനാവലി തേരിനു പുറകെ ഓടി. അതൊരു മഹാസംഘമായി. അവരുടെ കണ്ണുനീരിൽ അസ്തമയ സൂര്യൻ മങ്ങി പ്രതിഫലിച്ചു.

ഒരു പൊട്ടിച്ചിരി കേട്ടുവോ.....?

'ഹ..ഹ....അമ്മേ....അമ്മേ......ഹ...ഹ.... ഈ ഏട്ടൻ....'

മനസ്സ് ചിന്തയെ വിട്ട് വേഗത്തിൽ തിരിച്ചെത്തി. ഞാനിപ്പോൾ ആശ്രമത്തിലാണ്.....! കുട്ടികൾ പഠനം കഴിഞ്ഞെത്തിയിരിക്കുന്നു.

'ഇന്നെന്താണ് മക്കളേ ഇത്ര സന്തോഷം....?'

ഉച്ചത്തിലുള്ള ചിരിക്കിടയിൽ ലവൻ പറഞ്ഞു,

'സന്തോഷമല്ലമ്മേ..... ഈ ഏട്ടൻ കരയുന്നത് കണ്ടു ചിരിച്ചതാണ്.'

'എന്താണ് ലവാ.... ഒരാൾ കരയുന്നത് കണ്ടു ചിരിക്കയാണോ വേണ്ടത്...?'

'ക്ഷമിക്കണം അമ്മേ. ഒരു തമാശ കണ്ട് ചിരിച്ചു പോയതാണ്.'

'തമാശയോ.....? എന്താണത്....? കേൾക്കട്ടെ.'

'അമ്മേ, ഇന്നാചാര്യൻ വനവാസയാത്രയാണ് പറഞ്ഞത്. ശ്രീരാമചന്ദ്രന്റെ പത്നിയുടെ പേരും സീതയെന്നാണത്രേ! മിഥിലാധി

പതിയുടെ പുത്രി. രാജപുത്രിയായ സീതയും ഭർത്താവിന്റെ കൂടെ കാനനത്തിലേക്ക് പോയെന്ന് കേട്ടപ്പോൾ മുതൽ ഏട്ടന് ഒരു സന്തോഷവുമില്ല. കണ്ണുകൾ നിറഞ്ഞൊഴുകുന്നതും കണ്ടു. വലിയ ധൈര്യശാലിയാണെന്ന് ഞങ്ങളോട് വീമ്പു പറയാറുണ്ട്. അതോർത്തപ്പോൾ ചിരിച്ചുപോയതാണ്.'

കുശൻ അവനെ നോക്കി കണ്ണുരുട്ടി. നാണത്തോടെ പറഞ്ഞു,

'അത്.....അതമ്മേ, സീതയെന്നു കേട്ടപ്പോൾ ഞാനമ്മയെ ഓർത്തുപോയി...'

മക്കളെ ഞാൻ രണ്ടു കൈകൾകൊണ്ടും ചേർത്തു നിർത്തി. മാറിമാറി ചുംബിച്ചു. അവരുടെ ഹൃദയത്തോട് ചേർന്ന് ഞാനുണ്ടെന്ന ആശ്വാസമായിരുന്നു എനിക്കപ്പോൾ.

ആരണ്യകം

എന്റെ കാൽതൊട്ടുവന്ദിച്ചു പോകുമ്പോൾ കുശൻ അന്വേഷിച്ചു,

'ഇന്നമ്മ വരുമോ....? അസുഖം മാറിയല്ലോ...'

'ഇല്ല മക്കളേ, നിങ്ങൾ പറയുന്നത് കേൾക്കാനാണ് അമ്മയ്ക്കിഷ്ടം.'

എല്ലാ കഥകളും എന്റെ ജീവിതമാണ്. നായികയും ഞാനാണ്. ആ അനുഭവങ്ങളെല്ലാം ഇപ്പോഴും കണ്മുന്നിലുണ്ട്.

അന്നത്തെ പൂജാനിവേദ്യങ്ങൾ ഒരുക്കുന്നത് ഞാനേറ്റെടുത്തു. അതിനിടയിൽ മനസ്സിനെ കെട്ടഴിച്ചുവിടാം. മറ്റുള്ളവരുടെ ഇടപെടൽ ഉണ്ടാകുകയുമില്ല.

കെട്ടഴിഞ്ഞ ഓർമ്മകൾ പറന്നുയർന്നു........

തമസാതീരത്തെ മണലിലൂടെ നടക്കുകയായിരുന്നു ഞങ്ങളപ്പോൾ. പ്രാണേശ്വരന്റെ കാല്പാടുകളിലൂടെ ഞാൻ നടന്നു. പിന്നാലെ അയോദ്ധ്യാവാസികളും.

മാർഗ്ഗവിഘ്നമുണ്ടാക്കി മണൽപ്പരപ്പിലേക്ക് ഒരു മരം ചാഞ്ഞു നിൽക്കുന്നു. അതിൽ ചാരി തിരിഞ്ഞു നിന്ന് സ്വാമി അറിയിച്ചു.

'ഇനി മുന്നോട്ടേക്ക് ഇന്നു പോകേണ്ടെന്നാണ് ഈ വൃക്ഷം പറയുന്നത്.... അത് അനുസരിക്കാം, അല്ലേ...? ഈ തെളിഞ്ഞ ജലവും കുടിച്ച് നമുക്കിന്ന് ഇവിടെ കിടക്കാം.... വനത്തിലെ ആദ്യരാത്രി ഇവിടെയാകട്ടെ.....അല്ലേ ലക്ഷ്മണാ......'

എന്നെനോക്കി നിഗൂഢമായ മന്ദഹാസത്തോടെയാണ് പറഞ്ഞത്. ഞാനൊരു പരിഭവനോട്ടമായിരുന്നു തിരികെ നൽകിയത്.

സുമന്ത്രർ അശ്വങ്ങളെ കുളിപ്പിച്ച് മേയാൻ വിട്ടു. ലക്ഷ്മണൻ ഇളം പുല്ലുകൾ ശേഖരിച്ച് അത് മെത്തപോലെ വിടർത്തിയിട്ടു. അവർ രണ്ടാളും ജനങ്ങളോട് ശ്രീരാമഗുണങ്ങൾ വർണ്ണിക്കുന്നതും

കേട്ടു കൊണ്ടാണ് ഞാനുറങ്ങിയത്.

'ശ്ശ്......സീതേ...... എഴുന്നേൽക്കുക....'

പതിഞ്ഞ സ്വരം. ഞാനുണർന്ന് പരിഭ്രമത്തോടെ ചോദിച്ചു,

'എന്താണ് സ്വാമി.....? എന്തു പറ്റി...?'

'ശ്....ശ്......മറ്റുള്ളവരെ ഉണർത്തരുത്. അവർ ഉണരുന്നതിനു മുൻപേ നമുക്കിവിടെ നിന്നും പോകണം. ഇവരിങ്ങനെ കഷ്ടപ്പെടാൻ ഇടവരരുത്.'

ലക്ഷ്മണനും സുമന്ത്രരും ഒഴികെയുള്ളവർ ഗാഢനിദ്രയിലാണ്. സുമന്ത്രരോടായി സ്വരം താഴ്ത്തി പറഞ്ഞു,

'ഞങ്ങൾ ദക്ഷിണദിക്കിലേക്ക് നടക്കാം. അങ്ങ്, രഥത്തിൽ ഉത്തരദിക്കിലേക്ക് കുറച്ചുപോയി തിരിച്ചുവന്ന് ഞങ്ങളുമായി സന്ധിക്കണം. രഥപ്പാടുകൾ കണ്ട് അയോദ്ധ്യയിലേക്ക് തിരികെപ്പോയെന്ന് അവർ കരുതട്ടെ.'

ഞങ്ങൾ തമസയുടെ ആഴം കുറഞ്ഞ ഭാഗത്തെത്തി. മറുകരയിലേക്ക് ജലത്തിലൂടെ നടന്നു. എന്റെ ചേല മുട്ടുവരെ നനഞ്ഞു. നടക്കാൻ വിഷമിച്ചു. സ്വാമി എന്റെ കൈയിൽ മുറുകെ പിടിച്ചുകൊണ്ട് പതിയെ നടന്നു. നടക്കുന്നതിനിടയിൽ അദ്ദേഹം ലക്ഷ്മണനെ അറിയിച്ചു,

'ലക്ഷ്മണാ, അഗസ്ത്യാശ്രമമാണ് നമ്മുടെ ലക്ഷ്യം. അതിനായി മറുകരയിലെത്തി തെക്കുദിക്കിലേക്കാണ് പോകേണ്ടത്. എത്രനാൾ കഴിഞ്ഞാണ് അവിടെ എത്തുകയെന്നും പറയാനാകില്ല.'

'പതിന്നാലു വർഷമുണ്ടല്ലോ നമുക്ക് അലയാൻ...! നമ്മളവിടെ എന്നെങ്കിലും എത്തും എന്നുതന്നെ പ്രതീക്ഷിക്കാം......അല്ലേ ജ്യേഷ്ഠാ....?'

ഓരോന്നും പറഞ്ഞ് തീരമടുത്തു. എന്നെ കരയിലേക്ക് കയറ്റി അറിയിച്ചു,

'ദേവീ, ഇത് കോസലാതിർത്തിയാണ്. ഇവിടെയുള്ള ജനങ്ങളും നമ്മളെ തടസ്സപ്പെടുത്തും. കുറച്ച് മാറി ഇരിക്കാം. രഥം വന്നാലുടനെ നമുക്കിവിടെ നിന്നും പോകണം.'

പക്ഷെ, നദിക്കരയിലുണ്ടായിരുന്ന രണ്ടുപേർ ഞങ്ങളെ തിരിച്ചറിഞ്ഞു. പിന്നാലെ ഓരോരുത്തരായി എത്തിത്തുടങ്ങി. സുമന്ത്രർ അവിടെ എത്തിയപ്പോഴേക്കും ജനങ്ങൾ ഞങ്ങളെ വളഞ്ഞു കഴി

ഞ്ഞിരുന്നു. അവരെ സാന്ത്വനിപ്പിച്ച് രഥം പുറപ്പെട്ടപ്പോഴേക്കും സൂര്യൻ തലയ്ക്കു മുകളിൽ എത്തിയിരുന്നു. കുതിരകൾ പിന്നെ പായുകയായിരുന്നു. വേദശ്രുതി, ഗോമതി, സരയൂ എന്നീ നദികൾ കടന്ന് സായാഹ്നമായപ്പോൾ രഥം നിന്നത് ഗംഗാതീരത്താണ്. പടർന്നു പന്തലിച്ചു നിൽക്കുന്ന ഒരു ഓടവൃക്ഷത്തിന്റെ ചുവട്ടിൽ. അതിൽ നിറയെ പൂക്കളും കായ്കളുമായിരുന്നു.

'ഇവിടത്തെ ചുറ്റുപാടുകൾ കൊള്ളാം. നമുക്കിന്ന് ഈ മരച്ചോട്ടിൽ അന്തിയുറങ്ങാം. ഗംഗയെ യഥേഷ്ടം കാണുകയും ചെയ്യാം.'

സ്വാമിയുടെ തീരുമാനം ലക്ഷ്മണന്റേതുമായിരുന്നു. സ്നാനശേഷം സന്ധ്യാവന്ദനവും കഴിഞ്ഞിരിക്കുമ്പോൾ, കുറച്ചു കാട്ടുജാതിക്കാർ അവിടെയെത്തി. കിരീടം ധരിച്ച് മുന്നിൽ നിൽക്കുന്നയാൾ രാജാവാകും. ഇലയും പൂക്കളും കൊണ്ടുള്ള കിരീടം, തൂവലുകൾ കൊണ്ട് മോടിപിടിപ്പിച്ചിരുന്നു.

അവരെ കണ്ട ഉടനെ ആര്യപുത്രൻ എഴുന്നേറ്റു ചെന്ന് രാജാവിനെ ആലിംഗനം ചെയ്തു. എന്റെ ഭാവം കണ്ട് മൃദുമന്ദസ്മിതത്തോടെ അറിയിച്ചു,

'ദേവി....ഇതെന്റെ മിത്രമാണ്. നിഷാദരാജാവായ ഗുഹൻ.'

ഗുഹനും ബന്ധുക്കളും ഞങ്ങളെ പൂജിച്ച് സ്വാദിഷ്ഠ ഭോജ്യങ്ങൾ കാഴ്ചവച്ചു.

'അങ്ങ് വന്നതറിഞ്ഞെത്തിയതാണ്. ഇന്നെന്റെ അതിഥികളാണ് നിങ്ങൾ. ഇതെല്ലാം ഭുജിച്ച് ഞങ്ങളെ അനുഗ്രഹിക്കുക. ഈ രാജ്യത്തെ അയോദ്ധ്യയെപ്പോലെ കണ്ടാലും. അടിയൻ എന്താണ് ചെയ്യേണ്ടതെന്ന് അരുളിച്ചെയ്യുക.'

സ്വാമി ചിരിച്ചു കൊണ്ട് മറുപടി പറഞ്ഞു,

'ഹ..ഹ....വൽക്കലവുമണിഞ്ഞ് വനവാസത്തിനിറങ്ങിയ ഞങ്ങൾക്ക് ഈ ഭോജ്യങ്ങൾ ആവശ്യമില്ല സ്നേഹിതാ..... ഞങ്ങൾക്കീ ഗംഗാജലം മതിയാകും. കുതിരകൾക്കുള്ള ഭക്ഷണമാകാം. സുമന്ത്രരെ ഏൽപ്പിക്കുക.'

അന്ന് രാത്രി അവരാരും തിരികെ പോയില്ല. വിശേഷങ്ങളുമായി രാത്രിയെ പകലാക്കി. ലക്ഷ്മണനും സുമന്ത്രരും അയോദ്ധ്യയിലുണ്ടായ സംഭവങ്ങൾ വിശദീകരിക്കുന്നുണ്ടായിരുന്നു.

പ്രഭാതത്തിൽ ഒരു നിഷാദയുവാവ് തോണിയുമായെത്തി.

ഭാണ്ഡങ്ങളെല്ലാം തോണിയിൽ കയറ്റി സുമന്ത്രർ ഗദ്ഗദത്തോടെ പറഞ്ഞു,

'എനിക്കും അങ്ങയെ അനുഗമിക്കാൻ ആഗ്രഹമുണ്ട്. ദുഷ്ടസ്വരൂപിണിയായ കൈകേയിയുടെ ചൊൽപ്പടിയിൽ ജീവിക്കേണ്ട ഗതികേടുണ്ടായല്ലോ....?'

'സചിവേന്ദ്ര, അങ്ങയെപ്പോലൊരു മിത്രം രഘുവംശത്തിന്റെ ഭാഗ്യമാണ്. അങ്ങ് തിരികെപ്പോകണം. അച്ഛൻ വയോവൃദ്ധനാണ്. അദ്ദേഹത്തിന് മനോവിഷമം ഉണ്ടാകാതെ ശ്രദ്ധിക്കണം. അയോദ്ധ്യയിലെ എല്ലാവരേയും എന്റെ സ്നേഹം അറിയിക്കുക. പ്രത്യേകിച്ച് ഭരതകുമാരനെ. എന്റെ ആശംസകൾ അവനോട് പറയണം. അവന്റെ ഭരണത്തിൽ എല്ലാ ശ്രേയസ്സും ഉണ്ടാകട്ടെ.'

സുമന്ത്രർ നിറകണ്ണുകളോടെയാണ് പിരിഞ്ഞത്. രഥം മറഞ്ഞപ്പോൾ ഗുഹനോട് സ്വാമി ആവശ്യപ്പെട്ടു,

' എന്റെ മുടി ജടയാക്കേണ്ടതുണ്ട്. പേരാലിന്റെ പാൽ കിട്ടുമോ മിത്രമേ.....?'

ഗുഹൻ പറഞ്ഞയച്ച ഒരു ബാലൻ ചെറയുമായി എത്തി. ഇടതൂർന്ന കേശഭാരത്തിൽ അതു പുരട്ടി ജടയാക്കി ഉച്ചിയിൽ കെട്ടിവച്ചു രഘുകുലനന്ദനന്മാർ. രാജപ്രൗഢിയെല്ലാം ഒഴിഞ്ഞ്, ഋഷിമാരെപ്പോലെ. അവരോടൊപ്പം രാജ്ഞീവേഷത്തിൽ നടക്കാൻ എനിക്ക് വിഷമം തോന്നി.

എന്റെ മനോവിഷമം അറിഞ്ഞ സ്വാമി അറിയിച്ചു,

'സാരമില്ല സീതേ, മുനിമാർ രാജകന്യകമാരെ വിവാഹം ചെയ്തിട്ടുണ്ടല്ലോ? ജ്യേഷ്ഠത്തി ഋശ്യശൃംഗന്റെ പത്നിയല്ലേ....? സുകന്യാദേവി ച്യവന മഹർഷിയുടെ ധർമ്മപത്നിയാണ്.ദേവിയും അങ്ങനെയാണെന്ന് കരുതിക്കൊള്ളട്ടെ.'

എന്നിട്ട് പൊട്ടിച്ചിരിച്ചു. നിഷാദരാജാവ് വിഷണ്ണനായി.

'രാമദേവാ, അങ്ങ് ദേവിയേയും കൊണ്ട് കാട്ടിലലയേണ്ട. ഇവിടെ താമസിച്ചാലും. ഇവിടെയുള്ളതും വനവാസം തന്നെയാകില്ലേ...'

ധനുസ്സെടുത്തു കൈയിൽ പിടിച്ച് സ്വാമി എഴുന്നേറ്റു.

'പാടില്ല ഗുഹാ, ആളുകൾ ധാരാളമുള്ള സ്ഥലത്ത് താമസിക്കുന്നത് ശരിയല്ല. ആശ്രമവാസമാണ് ശ്രേഷ്ഠം. വനത്തിലേക്ക് പോകട്ടെ.'

ഞങ്ങൾ തോണിയിലേക്ക് കയറി. ഗംഗയിൽ നല്ല ഒഴുക്ക്.

'സീതേ, പിടിച്ചിരിക്കു, വഞ്ചി നന്നായി ചാഞ്ചാടുന്നുണ്ട്.'

അദ്ദേഹം എന്നെ ചേർത്തിരുത്തി. അമരക്കാരൻ ബലത്തിൽ തുഴഞ്ഞിട്ടും ഒഴുക്കിനെ നേരിടാനായില്ല. ലക്ഷ്മണനും കൂടെത്തുഴഞ്ഞു. ഞാൻ ഗംഗയെ സ്തുതിച്ചുകൊണ്ടിരുന്നു. മറുകരയിൽ തോണിയടുത്തപ്പോൾ സ്വാമി എന്നെ പൊക്കി താഴെയിറക്കി. ഞാനഭിമാനപുളകിതയായി.

മഹാബാഹു തന്നെയാണ് എന്റെ നാഥൻ .....!

അക്കരെ, ഞങ്ങളേയും നോക്കി നിൽക്കുന്ന സുമന്ത്രനോടും ഗുഹനോടും കൈവീശി യാത്ര പറഞ്ഞു. ഞങ്ങൾ കരയിലേക്ക് കയറി. മുന്നിൽ അതിഘോരമായ കാടിന്റെ അന്ധകാരം.

ഭയത്തോടെ ഞാൻ സ്വാമിയോട് രഹസ്യമായി പറഞ്ഞു,

'നമുക്കിവിടെ താമസിച്ചാൽ മതിയല്ലോ? എന്തിനാണ് ഉള്ളിലേക്ക് പോകുന്നത്. ഇതും വനവാസമാകില്ലേ...?'

സ്വാമി കളിയാക്കുന്നപോലെ മന്ദഹസിച്ചു. എന്നിട്ട് അനുജനെ അറിയിച്ചു,

'ലക്ഷ്മണാ, നോക്കുക. സൂര്യപ്രകാശം പോലും കടക്കാത്ത ഈ കൊടുങ്കാട്ടിലൂടെയാണ് ഇനി നമ്മൾ പോകുന്നത്. നീ മുന്നിലും ഞാൻ പിന്നിലുമായി സീതയെ സംരക്ഷിക്കണം. ആയുധങ്ങൾ കൈയിലുണ്ടാകണം.'

അതെനിക്കുള്ള മറുപടിയായിരുന്നു. ലക്ഷ്മണനിൽ നിന്നും ഞാൻ ഭാണ്ഡം വാങ്ങിപിടിച്ചു. രണ്ടുപേരും ആയുധപാണികളായി. ലക്ഷ്മണന് പുറകെ ഞാനും വനത്തിനുള്ളിലേക്ക് കയറി. എന്റെ പുറകെയായി സ്വാമിയും. അരണ്ടവെളിച്ചമുള്ള വഴികളിലൂടെ അതീവശ്രദ്ധയോടെ തടസ്സങ്ങൾ മാറ്റി ലക്ഷ്മണൻ മുന്നോട്ടേക്ക് നടന്നു. ഒരു പേരാലിൻ ചുവട്ടിലെത്തിയപ്പോൾ പുറകിൽ നിന്നും രാമദേവന്റെ ശബ്ദം ഉയർന്നു,

'നിൽക്കു ലക്ഷ്മണാ സന്ധ്യയാകാറായി..... ഇന്നിവിടെ തങ്ങാം. ഇതാണ് യഥാർത്ഥ വനം. നമ്മൾ മൂന്നുപേർ മാത്രം. ഉറങ്ങാതെ നമുക്കിരിക്കാം.'

നട്ടുച്ചയും സന്ധ്യയും ഒരുപോലെയുള്ള വനത്തിൽ എന്റെ സമയബോധം നഷ്ടപ്പെട്ടിരുന്നു. ആകെ തളർന്നൊടിഞ്ഞ് ഞാനാ മരത്തിൽ ചാരിയിരുന്നു. കുമാരന്മാരും ക്ഷീണിതരായിരുന്നു.

അയോദ്ധ്യയെക്കുറിച്ചുള്ള ചിന്തകൾ പറഞ്ഞുപറഞ്ഞ് ഞങ്ങൾ പ്രഭാതമാക്കി.

യാത്ര തുടങ്ങുന്നതിനു മുൻപ് സ്വാമി അനുജനെ നിർബന്ധിച്ചു,

'കുമാരാ, നീ തിരികെ പോകുക. ഈ അടവിയിൽ ആപത്തൊന്നുമില്ലാതെ ഞങ്ങൾ ഏതെങ്കിലും ആശ്രമത്തിൽ താമസിച്ചുകൊള്ളാം. കൊട്ടാരത്തിൽ അമ്മമാരെ ശുശ്രൂഷിക്കാൻ നീയുണ്ടാകണം. ഊർമ്മിളയും തനിച്ചാകില്ലേ?'

'അങ്ങുള്ളിടത്താണ് ഇന്നുവരെ ഞാൻ ജീവിച്ചിട്ടുള്ളു. ഇനിയും അങ്ങനെയാകണമെന്നാണ് ആഗ്രഹം. ഈ അനുജനെ നിരാശപ്പെടുത്തരുതേ......'

ലക്ഷ്മണനു മുൻപിൽ തോറ്റുകൊടുത്ത് യാത്ര തുടർന്നു. എന്റെ പാദങ്ങൾ വേദനിച്ചു തുടങ്ങി. ഇത്തരം ദുരിതങ്ങൾ ഉണ്ടാകുമെന്നറിയിച്ച് എന്നെ തടഞ്ഞതാണ്. സ്വന്തം വാശിയിലാണ് കൂടെ ഇറങ്ങിയത്. അതിനാൽ പരാതിപ്പെടാൻ അവകാശമില്ല.

ഞാൻ വേദനയും സഹിച്ച് നടന്നു. നാഥനത് മനസ്സിലാക്കിയെന്നു തോന്നുന്നു. അദ്ദേഹം ഭാണ്ഡം വാങ്ങി തോളത്ത് വച്ചു കൊണ്ട് കൈപിടിച്ച് ഒപ്പം നടന്നു.

കാളിന്ദിയും ഗംഗയും സംഗമിക്കുന്നിടത്തെത്തി. ആ പുണ്യതീർത്ഥത്തെ വന്ദിച്ചു നിൽക്കുമ്പോൾ അകലെയായി പുക ഉയരുന്നത് ശ്രദ്ധിച്ചു.

'നാഥാ..... അവിടെ നോക്കുക. പുക കാണുന്നു. കാട്ടുതീയാകുമോ..?'

'ആ.... ഹോമകുണ്ഡത്തിലെ പുകയാകും. നല്ല വെളുത്തനിറം. ലക്ഷ്മണാ..... അവിടെ ഒരാശ്രമമുണ്ടാകും. അങ്ങോട്ടേക്ക് പോകാം.'

കുറച്ചു ദൂരം പോയപ്പോൾ ആശ്രമം കാണാറായി. ആശ്രമമുറ്റത്തു നിന്നിരുന്ന മാമുനിയെ ആര്യപുത്രൻ തിരിച്ചറിഞ്ഞു.

'ജാനകീ.... അദ്ദേഹം ഭരദ്വാജമുനിയാണ്. അനേകം മായാശക്തികളുള്ള ശ്രേഷ്ഠനാണദ്ദേഹം......വരൂ, നമുക്കദ്ദേഹത്തെ വണങ്ങാം.'

ഞാനദ്ദേഹത്തെ മുൻപ് കണ്ടിട്ടില്ല. കറുത്തജടയും താടിയും. ശാന്തമായ കണ്ണുകൾക്ക് ചേരുന്നതല്ല ആ തടിച്ച പുരികങ്ങൾ.

ഞങ്ങൾ മുനീന്ദ്രന്റെ സമീപത്തെത്തി വന്ദിച്ചു.

'മുനിശ്രേഷ്ഠാ, ഞങ്ങൾ ദശരഥപുത്രന്മാരാണ്. ഇതെന്റെ

പത്നി ജനകസുത സീത. താതാജ്ഞപ്രകാരം മുനിധർമ്മ വൃത്തിയിലാണ് ഞങ്ങളിപ്പോൾ.'

അദ്ദേഹം ഞങ്ങളെ സ്വീകരിച്ചിരുത്തി. മുനിപത്നി പുറത്തേക്ക് വന്നു. എന്നെക്കണ്ട് വിടർന്ന ചിരിയോടെ അകത്തേക്ക് കൂട്ടിക്കൊണ്ടു പോയി. ഞങ്ങൾ സംസാരിച്ചിരിക്കെ ഒരു ബാലിക ഓടിവന്നെന്റെ മടിയിലിരുന്നു.

'അരുത് പുത്രി. ദേവി നമ്മുടെ മഹാറാണിയാണ്. എഴുന്നേൽക്കുക.'

'അവൾ ഇരുന്നോട്ടെ..... പുത്രിയാണ് അല്ലേ...?'

'മുനിപുത്രിയാണ്. ശ്രുതാവതി. അമ്മ ഘൃതാചിയെന്നൊരു അപ്സരസ്സാണ്. പക്ഷേ എനിക്കിവൾ സ്വന്തം മകളാണ്.'

ഞാനണിഞ്ഞിരുന്ന ആഭരണങ്ങളുടെ തിളക്കവും നോക്കി അവൾ തല ചെരിച്ചിരുന്നു. ഞാനൊരു വജ്രമാല ഊരിയെടുത്ത് ആ ശുഷ്കിച്ച പിഞ്ചു കഴുത്തിലിട്ടു. അവളുടെ സന്തോഷം പൊട്ടിച്ചിരിയായി. അവളെഴുന്നേറ്റ് എന്നെ ഉമ്മവച്ചുകൊണ്ട് ഓടിപ്പോയി.

മുനിപത്നി മന്ദസ്മിതത്തോടെ അറിയിച്ചു,

'ഉം.....കൂട്ടുകാരെ കാണിക്കാനാണ്....'

ഞങ്ങളവിടെയായിരുന്നു ആ രാത്രിയിൽ. ഇനിയുള്ള വനവാസക്കാലം അവിടെ താമസിക്കുവാൻ ഭരദ്വാജമുനി അപേക്ഷിച്ചു.

ആര്യപുത്രൻ അറിയിച്ചു.

'ക്ഷമിക്കണം മുനീന്ദ്രാ, ദയവായി നിർബന്ധിക്കരുത്. ഇവിടെ തങ്ങാത്തതിന് കാരണമുണ്ട്. ഇത് നാട്ടിൽ നിന്നും ദൂരെയല്ല. അതിനാൽ പ്രജകൾ ഞങ്ങളെത്തേടി വരാൻ സാധ്യതയുണ്ട്. അങ്ങ് മറ്റൊരു പ്രദേശം അറിയിച്ചാലും.'

'രാമാ, അങ്ങയുടെ ആഗ്രഹം നടക്കട്ടെ. പത്തുനാഴിക പോയാൽ ചിത്രകൂട പർവ്വതം കാണാം. അവിടെ ധാരാളം മധുരമുള്ള കനികളും കായ്കനികളും, തെളിനീർ ചോലകളും ഉണ്ട്. മനോഹരങ്ങളായ അവിടത്തെ കാഴ്ചകൾ തീർച്ചയായും നിങ്ങളെ ആന്ദിപ്പിക്കും.'

ചിത്രകൂടത്തിലേക്കുള്ള മാർഗ്ഗവും മുനി വിശദീകരിച്ചു.

അന്ന് പൌർണ്ണമിയായിരുന്നു. ആ കുളിരുള്ള നിലാവത്ത് ഞങ്ങൾ നദീതീരത്തേക്ക് നടന്നു. പൂർണ്ണശശാങ്കൻ നദിയിൽ മുഖം നോക്കുന്നു. അതിൽ പുളകിതയായി തിളക്കത്തോടെ കുണുങ്ങി

ഒഴുകുകയാണ് കാളിന്ദി.

ലക്ഷ്മണൻ ഞങ്ങളുടെ രക്ഷകനായി കൂടെയുണ്ട്.

'ലക്ഷ്മണാ, നാളെ നമുക്കീ നദി കടക്കണം. ചങ്ങാടം വേണ്ടിവരും.'

നിലാവിന്റെ വെട്ടത്തിൽ ലക്ഷ്മണൻ, അതിനുള്ള തടികൾ തീരത്തു നിന്നുതന്നെ കണ്ടെത്തി. പുഴയിലേക്ക് ഊർന്നിറങ്ങി നിൽക്കുന്ന വള്ളികളും മുറിച്ചു കൊണ്ടുവന്ന് ചങ്ങാടത്തിന്റെ പണിയിൽ മുഴുകി.

ഭരദ്വാജമുനിയെ കുറിച്ച് സ്വാമി എന്നെ അറിയിച്ചു,

'ദേവിയ്ക്ക് ഭരദ്വാജമുനിയെ കുറിച്ചറിയാമോ....?'

'ഇല്ല സ്വാമി.... പറഞ്ഞാലും. കേൾക്കാൻ ആഗ്രഹമുണ്ട്.'

'സപ്തർഷികളിൽ ഒരുവനായ അത്രി മഹർഷിയുടെ മകനാണ്. വാല്മീകീ ശിഷ്യനുമാണ്. ഇദ്ദേഹത്തെപോലെ വേദാഭ്യാസം മുടങ്ങാതെ ചെയ്യുന്നവർ ആരുമുണ്ടാകില്ല. ധനേശ്വരനായ കുബേരനെ കുറിച്ച് കേട്ടിട്ടില്ലേ...?'

'രാവണന്റെ ജ്യേഷ്ഠനല്ലേ....? എന്നെ വിവാഹം ചെയ്യാൻ മോഹിച്ച് മിഥിലയിൽ രാവണൻ വന്നിരുന്നു. അപ്പോൾ അച്ഛൻ പറയുന്നത് കേട്ടിരുന്നു.'

'ആ ധനാഢ്യനായ കുബേരൻ ഭരദ്വാജമുനിയുടെ പൌത്രനാണ്. പുത്രി ദേവവർണ്ണിനിയുടെ മകൻ.'

'ഇതൊക്കെ സ്വാമി എങ്ങനെ അറിയുന്നു.'

'നാട്ടിലുള്ള മഹാത്മാക്കളെ ഒരു രാജാവ് അറിഞ്ഞിരിക്കണം. അവരെ ബഹുമാനിക്കണം. എല്ലാവരേയും അംഗീകരിക്കാൻ രാജാവിനാകണം. ഞാനിപ്പോൾ കാട്ടിലെ രാജാവായില്ലേ....? ഹ...ഹ...'

അദ്ദേഹം പൊട്ടിച്ചിരിച്ചു.

അന്നത്തെ രാത്രിസ്വപ്നത്തിൽ ഞാൻ ചിത്രകൂടത്തിൽ എത്തിയിരുന്നു. ആ സ്വപ്നസാക്ഷാത്ക്കാരത്തിനായി അർക്കൻ ഉദിച്ചുയർന്നു. തീരത്ത് കിടന്നിരുന്ന ചങ്ങാടത്തിൽ കയറി നദി കടന്നു.

ഒരു മഹാവിപിനത്തിലായിരുന്നു ചെന്നെത്തിയത്. തിങ്ങിനിൽക്കുന്ന മരങ്ങളും വള്ളിപ്പടർപ്പുകളും. ഖഡ്ഗം ആഞ്ഞുവീശിക്കൊണ്ട് ലക്ഷ്മണൻ പാതയൊരുക്കി. ഞങ്ങൾ സാവകാശം മുന്നോട്ടേക്ക് ചലിച്ചുകൊണ്ടിരുന്നു.

ഭംഗിയേറിയ പുഷ്പങ്ങൾ കാണുമ്പോൾ ഹൃദയം അതാഗ്രഹിക്കും.

സ്വാമിയെ ചൂണ്ടിക്കാണിച്ച് പതിയെ പറയും.

'നോക്കു നാഥാ, ആ പുഷ്പം, എത്ര മനോഹരമാണ്...! അതിന്റെ സുഗന്ധവും അങ്ങനെയാകും, അല്ലേ?'

ലക്ഷ്മണന്റെ ശ്രദ്ധ അതിസൂക്ഷ്മമാണ്. പറയാതെതന്നെ എന്റെ ആഗ്രഹം അവനറിയും. ഉടനെ അതിനുവേണ്ടിയുള്ള പ്രയത്നമാകും. ശരമെയ്തോ, മരത്തിൽ കയറിയോ ആ പൂക്കൾ കൈക്കലാക്കി, എന്റെ പാദത്തിൽ സമർപ്പിക്കുകയും ചെയ്യും. അദ്ദേഹത്തെ ബുദ്ധി മുട്ടിക്കുന്നതിൽ എനിക്ക് വിഷമം തോന്നുന്നതിനാൽ, പറയാൻ തോന്നുന്ന ഭംഗികളെ ഞാൻ തടഞ്ഞു നിർത്തും.

ജ്യേഷ്ഠനേയും ജ്യേഷ്ഠത്തിയേയും ഇത്രയധികം ആരാധിക്കുന്ന ഒരു അനുജനെ ഞാനിതുവരെ കണ്ടിട്ടില്ല. രാത്രിയും പകലും ഞങ്ങളെ സംരക്ഷിക്കുന്ന കാവൽഭടനായിരുന്നു ലക്ഷ്മണൻ.

വലിയ മരങ്ങളിൽ അനവധി പാറകൾപോലെ കണ്ടപ്പോൾ ഞാൻ ചോദിച്ചു,.

'ആ കാണുന്നതെന്താണ് .....? കായ്കളാണോ...?'

ആ നിമിഷം അതിലൊരെണ്ണം താഴെ വീണു. വീണതല്ല, വീഴ്ത്തിയതാണ്. അതൊരു തേനീച്ചക്കൂടായിരുന്നു. ഈച്ചകൾ ചുറ്റും വട്ടമിട്ടു പറന്നു. അതെടുത്ത് ഒരു ഇലയിൽ പിഴിഞ്ഞ് എന്റെ നേരെ നീട്ടി.

'ദാ......ജ്യേഷ്ഠത്തി......കുടിച്ചു കൊള്ളുക....'

വീണ്ടും രണ്ടു കൂടുകൾ കൂടി തകർക്കപ്പെട്ടു. അതെല്ലാം കുടിച്ച് ഉണർവ്വോടെ ഞങ്ങൾ മുന്നോട്ടുപോയി. ദൂരെ ചിത്രകൂടാദ്രി കാണാറായി

'അതാകും മുനി പറഞ്ഞ പുണ്യസ്ഥലം. അവിടെയൊരു പർണ്ണശാലയും കാണുന്നുണ്ട്. നമുക്ക് അവിടേക്ക് പോകാം.'

വാല്മീക്യാശ്രമമായിരുന്നു അത്. സത്ക്കരിച്ചശേഷം മുനീന്ദ്രൻ അറിയിച്ചു,

'ഈ സ്ഥലം നിങ്ങൾക്ക് വസിക്കാൻ അനുയോജ്യമാണ്. എവിടെ വേണമെങ്കിലും പർണ്ണശാല കെട്ടാവുന്നതാണ്.ഇവിടെ എന്റെ ശിഷ്യരുണ്ടാകും സഹായത്തിന്. ഞാനിപ്പോൾ തമസാ തീരത്താണ് താമസം.'

ലക്ഷ്മണൻ അപ്പോഴേക്കും മരങ്ങൾ മുറിച്ചു കൊണ്ടുവന്ന് വലിയ

അകലെയല്ലാതെ പർണ്ണശാല നിർമ്മിക്കാൻ തുടങ്ങി. വാല്മീകീ ശിഷ്യരും സഹായികളായി. വേഗത്തിൽ പണി പൂർത്തിയാക്കി വാസ്തുപൂജകളും നടത്തി.

ഞങ്ങൾക്കായി ഒരു ഭംഗിയുള്ള കുടീരവും, അതിനോട് ചേർന്ന് സൗമിത്രിക്കുള്ള ചെറിയൊരെണ്ണവും.

'ആഹാ...... അനുജാ...... ഗംഭീരമായിരിക്കുന്നല്ലോ.....!'

എന്റെ അഭിപ്രായം കേട്ടവൻ പുഞ്ചിരിച്ചു.

മന്ദാകിനിയുടെ കളകളാരവം കർണ്ണങ്ങളെ കുളിർപ്പിക്കും. ചുറ്റുമുള്ള അകൃത്രിമ പ്രകൃതിഭംഗി കണ്ണുകളേയും.

ചക്രവാളത്തെ മുത്തമിടുന്ന പർവ്വതശൃംഗങ്ങൾ. അവയിലെ വൃക്ഷങ്ങൾക്ക് പലനിറങ്ങളിലുള്ള ഇലകളും കായ്കളും. ഇടയിൽ ഉയർന്നുകാണുന്ന പാറകൾക്കുപോലും പല വർണ്ണങ്ങളാണ്. നീല, കറുപ്പ്, ചുവപ്പ്, വെള്ള, മഞ്ഞ ......!

ആകാശത്തിന്റെ നിറം മാറുന്നതനുസരിച്ച് അവയുടെ തെളിച്ചവും മാറും.

ഹോ...... അത്യുത്തമം.....മനോമോഹനം.....!

ആ ദൃശ്യങ്ങളിൽ ലയിച്ചു നിൽക്കുന്നത് ഒരു ധ്യാനമാണ്. മനസ്സ് ശാന്തിയിലേക്ക് വീഴും. സമയവും പായും. താഴ്‌വാരത്തിലൂടെ നടന്നാൽ പ്രകൃതിയുടെ സൗന്ദര്യം മുഴുവൻ അടുത്തറിയാം. ആനകൾ, മയിലുകൾ, കുയിലുകൾ ഇവയെ എല്ലാം മതിവരുവോളം കാണുകയും ചെയ്യാം.

ആശ്രമപരിസരത്ത് ഭയാശങ്കകളില്ലാതെ വിഹരിക്കുന്ന പക്ഷിസഞ്ചയങ്ങളെ കാണാം. അവയുടെ പലരാഗങ്ങളിലുള്ള ശബ്ദങ്ങൾ മനസ്സിനെ സംഗീത ലഹരിയിലാക്കും. ദിവസങ്ങൾക്കുള്ളിൽ അവയിൽ ചിലതിനെ ഞാനിണക്കിയെടുത്തു. വിളിച്ചാൽ അവ പറന്നെത്തും.

മന്ദാകിനിയിൽ നിന്നും ജലം കുടിക്കാനെത്തുന്ന സിംഹം,പുലി, കടുവ തുടങ്ങിയ ഉഗ്രന്മാരെല്ലാം മുനിമാരെപ്പോലെ ശാന്തരായിരുന്നു.

മൃഗങ്ങളിലും ശാന്തി തേടുന്നവരുണ്ടാകാം.....!

ഫലങ്ങൾ തരുന്ന അനേകം വൃക്ഷങ്ങൾ. മാവ്, പിലാവ്, നെല്ലി, നീർമാതളം, ഞാവൽ...... പിന്നെ പലതരം കിഴങ്ങ് വർഗ്ഗങ്ങളും. ലക്ഷ്മണനാണ് ഭക്ഷിക്കാനുള്ളവ കൊണ്ടുവരുന്നത്. ഓരോ ദിവ

സവും വ്യത്യസ്തങ്ങളായ സ്വാദിലുള്ളവ. ഒരിക്കലും മടുക്കില്ല.

പ്രകൃതി കനിഞ്ഞനുഗ്രഹിച്ച ചിത്രകൂടം, ഞങ്ങൾക്കെല്ലാം പ്രിയപ്പെട്ടതായി. രാമദേവൻ തമാശയായി പറയും,

‘അനുജാ, അച്ഛൻ നമ്മളെ അനുഗ്രഹിച്ചു വിട്ടതാണ്. രാജ്യഭരണം ദുഷ്കരമാണ്. എപ്പോഴും മനസ്സ് സംഘർഷത്തിലായിരിക്കും. അതറിയുന്ന പിതാവ് ഈ സൗന്ദര്യം ആസ്വദിക്കാനായി പറഞ്ഞയച്ചതാകും.അല്ലേ?’

വനജീവിതം ഇത്ര സുഖകരമാകുമെന്ന് ഞാനും പ്രതീക്ഷിച്ചിട്ടുണ്ടായിരുന്നില്ല. രാത്രിയിൽപോലും ഭയമില്ലാതെ എല്ലാം മറന്ന് മന്ദാകിനിയുടെ താരാട്ടു കേട്ടുറങ്ങാം. എന്നിട്ടും ലക്ഷ്മണൻ ഉറങ്ങാതെ കാവൽ നിന്നു.

സ്വാമി നിർബന്ധിക്കുന്നത് കേൾക്കാം..

‘ലക്ഷ്മണാ പോയി ഉറങ്ങുക. ഇവിടെ ഭയക്കാനൊന്നുമില്ല.’

അക്കാര്യത്തിൽ മാത്രമാണ് അനുജൻ, ജ്യേഷ്ഠനെ ധിക്കരിച്ചു കണ്ടിട്ടുള്ളു.

വൈകുന്നേരങ്ങളിൽ ഞാനും സ്വാമിയും മന്ദാകിനീ തീരത്തുണ്ടാകും. താഴ്‌വാരത്തിന്റെ ഭംഗിയും നുകർന്ന് പരിസരം മറന്നിരിക്കും.

ഒരു ദിവസം എന്റെ കണ്ണുകളിലേക്കു നോക്കി സ്വാമി പറഞ്ഞു,

‘അയോദ്ധ്യയിലാണെങ്കിൽ നമുക്കിതൊന്നും സാധിക്കില്ലായിരുന്നു. ഇങ്ങനെ നിന്നോടൊത്തു നടക്കാൻ ഞാനെത്ര കൊതിച്ചിട്ടുണ്ടെന്നോ.....?’

ഞാൻ കളിയാക്കി,

‘അപ്പോളിനി അയോദ്ധ്യയിലേക്ക് മടങ്ങിപ്പോകുന്നില്ലെന്നാണോ.....?’

‘സംശയമെന്ത്. ഞാനിപ്പോൾ നാടിനെക്കുറിച്ച് ഓർക്കാറില്ല. ഈ ജീവിതമാണ് നഗരവാസത്തേക്കാൾ പ്രിയതരം.’

താഴെയുള്ള പൊയ്കയിൽ വിവിധതരം താമരകൾ വിടർന്നു നിൽക്കുന്നത് കണ്ടു. ചെന്താമര, വെൺതാമര, പൊൻതാമരകൾ.... നയനാനന്ദകരമായ നിർവൃതയിൽ ഞാൻ നിന്നുപോയി.

‘സ്വാമീ അതു കണ്ടോ.... പൂക്കളാൽ ജലം കാണാനാകുന്നില്ല. അരയന്നങ്ങൾ ഇലയുടെ മുകളിലാണോയെന്ന് തോന്നുന്നില്ലേ....?’

താമരപ്പൂവിനോട് എനിക്കുള്ള ഇഷ്ടം അദ്ദേഹത്തിനറിയാം. ഉട

നെത്തന്നെ സരസ്സിലിറങ്ങി കൈനിറയെ പൂക്കൾ പറിച്ചുതന്നു.

ആശ്രമത്തിലെത്തിയപ്പോൾ ഫലങ്ങളുമായി ലക്ഷ്മണനെത്തിയിരുന്നു. ഭക്ഷിക്കുന്നതിനിടയിൽ ആര്യപുത്രന്റെ ആഗ്രഹം പുറത്തു വന്നു.

'ലക്ഷ്മണാ, നാളെ നമുക്ക് മന്ദാകിനിയിലൂടെ ഒരു യാത്രയായാലോ....? ജലയാത്ര ഒരു അനുഭവമാണ്.'

'ശരിയാണ് ജ്യേഷ്ഠാ, ഞാനിത് പറയാനിരിക്കുകയായിരുന്നു. വിറകിനായി കുറേ ഉണങ്ങിയ മരങ്ങൾ കണ്ടുവച്ചിട്ടുണ്ട്. അത് ചങ്ങാടത്തിനുപകരിക്കും.'

എനിക്ക് നേരിയ ഭയം തോന്നി. പാറകളിൽ തട്ടി വെള്ളം കലമ്പിക്കുന്നത് കണ്ടിട്ടുണ്ട്. ഞാൻ പെട്ടെന്ന് ചോദിച്ചു,

'നല്ല ഒഴുക്കുണ്ടല്ലോ....! ആഴമുണ്ടാകുമോ....?'

'ദേവിക്ക് പേടിയാകുന്നുണ്ടോ?...ഹ...ഹ... ലക്ഷ്മണാ, നദിയിൽ വീണാൽ ജ്യേഷ്ഠത്തിയെ രക്ഷിക്കണം കേട്ടോ?'

രാമദേവന് എപ്പോഴും തമാശയാണ്. തരം കിട്ടിയാൽ കളിയാക്കും. പിന്നെ എന്റെ പരിഭവം തീർക്കാനുള്ള ബദ്ധപ്പാടിലായിരിക്കും. ഞാനപ്പോൾ മനസ്സിൽ ചിരിക്കുകയാകും.

എന്റെ ചിന്തകൾ മന്ദാകിനിയിലൂടെ ഒഴുകിയില്ല. അതിനു മുൻപേ ഒരു മൃദുസ്പർശം എന്നെ തിരിച്ചു കൊണ്ടുവന്നു. മാലിനിയാണ്.

'മാലിനിയോ.....? ഏടത്തിയെ മറന്നെന്ന് കരുതി.'

'വീരരായ രണ്ടു മക്കളുള്ളപ്പോൾ രാത്രിയിൽ ഞങ്ങളുടെ കൂട്ട് വേണ്ടല്ലോ?'

'സത്യയെവിടെ...?'

'ഏടത്തിയറിഞ്ഞില്ലേ.....? സത്യയെ വിവാഹം ചെയ്തയക്കാൻ പോകുന്നു. രണ്ടുമൂന്നു ദിവസത്തിനകം ഉണ്ടാകും.'

'അതെങ്ങനെ അറിയാനാണ്...? നിങ്ങളിപ്പോൾ വരാറില്ലല്ലോ?'

മുഖഭാവം മാറിയത് കണ്ടാകണം അവളെന്റെ കൈയിൽ പിടിച്ചു.

'ഓ...ഏടത്തി പിണങ്ങിയോ....? എന്റെ അച്ഛന് നല്ല സുഖമില്ല. അമ്മയ്ക്ക് സഹായമായി ഞാനുണ്ടാകണം. അതാണ് യഥാർത്ഥ കാരണം.'

'വൈകിട്ട് തമസാതീരത്ത് ചെന്നിരിക്കണമെന്നുണ്ട്. വരാനാകുമോ?'

'വരാം ഏടത്തി. സത്യയോടും പറയാം.'

തമസാനദിയിലൂടെ സ്വാമിയോടൊപ്പമുള്ള ആദ്യ വനരാത്രി ഓർത്തിട്ടാകണം പെട്ടെന്ന് അങ്ങനെ ഒരാഗ്രഹം തോന്നിയത്. പ്രാർത്ഥനകൾക്കോ പൂജകൾക്കോ എന്നിലെ രാമദേവനെ അകത്താനാകുന്നില്ല. മക്കളുടെ സാമീപ്യത്തിൽ കൂടുതലാകുകയാണ്. അദ്ദേഹത്തിന്റെ തനി പകർപ്പാണ് കുശൻ. ലവൻ കുറച്ചുകൂടി വെളുത്തവനാണെന്നു മാത്രം.

വൈകിട്ട് മക്കൾ കളിക്കാൻ പോയപ്പോൾ ഞങ്ങൾ തമസാതീരത്തെത്തി. സത്യയുടെ മുഖം ലജ്ജയാൽ തുടുത്തിരുന്നു. അവളുടെ ഭാവിവരന്റെ വിശേഷങ്ങൾ ചോദിച്ചറിഞ്ഞു. യോഗേശൻ എന്നാണത്രേ നാമം. ഭരദ്വാജാശ്രമത്തിലെ മുനികുമാരനാണ്.

'അനുജത്തീ, നിനക്ക് നല്ലത് വരട്ടെ ! പോയാൽ ഏടത്തിയെ മറക്കരുത്.'

മാലിനി പെട്ടെന്ന് ഇടയിൽ കയറി പറഞ്ഞു,

'ഞാനെന്തായാലും ഏടത്തിയെ മറക്കില്ല.....'

'അതെന്താണ് മാലിനി? എന്നേയും കൂടെ കൊണ്ടുപോകുമോ?'

'ഞാനിവിടുന്ന് പോകുന്നില്ല, അത്രതന്നെ....! ബ്രഹ്മചാരിണിയായി തുടരും. അതാണ് നല്ലതെന്ന് ഏടത്തിയുടെ ജീവിതമാണ് എന്നെ മനസ്സിലാക്കിച്ചത്.'

പലപ്പോഴും ഞാനും അങ്ങനെ ചിന്തിച്ചിട്ടുണ്ട്. എങ്കിലും ഒരു ലോകതത്വമാണ് പറയാൻ തോന്നിയത്,

'എല്ലാവരും ഓരോ കർമ്മങ്ങളാൽ ചുറ്റപ്പെട്ടിരിക്കയാണ്. അത് വ്യത്യസ്തവുമായിരിക്കും. ഞാനും നീയുമെല്ലാം ഈ ലോകത്തിന്റെ നിലനിൽപ്പിനുള്ള ഓരോ മാർഗ്ഗങ്ങളിൽ അകപ്പെടും. ആഗ്രഹം എന്തുതന്നെയായാലും.'

കൂടത്തിൽ കൈനിറയെ കായ്കനികൾ കൊണ്ടാണ് മക്കൾ കളിയും കഴിഞ്ഞെത്തിയത്. ഞാനവയെല്ലാം വാല്മീകീ ദേവന് കാഴ്ചവച്ചു.

'പുത്രീ, സൗഖ്യം തന്നെയല്ലേ?'

'അതേ അച്ഛാ..... മക്കളുടെ വികൃതികൾ കുറഞ്ഞിരിക്കുന്നു.'

'ഹും....അവർ പഠനത്തിൽ നന്നായി ഇഴുകിച്ചേർന്നിരിക്കുന്നു. രാമചരിതം അറിയാനുള്ള തൃഷ്ണ ഏറുന്നുമുണ്ട്.'

ഞാൻ സന്തോഷത്തോടെ തിരികെയെത്തിയപ്പോൾ മാതാജി

അറിയിച്ചു,

'മക്കൾക്ക് അമ്മയും കൂടി കഥ കേൾക്കാൻ വന്നിരിക്കണമെന്നുണ്ട്. അവരെ സന്തോഷിപ്പിക്കാനെങ്കിലും ദേവി പോകുക. ഇവിടത്തെ ജോലികൾക്ക് ഞാനും മറ്റുള്ളവരും മതി. പുത്രി കൊട്ടാരത്തിലായിരുന്നെങ്കിൽ...'

ഞാൻ മാതാജിയുടെ വായ പൊത്തി,

'വേണ്ട മാതാജി. ഓർമ്മകളെ ഉണർത്തരുതേ.... പതിന്നാലുകൊല്ലം വനത്തിൽ കഴിഞ്ഞവൾക്ക് ഇതും സാദ്ധ്യമാകും.'

മാതാജിയുടെ സാന്ത്വനം തലോടലായി എന്നെ സ്പർശിച്ചു.

ഞാനെന്തായാലും മക്കളുടെ ഇഷ്ടത്തിനു വഴങ്ങാൽ തീരുമാനിച്ചു. അവിടെ എന്റെ ദേഹസാന്നിധ്യം മാത്രമേ ഉണ്ടായിരുന്നുള്ളൂ. കാനനവാസം മുനിദേവൻ വിവരിക്കുമ്പോൾ ഞാൻ ചിത്രകൂടത്തിലായിരുന്നു.

ഒരു വൈകുന്നേരത്തെ തോണിയാത്രയിൽ........

മന്ദാകിനിയുടെ മാറിലൂടെ ഒഴുകിയൊഴുകി.......

അരയന്നങ്ങൾ വഴിയൊരുക്കി മാറിനിന്നു. ഇരുവശവും പുഷ്പവർണ്ണക്കുടകളുമായി വൃക്ഷങ്ങൾ ഞങ്ങളെ വരവേറ്റു. മനോഹരമായ മണൽത്തിട്ടകൾക്ക് ഓരോ സ്ഥലത്തും വ്യത്യസ്ത നിറമാണ്. ഒഴുക്കില്ലാത്തിടത്ത് വിടർന്നു നിൽക്കുന്ന പത്മങ്ങൾക്കും പല നിറങ്ങൾ.

ശരീരത്തേയും മനസ്സിനേയും കുളിരണിയിപ്പിക്കുന്ന കാഴ്ചകൾ .

ആര്യപുത്രൻ വിടർന്ന മന്ദഹാസത്തോടെ സ്വയംമറന്ന് പറഞ്ഞു,

'ഹാ....എത്ര മനോഹരം...! ലക്ഷ്മണാ....ഇത് നമ്മുടെ അയോദ്ധ്യതന്നെയാണ്. സരയൂനദിയായി ഈ മന്ദാകിനിയും. കൂടെ എന്നെ സ്നേഹിക്കുന്ന നിങ്ങളും. പിന്നെന്തുവേണം...! ഇത് ചെറിയമ്മ എനിക്കു തന്ന വരമാണ്. എത്ര വർഷം വേണമെങ്കിലും ഇവിടെ താമസിക്കാൻ ഞാനൊരുക്കമാണ്.'

അതുതന്നെയാണ് എനിക്കും തോന്നിയതെങ്കിലും കളിയായി പറഞ്ഞു,

'പ്രകൃതിഭംഗി ഭാവന സൃഷ്ടിക്കുമെന്ന് കേട്ടിട്ടുണ്ട്. ഇവിടെ ജ്യേഷ്ഠൻ വാചാലനാകുന്നത് കണ്ടോ, അനുജാ ...?'

'സത്യമാണ് ജ്യേഷ്ഠത്തി, എനിക്കും ഈ കാനനവാസം വരമായി തോന്നുന്നു.'

രാമദേവൻ വികാരത്തോടെ പറഞ്ഞു,

'ഇവിടെ വന്നതിൽ പിന്നെ ഞാൻ മൂന്നു നേരവും സ്നാനം ചെയ്യുന്നു. അത്ര സാന്ത്വനമാണ് ഈ നദി തരുന്നത്. എന്റെ മനസ്സ് ഇപ്പോഴാണ് സ്വസ്ഥമായത്.'

ലക്ഷ്മണൻ ആരോടെന്നില്ലാതെ പറഞ്ഞു,

'മുറിവുകൾ ഉണങ്ങാനുള്ള സമയമായി എന്നതാണ് സത്യം.'

അതിലെത്രത്തോളം വാസ്തവമുണ്ടാകുമെന്ന് എനിക്കു സംശയമായിരുന്നു. ഊർമ്മിളയുടെ വിരഹം ഒരു വേദനിക്കുന്ന മുറിവാണ്. സൗമിത്രിയെക്കാണുമ്പോൾ അതിൽ രക്തം പൊടിയും. ലക്ഷ്മണമനസ്സിലും അവളുണ്ടാകില്ലേ......?

ഒഴുക്കിലൂടെ ചങ്ങാടം താഴോട്ടേക്കൊഴുകി. കുറച്ചു പോയപ്പോൾ രാമദേവൻ അറിയിച്ചു,

'മതി അനുജാ, ഇനി തിരികെ പോകാം. താഴെ ഒഴുക്കു കൂടുതലാണ്. ആ തടാകത്തിലേക്ക് കടക്കുക. ഇന്നുള്ള പൂജക്ക് താമരപ്പൂക്കൾ ആകട്ടെ.'

ലക്ഷ്മണൻ മുളങ്കോലൂന്നി ചങ്ങാടത്തെ തിരിച്ചു. തടാകത്തിലെ ഹംസങ്ങൾ ഞങ്ങളെക്കണ്ട് അകന്നു. കൈയെത്തുന്ന താമരയും ആമ്പലും പറിച്ചു കഴിഞ്ഞപ്പോൾ സ്വാമി അറിയിച്ചു.

'മതി. ഇനി തിരികെ പോകാം.'

ചങ്ങാടം കരയിലണഞ്ഞു. ലക്ഷ്മണൻ ചങ്ങാടത്തെ കരയിലേക്ക് വലിച്ചിട്ട ശേഷം കായ്കനികൾ കൊണ്ടുവരാനായി പോയി. ഞങ്ങൾ രണ്ടാളും ഇളംവെയിൽ കാഞ്ഞുകൊണ്ട് തീരഞ്ഞിരുന്നു. പലതരം പഴങ്ങളുമായിട്ടായിരുന്നു ലക്ഷ്മണനെത്തിയത്. അവയിൽ ചിലതെടുത്ത് മുളംതണ്ടിലിട്ട് ചതച്ചു നീരെടുത്ത് അതിൽ തേനൊഴിച്ച്, അവൻ ഞങ്ങൾക്ക് നീട്ടി,

'ദാ ഇത് കുടിച്ചു നോക്കുക. ഇത്തരം ഒന്ന് നിങ്ങളൊരിക്കലും രുചിച്ചിട്ടുണ്ടാവില്ല. കൊട്ടാരത്തിൽ കിട്ടാത്തവ കാട്ടിലുണ്ട്.'

ഞാനത് കുറച്ചു രുചിച്ചു,

'ശരിയാണ്, നന്നായിട്ടുണ്ട്. ഇതൊക്കെ എങ്ങനെ പഠിച്ചെടുത്തു....!'

അതും നുണഞ്ഞിരുന്നപ്പോൾ ദൂരെ എന്തോ ഇരമ്പുന്ന സ്വരം.

പൊടിപടലങ്ങൾ ഉയർന്ന് ആകാശത്തിൽ ചുരുളുകൾ തീർത്തു. പക്ഷികൾ അങ്ങോട്ടുമിങ്ങോട്ടും പാഞ്ഞു. മദമിളകിയപോലെ ആനകളുടെ ചിന്നം വിളികൾ.....

എന്റെ കൈ വിറച്ച് പാനീയം ചിതറി. കുമാരന്മാർ വില്ലുമായി എഴുന്നേറ്റു.

'ആരോ പടയുമായി വരികയാണെന്ന് തോന്നുന്നു. നോക്കു ലക്ഷ്മണാ....'

ലക്ഷ്മണൻ ഒരു മരത്തിൽ കയറി ചുറ്റുപാടും നോക്കി, വിളിച്ചു പറഞ്ഞു,

'ജ്യേഷ്ഠാ.....തെക്കുദിക്കിൽ നിന്നും ചതുരംഗപ്പട വരുന്നുണ്ട്. പോർച്ചട്ട ധരിച്ചു തയ്യാറായി നിൽക്കുക.'

'ഏതു രാജാവിന്റേയാണ്.....? അവരുടെ കൊടിയടയാളം ശ്രദ്ധിക്കുക.'

'പാരിജാത വൃക്ഷമാണ് അടയാളം. ഇതവനാണ്. കോസലത്തിന്റെ പുതിയ രാജാവ്. അവനെ വധിച്ച് രാജ്യം വീണ്ടെടുക്കണം ജ്യേഷ്ഠ.... തയ്യാറായാലും.'

വേഗത്തിൽ അവൻ താഴേക്കിറങ്ങി. അവന്റെ രോഷം എന്നെ ഭയപ്പെടുത്തി. ഞാനവനെ സാന്ത്വനിപ്പിച്ചു,

'കുമാരാ, ശാന്തനാകു..... ഭരതൻ, ജ്യേഷ്ഠനെ ദ്രോഹിക്കുന്നവനല്ല.'

സ്വാമി അവനെ പിടിച്ചു നിർത്തി അറിയിച്ചു,

'ലക്ഷ്മണാ, സമാധാനത്തോടെ കേൾക്കുക. എനിക്കു രാജ്യം വേണ്ട. അനുജനെ വധിച്ച് രാജ്യം നേടിയാലുള്ള ദുഷ്പേര് ഓർക്കുക. നിനക്ക് കോപം വന്നാൽ നിയന്ത്രിക്കാൻ വിഷമമാണ്. മനസ്സ് സ്വസ്ഥമാക്കുക....'

'ജ്യേഷ്ഠ, അങ്ങയെ വനത്തിലയച്ച് രാജ്യം നേടിയവനാണ് ഭരതൻ. അവൻ എന്റേയും ശത്രുവാണ്. ചിലപ്പോൾ അച്ഛനും കൂടെയുണ്ടാകും.'

രാമൻ സമാധാനപ്പെടുത്തി പറഞ്ഞു,

'എതിർത്തൊരു വാക്കുപോലും ഇന്നുവരെ ഭരതൻ എന്നോട് പറഞ്ഞിട്ടില്ല. എന്നെക്കാണാൻ വരുന്നതാകും. അനുജന്മാർക്കു വേണ്ടിയാണ് ഞാൻ അഭിഷേകത്തിന് തയ്യാറായതു തന്നെ. അല്ലാതെ

അധികാര മോഹത്താലല്ല.'

സാന്ത്വനങ്ങൾ അവനെ പ്രശാന്തനാക്കി. ഞങ്ങൾ താഴ്വരയിലേക്ക് നോക്കി നിന്നു. ദൂരെയായി ഒരു സന്യാസി വരുന്നുണ്ട്. കൂടെ ഗുഹനാണെന്നു തോന്നി.

'സ്വാമി ആരാണാ താപസൻ.... ? നിഷാദരാജാവല്ലേ കൂടെ.....?'

'ഉം. ഗുഹനാണത്. മാർഗ്ഗസൂചകനായി വരുന്നതാണ്. കൂടെയുള്ളത് ഭരതനാണ്. മുനിവേഷത്തിൽ എന്നോട് ചേരാൻ വരുന്നതാകും. ലക്ഷ്മണാ, കണ്ടില്ലേ...? അവനും നിന്നെപ്പോലെ എന്നെ സ്നേഹിക്കുന്നവനാണ്. കൂടെ സുമന്ത്രരും ശത്രുഘ്നനനും. അവരുടെ പിന്നിലായി അമ്മമാരാണല്ലോ?'

ജ്യേഷ്ഠനെ കണ്ടമാത്രയിൽ ഭരതനും ശത്രുഘ്നനനും കാൽക്കൽ വീണു. പാദങ്ങൾ പുണർന്നു കിടന്ന് ഭരതൻ വിലപിച്ചു,

'ഹോ....രത്നസിംഹാസനത്തിൽ ഇരിക്കേണ്ട ജ്യേഷ്ഠൻ മണ്ണിലാണല്ലോ ഇരിക്കുന്നത്....! പട്ടുവസ്ത്രങ്ങൾക്ക് പകരം മരവുരിയും. ചന്ദനം കൊണ്ട് സുരഭിലമാകേണ്ട ദേഹം ചെളിപുരണ്ടിരിക്കുന്നു...... ഹോ... ഞാനെത്ര നിന്ദ്യനാണ്. ഈ മഹാപാപിയോട് ക്ഷമിക്കൂ, മഹാനുഭാവാ....'

സ്വാമിയുടേയും കണ്ണുനീർ കവിളിലൂടെ ചാലുകളായി. അദ്ദേഹം അവരെ രണ്ടുപേരേയും എഴുന്നേൽപ്പിച്ച് ദേഹത്തോട് ചേർത്തു. ആര്യപുത്രൻ ഇങ്ങനെ കരയുന്നത് കണ്ടിട്ടില്ല. ഞാനും കൂടെക്കരഞ്ഞു.

സങ്കടങ്ങൾ ഒഴുകി തീർന്നപ്പോൾ സ്വാമി അന്വേഷിച്ചു,

'അച്ഛന് സുഖമല്ലേ? വൃദ്ധനായ അദ്ദേഹത്തെ നീ നന്നായി സംരക്ഷിക്കണം.'

ദുഃഖ സംഭരണി പൊട്ടിയപോലെയായിരുന്നു ഭരതന്റെ മറുപടി,

'ഹാ...അച്ഛൻ ...... അദ്ദേഹം സുരലോകം പൂകി ജ്യേഷ്ഠാ.....'

ഞാൻ സ്തബ്ധയായി. ലക്ഷ്മണൻ ഉച്ചത്തിൽ കരഞ്ഞു. നാഥൻ എന്നെ നോക്കി വിലപിച്ചു കൊണ്ട് തളർന്നിരുന്നു,

'ഹോ.... ജാനകി, അച്ഛനില്ലാത്ത നാട്ടിലേക്ക് നമ്മളെങ്ങനെ തിരികെ ചെല്ലും.... വനവാസം കഴിയാതിരുന്നെങ്കിൽ....'

വീരരായ കുമാരന്മാർക്കുപോലും അടക്കാനാകുന്നില്ല. ഞാനെന്റെ കദനത്തേയും തുറന്നുവിട്ടു. അദ്ദേഹം എനിക്ക് ശ്വശു

രനായിരുന്നില്ല, സ്വന്തം അച്ഛനായിരുന്നു. മകൾ നഷ്ടമായതിന്റെ ദുഃഖം മറക്കുകയായിരുന്നു എന്നിലൂടെ.

വസിഷ്ഠ മുനി സാന്ത്വനപ്പെടുത്തി,

'നിങ്ങളിങ്ങനെ വിഷാദിക്കരുത്. മരണം ജീവികൾക്ക് സഹജമാണ്. നമ്മുടെ ദേഹം വിളക്കാണ്, ആയുസ്സ് അതിലെ എണ്ണയും, പ്രാണൻ ദീപവും ആണെന്നറിയുക. എണ്ണ വറ്റിയാൽ ദീപം അണഞ്ഞുപോകും. കരയരുത്. ഇനി വേണ്ടത് പിതാവിനുള്ള കർമ്മങ്ങൾ ചെയ്യുകയാണ്.'

വസിഷ്ഠദേവന്റെ പൗരോഹിത്യത്തിൽ ഉദകക്രിയകൾ മന്ദാകിനിയിൽ ചെയ്തു. പിണ്ഡം വയ്ക്കുന്നതിനായി ഒരു ധാന്യവും ഉണ്ടായിരുന്നില്ല.

സ്വാമി ആശ്വസിപ്പിച്ചു,

'ഞങ്ങൾ കഴിക്കുന്നതാണ് പിതാവിനും ഇഷ്ടമാകുക.'

ലന്തക്കുരുവിന്റേയും ഓടൽക്കുരുവിന്റേയും പിണ്ണാക്കുകൊണ്ടുള്ള പിണ്ഡമാണ് ദർഭയിൽ അർപ്പിച്ചത്. കർമ്മങ്ങൾ ചെയ്യുമ്പോൾ ജ്യേഷ്ഠനും കനിഷ്ഠന്മാരും നിയന്ത്രണമില്ലാതെ കരയുകയായിരുന്നു.

എല്ലാ ചടങ്ങുകളും കഴിഞ്ഞപ്പോൾ ദാശരഥിമാർ സ്വസ്ഥരായി. പാദങ്ങളിൽ നമസ്കരിച്ച പുത്രനെ മാറോട് ചേർത്ത് കൗസല്യാമ്മ വിലപിച്ചു. വസിഷ്ഠദേവനേയും അരുന്ധതീദേവിയേയും അമ്മമാരേയും നമസ്കരിച്ച് ഞാൻ കൗസല്യാമ്മയോട് ചേർന്നു നിന്നു.

എന്നെ തലോടിക്കൊണ്ട് അമ്മ വിഷാദത്തോടെ പറഞ്ഞു,

'മകളേ, നിനക്കീ അവസ്ഥ വന്നല്ലോ.....? ക്ഷീണിച്ച്, വാടിക്കരിഞ്ഞ്...'

സുമിത്ര ചെറിയമ്മ അരികിലെത്തി അറിയിച്ചു,

'കൈകേയിയേടത്തിക്കും വരണമെന്നുണ്ടായിരുന്നു. ഭരതകുമാരൻ സമ്മതിച്ചില്ല. കുമാരനിപ്പോൾ അമ്മയെ വെറുപ്പാണ്. എന്റെ ഭവനത്തിലാണിപ്പോൾ താമസിക്കുന്നത്. ലക്ഷ്മണന് എപ്പോഴും ജ്യേഷ്ഠനെ കാണാമല്ലോ, ഭാഗ്യവാൻ എന്നു വിലപിക്കും. അച്ഛന്റെ മരണക്രിയകൾ കഴിഞ്ഞാൽ നിങ്ങളെ വിളിച്ചു കൊണ്ടുവരണമെന്നും പറയാറുണ്ട്. ഇന്നലെയാണ് ചടങ്ങുകൾ തീർന്നത്.'

രാമദേവന്റെ ഇടറിയ ശബ്ദം ഞങ്ങളുടെ സംഭാഷണം മുറിച്ചു,

'ഭരതാ, എന്താണിങ്ങനെ മരവുരിയും ചുറ്റി വന്നിരിക്കുന്നത്....?'

'ഞാനും ജ്യേഷ്ഠനെപ്പോലെയാകും ജീവിക്കുക. ഈ പാപിയുടെ ക്രൂരയായ അമ്മ കാരണം എല്ലാ അമ്മമാരും വിധവകളായി. എനിക്ക് രാജ്യം വേണ്ട ജ്യേഷ്ഠ.... അങ്ങു വന്ന് രാജാവായാലും. ഈ അപേക്ഷ തള്ളിക്കളയരുതേ...'

'ഇല്ല അനുജാ, രാജരാജാവായ പിതാവിന്റെ സത്യപ്രതിജ്ഞ നാക്കേണ്ട കടമ എനിക്കും നിനക്കുമുണ്ട്.'

വസിഷ്ഠ ബ്രഹ്മർഷി അറിയിച്ചു,

'രാമാ, രാജാവിന്റെ വിയോഗശേഷം രാജ്യം അനാഥമായി. ഭരതൻ ഭരണം ഏൽക്കില്ലെന്ന് ഉറപ്പിച്ചു പറയുന്നു. അങ്ങ് രാജ്യഭരണം ഏറ്റെടുത്ത് ഞങ്ങളെ സനാഥരാക്കണമെന്നാണ് എല്ലാവരുടേയും ആഗ്രഹം.'

രാത്രി മുഴുവൻ സഹോദരനോടുള്ള തത്ത്വോപദേശം സ്വാമി തുടർന്നു കൊണ്ടിരുന്നു. ഞാനാകട്ടെ അമ്മമാരുടെ സന്താപമകറ്റാനുള്ള വാക്കുകൾക്കായി പ്രയാസപ്പെടുകയായിരുന്നു.

പ്രഭാതംവരെ ഉപദേശിച്ചിട്ടും ഭരതന്റെ തീരുമാനം മാറിയില്ല.

'ഞാനില്ലാതിരുന്ന സമയം ബുദ്ധിയില്ലാത്ത അമ്മ എനിക്കായി സമ്പാദിച്ചത് പാപമല്ലേ? സ്ത്രീജിതനായ രാജാവ് ആലോചനയില്ലാതെ ചെയ്ത തെറ്റ്, തിരുത്തുകയല്ലേ ഒരു ഉത്തമപുത്രൻ ചെയ്യേണ്ടത്......? അതല്ലേ പുത്രധർമ്മം?'

'പിതാവ് സ്ത്രീജിതനല്ല കുമാരാ. സത്യപാലനം ചെയ്യുന്നവനാണ്. 'പും' നാമമാകുന്ന നരകത്തിൽ നിന്ന് പിതാവിനെ കരകയറ്റുന്നവനാണ് പുത്രനെന്ന നാമത്തിന് അർഹതയുള്ളു. ആ കടമയിൽ നിന്നും നമ്മൾ മാറാൻ പാടില്ല. നീ രാജ്യം ഭരിക്കുക, ഞാൻ കാനനത്തിലും വസിക്കാം. ധർമ്മജ്ഞരായ മാതാപിതാക്കളെ സന്തുഷ്ടരാക്കുക അനുജാ...'

'ആരും ആർക്കും ബന്ധുവല്ല. ഒരു ജീവന് മറ്റൊരു ജീവൻ അവലംബമായിട്ടുമില്ല. ഇതൊന്നും മഹാത്മാവായ അങ്ങയ്ക്ക് അറിയാത്തതല്ല. കാണുന്നതിനെ വിശ്വസിച്ച് സ്വീകരിക്കുകയാണ് ധർമ്മം.'

സ്വാമി പുഞ്ചിരിയോടെ പറഞ്ഞു,

'അതായത് കാണാത്തത് ഒന്നും സത്യമല്ലെന്നാണോ നീ പറയുന്നത്....? ധർമ്മം പോലെ കാണിച്ചുകൊണ്ട് അധർമ്മം ചെയ്യണം,

അല്ലേ....? അങ്ങനെ ചെയ്താൽ ആരും എന്നെ ബഹുമാനിക്കില്ല. അനുസരിക്കുകയുമില്ല. രാജാവിനെപ്പോലെയാകും പ്രജകളും. അനുജാ, സത്യത്തിലും ശ്രേഷ്ഠമായി മറ്റൊന്നില്ല. ഈ ഒരറിവുമതി നമ്മളും ലോകവും നന്നാവാൻ.'

ഭരതൻ അവസാന ആയുധമെടുത്തു. ദർഭകൾ താഴെ വിരിച്ച് അതിലിരുന്നു.

'അങ്ങ് രാജ്യം ഏറ്റെടുക്കുന്നതു വരെ ഞാനിതിൽ തപസ്സിരിക്കും. മരണം വന്നെന്നെ മോചിപ്പിക്കട്ടെ...'

സ്വാമിയുടെ ഭാവം മാറുന്നത് കണ്ട് എന്റെ ചങ്കിടിച്ചു. അദ്ദേഹം എഴുന്നേറ്റു. കണ്ണുകൾ വിടർന്നു, പുരികങ്ങൾ വളഞ്ഞു. ദൃഢസ്വരം പാറപോലെ തെറിച്ചു.

'ചന്ദ്രനിൽ നിന്നു വെൺനിലാവ് മാറിയേക്കാം, ഹിമവാനിലെ മഞ്ഞുകട്ടകൾ ഉരുകിപ്പോകാം, എങ്കിൽ ഭരതന്റെ ജ്യേഷ്ഠനായ രാമൻ, ഒരിക്കലും പറഞ്ഞ വാക്കിൽ നിന്നും പിന്തിരിയില്ല. അച്ഛന് കൊടുത്ത വാക്കാണ് ഈ വനവാസം. നീ തിരികെ പോയി രാജാ വാകുക. അമ്മയിൽ കുറ്റം കാണാതെ അവരെ സ്നേഹിക്കുക. അത്രമാത്രം അവർ നിന്നെ സ്നേഹിക്കുന്നു.'

വസിഷ്ഠദേവന് സ്വാമി നേത്രസംജ്ഞ കൈമാറുന്നത് കണ്ടു. മുനീന്ദ്രൻ ഭരതനെ മാറ്റിനിർത്തി ഉപദേശിച്ചു. അതു കഴിഞ്ഞെത്തിയ ഭരതൻ അഗ്രജ പാദങ്ങളെ നമസ്കരിച്ചു കൊണ്ട് പറഞ്ഞു,

'രാജ്യതന്ത്രങ്ങളെ അങ്ങയുടെ പാദുകങ്ങളിൽ സമർപ്പിച്ച് ഞാൻ കഴിയാം. അങ്ങയെ കൊണ്ടല്ലാതെ ഇനി അയോദ്ധ്യയിലേക്കില്ലെന്ന വാക്ക് എനിക്കു പാലിക്കണം. അതിനെന്നെ അനുവദിച്ചാലും. ഞാനിനി നന്ദിഗ്രാമത്തിൽ കഴിഞ്ഞുകൊള്ളാം. അങ്ങയെപ്പോലെ സന്യാസിയായി. ജ്യേഷ്ഠനില്ലാത്ത അയോദ്ധ്യ എനിക്കും വേണ്ട. ജ്യേഷ്ഠാ..... എന്റെ തീരുമാനം അറിയിക്കയാണ്. പതിന്നാലു വർഷം പൂർത്തിയാകുന്ന ദിവസം അങ്ങ് തിരികെയെത്തിയില്ലെങ്കിൽ പിന്നെയെന്റെ വിശ്രമം അഗ്നികുണ്ഡത്തിലാകും...'

ജ്യേഷ്ഠന്റെ മെതിയടികൾ ശിരസ്സിലേറ്റിയാണ് അവൻ തിരികെ പോയത്. സ്വാമി, നഗ്നപാദനായി ഭരതന്റെ ഓർമ്മയിലും നടന്നു.

ദിവസങ്ങൾ വാടി വീണുകൊണ്ടിരുന്നു. മറ്റു പർണ്ണശാലകളിലെ മുനിമാരും പത്നിമാരും വരാതെയായി. അവരുടെ അകന്നു നി

ന്നുള്ള രഹസ്യ ചർച്ചകൾ എന്നെ വിഷമിപ്പിച്ചു. ഞാനത് സ്വാമിയോട് സൂചിപ്പിച്ചു.

'നാഥാ, നമ്മളിൽ നിന്നും എന്തെങ്കിലും തെറ്റുകൾ സംഭവിച്ചിട്ടുണ്ടോ....? അവർ നമ്മളിൽ നിന്നും അകലുന്നത് പോലെ.'

അദ്ദേഹത്തിനും അങ്ങനെ തോന്നാറുണ്ടത്രേ !

അടുത്ത ദിവസം കുമാരന്മാർ അവരെ സമീപിച്ചു. പ്രധാനകാര്യങ്ങളാണ് പറയുന്നതെന്ന് അവരുടെ ഭാവങ്ങൾ വ്യക്തമാക്കി. തിരികെയെത്തിയ ജ്യേഷ്ഠാനുജന്മാർ ചിന്താകുലരായിരുന്നു.

'അവരിവിടെ നിന്നും പോകയാണെന്ന്.....!'

'പോകുന്നെന്നോ...? എന്തിന്...?'

ലക്ഷ്മണനാണ് പറഞ്ഞത്,

'രാക്ഷസരാജാവായ രാവണന്റെ സഹോദരൻ ഖരൻ, ഈ പരിസരത്ത് താമസിക്കുന്നുണ്ട്. അയാൾ മുനിമാരുടെ യാഗത്തിന് ഭംഗം വരുത്തുന്നത് പതിവാണത്രേ! കഴിഞ്ഞ ദിവസവും അവരെ ഉപദ്രവിക്കാനെത്തിയിരുന്നു. മനുഷ്യരാണ് ആ ഭീകരന്റെ ഭക്ഷണം. അതു ഭയന്നാണ് പോകുന്നത്.'

'രാവണന് അങ്ങനെയൊരു സഹോദരനുണ്ടോ?'

'ഏകോദര സഹോദരനല്ല. അച്ഛനായ വിശ്രവസ്സിന്, രാക എന്ന പത്നിയിൽ ജനിച്ചവൻ. വലിയ അക്രമിയാണെന്ന് കേട്ടിട്ടുണ്ട്.'

സ്വാമിയും ലക്ഷ്മണനും കൂടി എടുത്ത തീരുമാനം അറിയിച്ചു,

'നമുക്കും വേറൊരിടത്തേക്ക് മാറാം. ദേവി ഭാണ്ഡങ്ങൾ ഒരുക്കിക്കൊള്ളു. മുനിമാർ പോയാൽ പിന്നെ നമ്മളിവിടെ താമസിക്കുന്നതെന്തിന്.....?'

'ആര്യപുത്രാ.....ആ രാക്ഷസനെ ഭയന്നു പോകയാണോ? അയാളെ നേരിടുക.'

'അതുമാത്രമല്ല കാരണം ദേവി, ഇവിടെ നിന്നാൽ ഭരതന്റെ ഓർമ്മകൾ തികട്ടി വരുന്നു. ഈ സ്ഥലം അറിഞ്ഞതിനാൽ അയോദ്ധ്യയിലെ ജനങ്ങൾ വരാനും സാധ്യതയുണ്ട്. ആ രാക്ഷസന്റെ മരണം എന്റെ കൈകൊണ്ടാകണമെന്നുണ്ടെങ്കിൽ എവിടെയായാലും അതു സംഭവിച്ചിരിക്കും.'

യാത്രക്കൊരുങ്ങി എത്തിയ മുനിമാർ അറിയിച്ചു,

'അത്രിമുനിയുടെ ആശ്രമം അടുത്താണ്. ഞങ്ങൾ അങ്ങോട്ടേ

ക്കാണ്.'

ഞങ്ങളും അവരോടൊപ്പം പുറപ്പെട്ടു. പോകുന്ന വഴിയിൽ രാമദേവൻ അത്രിമുനിയെ കുറിച്ച് പറഞ്ഞു,

'ബ്രഹ്മാവിന്റെ മാനസപുത്രനാണ് അത്രി മഹർഷി. സപ്തർഷികളിൽ ഒരാൾ. നമ്മൾ കണ്ട ഭരദ്വാജമുനിയെ കൂടാതെ ദത്താത്രേയൻ, ദുർവ്വാസാവ്, ചന്ദ്രൻ എന്നീ പുണ്യവാന്മാരും മക്കളായുണ്ട്. പത്നി അനസൂയാദേവിയും വലിയ തപസ്വിനിയാണ്. ദേവിക്ക് നല്ല ഉപദേശങ്ങളും തരും.'

ആശ്രമത്തിലെത്തിയപ്പോൾ ആഹ്ളാദത്തോടെ അത്രിമഹർഷി പറഞ്ഞു,

'സ്വാഗതം രാമദേവാ.....വിവരങ്ങൾ അറിയുന്നുണ്ടായിരുന്നു. നിങ്ങളിവിടെ എത്തുമെന്നും പ്രതീക്ഷിച്ചു. സീതാദേവീ.... അകത്തേക്ക് പോയാലും. അനസൂയാദേവി അവിടെയുണ്ട്. ദേവിയെ കാണാനുള്ള ആഗ്രഹം നടക്കട്ടെ. പോയി കണ്ടുകൊള്ളുക.'

ഞാൻ മുറിയിലേക്ക് കയറി. വിഷ്ണുസ്തോത്രങ്ങൾ മർമ്മരമായി കേട്ടു. ഞാനൊരു വൃദ്ധയായ തപസ്വിനിയെ കണ്ടു. എന്റെ മനസ്സിലുണ്ടായിരുന്ന ചിത്രമല്ല ദേവിയുടേത്. ചുക്കിച്ചുളിഞ്ഞ ശരീരം, വിറയ്ക്കുന്ന കൈകൾ, പാറിപ്പറന്ന വെളുത്തമുടി....

ഞാനാ പാദങ്ങൾ വണങ്ങി. അമ്മ എന്നെ പുണർന്ന് ചേർത്തിരുത്തി.

'ഭർത്താവിനെ അനുഗമിച്ച ഉത്തമഭാര്യയാണ് ദേവി. പുരുഷോത്തമനെ പതിയായി കിട്ടിയ ഭാഗ്യവതിയും. സാക്ഷാൽ സഹധർമ്മിണി'.

പുറത്ത് ദാശരഥിമാരും മറ്റു മുനിമാരും അനസൂയാദേവിയുടെ അത്ഭുത തപശ്ശക്തിയെ കുറിച്ചറിയുകയായിരുന്നു. മുനിയുടെ സംഭാഷണം ശ്രദ്ധിച്ചു.

ഒരുകാലത്ത് പത്തുവർഷം മഴയില്ലാതെ വറ്റിവരണ്ടപ്പോൾ ദേവിയുടെ തപോബലത്തിലാണ് ഗംഗാനദിയെ വീണ്ടും പ്രവഹിപ്പിച്ചതെന്ന്! മറ്റൊരിക്കൽ പത്തുദിവസം പകലില്ലാതെ രാത്രിയുണ്ടാക്കിയത്രേ!

ആ മഹതിയോടുള്ള ബഹുമാനം എന്റെയുള്ളിൽ തുളുമ്പി. എന്റെ കൈകൾ കൂമ്പി. അമ്മ എന്റെ പുറത്ത് തലോടി. പിന്നെ ഒരാഗ്രഹം

അറിയിച്ചു.

'പുത്രീ, നിന്റെ സ്വയംവരം ഞാനൊന്ന് കാണട്ടെ. പറയുക.'

ശൈവചാപ ഭഞ്ജന കഥ വിസ്തരിച്ച്, സുമംഗലീ സിന്ദൂരമണിഞ്ഞതുവരെ പറഞ്ഞു തീർത്തപ്പോൾ, അമ്മ ഒരു പൊതിയുമായി വന്നു. അതിൽ അമൂല്യങ്ങളായ ആഭരണങ്ങളായിരുന്നു.

'പലരും സമർപ്പിച്ചവയാണിത്. ഇതെല്ലാം അണിഞ്ഞ് ദേവിയെ കാണണമെന്നുണ്ട്. ഈ ദിവ്യാംഗരാഗം കൂടി പൂശിയാൽ ലക്ഷ്മീ ദേവിയെപ്പോലെയാകും..'

ഒരമ്മയുടെ ആഗ്രഹം പോലെ തന്നെയായിരുന്നു ആ മുഖത്തെ ഭാവവും. ഞാനതെല്ലാം അണിഞ്ഞ്, സുഗന്ധലേപനവും പൂശി ലക്ഷ്മീരൂപയായി.

'ഹാ.....പുത്രീ....മനോഹരിയായിരിക്കുന്നു. ഇങ്ങനെ വേണം നീ ശ്രീരാമ സവിധത്തിലേക്ക് പോകാൻ. പോകുക.'

ഞാനാ അലങ്കാരങ്ങളോടെ തന്നെയാണ് അന്നുറങ്ങിയത്. പിറ്റേന്ന് ഞങ്ങൾ അവിടെനിന്നും പോകാനുള്ള അനുമതിക്കായി അത്രിദേവനെ സമീപിച്ചു,

'രാമാ, രാക്ഷസരുടെ ഉപദ്രവത്താൽ മുനിമാർ വിഷമിക്കുകയാണ്. അങ്ങ് അതില്ലാതാക്കി അവരെ സംരക്ഷിക്കണം.'

'തീർച്ചയായും മുനീന്ദ്രാ.... രാക്ഷസരെ എവിടെയാണ് കാണാറുള്ളത്....?'

'കുറച്ചു മാറി മുനിമാരുടെ ആശ്രമങ്ങൾ കാണാം. വനമദ്ധ്യത്തിലേക്ക് കായ്കനികൾക്കായി പോകുന്ന മുനിമാരെ രാക്ഷസർ പിടിച്ചുതിന്നുക പതിവാണ്.'

വഴികാട്ടികളായ അത്രിശിഷ്യരുമായി ഞങ്ങൾ ആ സ്ഥലത്തെത്തി. ആശ്രമങ്ങൾ തിങ്ങിനിറഞ്ഞ പ്രദേശം. മരവുരികളും, ദർഭപ്പുല്ലുകളും ധാരാളം ഉണക്കാനിട്ടിരിക്കുന്നു. ആകെ സ്വസ്ഥമായ അന്തരീക്ഷം.

ഞാനത്ഭുതത്തോടെ അറിയിച്ചു,

'എത്ര ശാന്തമാണിവിടെ! പക്ഷിമൃഗാദികൾ ഒരുമയോടെ ജീവിക്കുന്നു.'

ലക്ഷ്മണൻ ഒരു പൊയ്കയിലേക്ക് കൈചൂണ്ടി.

'ദാ..... അവിടെ നോക്കു ജ്യേഷ്ഠത്തി, എത്രമാത്രം താമരകളാണ്

വിരിഞ്ഞു നിൽക്കുന്നത്.'

'ആ വൃക്ഷങ്ങളിലെ കായ്കൾ പഴുത്തു ചുവന്നു നിൽക്കുന്നത് കണ്ടോ? എത്ര മനോഹരം! പുണ്യസ്ഥലമാണിതെന്ന് സംശയമില്ല.'

കേൾക്കേണ്ട താമസമേയുള്ളു, ലക്ഷ്മണൻ ആ പഴങ്ങൾ പറിക്കാൻ നോക്കും. എന്റെ വിഷമം കണ്ട് സ്വാമി പറയും, 'അതാണെന്റെ അനുജൻ' എന്ന്.

ആശ്രമ പരിസരത്തെത്തിയപ്പോൾ മുനിമാർ ഞങ്ങളെ സ്വീകരിച്ചിരുത്തി. ഒരു വൃദ്ധതാപസൻ അറിയിച്ചു,

'അങ്ങ് വരുമെന്ന് അത്രിദേവൻ അറിയിച്ചിരുന്നു. നാട്ടിലായാലും, കാട്ടിലായാലും ഭവാൻ ഞങ്ങളുടെ രാജാവാണ്. ഞങ്ങളെ സംരക്ഷിച്ചാലും.'

'തീർച്ചയായും മുനേ.....സമാധാനിക്കുക.'

പ്രഭാതമായപ്പോൾ വനാന്തർഭാഗത്തേക്ക് യാത്ര തിരിച്ചു. ഹിംസമൃഗങ്ങൾ ഞങ്ങളെക്കണ്ട് മുരണ്ടു. ലക്ഷ്മണബാണങ്ങൾ അവയെ ഭയപ്പെടുത്തി ഓടിച്ചുവിട്ടു. ചീകീടുകളുടെ മൂളലുകൾ കൊണ്ട് അന്തരീക്ഷം മുഖരിതമായി.

വീണുകിടന്ന ഒരു വലിയ മരത്തിന്റെ മുകളിലൂടെ എന്നെ എടുത്തുയർത്തി മറുപുറം കടത്തി രാമദേവൻ. പിന്നെ കുറച്ചു ദൂരമേ പോയതുള്ളു, കാടിനെ നടുക്കുന്ന അലർച്ച ഞങ്ങളെ വിറപ്പിച്ചു നിർത്തി.

'ലക്ഷ്മണാ, തയ്യാറായി നിൽക്കുക. രാക്ഷസന്റെ വരവാണെന്ന് തോന്നുന്നു.'

പറഞ്ഞു തീർന്നില്ല, ഒരു ഭീകരസത്വം മുന്നിലെത്തി. ഒരു വൃക്ഷത്തിന്റെയത്ര ഉയരം, കുഴിഞ്ഞ കണ്ണുകൾ, പിളർന്ന വായ, രക്തം കട്ടപിടിച്ച ദംഷ്ട്രകൾ..... ഭയാനകം തന്നെ....! പുലിത്തോലാണ് ഉടുത്തിരിക്കുന്നത്. തോളത്ത് വേറേയും പുലിത്തോലുകൾ. അതിൽ നിന്നും ഒഴുകിയ രക്തം മാറത്തെ രോമക്കാടിനേയും കുതിർത്തി ഒട്ടിച്ച് കിടത്തിയിരിക്കുന്നു. പുലികളുടെ തലകൾ ശൂലത്തിൽ കോർത്തിട്ടിട്ടുണ്ട്. അതിൽ നിന്നുള്ള നിണത്താൽ അയാളുടെ കൈകളും ചുവന്നിരുന്നു.

ഭീകര രക്തരൂപം......!

കുമാരന്മാർക്ക് കൂസലില്ല. അവർ ശരങ്ങൾ കൊണ്ടവനെ മൂടി.

അവനതെല്ലാം കുടഞ്ഞെറിഞ്ഞ് മുന്നോട്ടേക്ക് തന്നെ നടന്നു. അവന്റെ ലക്ഷ്യം ഞാനാണ്...! ഞാൻ വിറകൊണ്ട് വീഴുമെന്ന അവസ്ഥയിലായി. ഭീമമായ കൈ എന്റെ നേരെ നീണ്ടു. രാമബാണത്തിന് അവനെ തടയാൻ കഴിഞ്ഞില്ല.

അയാളെന്നെ പിടിച്ചുയർത്തി. ഒരു കുഞ്ഞിനെയെന്നവണ്ണം ഒക്കത്തിരുത്തി. ഞാനവനെ ഇടിച്ചു. രോമം വലിച്ചു പറിച്ചു. ഒന്നും ഏശിയില്ല. അയാളുടെ ദേഹത്തെ രക്തം എന്നിലേക്കും പടർന്നു. അറപ്പു വന്ന് തൊണ്ടയിൽ വിങ്ങി.

അവൻ അലറി.

'തപസ്വികളായ നിങ്ങൾക്കെന്തിനാണിവൾ....? ഇവളെ ഞാനെടുക്കുകയാണ്. ഭാര്യയാക്കാൻ.... നിങ്ങളെ ഞാൻ ഭക്ഷിക്കുകയും ചെയ്യും.'

ആര്യപുത്രൻ സമചിത്തത കൈവെടിയാതെ അന്വേഷിച്ചു,

'നീ ആരാണ്....?'

'നീയെന്നെ അറിയില്ലേ....! വിരാധനെന്ന് കേട്ടിട്ടില്ലേന്നോ.....! കീർത്തിമാനായ എന്നെ അറിയാത്ത നിങ്ങളാരാണ്..... ?'

ലക്ഷ്മണൻ തിളച്ചു. അവൻ ഗർജ്ജിച്ചു,

'ഹും..... ഞങ്ങളാരെന്ന് നിനക്ക് കാണിച്ചു തരാം....'

ചെവി പൊട്ടുന്ന ഒച്ചയിൽ അയാൾ അട്ടഹസിച്ചു,

'ഹ..ഹ..... നിങ്ങൾക്കെന്നെ ഒന്നും ചെയ്യാനാകില്ല. ഈ പെണ്ണിനെ എനിക്കു തന്ന് രക്ഷപ്പെട്ടോളു.'

അട്ടഹാസത്തിൽ ഭീമശരീരം കുലുങ്ങി. ഞാൻ അയാളുടെ രോമങ്ങൾ കൂട്ടിപ്പിടിച്ചു. സ്വാമിയുടെ ശാന്തത പോയ്മറഞ്ഞു.

കുമാരന്മാർ ശരങ്ങൾ വർഷിച്ചു കൊണ്ടിരുന്നു. രാക്ഷസൻ, അവയെല്ലാം കുടഞ്ഞു കളഞ്ഞു. ഭൂമി കുലുങ്ങുന്ന പോലെയാണ് എനിക്കു തോന്നിയത്. അതെനിക്ക് താങ്ങാനായില്ല. എന്റെ ബോധം പോകുമെന്ന നിലയിലായി.

'ഹ...ഹാ... ആയുധങ്ങൾ കൊണ്ടെന്നെ വധിക്കാനാകില്ല എന്നറിയുക. ഓടിപ്പോയില്ലെങ്കിൽ നിങ്ങളെ ഞാൻ വധിക്കും.'

എന്നെ ബലത്തിൽ ചേർത്തുപിടിച്ചു കൊണ്ടയാൾ അലറി. ആ ഗർജ്ജനത്തിൽ എന്റെ നിലവിളി അലിഞ്ഞുപോയി. ഞാൻ ദയനീയമായി നാഥനെ നോക്കി. അദ്ദേഹത്തെ ഉഗ്രമൂർത്തിയാക്കാൻ ആ

നോട്ടം മതിയായിരുന്നു. അദ്ദേഹത്തിന്റെ ഏഴു കൂരമ്പുകൾ രാക്ഷസന്റെ മാറത്ത് ആഴ്ന്നിറങ്ങി. അവനൊന്നു പിടഞ്ഞു.

ആ വേദനയിൽ അവന്റെ ലക്ഷ്യം രാമദേവനായി. അയാളെന്നെ താഴെ നിർത്തി. ഞാനോടി സ്വാമിയുടെ അരികിലെത്തി.

'ലക്ഷ്മണാ.... നീ സീതയെ സംരക്ഷിക്കുക. ഇവനെ ഞാൻ നേരിടാം.'

വിരാധൻ ശൂലവുമായി ഓടിയടുത്തു. രാമദേവന്റെ വജ്രായുധം ശൂലത്തെ രണ്ടു കഷണമാക്കി. പുലിത്തലകൾ തെറിച്ചെന്റെ മുന്നിൽ വീണു. ഞാൻ ഭയത്തോടെ ചുവടുകൾ പുറകോട്ടു നീക്കി. അതിനകം രാക്ഷസൻ കുമാരന്മാരേയും റാഞ്ചിയെടുത്തിരുന്നു.

'ഇനി നിങ്ങളെ ഭക്ഷിച്ചിട്ടു മതി ഇവളെ സ്വന്തമാക്കാൻ....ഹ...ഹ.'

അയാൾ അവരേയും കൊണ്ട് കാടിനുള്ളിലേക്ക് കടന്നു. എന്റെ നിലവിളി അത്യുച്ചത്തിലായി. രാക്ഷസന്റെ വലതു തോളിനു മുകളിലൂടെ സ്വാമി എന്നെ നോക്കി കണ്ണുകളിറുക്കിക്കാണിച്ചു.

'ലക്ഷ്മണാ... ഉടനെ ഇവന്റെ കരങ്ങൾ ഛേദിക്കണം....'

അവരെ വലയം ചെയ്തിരുന്ന രാക്ഷസകരങ്ങൾ അറുത്തിട്ട് രണ്ടുപേരും സ്വതന്ത്രരായി. അവന്റെ കൈകൾ പിടഞ്ഞു കിടന്നു.

സ്വാമി അനുജനെ ഓർമ്മിപ്പിച്ചു,

'ഇവനെ ആയുധങ്ങൾ കൊല്ലില്ല. കുഴിയിലിട്ടു മൂടാം.'

രാക്ഷസൻ തൊഴുതുകൊണ്ട് ദീനസ്വരത്തിൽ പറഞ്ഞു,

'അങ്ങ് ശ്രീരാമദേവനാണോ.....?'

'അതേ......ഞാൻ ദാശരഥി രാമനാണ്.... ഇതെന്റെ അനുജൻ ലക്ഷ്മണനും.'

'പ്രഭോ ഞാനങ്ങയെ അറിഞ്ഞില്ല. ഞാൻ ഗന്ധർവ്വനായ തുംബുരുവാണ്. കുബേരന്റെ സേവകൻ. ഒരിക്കൽ കുബേരന്റെ ആജ്ഞപാലിക്കാൻ എനിക്ക് കഴിഞ്ഞില്ല. അദ്ദേഹം കോപിഷ്ഠനായി ശപിച്ച് രാക്ഷസനാക്കിയതാണ്. അങ്ങനെ ഞാൻ ജയനെന്ന രാക്ഷസന്റെ പുത്രനായി ജനിച്ചു. വിരാധനായി. ദശരഥപുത്രനായ രാമൻ വധിക്കുമ്പോൾ ഗന്ധർവ്വ രൂപം തിരികെ വരുമെന്ന മോക്ഷവും കുബേരൻ നൽകിയിട്ടുണ്ട്. ദേവാ.... എന്നെ വധിച്ചാലും'

എന്റെ ഭയം മാറിയത് അപ്പോളാണ്. ഞാൻ പതിയെ എഴുന്നേറ്റ് സ്വാമിയുടെ അടുത്തെത്തി.

അയാൾ എന്നേയും ഭവ്യതയോടെ വണങ്ങി ക്ഷമ ചോദിച്ചു,

‘ദേവി, ക്ഷമിച്ചാലും. രാക്ഷസനായപ്പോൾ എന്റെ സ്വഭാവവും രാക്ഷസീയമായി.’

ലക്ഷ്മണൻ വലിയൊരു കുഴിയുണ്ടാക്കി അവനെ വലിച്ചിട്ട് ജീവനോടെ മൂടി. ആ ഭീകരന്റെ അലർച്ചയിൽ കാട്ടിലെ ജന്തുക്കൾ കിടുകിടെ വിറച്ചു. അവസാനം അവന്റെ ജീവൻ പോയപ്പോൾ ഗന്ധർവ്വനായി മാറുകയും ചെയ്തു.

അന്നെന്റെ ശരീരം മുഴുവൻ വേദനയായിരുന്നു.

പഞ്ചവടിയിലേക്ക്

രാത്രിസ്വപ്നങ്ങളിൽ, ഭയത്തിന്റെ ചുഴലിയിൽ പെട്ട് ഞാനുയർന്നു. വിരാധന്റെ കരബലത്തിൽ ഞാൻ ഭാരമില്ലാത്തവളായി.

കരാളഹസ്തങ്ങളുടെ ഭീതി എന്നെ ചുറ്റിവരിഞ്ഞു. ദിവസങ്ങൾ കഴിഞ്ഞിട്ടും കെട്ടുകളയഞ്ഞില്ല. ആര്യപുത്രനും അതേ അവസ്ഥ യിലായിരുന്നിരിക്കണം.

ഒരു ദിവസം അത് പൊട്ടിപ്പുറത്തുവന്നു.

'അനുജാ, നമുക്ക് വനവാസം പരിചയമില്ല. സീതയേയും കൊണ്ടുള്ള യാത്ര അപകടവുമാണ്. നമുക്കിവിടെ നിന്നും പോകണം.'

'ശരിയാണ് ജ്യേഷ്ഠാ, ജ്യേഷ്ഠത്തിയും തളർന്നിരിക്കുന്നു. എവിടേയ്ക്കാണ് പോകുക....?'

'ഈ കുമുദവനത്തിലാണ് ശരഭംഗമഹർഷിയുടെ ആശ്രമം. എവിടെയെന്ന് കണ്ടുപിടിക്കണം. അദ്ദേഹം, പറ്റിയൊരിടം പറഞ്ഞു തരും.'

'ഏതെങ്കിലും നദീ തീരത്താകും ആശ്രമം. ഞാൻ അന്വേഷി ക്കാം.'

ആശ്രമം കണ്ടുപിടിക്കാൻ അധികം ബുദ്ധിമുട്ടിയില്ല.

പടുവൃദ്ധനായ ശരഭംഗ മുനി ഞങ്ങളെ പ്രതീക്ഷിച്ചിരുന്നതു പോ ലെ.....

'രാമാ, അങ്ങ് വരുമെന്ന് എനിക്കറിയാമായിരുന്നു. ഭവാനെ കണ്ടിട്ടുവേണം ജീവൻ ത്യജിക്കാനെന്ന ആശയിലായിരുന്നു ഞാൻ. അതു സാധിച്ചു. അങ്ങയുടെ ആഗമനോദ്ദേശ്യം അറിയിച്ചാലും.'

'മുനേ, ഞങ്ങൾക്ക് താമസിക്കാൻ പറ്റിയ സ്ഥലം ഏതാണെന്ന് പറഞ്ഞാലും.'

'അഗസ്ത്യമുനിയുടെ സോദരനായ സുതീഷ്ണമുനി ഈ കാട്ടിലുണ്ട്. മന്ദാകിനീ തീരത്തുകൂടി താഴോട്ടേക്ക് നടന്നാൽ ആശ്രമം കാണാം. സുരക്ഷിതമായ വാസസ്ഥലം നിർദ്ദേശിക്കാനാകും അദ്ദേഹത്തിന്. രാമാ..... അങ്ങയുടെ ദർശനത്താൽ ഞാൻ സംതൃപ്തനായി. ഇനി ഞാൻ പോകട്ടെ.'

മുനി അഗ്നിപ്രവേശം ചെയ്തു. അടുത്തുള്ള മുനിമാർ കർമ്മങ്ങൾക്കായി എത്തിച്ചേർന്നു. അവർ സ്വാമിയോട് അപേക്ഷിക്കുന്നത് കേട്ടു,

'രാമദേവാ അങ്ങയെ കണ്ടത് ഞങ്ങളുടെ മഹാഭാഗ്യം. രാക്ഷസരുടെ ഉപദ്രവങ്ങളിൽ നിന്നും ഞങ്ങളെ രക്ഷിക്കണേ...ദാ നോക്കുക. അതു കണ്ടോ..? അതെല്ലാം അവർ വധിച്ച മുനിമാരുടെ അസ്ഥികൾ കൂടിക്കിടക്കുന്നതാണ്.'

അവർ കാണിച്ച ദിക്കിലേക്ക് നോക്കിയപ്പോൾ ഒരു വെളുത്ത കുന്നുകണ്ടു. എന്റെ ഉള്ളം കിടുങ്ങി. ഇത്ര ഭയാനകമായ കാട്ടിലാണോ എത്തിയിട്ടുള്ളത്...?

സ്വാമി അപ്പോഴേക്കും ഒരു പ്രതിജ്ഞ എടുത്തുകഴിഞ്ഞിരുന്നു.

'മഹർഷിമാരെ ഉപദ്രവിക്കുന്ന അരക്കന്മാരെ ഞാൻ, അനുജനോട് ചേർന്ന് വധിക്കുന്നതാണ്...! നിങ്ങൾ സമാധാനത്തോടെ പോകുക.'

നാഥന് അതിനു കഴിയുമെന്നറിയാം. എങ്കിലും അതിന്റെ ഭവിഷ്യത്തുക്കളെ കുറിച്ചുള്ള വേവലാതിയിലായി ഞാൻ.

ഞങ്ങൾ സുതീഷ്ണാശ്രമം തേടി യാത്രതുടങ്ങി. കണ്ണുകളും കാതുകളും കൂർപ്പിച്ചുകൊണ്ട് ലക്ഷ്മണൻ മുൻപേ നടന്നു. പുറകെ ഞാനും. എനിക്കു പിന്നിൽ സ്വാമിയും. അധികം തിരയേണ്ടി വന്നില്ല. ചെന്നുനിന്നത് ആശ്രമമുറ്റത്താണ്. അവിടെ ചുറ്റുപാടുകളറിയാതെ അഴുക്കുപുരണ്ട ശരീരത്തോടെ ധ്യാനത്തിലിരിക്കുന്ന തപോവൃദ്ധനെ കണ്ടു.

ആര്യപുത്രൻ അദ്ദേഹത്തെ വന്ദിച്ചു. കൂടെ ഞാനും ലക്ഷ്മണനും.

'മാമുനീന്ദ്ര, ദർശനം നൽകിയാലും. ഞാൻ ദശരഥപുത്രൻ രാമനാണ്.'

അദ്ദേഹം ഉണർന്നു. എന്തൊരു പ്രകാശമാണ് ആ മിഴികളിൽ.

'ഹാ.....രാമാ.....അങ്ങയുടെ സാന്നിദ്ധ്യം കൊണ്ട് ഈ ആശ്രമം സനാഥമായി. ഭവാന് എന്ത് സഹായമാണ് ഞാൻ ചെയ്യേണ്ടത്?'

'മുനീന്ദ്രാ, താമസിക്കാൻ പറ്റിയ സ്ഥലം ഏതെന്നറിയാൻ വന്ന താണ്.'

'ഈ ആശ്രമത്തിൽ താമസിച്ചു കൊള്ളുക. ചുറ്റും മുനിമാരുണ്ട്. നല്ല ഫലങ്ങളും കിഴങ്ങുകളും യഥേഷ്ടം കിട്ടുകയും ചെയ്യും. മൃഗ ങ്ങളല്ലാതെ മറ്റാരും വരാറുമില്ല. യാതൊരു ഭയചിന്തകളും ഇല്ലാ തെ കഴിയാം.'

അന്നവിടെ തങ്ങി. സുതീഷ്ണമുനി, തയ്യാറാക്കിയതായിരുന്നു രാത്രിഭക്ഷണം. സ്വാമി, ലക്ഷ്മണനോട് സ്വകാര്യം പറഞ്ഞു.

' മുനി പറഞ്ഞത് കേട്ടില്ലേ ലക്ഷ്മണാ...? രാക്ഷസർ വരാറില്ലെ ന്ന്. അപ്പോൾ നമ്മുടെ സംരക്ഷണം ഇവിടെ ആവശ്യമില്ല. നാളെ ഇവിടന്ന് പോകണം.'

അതിരാവിലെ ഉറക്കമുണർന്നു. അടുത്തുള്ള സരസ്സിൽ കുളിച്ചു വന്ദനവും കഴിഞ്ഞ് സ്വാമി കുറച്ച് താമരപ്പൂക്കൾ പറിച്ചെടുത്തുതന്നു.

'ദേവിക്ക് പ്രിയമുള്ള പൂവല്ലേ....മാല കെട്ടി അണിഞ്ഞോളു....'

ലക്ഷ്മണൻ മന്ദഹാസത്തോടെ, ഞങ്ങളെ നോക്കാതെ കടന്നു പോയി. ആശ്രമത്തിലെത്തിയപ്പോൾ അദ്ദേഹം മുനിയെ സമീപിച്ചു.

'ഋഷീശ്വരാ, ദണ്ഡകവനത്തിലെ ആശ്രമങ്ങൾ ഞങ്ങൾക്ക് കാണണമെന്നുണ്ട്. പോകാൻ അനുവദിച്ചാലും.'

'രാമാ, അങ്ങയുടെ യാത്ര സഫലമാകട്ടെ....! തിരിച്ചു വരുമ്പോൾ കുറച്ചു ദിവസം എന്നോടൊപ്പം കഴിയണം എന്നൊരു അപേക്ഷ യുണ്ട്.'

'തീർച്ചയായും വരാം, ഞങ്ങൾ പോകട്ടെ.'

മുറിയിലെ ഭാണ്ഡം എടുക്കുന്നതിനിടയിൽ ആര്യപുത്രൻ വന്ന റിയിച്ചു,

'ദേവി, ദണ്ഡകാരണ്യത്തിലേക്കാണ് നമ്മൾ പോകുന്നത്. അവിടെ രാക്ഷസരെ കണ്ടുമുട്ടാൻ സാദ്ധ്യതയുണ്ട്. ആയുധങ്ങൾ എടുത്തു തരിക.'

ആയുധം നൽകുമ്പോൾ പതിഞ്ഞ സ്വരത്തിൽ ഞാനറിയിച്ചു,

'നാഥാ, ഞാൻ ഉപദേശിക്കുകയാണെന്ന് ധരിക്കരുത്. അങ്ങ് മുനിമാർക്ക് കൊടുത്ത വാക്കനുസരിച്ച് അവിടെയുള്ള രാക്ഷസരെ യെല്ലാം വധിക്കും. പക്ഷേ.... യാതൊരു കാരണവുമില്ലാതെ അവരെ വധിക്കുന്നത് ശരിയാണെന്നെനിക്കു തോന്നുന്നില്ല. തെറ്റുചെയ്യാ

ത്തവരെ ശിക്ഷിക്കുന്നത് ധർമ്മമല്ല. മുനിചര്യയിലായ അങ്ങിപ്പോൾ ക്ഷത്രിയഗുണം കാണിക്കരുത്.'

പറഞ്ഞു തീരുന്നതുവരെ പുഞ്ചിരിച്ചു കൊണ്ട് സ്വാമി, എന്നെ നോക്കി നിന്നു.

'എന്റെ പ്രിയേ... മുനിമാരുടെ അപേക്ഷ നീയും കേട്ടതല്ലേ? ഭക്തിയോടു കൂടി എന്നോട് പ്രാർത്ഥിക്കുമ്പോൾ ഞാനെങ്ങനെ കേൾക്കാതിരിക്കും? ചെയ്യാമെന്നേൽക്കുകയും ചെയ്തു. പുണ്യവാന്മാരായ മുനിമാരോടാണ് ഞാൻ വാക്കുപറഞ്ഞത്. അത് പാഴ്‌വാക്കാവില്ല ദേവി.'

ഇനി ഞാനെന്തു പറഞ്ഞാലും ആ മനം മാറില്ല. അദ്ദേഹം ആയുധവുമായി മുന്നിൽ നടന്നു. പിറകെ ഞാനും, ഏറ്റവും പിന്നിലായി ലക്ഷ്മണനും. ഘോര വിപിനത്തിലേക്ക് കയറിയപ്പോൾ അവരുടെ ഇന്ദ്രിയങ്ങൾ ഉണർവ്വിലായി. ചെറുശബ്ദം പോലും ആയുധത്തെ ചലിപ്പിച്ചിരുന്നു.

കുറേ ആശ്രമങ്ങൾ കണ്ടപ്പോളാണ് മനസ്സു ശാന്തമായത്.

അവിടത്തെ താമസം പ്രതീക്ഷിച്ചതുപോലെ ആയിരുന്നില്ല. ഞാൻ ഭയന്നതു പോലെ ഒന്നും നടന്നില്ല. ആശ്രമങ്ങളിലെല്ലാം ഞങ്ങൾ ഊഴംവച്ചു താമസിച്ചു. മുനിമാരുടേയും പത്നിമാരുടേയും സ്നേഹത്തിൽ അലിഞ്ഞു ചേർന്ന്, ദിവസങ്ങൾ വളർന്ന് പത്തുവർഷത്തിലെത്തിയത് അറിഞ്ഞില്ല.

ഒരു ദിവസം ഞാൻ ഓർമ്മിപ്പിച്ചു.

'നാഥാ, ഇതുവരെ നമ്മൾ അഗസ്ത്യാശ്രമത്തിൽ പോയില്ലല്ലോ....? അങ്ങ് വനവാസത്തിന്റെ തുടക്കത്തിൽ പറഞ്ഞ വാക്കാണ്. അതു പാലിക്കണ്ടേ?'

സ്വാമി ചിരിയോടെ തലയാട്ടി പറഞ്ഞു,

'ഹ...ഹ.. മറന്നിട്ടില്ല ദേവി. നാളെ സുതീഷ്ണമുനിയുടെ ആശ്രമത്തിലേക്ക് പോകാം. അദ്ദേഹത്തിനും ഞാൻ വാക്ക് കൊടുത്തതാണ്. അദ്ദേഹം അഗസ്ത്യമുനിയുടെ സഹോദരനുമാണ്. വഴി ചോദിച്ചറിയാം.'

ഞങ്ങൾ രാവിലെതന്നെ എല്ലാവരോടും യാത്ര പറഞ്ഞിറങ്ങി. പത്തുവർഷങ്ങൾ നെയ്തെടുത്ത ഇഴകൾ മുറിഞ്ഞപ്പോൾ, പലമിഴികളും നനഞ്ഞു.

വർഷങ്ങൾക്ക് മുൻപേ നടന്ന വഴിയിലൂടെ ഞങ്ങൾ തിരിച്ചു നടന്നു. സുതീഷ്ണാശ്രമത്തിലെത്തി താമസമാക്കി.

കുറച്ചു ദിവസം കഴിഞ്ഞപ്പോൾ, ആര്യപുത്രൻ അന്വേഷിച്ചു,

'മുനീന്ദ്രാ.... ഇനി ഞങ്ങൾക്ക് വിടതന്നാലും. അങ്ങയുടെ ജ്യേഷ്ഠനായ അഗസ്ത്യമുനിയെ കാണണമെന്നുണ്ട്.'

'രാമാ....അങ്ങ് പത്നീസമേതം ഇത്രയും ദിവസം തങ്ങി എന്റെ ആശ്രമത്തെ ധന്യമാക്കി. അങ്ങയെ തടയാൻ ഞാൻ ആളല്ല.'

'എങ്ങനെയാണ് അവിടെ എത്തുക?'

'തെക്കുദിക്കിലേക്ക് നടന്നാൽ എന്റെ മറ്റൊരു സഹോദരന്റെ ആശ്രമം കാണാം. അദ്ദേഹം ജ്യേഷ്ഠന്റെ ആശ്രമത്തിലേക്കുള്ള മാർഗ്ഗം പറഞ്ഞുതരും.'

പിറ്റേന്നു രാവിലെ ദക്ഷിണദിക്കിലേക്ക് യാത്ര ആരംഭിച്ചു. തോടുകളും കുളങ്ങളും ചെറുകാടുകളും കടന്ന് സൂര്യാസ്തമയമായപ്പോൾ അഗസ്ത്യസഹോദരന്റെ ആശ്രമത്തിലെത്തി. അപ്പോഴേക്കും ഞാൻ തളർന്നിരുന്നു.

തപസ്സിലായിരുന്ന മഹർഷി, ഉണർന്നപ്പോൾ കാര്യങ്ങൾ വിശദമാക്കി. അദ്ദേഹം, അതിയായ സന്തോഷത്തോടെ ഞങ്ങളെ സത്കരിച്ചു.

'രാമാ, ഈ ആശ്രമം പവിത്രമായി. അഗസ്ത്യാശ്രമത്തിലേക്ക് കുറച്ചു ദൂരം കൂടി പോകണം. ഇന്നിനി ബുദ്ധിമുട്ടാകും. നാളെ പോകാം.'

അന്നുരാത്രി മുനി, ആ ആശ്രമത്തിന്റെ കഥയാണ് പറഞ്ഞത്.

'ഇത് മണിമതി എന്ന സ്ഥലമാണ്. പണ്ടിവിടെ താമസിച്ചിരുന്നത് ബ്രാഹ്മണ വിരോധികളായ രണ്ടു രാക്ഷസന്മാരായിരുന്നു. വാതാപി, ഇല്വലൻ എന്ന രണ്ടു സഹോദരർ. അവരിവിടെ മുനിവേഷത്തിലായിരുന്നു. ഇതുവഴി വരുന്ന ബ്രാഹ്മണരായ മുനിമാരെ ആശ്രമത്തിൽ ക്ഷണിച്ചു കയറ്റി സത്കരിക്കും. പിന്നെ അവരെയാകും രാക്ഷസർ ഭക്ഷണമാക്കുക.'

പ്രത്യേക രീതിയിലാണ് അവർ മുനിമാരെ വധിക്കുക. ആദ്യം വാതാപിയെ ആടാക്കി മാറ്റും. അതിനെ വധിച്ച് കറിവച്ചാകും മുനിമാരെ സത്കരിക്കുക. ഭക്ഷണശേഷം അവർ സംതൃപ്തിയോടെ മയങ്ങുമ്പോൾ, ഇല്വലൻ വിളിക്കും,

'വാതാപി.... പുറത്തേക്ക് വരിക.'

മുനിയുടെ വയറും പൊട്ടിച്ച് വാതാപി പുറത്തുവരും. രണ്ടാളും കൂടി ആ മുനിയെ ഭക്ഷിക്കും. പുറമെയുള്ളവരാരും ഈ കള്ളവേഷക്കാരെ സംശയിച്ചതേയില്ല. കുറേനാളുകൾക്ക് ശേഷമാണ് എന്റെ ജ്യേഷ്ഠനായ അഗസ്ത്യമുനി ഇതെല്ലാം അറിഞ്ഞത്. അദ്ദേഹം ഈ ആശ്രമത്തിലെത്തി. എല്ലാ മുനിമാരേയും എന്നപോലെ രാക്ഷസർ ജ്യേഷ്ഠനേയും സ്വീകരിച്ചു. അവർ നൽകിയ ഭക്ഷണം, മന്ത്രത്താൽ നന്നായി ദഹിപ്പിച്ചുകൊണ്ട് അദ്ദേഹം ഉറക്കമായി. ഇല്വലൻ എത്ര വിളിച്ചിട്ടും വാതാപി പുറത്തു വന്നില്ല. കുപിതനായ അയാൾ രാക്ഷസരൂപമെടുത്ത് ജ്യേഷ്ഠനെ ആക്രമിച്ചു. അദ്ദേഹം ഇല്വലനെ ഭസ്മമാക്കുകയും ചെയ്തു. പിന്നെയാണ് ഞാനീ ആശ്രമത്തിൽ താമസിച്ചു തുടങ്ങിയത്.'

പിറ്റേന്ന് അഗസ്ത്യാശ്രമത്തിലേക്ക് നടക്കുമ്പോഴും ബ്രാഹ്മണ വിരോധികളായ അസുരന്മാർ മനസ്സിലുണ്ടാക്കിയ ഭയം മാറിയിരുന്നില്ല.

'ദേവി അഗസ്ത്യമുനിയെ കുറിച്ച് കേട്ടിട്ടുണ്ടോ.....?'

'മിഥിലയിലെ യാഗത്തിന് വന്നിട്ടുണ്ടെന്നറിയാം, കാണാൻ പറ്റിയിരുന്നില്ല.'

'അദ്ദേഹം വേദശാസ്ത്രങ്ങളിലും ആയുധാഭ്യാസത്തിലും അദ്വിതീയനാണ്. കറുത്ത്, ഉയരം കുറഞ്ഞ ഒരാൾ. അദ്ദേഹത്തെ വിവാഹം ചെയ്യാൻ ഒരു സ്ത്രീയും തയ്യാറായില്ല. അദ്ദേഹം വിദർഭരാജാവിനെ ചെന്നുകണ്ട് പുത്രി ലോപാമുദ്രയെ പത്നിയായി നൽകാൻ ആവശ്യപ്പെട്ടു. രാജാവ് മടിച്ചു. ഭാര്യയാകാൻ തയ്യാറാണെന്ന് പറഞ്ഞ് കുമാരി, അച്ഛനെക്കൊണ്ട് സമ്മതിപ്പിച്ചു. സുന്ദരിയായ ലോപാമുദ്രരാജകുമാരി അങ്ങനെ മുനിപത്നിയായി.'

'വിദർഭരാജാവിനോട് പുത്രിയെ ചോദിക്കാൻ കാരണമെന്താണ് നാഥാ....?'

'രാജാവിന് സന്താനങ്ങൾ ഉണ്ടായിരുന്നില്ല. അദ്ദേഹം ദീർഘമായ തപസ്സ് ചെയ്തിട്ടും ഫലമുണ്ടായില്ല. രാജാവിന്റെ മനോവിഷമം അറിഞ്ഞ മുനി, തപശ്ശക്തി കൊണ്ട് സൃഷ്ടിച്ച് നൽകിയ പുത്രിയാണ് ലോപാമുദ്ര.'

'മുനി ദമ്പതിമാർക്ക് സന്താനങ്ങളില്ലേ....?'

'ആയിരം പുത്രന്മാരാണോ, ശ്രേഷ്ഠനായ ഒരു പുത്രനാണോ വേണ്ടതെന്ന് മുനി, ലോപാമുദ്രദേവിയോട് ചോദിച്ചു. ശ്രേഷ്ഠനായ ഒരു പുത്രനെയാണ് ദേവി ആവശ്യപ്പെട്ടത്. ആ പുത്രനാണ് അതുല്യവിദ്വാനായ ദൃഢസ്യു എന്ന മഹാമുനി.'

കഥ കേട്ടു നടന്നപ്പോൾ വഴിയുടെ ദൈർഘ്യം അറിഞ്ഞില്ല. ആശ്രമത്തിന്റെ മുന്നിലെത്തിയാണ് ഞങ്ങൾ നിന്നത്. മനോഹരമായതും ശാന്തത നിറഞ്ഞതുമായ അന്തരീക്ഷം. ഞങ്ങളെക്കണ്ടിട്ടും മാൻകൂട്ടം ഓടാതെ നിന്നു.

'അനുവാദം ചോദിച്ചിട്ടുവേണം ആശ്രമത്തിലേക്ക് പോകാൻ. ദേഷ്യക്കാരനാണ് മുനീന്ദ്രൻ. ലക്ഷ്മണാ...... പോയി അനുവാദം ചോദിക്കുക.'

ലക്ഷ്മണൻ ആശ്രമമുറ്റത്തേക്ക് കടന്നു. തിരിച്ചു വന്നപ്പോൾ കൂടെ അഗസ്ത്യ മുനിയും ഉണ്ടായിരുന്നു. ദേഷ്യത്തിന്റെ കണികപോലും ഇല്ലാതെ, സൗമ്യമായ ചെറുചിരിയോടെ അദ്ദേഹം ഞങ്ങളെ സ്വീകരിച്ചു.

'വരൂ, രാമാ. അങ്ങയുടെ വരവ് ഭാഗ്യമാണ്..... സീതാദേവിയേയും കാണാറായല്ലോ......! മഹാഭാഗ്യം.....! നിങ്ങളിവിടെ വരുമെന്ന് എനിക്കറിയാമായിരുന്നു. അങ്ങയ്ക്കായി കുറച്ചായുധങ്ങൾ ഞാൻ സൂക്ഷിച്ചിട്ടുണ്ട്.'

ഞങ്ങളേയും കാത്തിരുന്നപോലെ.....

മുനീന്ദ്രൻ ഉള്ളിലേക്ക് പോയി കുറേ ആയുധങ്ങളുമായി എത്തി. എന്നിട്ട് അതെല്ലാം രാമദേവനെ ഏൽപ്പിച്ചിട്ട് പറഞ്ഞു,

'അത്യുഗ്രമായ വൈഷ്ണവചാപവും, ശരങ്ങൾ ഒടുങ്ങാത്ത ആവനാഴികളും, ദിവ്യമായ വാളും എല്ലാം അങ്ങയ്ക്കു വേണ്ടി സൂക്ഷിച്ചതാണ്. ഈ സ്ഥലം പുണ്യം നിറഞ്ഞതാണെങ്കിലും ദുഷ്ടനിശാചരർ വളരെയധികമുണ്ട്. രാമാ.... അവരെ വധിച്ച് ഈ അരണ്യവാസികളെ രക്ഷിക്കണം.'

വാളിന്റെ പൊൻപിടിയുടെ തിളക്കം എന്റെ മുഖത്തു പതിച്ചു. ആ ദിവ്യായുധങ്ങളെല്ലാം സ്വാമി ആദരവോടെ ഏറ്റുവാങ്ങി.

'അങ്ങയുടെ വനവാസം പൂർത്തിയാകാറായല്ലോ.....? താതന്റെ പ്രതിജ്ഞ പൂർണ്ണമാക്കി യശസ്വിയാകുക..'

രാമദേവൻ മുനീന്ദ്രന്റെ പാദങ്ങളിൽ നമസ്കരിച്ചു.

‘സീതാദേവീ....പുത്രി...’

ഒരു മാസ്മര ശബ്ദം എന്നെ പുറകോട്ടേക്ക് തിരിച്ചു.

‘ദേവീ, ഞാൻ മുനിപത്നിയാണ്. ലോപാമുദ്ര. വരൂ പുത്രി...’

ഞാനാ തേജസ്വിനിയെ വന്ദിച്ചു. അമ്മ എന്നേയും കൊണ്ട് മുറിയിൽ കയറി, ഒരു ദർഭപ്പായ വിരിച്ചിട്ടു.

‘കുറച്ചുനേരം കിടന്നുകൊള്ളുക. ഞാനിപ്പോൾ ഭക്ഷണവുമായി വരാം.’

കൊണ്ടുവന്ന പാലും പഴങ്ങളും എന്നെ നിർബന്ധിച്ച് ഭക്ഷിപ്പിച്ചു. എന്നെ സ്വസ്ഥമായി വിശ്രമിക്കാൻ വിട്ടിട്ട് അമ്മ പോയി. ക്ഷീണം മാറിയപ്പോൾ ഞാനും മുനീന്ദ്രന്റെ ഭാഷണം കേൾക്കാൻ ചെന്നിരുന്നു.

ദണ്ഡകാരണ്യത്തെ കുറിച്ചായിരുന്നു മുനീന്ദ്രൻ പറഞ്ഞുകൊണ്ടിരുന്നത്.

‘ഇക്ഷ്വാകു വംശത്തിലെ ദണ്ഡനായിരുന്നു ഈ നാടിന്റെ അധിപതിയെന്നു കേട്ടിട്ടുണ്ടാകുമല്ലോ? പിന്നീട് ശാപംമൂലം ഒരു ജീവനും അവശേഷിക്കാതെ എല്ലാം അഗ്നിക്കിരയായി. അങ്ങനെ വൻകാടായി തീർന്നപ്പോഴാണ് ഞാനിവിടെ വന്നു താമസമാക്കിയത്. അതിനുശേഷമാണ് മൃഗങ്ങളും പക്ഷികളുമെല്ലാം വന്നത്. പിന്നെ മുനിമാരും എത്തി.’

ലോപാമുദ്ര അമ്മ അറിയിച്ചു,

‘സീതാദേവി നന്നായി തളർന്നിരിക്കുന്നു. ദുഃഖമറിയാതെ വളർന്ന കുമാരിയല്ലേ....? പോരാഞ്ഞ് മൃദുലഗാത്രിയും. ഭർതൃഭക്തി കൊണ്ടാണ് പിന്തുടരുന്നത്. ദേവിക്ക് ആശ്വാസമേകണം, ശ്രീരാമ....’

സ്വാമിക്ക് സംശയമില്ലായിരുന്നു,

‘ശരിയാണമ്മേ, ഞാനും മൈഥിലിയുടെ വിഷമം അറിയുന്നുണ്ട്. ഇങ്ങനെ അലയാതെ ഒരു സുരക്ഷിതമായ സ്ഥലത്ത് താമസിക്കണമെന്നുണ്ട്.....’

അഗസ്ത്യമുനി ഒരു നിമിഷം ആലോചിച്ചു.

‘ആ .... അങ്ങനെയുള്ള സ്ഥലം ഒരെണ്ണം അടുത്തുണ്ട്. പഞ്ചവടി. പവിത്രവും ശ്രേഷ്ഠവുമാണ് അവിടം. ഇവിടുന്ന് രണ്ടു യോജന ദൂരമേയുള്ളൂ. അവിടെ ജനസ്ഥാനമെന്ന സ്ഥലത്തുള്ള മുനിമാരെ

അങ്ങ് പരിപാലിക്കുക രാമാ.....'

പിന്നേയും അദ്ദേഹം തുടർന്നു,

'അതുമാത്രമല്ല രാഘവാ.... അങ്ങയെ കാത്ത് അഞ്ചു ഗന്ധർവ്വന്മാർ ശാപമുക്തിക്കായി അവിടെയുണ്ട്.'

'എന്താണ് ശാപം....? ആരാണ് അവരെ ശപിച്ചത്....?'

'ഞാനാണവരെ ശപിച്ചത്. അഹങ്കാരം മൂത്ത് അവരെന്നെ വളഞ്ഞ് വഴി തടഞ്ഞുനിന്നു. ക്രുദ്ധനായി ഞാനവരെ വടവൃക്ഷമാകട്ടെയെന്നു ശപിക്കുകയും ചെയ്തു. അവരവിടെ അഞ്ചു വൃക്ഷമായി വൃത്തത്തിൽ നിൽക്കുന്നുണ്ട്. അതാണ് പഞ്ചവടി എന്ന പേരു വന്നത്. രാമദേവൻ വന്ന് നിങ്ങളുടെ മദ്ധ്യത്തിൽ ആശ്രമം കെട്ടി താമസമാക്കുമ്പോൾ ശാപമോക്ഷം കിട്ടുമെന്നും അറിയിച്ചിട്ടുണ്ട്. ഞാൻ അങ്ങോട്ടേക്കുള്ള വഴി പറഞ്ഞു തരാം.'

പിറ്റേന്ന് സൂര്യോദയത്തിൽ ഞങ്ങൾ യാത്ര പറഞ്ഞു. മുനിപത്നിയുടെ നിറഞ്ഞ കണ്ണുകൾ എന്നെ പിന്തിരിപ്പിക്കുമെന്ന് തോന്നിച്ചു. ആ സ്നേഹം അത്രമാത്രം എന്നെ കീഴടക്കിയിരുന്നു. ഞാനമ്മയെ പുണർന്ന് ആ കവിളത്ത് ചുംബിച്ചു കൊണ്ട് യാത്ര പറഞ്ഞു.

ഉച്ചയായപ്പോൾ മുനീശ്വരൻ അടയാളമായി പറഞ്ഞുതന്ന പേരാലിന്റെ ചുവട്ടിലെത്തി. അവിടെ കുറേ മുനിമാർ ധ്യാനത്തിലുണ്ടായിരുന്നു. ഞങ്ങളും അവരിൽ നിന്നും മാറിയിരുന്ന് വിശ്രമിച്ചു. ലക്ഷ്മണൻ കുറച്ചകലെയുള്ള പർവ്വതം നോക്കി പറഞ്ഞു,

'ജ്യേഷ്ഠ, അതാകും മുനി പറഞ്ഞ മഹാക്രൗഞ്ചമെന്ന ഗിരി...'

'അതെ. ശ്രദ്ധിച്ചു നോക്കിയാൽ ഒരു രാക്ഷസരൂപം കിടക്കുന്ന പോലെയില്ലേ? ക്രൗഞ്ച രാക്ഷസനാണ് ആ പർവ്വതം. ഇവിടെ നിന്നും വലത്തോട്ടേക്ക് കയറണം. അവിടെയാണ് ജനസ്ഥാനം.'

കൈകളും കാലും നീട്ടിവച്ചു കിടക്കുന്ന പോലെ പർവ്വതം എന്റെ കണ്ണിൽ പതിഞ്ഞു. എനിക്കതറിയാൻ ആഗ്രഹം തോന്നി.

'അതെന്താണ് പർവ്വതം ആ രൂപത്തിൽ.....?'

'ക്രൗഞ്ചാസുരൻ ഒരിക്കൽ പർവ്വതമായി നിന്ന് മഴമേഘങ്ങളെ തടഞ്ഞ് പേമാരി ഉണ്ടാക്കി അഗസ്ത്യമുനിയുടെ യാത്ര തടഞ്ഞു. അത് മനസ്സിലാക്കിയ മുനി അവനെ ശപിച്ച് പർവ്വതമായി തന്നെ നിർത്തിയതാണ്.'

വിശ്രമം മതിയാക്കി ഞങ്ങൾ നടക്കാനാരംഭിച്ചു. വലിയൊരു

ചിറകടിയൊച്ച കാതിലലച്ചു. അതുണ്ടാക്കിയ കാറ്റിൽ കരിയില കൾ പറന്ന് ഞങ്ങളുടെ ദേഹത്ത് പറ്റിപ്പിടിച്ചു. കുമാരന്മാർ ആയുധ മെടുത്തു ജാഗരൂപരായി.

'ലക്ഷ്മണാ, ദാ നോക്കുക, പക്ഷിയുടെ രൂപത്തിൽ ഇരിക്കുന്നത് രാക്ഷസനാകാം. അസ്ത്രം തൊടുക്കുക.'

'അരുതേ' എന്ന് വിലക്കിക്കൊണ്ട് പക്ഷിശ്രേഷ്ഠൻ പറന്നു താഴെ വന്നു.

'ഞാൻ രാക്ഷസനല്ല, ശത്രുവുമല്ല. അങ്ങയുടെ പിതാവിന്റെ മിത്രമാണ്. ജടായു എന്നാണ് പേര്. പക്ഷീശ്വരനായ ഗരുഡന്റെ സോദരനായ അരുണനനാണ് എന്റെ അച്ഛൻ. ജ്യേഷ്ഠനായ സമ്പാ തിയും ഞാനും ഈ കാട്ടിലാണ് വസിക്കുന്നത്.'

അവർ ആയുധങ്ങൾ പിൻവലിച്ചു. ജടായുവിനെ തൊഴുത് ഞങ്ങൾ നടന്നു. പുറകിൽ നിന്നും പക്ഷീന്ദ്രന്റെ അപേക്ഷ കേട്ടു.

'ദേവാ, ഞാനും കൂടെ വരട്ടെ. നിങ്ങളില്ലാത്തപ്പോൾ സീതാദേ വിയെ ഞാൻ സംരക്ഷിച്ചു കൊള്ളാം.'

എന്നെ സംരക്ഷിക്കാമെന്നോ.....!

ഞാനതിനെ നോക്കി. ശക്തനാണ്. മനുഷ്യശബ്ദത്തിൽ സംസാ രിക്കുകയും ചെയ്യുന്നുണ്ട്.

സ്വാമി എന്നെ നോക്കി പുഞ്ചിരിച്ചു. എന്നിട്ട് പക്ഷിയെ അറിയിച്ചു,

'അച്ഛന്റെ മിത്രം എന്റേയും മിത്രമാണ്. അങ്ങും വന്നോളു.'

ഞങ്ങൾക്കു മുന്നിലൂടെ അവൻ പറന്നു. വഴികാട്ടിയെപ്പോലെ. ജനസ്ഥാനത്തെത്തിയപ്പോൾ പക്ഷീന്ദ്രൻ ഒരു വലിയ വൃക്ഷത്തിൽ ചെന്നിരുന്നു. അതിനു ചുറ്റും നിരപ്പായ സ്ഥലമായിരുന്നു. ഒരേ വലിപ്പത്തിലുള്ള അഞ്ചു വടവൃക്ഷങ്ങൾ വൃത്താകൃതിയിൽ നിൽ ക്കുന്നതു കണ്ടു.

'ലക്ഷ്മണാ, നമുക്ക് ആ അഞ്ചു വൃക്ഷങ്ങളോട് ബന്ധിച്ച് ആശ്രമം പണിയാം. അതിനപ്പുറം നിൽക്കുന്ന മരം മുറിച്ചെടുക്കാം.'

സൗമിത്രി മരം മുറിച്ചു. അത്ഭുതം....! അതൊരു രാക്ഷസനായി നിലംപതിച്ചു. ജടായു അവനെ തിരിച്ചറിഞ്ഞു.

'ഇവൻ ശംഭുകുമാരനെന്ന അസുരനാണല്ലോ....? ശൂർപ്പണഖയുടെ പുത്രൻ....'

ലക്ഷ്മണൻ ആകാംക്ഷയോടെ ചോദിച്ചു,

‘ശൂർപ്പണഖയോ.....? ആരാണവൾ ?’

‘രാക്ഷസേന്ദ്രനായ രാവണന്റെ സഹോദരി. അവളിപ്പോൾ ഈ വനത്തിലുണ്ട്. മറ്റൊരു സഹോദരനായ ഖരനോടൊപ്പം.’

‘അവൾക്കപ്പോൾ ഭർത്താവില്ലേ.....?’

‘ഉണ്ടായിരുന്നു. വിദ്യുജ്ജിഹ്വൻ. അയാൾ രാവണനുവേണ്ടിയുള്ള ഒരു യുദ്ധത്തിൽ മരണപ്പെട്ടു. വിധവയായ സഹോദരിയോട് ഇഷ്ടമുള്ളവനെ വിവാഹം ചെയ്തു കൊള്ളാൻ അനുവദിച്ചു വിട്ടിരിക്കയാണ് രാവണൻ.’

പക്ഷീന്ദ്രൻ മുളങ്കഷണങ്ങളും, പനയോലകളും, വള്ളികളുമെല്ലാം കൊണ്ടുവന്നു നൽകി. ലക്ഷ്മണൻ അതെല്ലാം കൊണ്ട് ഒരാശ്രമം പണിതീർത്തു.

ഭാണ്ഡങ്ങളെല്ലാം ആശ്രമത്തിനുള്ളിലേക്ക് വച്ച് ഞങ്ങൾ പുറത്തിറങ്ങി. ചുറ്റുപാടുകൾ നോക്കിക്കൊണ്ട് കുറച്ചു നേരം നടന്നു.

രമണീയമായ സ്ഥലം. കൂട്ടത്തോടെ മദിച്ചു നടക്കുന്ന മാനുകൾ, മതിമറന്നാടുന്ന മയിലുകൾ. ദൂരെയുള്ള മാമലയുടെ കൊടുമുടികൾ കിരീടം പോലെ തോന്നിച്ചു. അതിൽ നിന്നും ഉല്ലസിച്ച് ഒഴുകിയെത്തുന്ന പവിത്രചരിത്രയായ ഗോദാവരിയിലൂടെയുള്ള തോണിയാത്ര അതിലേറെ ഹൃദ്യമായിരുന്നു.

വെളുത്തതും ചുവന്നതുമായ താമരകൾ വിടർന്നു നിൽക്കുന്ന സരസ്സ് മനോമോഹനമായിരുന്നു. സായാഹ്നങ്ങളിൽ ആ സരസ്സിന്റെ തീരം എന്റേയും നാഥന്റേയും പ്രിയപ്പെട്ട താവളമായി. സ്ഫടിക ജലത്തിലൂടെ വർണ്ണ മത്സ്യങ്ങൾ നീന്തുന്നത് കാണാം. അവ ജലപ്പരപ്പിൽ വന്നു ശ്വാസമെടുക്കും. ചിലപ്പോൾ മുകളിലേക്ക് കുതിച്ചു ചാടും. അപ്പോൾ നിശ്ചലമായ ജലപ്പരപ്പിലുള്ള താമരകളുടെ പ്രതിഫലനം ഇളകിയാടും. തീരത്തുനിന്നും മണ്ഡൂകങ്ങളുടെ കച്ചേരിയും കേൾക്കാം. അവിടേക്കെത്തുന്ന മാനുകളും എന്റെ കൂട്ടുകാരായി. സൗരഭ്യത്തോടെ തഴുകുന്ന കാറ്റിന്റെ കുളിരിൽ അതെല്ലാം ആസ്വദിച്ചിരുന്നാൽ സമയത്തെ കുറിച്ചുള്ള ചിന്ത ഉണ്ടാകില്ല.

ആര്യപുത്രൻ ദിവസവും താമരകൾ കൊണ്ടുള്ള മാല്യം എന്നെ അണിയിക്കും. ചിലത് തലയിലും ചൂടിക്കും. എന്നിട്ട് കുസൃതിയോടെ പറയും,

‘മഹാറാണിയായിരുന്നെങ്കിൽ എന്നെയിങ്ങനെ സ്വന്തമാക്കാൻ

കഴിയുമായിരുന്നോ? ഞാനെന്റെ പ്രജകളുടേതാകുമായിരുന്നു. അങ്ങനെ വേണ്ടെന്ന് ദേവി പ്രാർത്ഥിച്ചിരുന്നുവോ... ? ഒരു സംശയം.'

ഞാനപ്പോൾ അദ്ദേഹത്തിന്റെ നേരെ കൈയിലുള്ള പൂക്കൾ എറിയും. മുഖം വീർപ്പിച്ച് പിണങ്ങിയിരിക്കും. സത്യത്തിൽ ആ കളിയാക്കലുകൾ ഞാനിഷ്ടപ്പെട്ടിരുന്നു. ഒരു സാധാരണ ഭാര്യക്കാണ് ഇത്തരം ഭാഗ്യങ്ങൾ കിട്ടുകയുള്ളൂ.

ശിശിരം പോയി. മഞ്ഞുകാലത്തിന്റെ വെൺപട്ടണിഞ്ഞ പഞ്ചവടി കൂടുതൽ സുന്ദരിയായി. ആവി കൊണ്ട് മൂടിയ ഗോദാവരിയിലെ സ്നാനം മനസ്സിനേയും പുണ്യമാക്കി. വിളറിയ പകലുകൾ കുളിരോടെ കടന്നുപോയി.

അങ്ങനെ ഒരു തണുത്ത ദിവസം......

ഞങ്ങൾ ആശ്രമമുറ്റത്തായിരുന്നു. കൂടെ കുറച്ചു മുനിമാരും. പെട്ടെന്ന് മൂന്നു കൂറ്റൻ ഘോരമൃഗങ്ങൾ ഞങ്ങളുടെ അടുത്തേക്ക് പാഞ്ഞു വന്നു. അവയുടെ കൊമ്പുകൾ കുന്തം പോലെ നീണ്ടതായിരുന്നു. അതിലൊരെണ്ണം സ്വാമിയുടെ നേരെ ചീറിയടുത്തു. അദ്ദേഹം മൂന്നു ശരങ്ങൾ ഒന്നിച്ചെയ്തു. രണ്ടെണ്ണം ചത്തുവീണു. മൂന്നാമത്തേത് എങ്ങനെയോ ഓടി രക്ഷപ്പെട്ടു.

ലക്ഷ്മണൻ നെറ്റിചുളിച്ചു കൊണ്ട് സംശയം പറഞ്ഞു,

'ജ്യേഷ്ഠാ, അത് മാരീചനാണെന്നു തോന്നുന്നു. അയാളുടെ കണ്ണുകൾ പോലെ. അവന് മൃഗവേഷത്തിൽ മാറാൻ കഴിയുമെന്ന് വിശ്വാമിത്രമുനി പറഞ്ഞിട്ടുള്ളതല്ലേ? അവൻ ജ്യേഷ്ഠനെയാണ് ലക്ഷ്യമാക്കിയത്. പ്രതികാരമാകും.'

'ശരിയാണ് ലക്ഷ്മണാ. ആ നോട്ടത്തിൽ നിന്നും ഞാനവനെ തിരിച്ചറിഞ്ഞു.'

'ഇനിയും അവൻ വരുമോ?'

'വന്നാൽ നേരിടണം. വനവാസത്തിന്റെ പന്ത്രണ്ട് വർഷം കഴിഞ്ഞില്ലേ....? വലിയ അപകടമില്ലാതെ. ഇനിയുള്ള കാലവും സാധിക്കും.'

എനിക്കാശ്വാസമായി. ഇനി അധികം നാളുകളില്ല വനവാസം കഴിയാൻ. അതിനിടയിൽ എന്തുണ്ടാകാൻ....!

ആപത്തുകൾക്കു വരാൻ അധിക സമയം വേണ്ടെന്നെനിക്കു ബോധ്യമായത് കുറച്ചു മാസങ്ങൾ കഴിഞ്ഞപ്പോഴാണ്.

ഒരു ദിവസം മരവുരികൾ ഉണക്കാനിടുമ്പോൾ ഒരുവൾ മദാലസയായി കടന്നുവന്നു. അവൾ കുമാരന്മാരുടെ സമീപത്തേക്ക് നടന്നടുക്കുകയാണ്. ആയുധങ്ങളുടെ മൂർച്ച കൂട്ടിക്കൊണ്ടിരുന്ന കുമാരന്മാർ അവളെ കണ്ടില്ല.

അവരുടെ ശ്രദ്ധ കിട്ടാനായി ഞാനുറക്കെ ചോദിച്ചു,

'സ്വാമി.... ആരാണിവൾ.....?'

കുമാരന്മാർ അവളെക്കണ്ട് എഴുന്നേറ്റു. അവളുടെ കാമസ്വരം കേട്ടു,

'സുന്ദരന്മാരായ നിങ്ങളാരാണ്.....?'

'ഞാൻ ദശരഥ രാജാവിന്റെ അഗ്രജപുത്രൻ രാമനാണ്. ഇവനെന്റെ അനുജൻ ലക്ഷ്മണൻ. ഇവൾ സീത, എന്റെ പത്നിയാണ്.'

'ഈ വനത്തിൽ രാക്ഷസരുണ്ട്. എന്തിനാണ് നിങ്ങൾ ഇവിടെ വന്നത്.....?'

'അച്ഛന്റെ ആജ്ഞയനുസരിച്ച് തപസ്സിനായി വന്നതാണ്. ഭവതി ആരാണ്?'

'ഞാൻ ശൂർപ്പണഖ. അസുരചക്രവർത്തി രാവണന്റെ സോദരിയാണ്. വീരനായ ഖരൻ, ദൂഷണൻ, കുംഭകർണ്ണൻ, വിഭീഷണൻ തുടങ്ങിയവരുടെ ഒരേയൊരനുജത്തി.ആരേയും ഭയക്കാത്തവളുമാണ്.'

'ഓ..... ഭവതിയും രാജകുമാരിയാണല്ലോ.....! വീരന്മാരുടെ സഹോദരിയും...'

'രാജകുമാരാ, അങ്ങെന്നെ മോഹിപ്പിക്കുന്നു. അനുരൂപനായ ഭർത്താവിനെ തേടി നടക്കുകയാണ് ഞാൻ. അങ്ങയെ ഭർത്താവായി കിട്ടണമെന്നുണ്ട്.'

'ഭദ്രേ, ഞാൻ വിവാഹിതനാണ്, പത്നിയും കൂടെയുണ്ട്. മോഹം കളയുക.'

'വയറൊട്ടി, മെല്ലിച്ച്, വിരൂപയായ ഇവളേക്കാൾ സുന്ദരിയായ എനിക്ക് അങ്ങയുടെ ഭാര്യയാകാൻ എന്തുകൊണ്ടും യോഗ്യതയുണ്ട്. ഇവളെ ഞാൻ ഭക്ഷിച്ചു കൊള്ളാം. പിന്നെ നമുക്കീ കാട്ടിൽ സ്വച്ഛന്ദം വിഹരിക്കാമല്ലോ.'

എന്റെ ഉള്ളം പിടച്ചു. ഞാൻ സ്വാമിയുടേയും അനുജന്റേയും മദ്ധ്യത്തിൽ കയറി നിന്നു. ആര്യപുത്രൻ എന്നെ കുസൃതിച്ചിരിയോടെ നോക്കി.

'ദാ.... എന്റെ അനുജൻ തനിച്ചാണ്. നീ അവന്റെ ഭാര്യയാകുക.'

അവൾ എന്നേയും മറികടന്ന് ലക്ഷ്മണനെ സമീപിച്ചു,

'കുമാരാ, മോഹിനിയായ എന്നെ ഭാര്യയാക്കുക. ജീവിതം ആസ്വദിക്കുക.'

ലക്ഷ്മണൻ അതിശയത്തോടെ അറിയിച്ചു,

'അയ്യോ ദേവി, ഞാനൊരു ദാസനാണ്. ഭവതി ദാസിയാകേണ്ട വളല്ല. എന്റെ സ്വാമി രാമനാണ്. അദ്ദേഹത്തിന്റെ ഭാര്യയായി, എന്റെ സ്വാമിനിയാകുക.'

വീണ്ടും അവൾ രാമദേവനെ സമീപിച്ചു. സ്വാമി വിഷമത്തോടെ പറഞ്ഞു,

'ഭവതിയെ ഞാൻ സ്വീകരിച്ചാൽ സപത്നിയാകില്ലേ....? ഇത്ര മനോഹരിയായ നീ അങ്ങനെയാകരുത്. അനുജനെ തന്നെ ഭർത്താ വാക്കുക.'

അടുത്തുചെന്നപ്പോൾ സൗമിത്രി സ്വകാര്യത്തിൽ അറിയിച്ചു,

'നീ രാമന്റെ ഭാര്യയാകുക. ക്രമേണ നിന്നിൽ മയങ്ങി അദ്ദേഹം വിരൂപയായ സീതയെ ഒഴിവാക്കും.'

കളിപ്പിക്കൽ തിരിച്ചറിയാനുള്ള ബുദ്ധി അവൾക്കുണ്ടായില്ല. വീണ്ടും അവൾ സ്വാമിയെ സമീപിച്ചു. അദ്ദേഹം തഴഞ്ഞപ്പോൾ എന്റെ നേരെ തിരിഞ്ഞു.

'ഹും.... നീ കാരണമാണ് എന്നെ സ്വീകരിക്കാത്തത്. നിന്നെ ഞാൻ വധിക്കും.'

കറുത്ത കരങ്ങൾ എന്റെ കഴുത്തിലേക്ക് നീണ്ടു. സ്വാമിയുടെ സ്വരം ഉയർന്നു.

'ലക്ഷ്മണാ.... അവളെ ഒന്നുകൂടി വിരൂപയാക്കു.....'

ലക്ഷ്മണൻ, അവളുടെ ചെവികളും നാസികയും മുറിച്ചിട്ടു. മാനഭംഗത്താലും അംഗഭംഗത്തിന്റെ വേദനയാലും അവൾ അലറി. പത്തുദിക്കും വിറപ്പിച്ചു കൊണ്ട് രക്തമൊഴുകുന്ന മുഖവുമായി ശൂർപ്പണഖ ഓടി മറഞ്ഞു.

'അവൾക്ക് ബലവാന്മാരായ ആങ്ങളമാരുണ്ട്. നമ്മൾ തയ്യാറായി രിക്കണം.'

ലക്ഷ്മണൻ പറയുന്നത് കേട്ടപ്പോൾ ഞാൻ തളർന്നിരുന്നു. അനുജൻ പറഞ്ഞത് സത്യമായി. പതിന്നാലു നിശാചരർ ഞങ്ങളെ വളഞ്ഞു.

'ഞങ്ങളുടെ സ്വാമിയായ ഖരന്റെ സഹോദരിയെ അപമാനിച്ച,

മനുഷ്യപ്പുഴുക്കളെ വധിക്കാനായി വന്നതാണ്. കാണട്ടെ നിങ്ങളുടെ സാമർത്ഥ്യം.'

ആയുധവുമായി മുന്നിലേക്കിറങ്ങിയ അനുജനെ തടഞ്ഞ് സ്വാമി അറിയിച്ചു,

'നീ ജ്യേഷ്ഠത്തിയെ സംരക്ഷിക്കുക. ഇവരെ എതിരിടാൻ ഞാൻ മതി.'

അവർ കോദണ്ഡപാണിയുടെ ശക്തിയറിഞ്ഞു. നക്തഞ്ചരന്മാർ ശവങ്ങളായി.

'ലക്ഷ്മണാ, ഖരദൂഷണന്മാർ ഈ കാട്ടിൽ തന്നെയാണ് ഉള്ളത്. പകരം ചോദിക്കാൻ അവരെത്തുമെന്ന് തീർച്ച. വേഗത്തിൽ ആയുധങ്ങൾ തയ്യാറാക്കുക.'

അധികനേരം കഴിഞ്ഞില്ല, ആക്രോശങ്ങൾ കേട്ടു തുടങ്ങി. മൃഗങ്ങൾ വിരണ്ടോടി. പക്ഷികൾ അലച്ചുപാഞ്ഞു. ചുറ്റും ധൂളീപടലം നിറഞ്ഞു.

'ദുർന്നിമിത്തങ്ങൾ കാണുന്നു. എന്റെ കൈകൾ തരിക്കുകയും ചെയ്യുന്നു. അനുജാ, ഒരു മഹായുദ്ധം വരുന്നുണ്ട്. നീ സീതയെ നോക്കിക്കൊള്ളുക.'

എന്നെയൊരു ഗുഹയിലിരുത്തി, സൗമിത്രി കാവലായി. ദൂരെ നിന്നുള്ള അലർച്ചകളെന്നെ സംഭ്രാന്തിയിലാക്കി. പ്രാത്ഥിക്കാനേ കഴിഞ്ഞുള്ളൂ.

ബഹളങ്ങൾ ഒതുങ്ങിയപ്പോൾ ലക്ഷ്മണൻ എന്നേയും കൊണ്ട് പുറത്തിറങ്ങി. തകർന്ന രഥങ്ങളും, ആയുധങ്ങളും, ശരീരഭാഗങ്ങളും ചിതറിക്കിടന്നിരുന്നു. നാഥന്റെ നെറ്റിയിലെ ചോരകണ്ട് പരിഭ്രമിച്ചു.

ഞാനാ രക്തം തുടയ്ക്കവേ സ്വാമി നിസ്സാരമായി പിറുപിറുത്തു,

'ഓ.... സാരമില്ല, ത്രിശിരസ്സിന്റെ ശരമേറ്റതാണ്.'

മലകളായിക്കിടന്ന ദേഹങ്ങളുടെ അടുത്തേക്ക് കൊണ്ടുപോയി പറഞ്ഞു,.

'ഇവനാണ് ഖരൻ, അക്കാണുന്ന ശരീരം സേനാനായകൻ ത്രിശിരസ്സിന്റേതാണ്. ഇപ്പുറം കിടക്കുന്നത് ദൂഷണനും.'

ഞാനെന്റെ ആത്മനാഥന്റെ കഴിവിൽ അഭിമാനപുളകിതയായി. അനുജൻ അരികിലുണ്ടെന്ന ബോധമില്ലാതെ ഞാനദ്ദേഹത്തെ ആലിംഗനം ചെയ്തു.

രാവണാഗമനം

അന്നൊരു ദിനം പൂക്കളിറുക്കാൻ താഴ്വാരത്തിലേക്ക് ഞാനും സ്വാമിയും പോയി. ദൂരെയുള്ള പേരാലിൽ ഇലകൾ കാണാത്ത വിധം പൂക്കളാണ്. ശുഭ്ര വസ്ത്രം പുതച്ച പോലെ. അതിൽനിന്നു ള്ള സൗരഭ്യം എന്നെ മോഹിപ്പിച്ചു.

'നാഥാ ആ കുസുമങ്ങൾ പറിക്കാനാകുമോ?'

'വേണ്ട സീതേ, അതിനു താഴെ മുനിമാർ ധ്യാനത്തിലിരിക്കുന്നത് കണ്ടോ? അവരെ ശല്യപ്പെടുത്തണ്ട. ആ വൃക്ഷം പടർന്നു പന്തലി ച്ചത് അവർക്കുള്ള തണലിനാണെന്ന് തോന്നുന്നില്ലേ? പൂക്കളും അവർക്കായി വിടർന്നതാണ്. പണ്ട് ഗരുഡൻ ചെയ്തതും ആ ബോധത്തോടെയാണ്.'

എനിക്ക് ജിജ്ഞാസയായി,

'ഗരുഡനോ? ജടായുവിന്റെ വലിയച്ഛനല്ലേ ആ പക്ഷി?'

'അതേ ദേവി, ഗരുഡൻ, മഹാവിഷ്ണുവിന്റെ വാഹനമാകാനുള്ള കാരണവും ഈ വൃക്ഷവുമായി ബന്ധപ്പെട്ടിരിക്കുന്നു.'

അദ്ദേഹത്തിന്റെ കഥക്കായി, ഞാൻ കാതോർത്ത് നിന്നു,

'ഒരിക്കൽ വിശപ്പു സഹിക്കാനാകാതെ ഗരുഡൻ, ഭീമാകാരമുള്ള ഒരു ആമയേയും, കൊമ്പനാനയേയും കാൽനഖങ്ങളിൽ കോർത്തു കൊണ്ട് പറന്നു വന്നിരുന്നത് ഈ വൃക്ഷത്തിലാണ്. അവരുടെ ഭാരം താങ്ങാനാകാതെ ആ ശിഖരം ഒടിഞ്ഞുതൂങ്ങി. താഴെ തപ സ്സിലിരിക്കുന്ന മുനിമാരുടെ രക്ഷക്കായി പക്ഷിശ്രേഷ്ഠൻ ആ കമ്പുംകൂടി കൊത്തിയെടുത്തുകൊണ്ട് പറന്നു.'

ഒന്നിനേയും ദ്രോഹിക്കാതെ ഇരുന്നു ഭക്ഷിക്കാൻ അവനായില്ല. കാലുകളിൽ ആമയും, ആനയും, ചുണ്ടിൽ വലിയൊരു വൃക്ഷശാ

ഖയുമായി പറക്കുന്ന ഭീമാകാരൻ ആരാണെന്നറിയാൻ, മഹാവിഷ്ണു അവനെ സമീപിച്ചു.

കാര്യമറിഞ്ഞപ്പോൾ തന്റെ കൈയിലിരുന്നു ഭക്ഷിച്ചു കൊള്ളാൻ നാരായണൻ അനുവദിച്ചു. ഭക്ഷണശേഷം പക്ഷീന്ദ്രൻ ചോദിച്ചു, 'എന്നെ താങ്ങാൻ മഹാവിഷ്ണുവിന് മാത്രമാണ് കഴിയുക. അങ്ങാരാണ്?' എന്ന്.

വിഷ്ണുഭഗവാൻ സത്യം വെളിപ്പെടുത്തി. മാത്രമല്ല ഗരുഡനോട് തന്റെ വാഹനമാകാമോ എന്നും ആരാഞ്ഞു. സന്തോഷത്തോടെ പക്ഷിരാജൻ ആ ജോലി ഏറ്റെടുത്തു. അങ്ങനെയാണ് ഗരുഡൻ വിഷ്ണുവിന്റെ വാഹനമായത്.'

ഞങ്ങളങ്ങനെ ഓരോന്ന് പറഞ്ഞു കൊണ്ട് പൂക്കൂട നിറച്ചു കൊണ്ടിരുന്നു. അപ്പോഴാണ് വള്ളിക്കുടിലിലെ ചെടികൾ വല്ലാതെ അനങ്ങുന്നത് കണ്ടത്.

'ദേവാ, അവിടെ ആരോ ഉണ്ടല്ലോ ..? ലക്ഷ്മണനാണോ?'

'സാദ്ധ്യതയില്ല. അവനെ ആശ്രമത്തിൽ കണ്ടിരുന്നു.'

ആ വള്ളിക്കുടിലിൽനിന്നും പുറത്തിറങ്ങിയത് ഒരു പുള്ളിമാനായിരുന്നു. ഒരു സ്വർണ്ണമാൻ. അതെന്നെ നോക്കി അനങ്ങാതെ നിന്നു. പിന്നെ തുള്ളിച്ചാടി മറഞ്ഞു. വീണ്ടും കാഴ്ചയിൽ വന്ന് കുണുങ്ങി. ഇങ്ങനെ പലതവണ ആവർത്തിച്ചപ്പോൾ അതിന്റെ ആകർഷണ വലയത്തിലായി ഞാനും.

സ്വർണ്ണനിറമുള്ള ദേഹത്ത് തിളങ്ങുന്ന വെള്ളിപ്പുള്ളികൾ, ഇന്ദ്രനീല വർണ്ണത്തിലുള്ള ചുണ്ടുകൾ, കരിമഷി എഴുതിയ പോലെയുള്ള നയനങ്ങൾ, മഴവില്ലിന്റെ ചാരുതയുള്ള വാൽ, പഞ്ഞിപോലെ വെളുത്തതും മൃദുലവുമായ ഉദരം, ഇടുങ്ങിയ അരക്കെട്ട് ..!

അതി മനോഹരം . !

'സ്വാമീ. ആ മാനിനെ നോക്കു. എന്തു ഭംഗിയാണ് ! കനകമൃഗമാണെന്ന് തോന്നും. ഇത്തരം ഒരെണ്ണത്തിനെ ഞാനിതുവരെ കണ്ടിട്ടില്ല.'

'ഉപദ്രവിക്കണ്ട. അതവിടെ നിൽക്കട്ടെ ദേവി. നമുക്ക് തിരികെ പോകാം.'

മനസ്സില്ലാമനസ്സോടെ ആശ്രമത്തിലെത്തി. എന്റെ കണ്ണുകൾ ആ കനകമൃഗത്തെ തേടുകയായിരുന്നു. ഇപ്പോഴും അത് കൺവെ

ട്ടത്തു തന്നെയുണ്ട്. ഇളം പുല്ലുകൾ മേഞ്ഞ്. അതിന്റെ അവാച്യമായ ഭംഗി എന്നെ കൊതിപ്പിച്ചു.

ഞാനും കിണുങ്ങി സ്വാമിക്കരികിലെത്തി.

'സ്വാമി, എനിക്കാ കൃഷ്ണമൃഗത്തെ പിടിച്ചു തരുമോ?'

ലക്ഷ്മണൻ അതിനെ നോക്കി പെട്ടെന്ന് പറഞ്ഞു,

'ഇത്തരം പുള്ളിമാനിനെ ഈ വനത്തിൽ ഞാൻ കണ്ടിട്ടില്ല. ജ്യേഷ്ഠാ ഇതൊരു അസുരനായിരിക്കും. മായാവിയായ മാരീച നാകാനാണ് സാധ്യത. അവനൊരിക്കൽ ക്രൂരമൃഗമായി വന്നതാണ്.'

ഞാനവനെ ദേഷ്യത്തോടെ നോക്കി സ്വാമിയോട് യാചിച്ചു,

'സ്വാമി, ഇതിനെ പിടിക്കുന്നത് ജീവനോടെയെങ്കിൽ നമുക്ക് അയോദ്ധ്യയിലേക്ക് കൊണ്ടുപോകാം. എല്ലാവർക്കും സന്തോഷ മാകും. ചാകുകയാണെങ്കിൽ, അതിന്റെ തോൽ നമുക്ക് സുന്ദരമായ ഇരിപ്പിടമാക്കാമല്ലോ?'

രാമദേവനപ്പോൾ ലക്ഷ്മണനോട് പറഞ്ഞത് എനിക്ക് സന്തോഷം തന്നു.

'അനുജാ, നീ പറഞ്ഞപോലെ രാക്ഷസനാണെങ്കിൽ അതിനെ തീർച്ചയായും വധിക്കണം. സീതയെ സംരക്ഷിച്ചു കൊണ്ട് നീയി വിടെ നിൽക്കുക. എനിക്കൊരു ശരം മതി ഇവനെ കൊല്ലാൻ.'

വില്ലും ശരവുമായി അദ്ദേഹം അതിനെ പിന്തുടർന്നു. ഹരിണം അകന്നു പൊയ്ക്കൊണ്ടിരുന്നു. കൂടെ സ്വാമിയും.

അല്പനേരം കഴിഞ്ഞപ്പോൾ ഒരു നിലവിളി കേട്ടു.

'ഹാ ..സീതേ ..ഹാ ലക്ഷ്മണാ എന്നെ അസുരൻ വധിക്കുന്നു.'

എന്റെ കൈകാലുകൾ വിറച്ചു. ഞാൻ ദയനീയമായി അനുജ നോട് പറഞ്ഞു,

'അയ്യോ .. ലക്ഷ്മണാ ..ജ്യേഷ്ഠൻ ആപത്തിലാണ്. ! പോയി രക്ഷിക്കു.'

'ഒന്നുമില്ല ജ്യേഷ്ഠത്തി. ഇതാ മായാവിയുടെ സ്വരമാണ്. ദേവേ ന്ദ്ര തുല്യനായ ജ്യേഷ്ഠനെ ജയിക്കാൻ ആർക്കും സാധ്യമല്ല. വിശ്വ സിച്ചാലും. മായാമൃഗത്തെ വധിച്ചുകൊണ്ട് അദ്ദേഹം തിരികെ എത്തും.'

അവൻ കൂസലില്ലാതെ നിന്നു. എനിക്കപ്പോൾ വന്നത് ദുഃഖമല്ല, കോപമായിരുന്നു. ഞാനവനെ ഭത്സിച്ചു,

'നീയൊരു ദുഷ്ടനാണ്. വംശനാശകൻ. എന്നെ മോഹിച്ച് നീ രാമദേവന്റെ നാശം ആഗ്രഹിക്കുന്നു. അതു സഫലമാകില്ല. ശ്രീരാമനില്ലെങ്കിൽ സീതയുമുണ്ടാകില്ല. മരിക്കാൻ എനിക്കു ഭയമില്ല.'

ലക്ഷ്മണന്റെ കണ്ണുകളിലെ നീർകണങ്ങൾ എന്നെ തണുപ്പിച്ചില്ല. അവൻ തൊഴുകൈകളോടെ അറിയിച്ചു,

'അവിടുന്നെന്റെ ഈശ്വരിയാണ്. ഞാൻ പോകാം. നാശമടുക്കുമ്പോളാണ് ഇത്തരം ദുഷ്ടതകൾ പറയാൻ തോന്നുന്നത്. വനദേവതമാർ ദേവിയെ രക്ഷിക്കട്ടെ. ഞങ്ങൾ വരുന്നതുവരെ ആശ്രമത്തിൽ നിന്നും പുറത്തിറങ്ങരുത്.'

ആയുധവുമേന്തി ലക്ഷ്മണൻ ഓടിമറഞ്ഞു. പ്രാണനാഥനു വേണ്ടിയുള്ള പ്രാർത്ഥനയോടെ ആശ്രമത്തിനുള്ളിലേക്ക് കാലെടുത്തു വച്ചതേയുള്ളു.

'ശംഭോ മഹാദേവാ.... ഭദ്രേ..... ഭിക്ഷാം ദേഹി...'

ഘനഗംഭീരമായ ശബ്ദം. കാവിവസ്ത്രധാരിയായ ഭിക്ഷുവാണ്. കറുത്തിരുണ്ട ജടയും താടിയും. ഓലക്കുടയുടെ തണൽ അദ്ദേഹത്തിൽ കരിനിറം പൂശിയിരുന്നു. മറുതോളത്ത് യോഗദണ്ഡും, കൈയിൽ കമണ്ഡലുവും.

ബലിഷ്ഠമായ ദേഹം ഒരു ഭിക്ഷുവിന് ചേർന്നതല്ല. ആ കണ്ണുകളിലുള്ളത് ഒരു മുനിയുടെ ശാന്തതയുമല്ല.

അദ്ദേഹം വിനയത്തോടെ പരിചയപ്പെടുത്തി.

'ഞാനൊരു ബ്രാഹ്മണനാണ്. പണ്ടിവിടെയാണ് തപസ്സു ചെയ്തിരുന്നത്. ഇപ്പോൾ ലങ്കയിലാണ്. രാവണചക്രവർത്തിയുടെ ലങ്കാസാമ്രാജ്യം കാണേണ്ടതാണ്...!'

ഞാനൊന്നും മിണ്ടാതെ അദ്ദേഹത്തിന് പാദം കഴുകാൻ ജലം നൽകി. പക്വകനികളും ശുദ്ധജലവും സമർപ്പിച്ചു.

'ഭവാൻ ഇരുന്നാലും. ഇവ സ്വീകരിച്ച് ക്ഷീണം തീർത്താലും.'

'സുന്ദരീ, നീ ആരാണ് ? ലക്ഷ്മിയോ, ഐശ്വര്യദേവതയോ? അതോ അപ്സരസ്സോ? ആരുടേയും സഹായമില്ലാതെ ഈ വനത്തിൽ താമസിക്കുന്നതെന്ത്?'

'സ്വാമിൻ, ഞാൻ ജനകപുത്രിയാണ്, സീത എന്നാണ് നാമം. കോസലാധിപൻ ദശരഥന്റെ പുത്രൻ ശ്രീരാമചന്ദ്രന്റെ പത്നിയുമാണ്. ഞാൻ തനിച്ചല്ല. ഭർത്താവ് കൂടെയുണ്ട്. പിന്നെ അനുജനും.'

'നിന്റെ പ്രായം വനവാസത്തിനു യോജിച്ചതല്ലല്ലോ.....?'

ഞാൻ കാര്യങ്ങൾ കുറച്ചുകൂടി വിശദമാക്കി,

'കഴിഞ്ഞ പന്ത്രണ്ടു കൊല്ലം ഞാൻ അയോദ്ധ്യയിലായിരുന്നു. ഇപ്പോൾ വനവാസത്തിലാണ്. മാതാവ് ആവശ്യപ്പെട്ട വരങ്ങൾ സത്യമാക്കിയതാണ്. രാമന് ഇരുപത്തഞ്ചും എനിക്കു പതിനെട്ടും വർഷമേ പ്രായമുള്ളുവെന്നത് സത്യലംഘനത്തിനുള്ള ഒരു കാരണമാകില്ലല്ലോ സ്വാമിൻ ?'

'എന്റെ ചിന്ത തുറന്നു പറയട്ടെ. ലോകൈകസുന്ദരനായ രാവണപ്രഭുവിന് ചേരുന്ന ഒരു റാണി ഇപ്പോൾ ലങ്കയിലില്ല. ഭവതിയെ ക്കണ്ടപ്പോൾ....., ദേവി അദ്ദേഹത്തിന് ഉത്തമയായിരിക്കും എന്നെനിക്ക് തോന്നുന്നു.'

'രാവണൻ നികൃഷ്ടനാണെന്നാണ് കേട്ടിട്ടുള്ളത്. എന്റെ പതിയാകട്ടെ രാക്ഷസനാശത്തിനായുള്ള പ്രതിജ്ഞയെടുത്തവനാണ്'

ഭിക്ഷുവിന്റെ ഭാവം മാറി. അയാൾ പീഠത്തിൽ നിന്നെഴുന്നേറ്റ് എന്റെ സമീപത്തേക്ക് വന്നു. എന്നിൽ ഭയം അങ്കുരിക്കുന്നത് ഞാനറിഞ്ഞു.

'അങ്ങാരാണ്..? ആര്യപുത്രൻ ഇപ്പോഴിങ്ങെത്തും. വിശ്രമിച്ചാലും.'

സന്യാസിരൂപിയുടെ പൊട്ടിച്ചിരിയിൽ പരിസരം കിടുങ്ങി. കാട് വിറച്ചു. മൃഗങ്ങൾ നിശ്ചലരായി. പക്ഷികൾ എങ്ങോട്ടെന്നില്ലാതെ പാറിപ്പറന്നു.

'ഹേയ്..... മനോഹരി, എന്റെ പേരുകേട്ടാൽ സർവ്വജീവജാലങ്ങളും കിടുകിടാ വിറയ്ക്കും. ദേവന്മാർക്കു പോലും എന്നെ ഭയമാണ്. പത്തുപേരുടെ ശക്തിയും ബുദ്ധിയുമുള്ള രാവണനാണ് ഞാൻ. കനകപ്രഭയോടെ ശോഭിക്കുന്ന ലങ്കയുടെ അധിപൻ. സുന്ദരീതിലകമായ നിന്നെ പത്നിയാക്കാൻ മോഹിച്ചു വന്നതാണ്. എന്റെ പത്നിമാരുടെയെല്ലാം നാഥയായി നിന്നെ ഞാൻ വാഴിക്കാം. വിശാലാക്ഷീ.....നീയീ അസുരേന്ദ്രന്റെ പട്ടമഹിഷിയാകുക. അവിടത്തെ സുഖലോലുപതയിൽ നീ കാടിനെ മറക്കും, രാമനെ മറക്കും.'

നക്തഞ്ചരേന്ദ്രനായ ദശാനനനായി അവൻ വളർന്നു. അയാളുടെ കണ്ണുകൾ സൂര്യജ്വാലകളായി. കൺതടങ്ങളിൽ മഞ്ഞ നിറം പുരണ്ടു.

എന്റെ സ്വയംവരത്തിനു വന്ന് തലതാഴ്ത്തി പോയവനാണ്.

പ്രതികാരത്തിന് വന്നതാകുമോ.....? ഭയം പാദത്തെ സ്തംഭിപ്പിച്ചു. അതിനെ പ്രതിരോധിച്ചു കൊണ്ട് കോപത്തിന് തീപിടിച്ചു.

'ഹേ ദുഷ്ടാ...... ശ്രീരാമചന്ദ്രനെ അനുയാനം ചെയ്യുന്ന ധർമ്മപത്നിയാണ് ഞാൻ. മനുഷ്യസിംഹമാണ് അദ്ദേഹം. അദ്ദേഹത്തിന്റെ ഭാര്യയായ എന്നെ നിനക്ക് സ്പർശിക്കാൻ പോലുമാകില്ല.'

'ഹാ...ഹാ.. സുന്ദരീ.. നീയിനി എന്റേതാണ്. എന്റെ ഹൃദയം ഭ്രാന്തമാകുന്നു. ഖരന്റെ മരണമറിയിക്കാനെത്തിയ അകമ്പനൻ വർണ്ണിച്ചപ്പോൾ ഇത്ര മനോമോഹിനിയാണ് നീയെന്ന് കരുതിയതേയില്ല! ഈ രാക്ഷസേന്ദ്രൻ നിന്റെ അടിമയായിരിക്കുന്നു. വരൂ പ്രിയേ....നീ ആഗ്രഹിക്കുന്നതെന്തും നൽകുന്ന ഉത്തമ ഭർത്താവാകും ഞാൻ. നിന്നെ ഞാൻ സ്വന്തമാക്കട്ടെ.... വരിക...'

കാമാന്ധനായ ലങ്കേശൻ കൈകൾ വിടർത്തിക്കൊണ്ട് അടുത്തേക്ക് വന്നു.

'ഛേ......നീചാ.. മാറിനിൽക്കുക. ലജ്ജയില്ലേ നിനക്ക് ഒരു സ്ത്രീയെ അവളുടെ ഇഷ്ടമില്ലാതെ കൊണ്ടുപോകാൻ.....? ആത്മപ്രശംസ നടത്തിയല്ലോ, വീരനാണെന്ന്.....! നീയൊരു പേടിത്തൊണ്ടനാണ്. മായാമാനിനെ കാണിച്ച്, എന്റെ ഭർത്താവിനെ ദൂരത്താക്കിയിട്ടല്ലേ നിന്റെയീ നീചകൃത്യം.'

രാക്ഷസന്റെ കവിളുകൾ തുടിച്ചു. പല്ലുകൾ ഞെരിഞ്ഞമർന്നു. അയാളുടെ കൈകൾ നീണ്ടു വന്നു. വലതു കൈകൊണ്ട് എന്നെ എടുത്തുയർത്തി. ഇടതു കൈ മുടിക്കെട്ടിൽ വലിച്ചു പിടിച്ചു. ഞാൻ പുളഞ്ഞുകൊണ്ട് വിലപിച്ചു.

'നാഥാ....വേഗം വന്നെന്നെ രക്ഷിക്കൂ.....വനദേവതമാരെ..... സീതയെ കട്ടുകൊണ്ടുപോകുന്നെന്ന് രാമനെ ഒന്നറിയിക്കൂ....ഹോ... പക്ഷിശ്രേഷ്ഠാ.... ഉണരൂ.... ദുഷ്ടരാക്ഷസനെന്നെ അപഹരിക്കുന്നു'.

ഗാഢനിദ്രയിലായിരുന്ന ജടായു ഉണർന്നു. അപ്പോഴേക്കും രാവണൻ എന്നേയും തൂക്കിയെടുത്ത് രഥത്തിൽ കയറിയിരുന്നു. പറന്നെത്തിയ പക്ഷീന്ദ്രൻ രഥം തകർത്ത്, സാരഥിയെ കൊക്കിൽ കോർത്തു. കുതിരകളേയും രാക്ഷസരേയും വധിച്ചു. ദശാനനോടൊപ്പം ഞാനും താഴെ വീണു.

ലങ്കാധിപൻ വില്ലെടുത്തപ്പോൾ ജടായു അതിന്റെ ഞാൺ ഖണ്ഡിച്ചു. പിന്നെ രാക്ഷസേന്ദ്രന്റെ തലയിലിരുന്ന് മുടിയെല്ലാം

കൊത്തിവലിച്ചു. മുഖത്ത് മൂർച്ചയുള്ള നഖങ്ങളാഴ്ത്തി. ശരീരത്തിൽ നിന്നും മാംസം കൊത്തിയെടുത്തു. വേദനയും ദേഷ്യവും അയാളെ ഭ്രാന്തനാക്കി. ആ ദുഷ്ടന്റെ കൈ അയഞ്ഞു. ഞാൻ കുതറിയോടി ഒരു മരത്തിന്റെ മറവിൽ പതുങ്ങി.

അയാളുടെ ചന്ദ്രഹാസം, പലവട്ടം ഉയർന്നു താഴുന്നത് കണ്ടു. കൂടെ ഖരഗരന്റെ വേദനയോടെയുള്ള അലർച്ചയും. രാവണന്റെ ഗർജ്ജനം മുഴങ്ങികേട്ടു.

'ആഹാ....... ഒരു പക്ഷിക്ക് ഇത്ര അഹങ്കാരമോ? രാക്ഷസേശ്വര നായ ദശമുഖനെ ജയിക്കാനാകുമെന്ന് നീ കരുതിയോ....? വിഡ്ഢി..... നിന്റെ അഹങ്കാരം കാലുകളും ചിറകുകളുമാണ്. ഇനി നീ നിര ങ്ങി നരകിക്കുക.'

ചിറകുകളും കാലുകളും അറ്റുപോയ ജടായു, ചോരയിൽ പിടയുന്നത് കണ്ണീരോടെ ഞാൻ നോക്കി നിന്നു.

രാക്ഷസൻ എന്നെ കണ്ടു. ചോരയൊലിക്കുന്ന മുഖം ഒന്നുകൂടി ഭീകരമായി. ഞാൻ മരത്തിൽ ചുറ്റിപ്പിടിച്ചു. അയാൾ മുരണ്ടുകൊ ണ്ട് എന്നെ പിടിച്ചു വലിച്ച് വേർപെടുത്തി. ചേലയുടെ മുന്താണി മുറിഞ്ഞു തൂങ്ങി. ആ ബലിഷ്ഠങ്ങളായ കരങ്ങളിൽ നിന്നും രക്ഷ നേടാൻ ആവില്ലെന്നറിഞ്ഞിട്ടും ഞാൻ കുതറിക്കൊണ്ടിരുന്നു. എന്റെ പിടച്ചിലിൽ ഒരു നൂപുരം ഊരിവീണു, ചന്ദ്രഹാരം പൊട്ടി വീണു.

ജടായു അനങ്ങാനാകാതെ മുരണ്ടുകൊണ്ട് ദയനീയമായി എന്നെ നോക്കി. ഞാൻ അവനെ അറിയിച്ചു,

'ഹാ....പക്ഷീന്ദ്രാ..... രാമദേവനെക്കാണുന്നതുവരെ അങ്ങ് ജീവി ച്ചാലും....!'

പുഷ്പക വിമാനത്തിനടുത്തേക്ക് എന്നെ അയാൾ വലിച്ചിഴച്ചു. വിമാനത്തിനുള്ളിലേക്ക് എന്നെ വലിച്ചിട്ട് അയാളും കയറി. അന ങ്ങാനാകാതെ അയാളുടെ ബാഹുക്കളിൽ ഞാൻ ബന്ധിതയായി. രാക്ഷസർ ചുറ്റിനും നിരന്നു. വിമാനം മനോവേഗത്തിൽ പാഞ്ഞു. ദൈത്യേന്ദ്രന്റെ വിജയാട്ടഹാസത്തിൽ രാജഹംസങ്ങളുടെ ചിറക ടിയൊച്ച മുങ്ങിപ്പോയി.

താഴെ വനത്തിന്റെ പച്ചമേലാപ്പു മാത്രം. കരഞ്ഞാലും കേൾ ക്കാൻ ആരുമില്ല. ഇനി വേണ്ടത് കണ്ണുനീരല്ല. രക്ഷപ്പെടാനുള്ള അന്വേഷണമാണ്....

ദൂരെയായി പടർന്നു കിടക്കുന്ന ഒരു പർവ്വതം കണ്ടു. അതിന്റെ

ശൃംഗത്തിനെ തൊട്ടു ചേർന്നാകും വിമാനം പറക്കുക. അവിടെ മുനിമാരും, ആശ്രമങ്ങളും ഉണ്ടാകാം.

ഞാൻ രാവണനെ ഒളികണ്ണിട്ടു ശ്രദ്ധിച്ചു. അയാളുടെ പരിഭ്രമം മാറിയിട്ടില്ല. വീരകൃത്യം വിശദീകരിച്ചുള്ള അട്ടഹാസത്തിൽ അതിനെ മായ്ക്കാൻ നോക്കുകയാണ്. സഹായികളായ രാക്ഷസർ രാവണന്റെ മുറിവുകൾ വൃത്തിയാക്കുവാൻ തുടങ്ങി. അയാളുടെ കൈകൾ വിടർന്നു. ഞാൻ സ്വതന്ത്രയായി.

എന്റെ ബുദ്ധി ഉണർന്നു. വസ്ത്രത്തിന്റെ കീറിയിരുന്നിരുന്ന തുമ്പ് മെല്ലെ വലിച്ചെടുത്തു. കുറച്ച് ആഭരണങ്ങൾ അഴിച്ചെടുത്ത് അതിൽ പൊതിഞ്ഞു. മുറിവുകളുടെ വേദനയും, വിജയത്തിന്റെ ലഹരിയും രാവണനെ അലസനാക്കിയിരുന്നു. അതിനാൽ എന്റെ പ്രവൃത്തികൾ അയാളറിഞ്ഞില്ല.

വിമാനം പർവ്വതശൃംഗത്തിന് മുകളിലെത്തി. താഴെ നാലഞ്ചു വാനരന്മാർ ഇരിക്കുന്നത് കണ്ടു. അവർക്കുനേരെ ആഭരണക്കിഴി എറിഞ്ഞിട്ടു.

എന്നിട്ട് അവർ കേൾക്കാനായി ഉച്ചത്തിൽ വിലപിച്ചു,

'ഹാ...രാമാ.....പ്രിയ ഭർത്താവേ......രാവണൻ എന്നെ കൊണ്ടു പോകുന്നു. രക്ഷിക്കു പ്രാണനാഥാ..'

മനസ്സിലെ പ്രാർത്ഥന ആവശ്യപ്പെട്ടത് 'ആഭരണങ്ങൾ അവർക്ക് കിട്ടണം. സ്വാമി അവരെ കണ്ടുമുട്ടണം' എന്ന് മാത്രം.

സൂര്യൻ വലതു വശത്തായി അസ്തമിക്കാനൊരുങ്ങുന്നു. അപ്പോൾ വിമാനത്തിന്റെ ഗതി തെക്കോട്ടാകും. പെട്ടെന്ന് ഒരു ഭീകരപക്ഷി വിമാനത്തിന്റെ മുന്നിലെത്തി. അത് ഞങ്ങളെ ഭക്ഷിക്കാനായി കൊക്കുകൾ വിടർത്തി സമീപിച്ചു. ഭയം എന്നെ തീണ്ടിയില്ല.

രാവണരാക്ഷസന്റെ കൈയിൽ നിന്നുള്ള രക്ഷപ്പെടൽ ഇങ്ങനെയാകാം....!

ദാശാസ്യന്റെ വിനയ സ്വരം കേട്ടു,

'ഹേ..പക്ഷിശ്രേഷ്ഠ, ഞാൻ ലങ്കേശനായ രാവണനാണ്. ദയവായി എന്നെ തടയരുത്. നിനക്ക് ഭക്ഷണമായി വേറേയും ജന്തുക്കളെ കിട്ടുമല്ലോ? ഇനിമുതൽ എന്നും ഞാൻ നിന്റെ സുഹൃത്തായിരിക്കും.'

പക്ഷി കൊക്കുകൾ കൂട്ടി. എന്റെ മരണം നടക്കില്ലെന്ന് എനിക്ക്

മനസ്സിലായി.

രാവണൻ ചോദിച്ചു.

'എന്റെ സുഹൃത്തായ നീ ആരാണ്...?'

'സുപാർശ്വനെന്നാണ് പേര്. വൃദ്ധനായ പിതാവിനുള്ള ഭക്ഷണത്തിനായി വന്നതാണ്. സുഹൃത്തായ അങ്ങയെ ഞാൻ തടയുന്നില്ല. പോയാലും.'

ഞാൻ നിരാശയോടെ പുറത്തേക്ക് നോക്കി. താഴെ പടർന്നുള്ള നീലനിറം.....!

എന്റെ നോട്ടം കണ്ടാകണം രാവണൻ പറഞ്ഞു,

'ഈ സമുദ്രത്തിനപ്പുറമാണ് എന്റെ സാമ്രാജ്യം. അവിടേക്ക് രാമന് എത്താനാകുമെന്ന് നീ വ്യാമോഹിക്കേണ്ട. നിന്നെക്കാണാതെ അവൻ കരഞ്ഞുകരഞ്ഞ് മരിക്കും. എന്റെ ശക്തിയിൽ നീ രാമനെ മറക്കും. എന്റേതായതെല്ലാം ഇനി നിന്റെ കാൽക്കീഴിലായിരിക്കും. മനോഹരീ...... നീ എന്റേതാകുക.'

അയാളുടെ കാമം നിറഞ്ഞ നോട്ടം കാണാതിരിക്കാനായി ഞാൻ മുഖമുയർത്തിയില്ല. എങ്കിലും വാക്കുകളിൽ അത് ധാരാളം പുരണ്ടിരുന്നു.

താഴേക്ക് ചാടിയാൽ....?

മാനഹാനിയേക്കാൾ മഹത്തരം അതാകും. രാക്ഷസപ്പരിഷകൾ എല്ലായിടവും നിരന്നു നിൽക്കുകയാണ്.

അപ്പോഴാണ് ഞാനാ വിമാനത്തിന്റെ എല്ലാ വശവും ശ്രദ്ധിച്ചത്.

ചുമരുകളുടെ ചിത്രഭംഗി ഗംഭീരമാണ്. അതിസൂക്ഷ്മവും മനോഹരങ്ങളുമായ ജീവസ്സുറ്റ ചിത്രവേലകളാൽ നിറഞ്ഞത്. രണ്ടുഭാഗം മുഴുവൻ പർവ്വതങ്ങളും വൃക്ഷലതാപക്ഷിമൃഗങ്ങളും നിറഞ്ഞ കാനനമാണ്. ജീവനുണ്ടെന്നു തോന്നിക്കുന്ന മൃഗങ്ങളും പക്ഷികളും! അവയെല്ലാം അമൂല്യ രത്നങ്ങളാൽ അതിമനോഹരമാക്കിയിരിക്കുന്നു.

മറ്റു രണ്ടു വശങ്ങളിലും, ഒരു താമരപ്പൊയ്കയുടെ മദ്ധ്യത്തിൽ കനകത്താമരയിലിരിക്കുന്ന ലക്ഷ്മീദേവിയെ പൂജിക്കുന്ന രണ്ടു ഗജങ്ങൾ.

അതിഗംഭീരങ്ങളായ ഇരിപ്പിടങ്ങളും സജ്ജീകരിച്ചിട്ടുള്ള മഹാവിമാനം......!

അത്ഭുതലോകത്തിൽ ഇരിക്കുന്നത് പോലെ...!

മഹത്തായ കലാരൂപങ്ങളുടെ കാഴ്ചയിൽ ഞാനെന്റെ ദുഃഖം ഒരു നിമിഷം വിസ്മരിച്ചു. ചേതനയെ വേഗത്തിൽ ഞാൻ തിരിച്ചെടുത്തു.

രാമനാമത്താൽ ദുഃഖത്തെ അതിജീവിക്കണം. രാക്ഷസനിർമ്മാർജ്ജനമാണ് എന്റെ നാഥന്റെ പ്രതിജ്ഞ. അതിനുള്ള മാർഗ്ഗമാകും ഇതെല്ലാം....!

വിമാനം ലങ്കയുടെ മുകളിലായി. അതൊരു കാറ്റുപോലെ ഭൂമിയെ സ്പർശിച്ചു. ഓടിയെത്തിയ മല്ലന്മാരെ കണ്ടപ്പോൾ മനം തേങ്ങി.

'രക്ഷപ്പെടാൻ കഴിയില്ലേ....?'

അതിമനോഹരമായ കൊട്ടാരത്തിലേക്കാണ് എന്നെ കൊണ്ടുപോയത്. നൂറു കണക്കിന് ഭീകരരൂപിണികൾ രാജാവിനെ വണങ്ങിനിന്നു.

'ഇവളെന്റെ റാണിയാകാനുള്ളവളാണ്. എന്റെ സമ്മതമില്ലാതെ ഇവളെയാരും കാണരുത്. അനിഷ്ടമായ ഒരു വാക്കു പോലും പറയുന്നവരുടെ ആയുസ്സവസാനിക്കും. ഹും....ഇവളെ അന്തഃപുരത്തിലേക്ക് കൊണ്ടുപോകുക. ശ്രേഷ്ഠങ്ങളായ വസ്ത്രങ്ങളും ആഭരണങ്ങളും നൽകണം...'

നിശാചരികൾ എന്നെ കൊണ്ടുപോകുമ്പോൾ മറ്റൊരു രാജശാസനം കേട്ടു,

'അകമ്പനാ, നിങ്ങൾ എട്ടുപേർ ജനസ്ഥലയിലേക്ക് പോകണം. അവിടെയാണ് ആ ദുഷ്ടനായ രാമൻ. എന്റെ സഹോദരന്മാരെ വധിച്ചവൻ.... ശത്രുവാണവൻ. അവന്റെ ഓരോ നീക്കങ്ങളും എന്നെ അറിയിക്കണം.'

ആ കല്പന കേട്ട് ഞാൻ ഭയന്നില്ല. നേരെമറിച്ച് ആശ്വാസത്തിന്റെ വെളിച്ചവുമായിട്ടാണ് അതെന്റെ ചെവിയിൽ കയറിയത്. എന്റെ നാഥനെകുറിച്ച് അറിയാനുള്ള ഒരു മാർഗ്ഗം തുറന്നിരിക്കുന്നു.....

ഞാനിവിടെയുണ്ടെന്നറിഞ്ഞാൽ സ്വാമി വന്നെന്നെ മോചിപ്പിക്കും. ആ വിശ്വാസം മതിയായിരുന്നു എന്റെ ധൈര്യത്തെ തിരിച്ചെടുക്കാൻ. എങ്കിലും മനസ്സ് മടിച്ചു നിന്നു.

ഭീകരർക്കിടയിൽ ഞാൻ തികച്ചും ദുർബലയായിരുന്നു......

രാക്ഷസിമാർ രണ്ടു പെട്ടികൾ എന്റെ മുന്നിൽ തുറന്നു വച്ചു. അതിൽ നിറയെ ആടയാഭരണങ്ങളായിരുന്നു. ഞാനത് നോക്കിയ തേയില്ല. അവ അണിയാനായി അവരെന്നെ പ്രേരിപ്പിച്ചു കൊണ്ടിരുന്നു.

അല്പനേരത്തിനുള്ളിൽ ദശാനനൻ കാമപരവശനായി കടന്നു വന്നു. അയാളുടെ ശൃംഗാരസ്വരം ചെവിയിലേക്ക് തള്ളിക്കയറി.

'ദേവീ.... സീതേ...... എന്റെ ജീവനേക്കാൾ ഞാൻ നിന്നെ സ്നേഹിക്കുന്നു. നീ അതെല്ലാം അണിഞ്ഞ് മനോഹരിയാകുക. എന്റെ ഭാര്യമാരുടെയെല്ലാം അധീശ്വരിയായി വാഴുക. ഓമനേ.... എന്നോട് ചേരുക.'

ദശമുഖന്റെ ഭാവം മാറുന്നത്, ഭയം വർദ്ധിപ്പിച്ചു. രാക്ഷസിമാർ കണ്ണുരുട്ടി. ഞാൻ പുച്ഛത്തോടെ മുഖം തിരിച്ചു. ഞാനാ വാക്കുകളിൽ വീണില്ലെന്നു മനസ്സിലായപ്പോൾ, അലങ്കാരങ്ങളും ആർഭാടങ്ങളും കാണിച്ചെന്നെ വശീകരിക്കാനുള്ള ശ്രമത്തിലായി ദശാസ്യൻ.

അരമന മുഴുവൻ ചുറ്റിക്കാണിച്ചു കൊണ്ട് അറിയിച്ചു,

'സുന്ദരീ..... കണ്ടില്ലേ എന്റെ കൊട്ടാരം. ഇനിയിത് നിന്റേതാണ്. ഈ സുരക്ഷിതത്വത്തിൽ രാമന് ഇവിടെ എത്താൻ കഴിയുമെന്ന് തോന്നുന്നുണ്ടോ?'

രാക്ഷസേന്ദ്രന്റെ സ്വരം കാമശരമേറ്റവനെപ്പോലെ മൃദുവായി. ഞാനെന്റെ ദുഃഖം ഉത്തരീയം കൊണ്ട് തുടച്ചു മാറ്റി നിശ്ചേതയായി നിന്നു.

ശബ്ദഗാംഭീര്യം ഒട്ടുമില്ലാതെ അയാൾ യാചിച്ചു.

'സുന്ദരീ......ഒരു സ്ത്രീയുടെ മുന്നിലും ഞാൻ തലകുനിച്ചിട്ടില്ല. ഇത്ര വിനീതനായി പറഞ്ഞിട്ടുമില്ല. രാമനെ നീ മറന്നേക്കുക. നിന്നെ ഞാൻ ചക്രവർത്തിനിയായി അഭിഷേകം ചെയ്യും. എന്നെ സന്തോഷിപ്പിക്കു മോഹിനീ....'

'ദുഷ്ടാ....നിനക്കെന്നെ തൊടാൻ പോലും കിട്ടില്ല.....'

എന്റെ സ്വരത്തിൽ മാത്രമായിരുന്നു ധൈര്യം. പുറത്തേക്ക് തുളുമ്പാതെ ഉള്ളിൽ നിറഞ്ഞ ഭയത്തെ ഞാനടക്കി വച്ചു. അയാൾ അമറിക്കൊണ്ട് വീണ്ടും സമ്പന്നതയുടെ കാഴ്ചകൾക്കായി എന്നെ നയിച്ചു.

സ്വർണ്ണവെള്ളിസ്ഫടിക തൂണുകൾ, നവരത്ന ഭിത്തികൾ, രത്ന നിർമ്മിതങ്ങളായ ഇരിപ്പിടങ്ങൾ, മഞ്ചലുകൾ, കണ്ണാടിത്തിള ക്കമുള്ള കനകത്തറകൾ......

എന്റെ പുച്ഛത്തെ ഞാനാ കനകത്തറയിൽ പ്രതിഫലിച്ചു കണ്ടു. ആർഭാടത്തിൽ മയങ്ങുന്നവളല്ല സീതയെന്ന സത്യം അസുരേന്ദ്രൻ തിരിച്ചറിഞ്ഞെന്നു തോന്നുന്നു. ദൈത്യേന്ദ്രൻ എന്നെ രൂക്ഷമായി നോക്കി.

'ഇവളേയും കൊണ്ട് വാ..'

കേൾക്കേണ്ടതാമസം, രാക്ഷസിമാർ എന്നേയും പിടിച്ചുകൊണ്ട് ഒരു വിശാലമുറിയിലെത്തി. മദ്ധ്യത്തിലായി നാലുസുവർണ്ണ ഗോവണികൾ കൂട്ടി മുട്ടുന്നരീതിയിൽ കണ്ടു. നാലുവശങ്ങളിലൂടേ യും അനേകം പേർക്ക് കയറാം. അതിലൊന്നിലൂടെ നിശാചാരി കൾ എന്നെ കയറ്റി.

പർവ്വതത്തിന്റെ ഉത്തുംഗശൃംഗത്തിലെ മഹാനഗരത്തിലാണ് ഞാനെത്തിയത്. പത്തുനിലയുള്ള നവരത്നമാളിക ഒരു മഹാത്ഭുത മായി മുന്നിൽ തലയുയർത്തിനിന്നു. ഓരോ നിലയും ഓരോ രത്ന ങ്ങൾകൊണ്ട് നിർമ്മിച്ചത്. പത്താം നില സ്ഫടികനിർമ്മിതവും.

'ഇതാണ് മഹാരാജാവിന്റെ കൊട്ടാരം.'

ഒൻപതു നിലകളുള്ള ഒൻപതു മണിമാളികകളുടെ നടുവിലാ ണ് ഈ അതിമനോഹര നവരത്ന മാളിക. ചുറ്റുമുള്ളവ ഓരോ ന്നും ഓരോ നിറത്തിലുള്ളവയാണ്. ഒരെണ്ണം ഇന്ദ്രനീല രത്ന ത്തിന്റെ നീലിമയിൽ ശോഭിക്കുന്നതെങ്കിൽ അടുത്തത് മരതക ത്തിന്റെ ഹരിതവർണ്ണത്തിലാണ്. ഇതുപോലെ ചെമ്പവിഴം, വൈ ഡൂര്യം, വെൺപവിഴം തുടങ്ങിയ രത്നങ്ങളാൽ നിർമ്മിച്ചവയും. അ വയിൽ തട്ടിപതിക്കുന്ന കിരണങ്ങൾ മഴവില്ലായി നടുമുറ്റത്തെത്തി.

ഒരു വർണ്ണ പ്രപഞ്ചമായിരുന്നു അവിടം.......!

മറ്റനേകം രമണീയ ഹർമ്യങ്ങൾ, വീഥികൾ, ഉദ്യാനങ്ങൾ, തടാ കങ്ങൾ, മൈതാനങ്ങൾ......

ഒരു ഭീമാകാരമായ മലയുടെ മുകളിലാണ് ഈ വിശാല നഗര മെന്നത് വിശ്വസിക്കാൻ സമയമെടുത്തു.

ആ മായാലോകം കണ്ട കണ്ണുകൾ കരയാൻ മറന്നു.....

ഞാനെന്റെ മനസ്സിനെ കുടഞ്ഞെഴുന്നേൽപ്പിച്ചു. രക്ഷപ്പെടാനു

ള്ള മാർഗ്ഗമാണ് അറിയേണ്ടത്. മനസ്സ് അവസാന വാക്ക് പറഞ്ഞു.

'ഇല്ല...അതിനുള്ള സാദ്ധ്യത കാണുന്നില്ല....അനുവാദമില്ലാതെ അകത്തോ പുറത്തോ പോകാൻ ആർക്കും കഴിയില്ല....!'

വരണ്ട മിഴികൾ നീരണിഞ്ഞു.

ഞാൻ മയങ്ങിക്കാണുമെന്ന പ്രതീക്ഷയിലാണ് ദശാസ്യനെന്നു തോന്നി. അയാൾ വിജയിയുടെ ഗാംഭീര്യത്തോടെ നടന്നു. നവരത്നമാളികയിലേക്കാണ് അടുത്തതായി എന്നെ കയറ്റിയത്. ആയിരക്കണക്കിന് സ്ത്രീകൾ ആരാധന നിറഞ്ഞ മിഴികളോടെ രാജാവിനെ സ്വീകരിച്ചു.

'ഇവരെല്ലാം എന്റെ കാമിനിമാരാണ്. ഇവരുടെയെല്ലാം മഹാറാണിയായി നിനക്കിവിടെ കഴിയാം.'

ഞാൻ മുഖം കുനിച്ചു നടന്നു. ആ വിടനെ എനിക്കു കാണണ്ട. അയാൾ എനിക്കെതിരെ നിന്നുകൊണ്ട് നട്ടെല്ലു വളച്ച്, ശിരസ്സ് താഴ്ത്തി അറിയിച്ചു.

'മുപ്പത്തിരണ്ടുകോടി രാക്ഷസരുണ്ടിവിടെ. അവരുടെ ചക്രവർത്തിയായ ഞാനിപ്പോൾ ദേവിയുടെ വിനീതഭൃത്യനാണ്. പ്രസാദിക്കു മനോഹരി.....'

രൂക്ഷനോട്ടത്തിലൂടെ എന്റെ മനസ്സ് രാവണന് കാണിച്ചു കൊടുത്തു ഞാൻ. അനുകൂലമല്ലെന്നറിഞ്ഞ അയാൾ തിരിഞ്ഞു നടന്നു. രാക്ഷസിമാർ ദശകന്ധരനെ അനുഗമിച്ച്, ഒരു ആഡംബര മുറിയിലേക്ക് എന്നെ കയറ്റി. അവിടെ ഞാനൊരു ഐശ്വര്യറാണിയെ കണ്ടു.....!

'ഇതാണ് മഹാറാണി മണ്ഡോദരി......'

രാവണന്റെ ശബ്ദം കേട്ടു. എന്നിട്ട് അവരോടായി രൂക്ഷമായി പറഞ്ഞു,

'ഹേ..... റാണി ഇനിമുതൽ ഈ സുന്ദരിയാകും മഹാറാണി. നീയതിൽ വിഷമിക്കേണ്ട കാര്യമില്ല. നിനക്കൊരു കുറവും വരില്ല.'

അവരെന്നെ വിഷാദത്തോടെ നോക്കി. സ്ഥാനം പോകുന്നതിലല്ല, എന്റെ നിസ്സഹായവസ്ഥയാണ് ആ അമ്മയുടെ വിഷമമെന്ന് മുഖം അറിയിച്ചു.

ഞാൻ ക്രോധത്തോടെ പൊട്ടിത്തെറിച്ചു,

'പതിവ്രതയായ റാണിയെ എനിക്കു ദാസിയായി നൽകുമെന്ന്

പറയുന്ന നീയെത്ര അധമനാണ്! മറ്റൊരുവളെ കണ്ടാൽ നീ എന്നേയും ദാസിയാക്കി നൽകില്ലേ...? ദുഷ്ടാ.... നീ തരുന്ന സ്ഥാനങ്ങൾ എനിക്കാവശ്യമില്ല.'

നിർഭയം ഞാൻ പറഞ്ഞുകൊണ്ടിരുന്നു.

'വീരപരാക്രമിയായ രാമചന്ദ്രനാണെന്റെ ആത്മനാഥൻ. സിംഹമായ അദ്ദേഹത്തിന്റെ മുന്നിൽ നീ കൃമിയാണ്. വെറും കൃമി....! ആ രാജകേസരി അനുജനുമായി വന്ന്, നിന്നെ വധിച്ച് എന്നെ മുക്തയാക്കും. തീർച്ച.'

രാവണചക്രവർത്തിയുടേയും ഭാവം മാറി. കണ്ണുകൾ ചുവന്നു. അയാളുടെ അലർച്ചയിൽ ഞാൻ മാത്രമല്ല, നക്തഞ്ചരന്മാരും വിറച്ചു.

'ഹേ....സീതേ....നീയെന്നെ അധമനായി കരുതുന്നു. സമ്മതമില്ലാതെ ഒരു സ്ത്രീയേയും ഞാൻ സ്വന്തമാക്കിയിട്ടില്ല. അതിനാലാണ് നീ രക്ഷപ്പെട്ടതെന്ന് ഓർക്കുക. ഇന്നു മുതൽ പന്ത്രണ്ട് മാസം നിനക്കു ഞാൻ അവധി തരുന്നു. അതിനകം നീയെന്നെ സ്വീകരിക്കാൻ സമ്മതിക്കണം. എന്റെ അഭീഷ്ടത്തിന് വഴങ്ങാതിരുന്നാൽ നിന്നെ ഞാൻ കഷണം കഷണമാക്കി ഭക്ഷിക്കും.'

എന്റെ മുഖം വിവർണ്ണമായി. അയാൾ രാക്ഷസികളോട് ആജ്ഞാപിച്ചു,

'ഇവളെയിനി അന്തഃപുരത്തിൽ ആവശ്യമില്ല. അശോകവനികയിലേക്ക് കൊണ്ടുചെന്നാക്കുക. നിങ്ങൾ കാവൽ നിൽക്കണം. നല്ലവാക്കുകൾ കൊണ്ടിവൾ നന്നാകുന്നില്ലെങ്കിൽ, ഭയപ്പെടുത്തിക്കൊള്ളുക.'

രാക്ഷസിമാർ എന്നേയും തള്ളിക്കൊണ്ട് താഴേക്കിറങ്ങി. പുറകിലുള്ള മലയോടു ചേർന്നുള്ള വനത്തിലേക്കാണ് രഥം പോയത്.

അരുവികളുടെ തീരങ്ങളിലൂടെ രഥം നീങ്ങി. ചെറിയ കുന്നുകളേയും വലം വച്ച് അതൊരു വിശാലമായ മൈതാനത്തിലെത്തി നിന്നു. അശോകവനത്തിന്റെ നടുവിലാണ് മൈതാനം. മൈതാനത്തിന്റെ അതിർത്തിയായി നിർമ്മിച്ചിട്ടുള്ള കൃത്രിമക്കാട് വിശാലമായ കനകത്തറയോടു കൂടിയ മഹാവൃക്ഷങ്ങൾ നിറഞ്ഞതാണ്. മൈതാനത്തിന്റെ നടുവിൽ നടുവിലായി ആകാശത്തോളം ഉയരമുള്ള അതിരമണീയമായ പള്ളിമേടകളും.

'ഇതാണ് അശോകവനിക. രാവണത്തമ്പ്രാന് ഏറ്റം ഇഷ്ടമുള്ള സ്ഥലാണ്.'

ശുദ്ധജലം നിറഞ്ഞ കൃത്രിമ സരസ്സിന്റെ അരികിലൂടെയാണ് രാക്ഷസിമാർ എന്നേയും കൊണ്ട് നടന്നത്. പളുങ്കുകൾ പാകിയ അടിത്തട്ട് ജലത്തിൽ ഇളകിയാടുന്നപോലെ. കിന്നരിച്ചു നീന്തുന്ന ഇണകളായ രാജഹംസങ്ങളെ കണ്ടപ്പോൾ രാമദേവന്റെ സ്മൃതിയിൽ കണ്ണുകളും തടാകങ്ങളായി.

പള്ളിമേടകൾ നിൽക്കുന്നിടത്തേക്കാണ് ഞങ്ങൾ പോയത്. വശത്തായി ഒരു തെളിഞ്ഞ അരുവി കളകളനാദത്തോടെ ഒഴുകുന്നു.

മൈതാനത്തിലും, കാട്ടിലുമായി നൂറുകണക്കിന് ഭീകരരൂപികൾ ചിതറി നിൽക്കുന്നുണ്ട്. ഓരോരോ ജോലികളിൽ വ്യാപൃതരായി. എന്റെ കൂടെയുള്ള ഒരുവൾ മൈതാനത്തിലുള്ളവരോട് വിളിച്ചു പറഞ്ഞു.

'ഹേയ്......കൂട്ടരേ......തമ്പ്രാൻ കൊണ്ടുവന്ന പുത്യ പെണ്ണാണിവള്..... ഇമ്മളാണ് ഇനി ഇവളെ നോക്കേണ്ടത്. കേട്ടല്ലോ?'

അനവധി നിലകളുള്ള പളുങ്കുമണിമന്ദിരത്തിലേക്കാണ് എന്നെ കൊണ്ടു പോയത്. പലനിറത്തിലുള്ള മുത്തുകൾ പാകി അലങ്കരിച്ച വിസ്തൃതമായ സരസ്സിൽ നിന്നും ഉയർന്നുനിൽക്കുന്ന തൂണുകളിലാണ് ആ പ്രാസാദം.

സരസ്സിലെ, വെള്ളത്താമര പോലെ......

അതിനുള്ളിലേക്ക് പ്രവേശിച്ചപ്പോൾ ശരീരം കുളിരിട്ടു. വെണ്ണക്കല്ലു കൊണ്ടുള്ള മേൽക്കൂരയും ഭിത്തികളും. മേഘങ്ങൾക്കിടയിൽ നിൽക്കുന്ന പ്രതീതി...! പവിഴനിർമ്മിതമായ ചവിട്ടുപടികളും തങ്കം കൊണ്ടുള്ള തറയും. നൂറു കണക്കിന് മുറികളും. ഒരു മനോഹരമായ വിശാല മുറിയ്ക്കുള്ളിലേക്ക് അവരെന്നെ കയറ്റി.

'ഇതാണ് നിന്റെ മുറി. നിനക്കുള്ള ചേലേം ആഭരണവുമാ ഈ പെട്ടീല്....'

അടുത്തേക്ക് നീക്കി വച്ച അലങ്കാരപ്പെട്ടി ഞാൻ തട്ടി മാറ്റി.

'എനിക്കിതൊന്നും വേണ്ട. ഞാനൊരു അശോകമരച്ചുവട്ടിൽ ഇരുന്നുകൊള്ളാം. എന്റെ ശോകം കുറയ്ക്കുവാൻ അശോകമരത്തിനു കഴിയും.'

ഒരുവൾ കണ്ണുകളുരുട്ടി, കൂർത്ത മൂക്കു വിറപ്പിച്ചു കൊണ്ടവൾ

അലറി,

'ഫാ.... ദുഷ്ടേ...നീ ഞങ്ങടെ തമ്പ്രാനെ തഴഞ്ഞപ്പോ മുതല് ഞങ്ങടെ ശത്രുവാ. നിന്റെ ഇഷ്ടാല്ല നടക്കാ....തമ്പ്രാന്റെ അനിഷ്ട ത്തിന് പാത്രമാകാന് ഞങ്ങളെക്കിട്ടില്യാ. ഉള്ളിലേക്ക് കേറ്.'

അവളുടെ തൂങ്ങിയ വയർ തുളുമ്പി. അതും നോക്കി ഞാൻ മിണ്ടാതിരുന്നു. അപ്പോൾ ഒരു വൃദ്ധരൂപം ശാന്തയായി പറഞ്ഞു,

'കുറച്ച് ക്ഷമ കാട്ട് പ്രഘസേ. ദേവി ഇഷ്ടോള്ളിടത്ത് ഇരിക്കട്ടെ. സാവകാശം നമുക്ക് മുറീലേക്ക് വിടാല്ലോ?'

അവളുടെ കുഴിഞ്ഞ കണ്ണുകളിലേക്ക് ഞാൻ നോക്കി. അവൾ കറുത്ത പല്ലു കാട്ടി ചിരിച്ചറിയിച്ചു.

'ഏൻ ത്രിജടയാണ്. ദേവീടെ പ്രധാന തോഴി. എന്താവശ്യമു ണ്ടേലും ഏനോട് പറയാം. ഇവര് പ്രഘസയും വികടയും. പിന്നെ ചണ്ഡോദരി, ദുർമുഖി എകജട, ഛായാഗ്രഹ, ഹരിജട ......എല്ലാരും ദേവീടെ കൂടേണ്ടാവും. കാവലായിട്ട്...'

വികടയുടെ തുറിച്ച കണ്ണുകൾ പുറത്തേക്ക് തള്ളി നിൽക്കുന്നു. അവളുടെ മുഖമാണ് ഏറ്റവും ഭീകരം. സ്വഭാവവും അങ്ങനെതന്നെ.

'ഇവളാര്...? നമ്മടെ തമ്പ്രാനെ ശത്രുവായി കാണണ ഇവളെ ഏനെ പരിചയപ്പെടുത്തണ്ട. ഏനാരെന്ന് ഇവളറിഞ്ഞോളും.'

ഒരു കറുകറുത്ത രൂപം, വായും പിളർന്നുകൊണ്ട് അട്ടഹസിച്ചു.

'ഹാ.....ആഹ.....ശര്യാണ് വികടെ, ഇവളിത്ര സുന്ദരിയാണോ? നമ്മടെ തമ്പ്രാൻ മയങ്ങാന് മാത്രം.'

'അതല്ല ചണ്ഡോദരി, നീയന്ന് ശൂർപ്പണഖ കുമാരിയെ കണ്ടി ല്ലേ? മൂക്കും ചെവിയുമില്ലാതെ. അതിവളുടെ കെട്ടിയവനാ അറി ഞ്ഞതെന്ന്. അതാണ് തമ്പ്രാനിത്ര അരിശം. നീ തമ്പ്രാന്റെ ഭാര്യ യാക് പെണ്ണേ. ഞങ്ങളൊക്കെ കൊതിക്കുന്ന സ്ഥാനമാ അത്'

'ടീ പെണ്ണേ, ദുർമുഖി പറഞ്ഞത് കേട്ടല്ലോ. അങ്ങനെയായാല് നിനക്ക് നല്ലത്. ഞങ്ങടെ ജോലീം കുറയും. വേഗം സമ്മതിച്ചില്ലേൽ നിന്റെ ഓരോ കഷ്ണവും ഞങ്ങൾ അറുത്തെടുക്കും. നിന്റെ ആള് ചെയ്ത പോലെ.'

ഞാൻ തൊട്ടടുത്ത അശോകമരത്തണലിൽ ചെന്നിരുന്നു. അതിന്റെ തറ സ്വർണ്ണനിറത്തിൽ തിളങ്ങിയിരുന്നു.

രാജകല്പന അവർ പാലിച്ചു തുടങ്ങി. അവർക്കിങ്ങനെ കിട

ക്കേണ്ടി വന്നതിന്റെ കാരണം ഞാനാണെന്ന് പറഞ്ഞുള്ള ശകാരങ്ങൾ തുടർന്നുകൊണ്ടിരുന്നു. അതിനിടയിൽ ചൂതുകളിയും മദ്യപാനവും. വാക്കുകൾ ഇഴഞ്ഞില്ലാതായപ്പോൾ അവർ മലയായി ഭൂമിയോട് ചേർന്നുകിടന്നു.

ത്രിജട അറിയിച്ചു,

'ഞങ്ങള് എട്ടുപേരേയാ ദേവീടെ മനസ്സ് മാറ്റാന് ഏല്പിച്ചിട്ടുള്ളത്. അതില് ഏകജടയൊഴികെ ആരും തന്നെ ദേവ്യോട് ദയ കാണിക്കാന് സാധ്യതയില്യ. എതിർക്കാതെ നിന്നാല് മതി. എല്ലാ രാക്ഷസരും ദുഷ്ടരല്ല കേട്ടോ?'

ആഭരണങ്ങൾ എനിക്കൊരു ഭാരമായി തോന്നി. സർപ്പങ്ങൾ ചുറ്റിയ പോലെ. ഞാനവയെല്ലാം ഊരിയെറിഞ്ഞു. അത് അശോകച്ചില്ലയിൽ കുടുങ്ങി നിന്നാടി. മുടിയിൽ അണിഞ്ഞിരുന്ന ദിവ്യമായ ചൂഡാമണി എന്റെ ധൈര്യമായിരുന്നു. കളയാൻ തോന്നിയില്ല. ചേലത്തുമ്പിൽ അത് ഭദ്രമാക്കി.

ഇനിയെനിക്ക് അലങ്കാരങ്ങൾ ആവശ്യമില്ല. സ്വാമിയായിരുന്നു എന്റെ ഐശ്വര്യം. ആ സന്തോഷം കൂടെയില്ലെങ്കിൽ മറ്റൊന്നും എനിക്കാവശ്യമില്ല.

രാവണൻ തൊട്ട് അശുദ്ധമാക്കിയ ദേഹം വൃത്തിയാക്കണം.

അരുവിയിൽ ഉടുവസ്ത്രത്തോടെ മുങ്ങിനിവർന്നപ്പോൾ തല തണുത്തു. നനഞ്ഞ വസ്ത്രവുമായി അശോകച്ചുവട്ടിൽ വന്നിരുന്നു. രാവണന്റെ ഔദാര്യങ്ങൾ ഒന്നും വേണ്ട. കീറിയതായാലും രാമൻ നൽകിയ വസ്ത്രം മതി എനിക്ക്.

ചെമ്പകപട്ടുചേല കൊണ്ട് ഞാനെന്റെ ശരീരം മൂടി. കീറിയ മുന്താണിയിലെ നൂലിഴകൾ എന്നെ ചുറ്റിക്കിടന്നു. എന്റെ മനസ്സും രാമന്റെ നെഞ്ചിലെ പൂണൂലായി. ആ ഓർമ്മകളിൽ അത് നൊമ്പരപ്പെട്ടു തളർന്നുകിടന്നു.

പ്രാണനാഥൻ എവിടെയാകും...? അവസ്ഥ എങ്ങനെയാകും....? ലങ്കയിലാണ് ഞാനെന്ന് അറിയുമോ....? ത്രിജടയെ വിശ്വസിക്കാമോ...? സ്വാമിയെക്കുറിച്ച് കേൾക്കുന്നത് അറിയിക്കണമെന്ന് പറഞ്ഞാലോ.....?

അനവധി ചോദ്യങ്ങൾ സ്വയം ചോദിച്ചു. മനസ്സ് വികാരത്തിന് വശംവദയായില്ല. വിവേകത്തോടെയുള്ള മറുപടി വന്നു.

'ഉടനെ വേണ്ട ഓരോരുത്തരേയും മനസ്സിലാക്കാൻ സമയം

വേണം. അതിനു ശേഷമേ എന്തെങ്കിലും പറയാൻ പാടുള്ളു. നിശ്ശബ്ദയായിരുന്ന് അവരെ വിലയിരുത്തണം. ലങ്ക വിടാനുള്ള മാർഗ്ഗങ്ങൾ ചിലപ്പോൾ തുറന്നു കിട്ടിയാലോ!'

പരിഹാരങ്ങൾ കണ്ടെത്തണമെങ്കിൽ മനസ്സ് സുസ്ഥിരമാക്കണം. ഞാൻ മഹാദേവിയെ ധ്യാനിച്ചിരുന്നു. ഒരു പ്രാർത്ഥനയും എന്നെ രക്ഷിക്കുന്നില്ലെന്നറിഞ്ഞ് ഞാൻ ആകുലപ്പെട്ടു.

എന്റെ ചിന്തകൾക്ക് മുകളിലൂടെ ചാടിയ ഒരു മയിൽ മുന്നിൽനിന്നു പീലിനിവർത്തി. എന്റെ ലങ്കാചിന്തകൾ ആ ആൺമയിലിന്റെ നൃത്തത്തിൽ മറഞ്ഞുപോയി.

അന്ന് പഠനം കഴിഞ്ഞെത്തിയ ലവനും കുശനും അഭിനയിക്കുകയായിരുന്നു.

'ഹാ....മൈഥിലീ......പ്രാണനാഥേ...... നീയെവിടെപ്പോയി?'

ലവൻ കുശനെ തിരുത്തി,

'ഒന്നുകൂടി കരഞ്ഞു വേണം പറയാൻ.'

കുശൻ ആവർത്തിച്ചു. ലവൻ അവന്റെ കണ്ണുനീർ തുടച്ചുകൊണ്ട് പറഞ്ഞു.

'ജ്യേഷ്ഠ, അങ്ങിങ്ങനെ കരയരുതേ.... രഘുവംശതിലകമാണങ്ങ്. പുരുഷ കേസരിയാണ്. ദുർബലനാകരുതേ....'

ഞാനെഴുന്നേറ്റ് മാതാജിയുടെ മുന്നിൽ വിങ്ങിപ്പൊട്ടി. അവരെന്നെ മാറോടു ചേർത്ത് ആശ്വസിപ്പിച്ചു.

'അരുത് പുത്രി. കരയരുത്......കുട്ടികൾ ചെയ്യുന്നത് നോക്കണ്ട.'

മാതാജി പുറത്തേക്ക് പോയി പറയുന്നത് കേട്ടു,

'മക്കളേ, വിറകു തീർന്നിരിക്കുന്നു. കുറച്ചു കൊണ്ടുവരിക.'

ശ്രീരാമ വിശേഷങ്ങൾ

രാത്രിയിൽ ഞാനുറങ്ങാതെ കിടന്നു. എന്റെ ലങ്കാവാസത്തിന്റെ രണ്ടാം ദിവസമായിരുന്നു മനോഭിത്തിയിൽ ചോരയൊലിപ്പിച്ച് നിന്നത്.

ഞാനപ്പോൾ ഭൂമിസുതയായിരുന്നു. ജനനിയുടെ മാറിടത്തിൽ ചേർന്നു കിടന്ന് എങ്ങലടിച്ച് കേഴുന്നവൾ. ശരീരത്തിനും വസ്ത്രത്തിനും അമ്മയുടെ നിറവും മണവുമായിരുന്നു. ഒഴുകിയ കണ്ണുനീർ മാതാവ് തുടച്ചെടുത്തു.

കനത്ത പാദശബ്ദങ്ങൾ അമ്മയെ വിറപ്പിക്കുന്നത് ഞാനറിഞ്ഞു. ദശാസ്യന്റെ ഗർജ്ജനം എന്റെ ബോധത്തേയും ഉണർത്തി. ചേല കൊണ്ട് ദേഹം മുഴുവൻ മറച്ച്, കാൽമുട്ടുകളിൽ തല താഴ്ത്തിയിരുന്നു ഞാൻ.

'ഹേയ്, സുന്ദരി. നീയെന്റെ അഭ്യർത്ഥന സ്വീകരിക്കില്ലേ? ദാനവേന്ദ്രൻ അപേക്ഷിക്കാറില്ല. എന്നാൽ നീയെന്നെ മോഹിപ്പിക്കുന്നു. നിന്റെ അടിമയാകാൻ പോലും പ്രേരിപ്പിക്കുന്നു. സുന്ദരീ... പട്ടമഹിഷിയായി സുഖഭോഗങ്ങൾ അനുഭവിക്കുക. വനവാസിയായ രാമനെ നിനക്കെന്തിനാണ്? എനിക്കവൻ നിസ്സാരനാണ്. ഈ ബാഹുബലത്തിൽ അമർന്നാലും, മനോഹരേ..'

മുഖം താഴ്ത്തിത്തന്നെ ഞാൻ ഗർജ്ജിച്ചു,

'ഹേ, ദുഷ്ട, നിന്റെ അവസാനമടുത്തു ! എന്റെ നാഥന്റെ നാമം ഉച്ചരിക്കാൻ പോലും നീ അർഹനല്ല. എന്റെ സർവസ്വമാണ് അദ്ദേഹം. ആ സ്മരണയിൽ നിന്നെന്നെ മാറ്റാൻ നിനക്കാവില്ല. എത്ര കാലം കഴിഞ്ഞാലും!'

'ഹും.... നീ നിസ്സാരയായ സ്ത്രീയാണ്. രാമൻ എനിക്കൊരു

എതിരാളിയേ അല്ല. പന്ത്രണ്ടുമാസമേ നിനക്കനുവദിച്ചിട്ടുള്ളു. അതിനകം എന്നെ പ്രാപിച്ചില്ലെങ്കിൽ നിന്നെ വെട്ടിനുറുക്കി രാക്ഷസർക്ക് ഭക്ഷണമായി നൽകും.'

ദശമുഖൻ ഭൂമിയിൽ അമർത്തിച്ചവിട്ടി. പിന്നെ രാക്ഷസികളോട് കല്പിച്ചു,

'കൊട്ടാരത്തിലേക്കുള്ള പാത സൗഭാഗ്യം നിറഞ്ഞതാണെന്ന് ഇവളെ മനസ്സിലാക്കിക്കുക. ഭയപ്പെടുത്തിയാണെങ്കിലും... ഒരു വർഷം കഴിഞ്ഞും മാറിയില്ലെങ്കിൽ ഇവളെ തിന്നുകൊള്ളുക.'

ദശാനനന്റെ തിരിച്ചുപോക്കിൽ ഭൂമികുലുങ്ങി.

എന്റെ വ്യസനം ഒഴുകി കവിളിലെത്തി. രാക്ഷസിമാർ മദ്യത്തിന്റെ പിടിയിലായപ്പോൾ ത്രിജട അരികിലെത്തി സ്വകാര്യം പറഞ്ഞു,

'ഇന്നലെ അകമ്പനൻ പറഞ്ഞയച്ച ബാഹുദംഷ്ട്ര വന്നിട്ടുണ്ടെന്നറിഞ്ഞു. വിവരങ്ങൾ തമ്പ്രാനെ അറിയിച്ചിട്ടുണ്ട്. അപ്പോളവിടെ അവിന്ധ്യൻ തമ്പ്രാനും ഉണ്ടായിരുന്നു. ആ മന്ത്രി നല്ലോനാണ്. ദേവിയെ തിരിച്ചു നൽകാൻ പറഞ്ഞവനാണ്. അദ്ദേഹമാണ് ഏനെ ദേവീടെ കാവല്ക്കാരിയാക്കീത്. ആ തമ്പ്രാൻ വിവരങ്ങൾ പറയും. ഏൻ പോയി അറിയാം.'

ത്രിജടയെ വിശ്വസിക്കാം എന്നുറപ്പായി.

'വേഗം വരണേ. അതുവരെ ഞാനെങ്ങനെ ഇവർക്കിടയിലിരിക്കും?'

'ഏകജട കൊഴപ്പക്കാരിയല്ല. എന്തേലും ഒച്ചത്തിൽ പറയൂന്നേയുള്ളു. പേടി വേണ്ട. ഏനവളെ ഏല്പിച്ചിട്ടേ പോവുള്ളൂ.'

ത്രിജടയുടെ തിരിച്ചു വരവിനായി കണ്ണുകൾ തുറന്നിരുന്നു. രാക്ഷസിമാർ ചുറ്റുമിരുന്നു ഭീഷണിപ്പെടുത്തുന്നുണ്ടായിരുന്നു.

പ്രഘസ വയറും തലോടി പറയുകയാണ്.

'എടീ, ഏന് വെശന്നിട്ടു വയ്യ. ഇവളെ തിന്നാൻ തോന്നണുണ്ട്. വായിൽ വെള്ളം നിറയണ്. നല്ല മയമായിരിക്കും ഇവള്ടെ എറച്ചിക്ക്. പക്ഷേൽ തമ്പ്രാന്റെ പ്രിയപ്പെട്ടോളല്ലേ ..? എന്താ ചെയ്യാ?'

ചിരിച്ചു കണ്ടിട്ടില്ലാത്ത ഹരിജടയുടെ കോന്ത്രൻ പല്ല് വെളിയിൽ കണ്ടു,

'ഹ ഹ .. കേട്ടില്ലേ വികടെ, ഇപ്പോഴല്ലേ ഇവൾ ഒരു വല്യ

കാട്ടുപന്ന്യേ തിന്നേ... അവക്ക് വിശക്കണത്രേ ..! ഇങ്ങനെയൊരു തീറ്റക്കാരി.ഹാ ഹ.'

വികടയുടെ കുന്നുകൾ പോലുള്ള മാറിടം കുലുങ്ങി. അവളുടെ ചിരിയും കാതുകളെ തുളക്കുന്നതായിരുന്നു,

'ഹഹഹ. ഇവള്ടെ ശരിക്കുള്ള പേരു തന്നെ നമ്മൾ മറന്നില്ലേ? എന്താത് ..? ആ അജാമുഖി. നല്ല പേരാർന്നു. ഈ പെരുവയറിയെ ഇപ്പോൾ പ്രഘസന്നു പറഞ്ഞാലേ എല്ലാരും അറീള്ളൂ. ഉണങ്ങി മെല്ലിച്ച സീതെ തിന്നാലൊന്നും ഇവള്ടെ വിശപ്പ് മാറില്യാ.'

കൂട്ടച്ചിരി ഉയർന്നു. അവർ ഏകജടയെ കാവൽ നിർത്തി ഭക്ഷിക്കാൻ പോയി.

'എടി സീതേ, ഏന് പറേണത് കേക്ക്. രാജതമ്പ്രാനെ എത്ര പെണ്ണുങ്ങളാ കൊതിക്കണത് ! ചെലർക്ക് മാത്രമാ ഭാഗ്യോണ്ടായത്. ആ തമ്പ്രാന്റെ പട്ടമഹിഷിയാകാനാ നിനക്ക് യോഗം. അല്ലെങ്കിൽ നിന്നെ ഞങ്ങൾ കൊല്ലും.'

ഏകജടയെ കുറിച്ച് ത്രിജട സൂചിപ്പിച്ച ധൈര്യത്തിൽ അറിയിച്ചു,

'എന്നെ ശത്രുവായി കാണരുത്. എകപത്നീവ്രതനായ ശ്രീരാമന്റെ പത്നിയായിരിക്കുന്നതാണ് എനിക്ക് ശ്രേഷ്ഠമായിട്ടുള്ളത്.'

'നീയെന്താ നിരീച്ചേ..? അവനെത്ര വീരനായാലും ഇവിടെ എത്തിച്ചേരാന് കഴിയില്യാ. ഇവിടത്തെ കെട്ടുറപ്പ് അറിയാഞ്ഞിട്ടാ ഇങ്ങനൊക്കെ പറേണത്. ത്രികൂടമലേടെ മോളിൽ വല്യ പൊക്കത്തിലുള്ള മതിലു കെട്ടിയ കോട്ടേടെ ഉള്ളിലാ നീയിപ്പോൾ. കോട്ടേടെ ചുറ്റും ആഴമുള്ള കിടങ്ങുകളാ. അതിലാണെങ്കിൽ നിറേ തണുത്ത വെള്ളവും. അതിലൊള്ള മൊതലകളും മീനുകളും മനുഷ്യരെ തിന്നണോരാണ്. കോട്ട ചാടിക്കടക്കാൻ ഒരാൾക്കും കഴീല്യാ. നാലു വാതിലുണ്ട്. അവിടൊക്കെ ആയിരക്കണക്കിന് വീരരാ കാവൽ നിക്കണത്. ഇനി എങ്ങനേലും കാവൽക്കാരെ ജയിച്ച് ഉള്ളില് കേറിയാ തന്നെ കിടങ്ങിനു മോളിലൂടെയുള്ള പാലത്തീക്കൂടെ വേണം രാജപാതേലേക്ക് കടക്കാൻ. അങ്കട് കടന്നാൽ അപ്പോത്തന്നെ ഒരു യന്ത്രം പാലം വലിക്കും. കിടങ്ങിലേക്ക് വീഴും. അവരെ മൊതല തിന്നേം ചെയ്യും. ഇതൊക്കെ കടന്ന് നിന്റെ രാമനിവിടെ എത്തുമോ.? ഏന് തോന്നണില്യ.'

'എങ്ങനെയായാലും ഞാൻ രാവണന്റെ പത്നിയാകില്ല. എനി

ക്കിവിടുത്തെ സൗഭാഗ്യങ്ങളൊന്നും വേണ്ട. ദയവായി നിർബന്ധിക്കരുതേ.'

'എന്നാ നീ വാശീലിരുന്നോ. ഏന്റെ ജോലി ചെയ്തൂന്ന് മാത്രം. ഇനീം ചെയ്യും. അതേന്റെ കടമയാ. ജീവൻ വേണേൽ അനുസരിച്ചാൽ മതി.'

അവളെക്കൊണ്ട് പിന്നെ വലിയ ശല്യമുണ്ടായില്ല. മറ്റുള്ളവരും എത്തിക്കഴിഞ്ഞ ശേഷമാണ് ഞാനത് കണ്ടത്. മൈതാനത്തിലൂടെ ഒരു നിശാചരി കുംഭയും കുലുക്കി വരുന്നു. അവൾക്ക് ചെവികളും മൂക്കും ഇല്ലായിരുന്നു.

ശൂർപ്പണഖ! കൂടെ മറ്റൊരുത്തിയും.

'ഹോ ..സുന്ദരിക്കോതെ കാണാനായിക്കൊണ്ട് വന്നതാ. എന്റെ ഏട്ടത്തിയാവോന്നറിയാൻ. എന്താടീ നിന്റെ കെട്ട്യോന്റെ മിടുക്ക് പോയോ? കാണാനില്യല്ലോ? ഏട്ടൻ രാജാവിന്റെ കൈയിൽ കിട്ടിയാല് അവന്റേം മൂക്കും ചെവീം അരിഞ്ഞേനെ. പക്ഷേ അവരിവിടെ വരണതെങ്ങന്യാ ? ഹ്ഹ ഹ.'

അവൾ അട്ടഹസിച്ചു. ഏകജട കുറച്ചു വിനീതയായി.

'ഞങ്ങളിപ്പോളത് പറഞ്ഞേ. തമ്രാട്ടീ.... ഇവളെ ഞങ്ങൾ ശരിയാക്കി തരാം.'

'സമ്മതിച്ചില്ലേൽ അറീക്കണെട്ടോ. ഇവളെത്തിന്നാൻ ഞാനും വരാം ഈ ശതഹൃദമാമിയും വരും.'

ശൂർപ്പണഖയുടെ കൂടെ വന്നവൾ ശതഹൃദയാണ്. അവൾ അറിയിച്ചു,

'ഞാനിപ്പോൾ വന്നേയുള്ളു. ഇവള് ഇവിടുണ്ടെന്നറിഞ്ഞപ്പോ കാണാൻ വന്നതാ. ടീ.... നീയെന്നെ അറിയോ? എന്റെ മോനും നിന്നെ ആശിച്ചിരുന്നു. വിരാധനെ ഓർമ്മേണ്ടോ, നിനക്ക്. അവനെ നിങ്ങൾ ജീവനോടെ കുഴിച്ചിട്ടില്ലേ? അതുപോലെ ഞങ്ങടെ തമ്പ്രാനെ ചെയ്യാന്ന് കരുതേണ്ട.'

എന്റെ തൊണ്ട വരണ്ടു. രാവണസോദരി തിരികെപ്പോയിക്കഴിഞ്ഞപ്പോളാണ് ത്രിജട എത്തിയത്. കുറച്ച് പഴങ്ങളുമായി.

'ദേവി, ഇനി നിരാഹാരം വേണ്ട. ഇതു കഴി. ഏൻ പറേണ സന്തോഷം കേക്ക്.'

'വേണ്ട സഖി. ഇവിടുന്ന് പോകുന്നത് വരെ ഞാനൊന്നും കഴി

ക്കില്ല. ഇതെന്റെ നാഥനു വേണ്ടിയുള്ള വ്രതമാണ്. പറയു, അദ്ദേഹ ത്തെ കുറിച്ചറിഞ്ഞുവോ?'

'ഒവ്വ്. ദേവ്യെ രാവണത്തമ്പ്രാൻ തെക്കോട്ടാണ് കൊണ്ടുപോ യേന്ന് ഒരു പക്ഷി അറീച്ചൂന്ന്. എന്നിട്ടാ പക്ഷി ചത്തും പോയി. അവർ പിന്നെ ക്രൗഞ്ചകാട്ടിലെത്തി. അവിടെവച്ച് ഞങ്ങടെ വംശ ത്തിലെ അയോമുഖി, ലക്ഷ്മണനെ ഭർത്താവാക്കാനായി പിന്നാ ലെ നടന്നപ്പോ കുമാരൻ അവളുടെ മൂക്കും ചെവീം മുറിച്ചൂന്ന്. പിന്നേയും കൊറേ ദൂരം നടന്നപ്പോൾ തലേല്ലാത്തൊരു രൂപം അ വരെ ആക്രമിച്ചു. അവർ അവനേം കൊന്നു. സുഗ്രീവനെന്ന കൊര ങ്ങന്റെ സഹായത്തിനായി കുമാരന്മാർ പോയ്ക്കൊണ്ടിരിക്യാന്ന്.'

വാനരന്മാരോട് കൂട്ടുകൂടിയാൽ എന്താണ് കാര്യം? മരഞ്ചാടി കൾ അതിനുള്ള കഴിവുണ്ടോ? രാമദേവനിവിടെ എത്തിച്ചേരില്ലേ?

എന്റെ മനസ്സും ഉറപ്പില്ലാതെ പാഞ്ഞു

'ശക്തിസ്വരൂപിണി, അമ്മേ. എന്റെ നാഥനെ ഇവിടേക്ക് നയിച്ചാലും.'

എന്റെ മേൽ കാലും കയറ്റിവച്ച് ഉറങ്ങിയിരുന്ന കുശൻ ഉണർന്നു ചോദിച്ചു,

'എന്താണമ്മേ എന്നെ വിളിച്ചോ? അമ്മ ഉറങ്ങിയില്ലേ?'

ഞാനവന്റെ കാലിൽ തലോടി. നാളെ വാല്മീകീദേവൻ പറയു ന്നതും ഇക്കഥയായിരിക്കും. ഞാനെന്റെ ഉറക്കത്തെ നിർബന്ധിച്ച് വരുത്തി.

പിറ്റേന്ന് മുനീന്ദ്രന് പറഞ്ഞു തുടങ്ങി,

'സീതാദേവിയുടെ പൊട്ടിവീണ പാദസരവും, മാലയും കണ്ട ര ഘുപതി കരഞ്ഞു നടന്നു. മരണാസന്നനായി കിടക്കുന്ന ജടായു വാണ് രാവണരാക്ഷസൻ ദേവിയെ തെക്കുദിക്കിലേക്ക് കൊണ്ടു പോയത് അറിയിച്ചത്. മരണമടഞ്ഞ പക്ഷിശ്രേഷ്ഠനെ സംസ്കരി ച്ചശേഷം രാമലക്ഷ്മണന്മാർ ദക്ഷിണദിക്കിലേക്ക് നടന്നു. കണ്ണും വായും ഉദരത്തിലായിരുന്ന, കബന്ധനെന്ന ഒരു അസുരന്റെ നീള മുള്ള ബാഹുക്കളിൽ അവരകപ്പെട്ടു. ഭക്ഷിക്കാൻ ഒരുങ്ങിയ അയാ ളുടെ കൈകൾ അറുത്തിട്ട് അവർ മോചിതരായി. രാക്ഷസന് അത്ഭുതമായി.

'നിങ്ങൾ രാമലക്ഷ്മണന്മാരാണോ?'

'അതേ, ഞാൻ ദശരഥപുത്രൻ രാമനാണ്. ഇവൻ ലക്ഷ്മണനും.'

'രാമാ ക്ഷമിക്കണേ! ഞാൻ ദനുവാണ്. ഗന്ധർവരാജാവ് ശ്രീയുടെ പുത്രൻ. അഷ്ടാവക്ര മുനിയുടെ ശാപത്താൽ രാക്ഷസനായതാണ്.'

'എന്തപരാധമാണ് അങ്ങ് മുനിയോട് ചെയ്തത് ?'

'ബ്രഹ്മാവ് എനിക്ക് മരണമുണ്ടാകില്ലെന്ന വരം തന്നിരുന്നു. അതിൽ അഹങ്കരിച്ച ഞാൻ ഒരു ദിവസം അഷ്ടാവക്ര മുനിയെ പരിഹസിക്കാനിടയായി. അദ്ദേഹം എന്നെ ശപിച്ച് രാക്ഷസനാക്കി. രാമലക്ഷ്മണന്മാർ വന്നു കൈകൾ മുറിക്കുമ്പോൾ ശാപമോക്ഷവും അനുവദിച്ചു.'

'പിന്നെ എങ്ങനെയാണ് തലയും കാലും ഇല്ലാതായത്?'

'രാക്ഷസനായശേഷം കാമധേനുപുത്രി നന്ദിനിയെ ഭക്ഷിക്കാൻ ശ്രമിച്ചു. അതുകണ്ട ഇന്ദ്രനാണ് എന്റെ തലയും പാദങ്ങളും അറുത്തത്. എന്നിട്ടും മരണമുണ്ടായില്ല. അതിനാൽ ഇന്ദ്രദേവൻ വായും കണ്ണും വക്ഷത്തിലാക്കി തന്നു. കൂടാതെ ദീർഘങ്ങളായ കൈകളും തന്നു. നടക്കാനാകാത്തതിനാൽ കൈകളിൽ പെടുന്നവരെയാണ് ഭക്ഷണമാക്കാറുള്ളത്. അങ്ങനെയാണ് ഞാൻ നിങ്ങളേയും .. ദയാനിധേ.. മരണമില്ലാത്ത എന്നെ സംസ്കരിച്ചാലും.'

അദ്ദേഹത്തെ ജീവനോടെ അവർ സംസ്കരിച്ചു. അയാൾ ദനുവായി ഉയർത്തെഴുന്നേറ്റു. സീതാഹരണം അറിഞ്ഞപ്പോൾ അദ്ദേഹം അറിയിച്ചു,

'കപിവീരനായ സുഗ്രീവന്റെ സഹായം തേടുക. അദ്ദേഹത്തിന് രാവണനെ കുറിച്ചറിയാം. ആ വാനരൻ എവിടെയുണ്ടാകുമെന്ന് എനിക്കറിയില്ല. നിങ്ങൾ കാനനവാസിയായ ശബരിയെ കാണുക. ആ താപസിക്ക് കഴിയും. അവർ പമ്പാതീരത്തിനോട് ചേർന്ന മതംഗവനത്തിലുണ്ട്. പോയാലും.'

ദാശരഥിമാർ ഒരുമാസം കൊണ്ട് പമ്പാതീരത്തെത്തി. നദിയുടെ പടിഞ്ഞാറ് ഭാഗത്തുള്ള മതംഗവനത്തിൽ വച്ച് പുണ്യവതിയായ ശബരിയെ കണ്ടുമുട്ടി. ആ തപസ്വിനി അവരെ ഭക്തിയോടെ സത്കരിച്ചു. ഇലന്തപ്പഴങ്ങൾ ഓരോന്നും കടിച്ച് രുചിച്ചുനോക്കിയ ശേഷമേ ശബരി രാമന് നൽകിയുള്ളൂ. അതു കണ്ട് അസഹ്യനായ ലക്ഷ്മണനോട് രാമൻ പറഞ്ഞു,

' നിർവ്യാജമായ ഭക്തിമൂലമാണ് അങ്ങനെ ചെയ്യുന്നത്. ഞാനതിൽ പ്രസന്നനുമാണ്. അതു ഭക്ഷിക്കുകയും ചെയ്യും.'

വിവരങ്ങൾ അറിയിച്ചപ്പോൾ ശബരി അറിയിച്ചു.

'പമ്പയുടെ കിഴക്കുഭാഗത്ത് ഋശ്യമൂകാചലപർവ്വത നിരയുണ്ട്. അവിടെ ആൾക്കുരങ്ങന്മാരെ കാണാറുണ്ട്. അവിടെയാകും സുഗ്രീവൻ.'

ശബരിക്ക് മോക്ഷവും നൽകി രഘുനന്ദനന്മാർ ഋശ്യമൂകാചലം ലക്ഷ്യമാക്കി നടന്നു. താഴ്‌വാരത്തിലെത്തിയപ്പോൾ മലമുകളിൽ മന്ത്രിമാരുമൊത്തു സഞ്ചരിച്ചിരുന്ന സുഗ്രീവൻ അവരെ കണ്ടു.

മന്ത്രിയായ ഹനൂമാനോട് ഭയത്തോടെ പറഞ്ഞു,

'രണ്ടു പേർ ആയുധങ്ങളുമായി വരുന്നുണ്ടല്ലോ....? ബാലി നമ്മളെ കൊല്ലാനായി പറഞ്ഞയച്ചവരാകുമോ? താങ്കൾ പോയി അന്വേഷിച്ചറിയുക. ഉടനെതന്നെ എന്നെ വിവരം അറിയിക്കണം.'

ഹനുമാൻ ഒരു സന്യാസീവേഷത്തിൽ അവരെ സമീപിച്ചു. അവരാരെന്ന് ചോദിച്ചറിഞ്ഞു. അതൊരു വടുവാകില്ലെന്ന് ശ്രീരാമചന്ദ്രന് തോന്നി.

'അങ്ങയുടെ അന്വേഷണങ്ങളും അണിഞ്ഞിരിക്കുന്ന കുണ്ഡലങ്ങളും സന്യാസിയല്ലെന്നതിന്റെ അറിയിപ്പാണ്. ഒന്നറിയുക ഞങ്ങൾ ശത്രുക്കളല്ല. ഞാൻ രാമൻ, ഇവൻ അനുജൻ ലക്ഷ്മണൻ. നഷ്ടപ്പെട്ട പത്നിയുടെ അന്വേഷണത്തിലാണ് ഞാൻ. സുഗ്രീവന്റെ മിത്രമാകാൻ വന്നതാണ്. അങ്ങാരാണ്?'

'ഞാൻ സുഗ്രീവ രാജാവിന്റെ മന്ത്രി ഹനുമാനാണ്. അങ്ങ് നിസ്സാരനല്ലെന്ന് മനസ്സിലായി.'

ലക്ഷ്മണൻ ആകാംക്ഷയോടെ അന്വേഷിച്ചു,

'എന്താണീ കുണ്ഡലങ്ങളുടെ രഹസ്യം?'

'സുഗ്രീവന്റെ ജ്യേഷ്ഠനാണ് ബലവാനായ ബാലി. അദ്ദേഹമിപ്പോൾ വാനരരാജാവായി കിഷ്കിന്ധ ഭരിക്കുന്നു. പണ്ട് ഞാനമ്മയുടെ ഗർഭത്തിലായിരുന്നപ്പോൾ ബാലി എന്നെ വധിക്കാൻ നോക്കി. ശിവശക്തിയായ ഞാൻ അദ്ദേഹത്തിന്റെ വാനരാധിപത്യത്തിന് തടസ്സമാകുമെന്നു തോന്നിയിട്ടുണ്ടാകും. പഞ്ചലോഹങ്ങളും, നവരത്നങ്ങളും ഉരുക്കി അമ്മയെക്കൊണ്ട് കുടിപ്പിച്ചിട്ടും ഞാൻ മരിച്ചില്ല. അവ കാതുകൾക്ക് അലങ്കാരമായി മാറി.'

രാമൻ സീതാപഹരണത്തെ കുറിച്ചറിയിച്ച് പറഞ്ഞു,

'സീതാന്വേഷണത്തിന് സുഗ്രീവൻ സഹായിക്കുമെന്നറിഞ്ഞു

വന്നതാണ് ഞങ്ങൾ. അദ്ദേഹത്തെ കുറിച്ച് അറിയണമെന്നുണ്ട്.'

ഹനൂമാൻ മലയുടെ മുകളിലേക്ക് നോക്കി കൈവീശി. എന്നിട്ടറിയിച്ചു,

'നിങ്ങൾ ശത്രുവല്ലെന്ന് രാജാവിനെ അറിയിച്ചതാണ്.'

ഹനൂമാൻ സുഗ്രീവനെ കുറിച്ച് പറഞ്ഞു തുടങ്ങി.

'ബാലിസുഗ്രീവന്മാരുടെ ജനനം കേട്ടാലും. ശീലാവതി എന്നൊരു പതിവ്രതയുടെ ഭർത്താവാണ് ഉഗ്രതപസ്സ്. അദ്ദേഹത്തിന് കുഷ്ഠരോഗം പിടിപെട്ട് നക്കാനാകാതെയായി. ശീലാവതി ഭർത്താവിനെ തോളത്തെടുത്തു കൊണ്ടാണ് സഞ്ചരിക്കുക. ഒരു രാത്രിയിൽ അങ്ങനെ പോകുമ്പോൾ ഉഗ്രതപസ്സിന്റെ പാദം ശൂലത്തിൽ തറക്കപ്പെട്ടു കിടന്നിരുന്ന അണിമാണ്ഡവ്യ മുനിയുടെ ദേഹത്തു തട്ടി.

'എന്നെ വേദനിപ്പിച്ചവൻ നാളെ സൂര്യോദയം കാണാൻ ഉണ്ടാകില്ല.' എന്ന് മുനി ശപിച്ചു.

ശീലാവതിയാകട്ടെ, എന്നാലിനി സൂര്യൻ ഉദിക്കുകയില്ലെന്നും പ്രതിശാപവും ചെയ്തു. ആ പതിവ്രതയുടെ വാക്കുകൾ സത്യമായി. ദിവസങ്ങൾ കഴിഞ്ഞിട്ടും സൂര്യനുദിച്ചില്ല. അന്നേരം ആദിത്യ തേരാളിയായ അരുണൻ, അപ്സരസ്സുകളുടെ നൃത്തം ആസ്വദിക്കാനായി ദേവലോകത്തെത്തി. സ്ത്രീകൾക്കു മാത്രമേ അവിടെ പ്രവേശനമുള്ളു. അതിനാൽ അരുണൻ, സ്ത്രീരൂപത്തിലാണ് സഭയിലെത്തിയത്. പുതിയൊരു സുന്ദരിയെ കണ്ട ഇന്ദ്രന് അവളിൽ മോഹമുദിച്ചു. അങ്ങനെ ഇന്ദ്രന്, അരുണയിൽ ജനിച്ചവനാണ് ബാലി.

ഇക്കഥയറിഞ്ഞപ്പോൾ സൂര്യനും അരുണന്റെ പെൺവേഷം കാണണമെന്ന് തോന്നി. അദ്ദേഹവും അവളുടെ സൗന്ദര്യത്തിൽ മയങ്ങിവീണു. അങ്ങനെ ജനിച്ചവനാണ് സുഗ്രീവൻ. ബാലിസുഗ്രീവന്മാർ സഹോദരരായി വളർന്നു. രണ്ടു പേരും വാനരരൂപികളായിരുന്നു.'

ലക്ഷ്മണൻ സംശയത്തോടെ അന്വേഷിച്ചു,

'അവരെ ആരാണ് വളർത്തിയത്...?'

'ഗൗതമമുനിയുടേയും അഹല്യാദേവിയുടേയും സംരക്ഷണത്തിലായിരുന്നു ആദ്യം. പിന്നീട്, മക്കളില്ലാതിരുന്ന ഋക്ഷരജസ്സ് എന്ന

വാനരരാജാവും. ഋക്ഷരജസ്സിന്റെ മരണശേഷം കിഷ്കിന്ധരാജാവ് ബാലിയായി. മഹാവീരനായ ബാലിയുടെ സഹായത്താലായിരുന്നു ദേവന്മാർ, പാലാഴിമഥന സമയത്തുണ്ടായ ദേവാസുരയുദ്ധത്തിൽ അസുരരെ തോൽപിച്ചത്. സന്തുഷ്ടരായ ദേവന്മാർ പാലാ ഴിയിൽ നിന്നും കിട്ടിയ താരയെ ബാലിക്ക് പത്നിയായി സമ്മാനിക്കുകയും ചെയ്തു. അവരുടെ പുത്രനാണ് അംഗദൻ. സുഗ്രീവൻ, വാനരവീരനായ പനസന്റെ മകൾ രുമയേയും വിവാഹം ചെയ്തു.

ബാലിക്ക് ഒരു വരം കിട്ടിയിട്ടുണ്ട്. മുഖാമുഖമായി എതിർക്കാൻ നിൽക്കുന്ന ശത്രുവിന്റെ പകുതി ശക്തികൂടി അദ്ദേഹത്തിന് കിട്ടും. ആ വരത്താൽ ബാലി അപരാജിതനായി, സുഗ്രീവനോടൊത്ത് വാനര രാജ്യം ഭരിച്ചു കൊണ്ടിരുന്നു.

അക്കാലത്താണ് അസുരശില്പിയായ മയന്റെ പുത്രനായ മായാവി, ബാലിയെ ദ്വന്ദയുദ്ധത്തിന് വെല്ലുവിളിച്ചത്. തോറ്റോടിയ മായാവി ഒരു ഗുഹയിലൊളിച്ചു.

സുഗ്രീവനെ ഗുഹാകവാടത്തിൽ നിർത്തി ബാലി പറഞ്ഞു,

'നീയിവിടെ നിൽക്കുക. അസുരൻ മരിച്ചാൽ ക്ഷീരമായിരിക്കും ഒഴുകിയെത്തുക. രക്തമാണ് വരുന്നതെങ്കിൽ ഞാൻ മരിച്ചെന്നു കരുതി ഗുഹാമുഖം കല്ലുകൊണ്ടടച്ച് പോയി രാജാവാകണം. താരയേയും അംഗദനേയും സംരക്ഷിക്കണം.'

സുഗ്രീവൻ പുറത്തു കാത്തുനിന്നു. ദിവസങ്ങളും മാസങ്ങളും കഴിഞ്ഞു. ഒരു വർഷം കഴിഞ്ഞപ്പോൾ രക്തമാണ് കവാടത്തിലൂടെ ഒഴുകിവന്നത്. ബാലി മരിച്ചെന്നു വിശ്വസിച്ച് ദുഃഖിതനായ മിത്രാത്മജൻ, ഗുഹ കല്ലുകൊണ്ടടച്ച് കിഷ്കിന്ധയിലെത്തി. ഭാതൃവിയോഗത്താൽ ദുഃഖിതനായ സുഗ്രീവനെ വാനരരെല്ലാം നിർബന്ധിച്ച് രാജാവുമാക്കി.

മായാവിയുടെ മായാവിദ്യയാലാണ് ക്ഷീരം രക്തമായി ഒഴുകിയത്. അത് സുഗ്രീവൻ തിരിച്ചറിഞ്ഞത്, ദിവസങ്ങൾക്കു ശേഷം ബാലി തിരികെയെത്തിയപ്പോളാണ്. അദ്ദേഹം അനുജനെ ചതിയനെന്നു തെറ്റിദ്ധരിച്ച് ആട്ടിയോടിച്ചു. നാലു മന്ത്രിമാരുമായി സുഗ്രീവൻ, ഋശ്യമൂകാചലത്തിൽ താമസമാക്കി.'

'ആരൊക്കെയാണ് കൂടെപ്പോയ നാലുമന്ത്രിന്മാർ?'

'ഞങ്ങളുടെയൊക്കെ ഉപദേശിയായി ജാംബവാൻ എന്നൊരു

വാനരശ്രേഷ്ഠനുണ്ട്. വയോവൃദ്ധനാണെങ്കിലും അതീവ ശക്തിമാനും ബുദ്ധിമാനും ആണദ്ദേഹം. പിന്നെ ഞാനും, ജ്യോതിർമുഖനും, വേഗദർശിയും.'

'അതിനുശേഷം ബാലിയുടെ ഉപദ്രവമുണ്ടായില്ലേ?'

'ഉണ്ടായിരുന്നു. സമാധാനമായി താമസിക്കാൻ അനുവദിച്ചിരുന്നില്ല. ഞങ്ങൾ താമസസ്ഥലം മാറ്റിക്കൊണ്ടിരുന്നു.'

'അപ്പോളിനി ഈ മലയിൽനിന്നും പോകേണ്ടി വരുമോ?'

'വേണ്ടി വരില്ല. ഇതിപ്പോൾ ബാലികേറാമലയാണ്. ഇവിടെ കാലുകുത്തിയാൽ ബാലിയുടെ തല പൊട്ടിത്തെറിക്കും.'

'ബാലികേറാമലയോ! കാരണം?'

'പ്രഭോ കേട്ടാലും. ദുന്ദുഭിയെന്ന ശൂരനായ അസുരന്റെ സഹോദനായിരുന്നു മായാവി. സോദരന്റെ വധത്തിൽ കുപിതനായ ദുന്ദുഭി, ബാലിയെ ആക്രമിച്ചു. ഇന്ദ്രാത്മജൻ ആ അസുരനേയും വധിച്ച്, അവന്റെ ഉത്തമാംഗം കാലുകൊണ്ട് ദൂരേക്ക് തട്ടിയെറിഞ്ഞു. അത് ചെന്നുവീണത് ഋശ്യമൂകാചലത്തിലുള്ള മാതംഗാശ്രമത്തിലായിരുന്നു. രക്തവും മാംസവും വീണ് ആശ്രമം മലിനപ്പെട്ടു. കോപാകുലനായ മാതംഗമുനി ശപിച്ചു,

'ഇതിനു കാരണമായവർ ഈ മലയിൽ ചവിട്ടിയാൽ ശിലയായി മാറും' എന്ന്. അങ്ങനെയാണ് ബാലികേറാമലയായി ഋശ്യമൂകാചലം മാറിയത്.'

ശ്രീരാമൻ അന്വേഷിച്ചു,

'അങ്ങെങ്ങനെയാണ് സുഗ്രീവനോടൊപ്പം ചേർന്നത്?'

'എന്റെ ഗുരു സൂര്യനായിരുന്നു. അദ്ദേഹം ഗുരുദക്ഷിണയായി ആവശ്യപ്പെട്ടത് പുത്രനായ സുഗ്രീവനെ സഹായിക്കണമെന്നാണ്. അന്നുമുതൽ ഞാൻ സുഗ്രീവന്റെ വിശ്വസ്തനായി എപ്പോഴും കൂടെയുണ്ടാകും.'

ഹനൂമാൻ രണ്ടു പേരേയും തോളിലേറ്റി മലയുടെ മുകളിലെത്തി. ഗുഹയുടെ മുന്നിൽ സുഗ്രീവനും ജാംബവാനും ഉണ്ടായിരുന്നു. ആദ്യനോട്ടത്തിൽ കരടിയെന്നു തോന്നും ജാംബവാനെക്കണ്ടാൽ. കറുത്തരോമങ്ങൾ അദ്ദേഹത്തിന്റെ ശരീരമാകമാനം മൂടിയിരുന്നു. പ്രായംകൊണ്ടു തൂങ്ങിയ കൺതടങ്ങൾ.

കുമാരന്മാരെ അവർ സന്തോഷത്തോടെ സ്വീകരിച്ചു.

'ഞാനാണ് സുഗ്രീവൻ, ഇത് ജാംബവാനും.'

വിവരങ്ങൾ അറിഞ്ഞപ്പോൾ സുഗ്രീവൻ അറിയിച്ചു,

'ഞങ്ങളഞ്ചുപേർ ഇവിടെ സംസാരിച്ചുകൊണ്ടിരുന്നപ്പോൾ പോയ വിമാനത്തിൽനിന്നും ഒരു പൊതി വീണുകിട്ടി. അതിൽ ആഭരണങ്ങളായിരുന്നു. ഒരു സ്ത്രീ എറിഞ്ഞിട്ടതായിരുന്നു അത്. അവൾ 'രാമാ' എന്ന് ഉറക്കെ കരയുന്നുണ്ടായിരുന്നു. അങ്ങ് പറഞ്ഞത് കേട്ടപ്പോൾ അത് സീതാദേവിയാകാനാണ് സാദ്ധ്യത. ഞാനാ ആഭരണങ്ങൾ കാണിച്ചു തരാം.'

സുഗ്രീവൻ ഗുഹയ്ക്കുള്ളിലേക്ക് പോയി സ്വർണ്ണനിറമുള്ള ഉത്തരീയത്തിൽ പൊതിഞ്ഞ ആഭരണങ്ങളുമായി വന്നു. അത് രാമന് നൽകി. നിറഞ്ഞ കണ്ണുകൾ അദ്ദേഹത്തിന്റെ കാഴ്ചയെ മൂടി. അദ്ദേഹം പൊതി അനുജന് നല്കി.

'അനുജാ നോക്കുക. ഇവയെല്ലാം സീതയുടേതാണ് ..ഹോ.'

ലക്ഷ്മണൻ അവ വാങ്ങി നോക്കിയിട്ട് അറിയിച്ചു,

'ഈ പാദസരം ജ്യേഷ്ഠത്തിയുടേതാണ്. ആ പാദങ്ങളിൽ നമസ്കരിക്കുമ്പോൾ കാണാറുള്ളതാണിത്. മറ്റുള്ളവ എനിക്കറിയില്ല ജ്യേഷ്ഠാ'

ശ്രീരാമൻ വിലപിച്ചു,

'ഹാ ലക്ഷ്മണാ, ഇതെല്ലാം ജാനകിയുടേതാണ്. രാവണനാണ് അപഹരിച്ചതെന്നറിഞ്ഞു. എവിടേക്കാണ് കൊണ്ടുപോയതെന്നോ, ജീവനോടെ ഉണ്ടെന്നോ അറിയാൻ കഴിഞ്ഞിട്ടില്ല.'

വായുപുത്രൻ നടുങ്ങിയപോലെ ചോദിച്ചു.

'രാവണനോ..? ബാലിയുടെ ചങ്ങാതിയാണല്ലോ അദ്ദേഹം..!'

'ചങ്ങാതിയോ? അതെങ്ങനെ?'

'കേട്ടാലും സ്വാമി. അസുരശില്പിയായ മയാസുരന് അപ്സരസ്സായ ഹേമയിൽ ജനിച്ചവരാണ്, മായാവിയും ദുന്ദുഭിയും. കൂടാതെ മയന് ഒരു വളർത്തുപുത്രിയുണ്ട് മണ്ഡോദരി. അവളിപ്പോൾ രാവണപത്നിയാണ്. സ്യാലന്മാരായ മായാവിയും ദുന്ദുഭിയും രാവണന് നല്ല സഹായികളായിരുന്നു. അവരെ വധിച്ച ബാലിയെ കൊല്ലണമെന്ന ചിന്തവന്നു. നേരിട്ടെതിർത്താൽ ശക്തി ക്ഷയിച്ച്, ജയിക്കാനാകില്ലെന്ന് തോന്നിയതിനാലാകും പുറകിൽ നിന്നു വധിക്കാൻ തീരുമാനിച്ചത്. പ്രഭാതവന്ദനത്തിനായി ബാലി, സമുദ്ര

തീരത്തെത്തിയപ്പോൾ രാവണൻ പതുങ്ങി ബാലിയുടെ പുറകിലെത്തി. ബാലി അതറിഞ്ഞെങ്കിലും അറിയാത്തഭാവത്തിൽ വാൽ ചുറ്റി രാവണനെ ബന്ദിയാക്കി. എന്നിട്ട് പതിവു പോലെ നാലു സമുദ്രതീരങ്ങളിലും പൂജചെയ്യുന്നതിന് ചാടി നടന്നു. പിന്നാലെ വാലിൽ കുടുങ്ങിയ രാവണനും... കണ്ടവരെല്ലാം ചിരിച്ചു. രാക്ഷസേന്ദ്രൻ ലജ്ജിതനായി. പിന്നെ വാനരരാജാവിനോട് ക്ഷമയാചിച്ചാണ് അയാൾ സ്വതന്ത്രനായത്. അന്നു മുതൽ അവർ സുഹൃത്തുക്കളായി.'

'മണ്ഡോദരി മയന്റെ വളർത്തു പുത്രിയാണെന്നോ! എങ്ങനെ?'

ലക്ഷ്മണന്റെ ആകാംക്ഷ തീർത്തത് ജാംബവാനാണ്.

'മധുര എന്നൊരു ദേവസ്ത്രീയായിരുന്നു അവരാദ്യം. ഒരിക്കൽ അവൾ ശിവനെ ദർശിക്കാൻ ചെന്നപ്പോൾ പാർവതീദേവി അവിടെ ഉണ്ടായിരുന്നില്ല. തിരിച്ചു വന്ന ദേവി, മധുരയുടെ ശരീരത്തിൽ ശിവദേഹത്തുള്ള ഭസ്മം കണ്ട് തെറ്റിദ്ധരിച്ചു. അവളെ ഒരു തവളയാകാൻ ശപിച്ചു. ദുഃഖിതനായ മഹാദേവൻ പന്ത്രണ്ടു വർഷം കഴിഞ്ഞ് അവളൊരു സുന്ദരിയാകുമെന്ന ശാപമോക്ഷവും നൽകി. ആ മണ്ഡൂകം ഒരു പൊട്ടക്കിണറ്റിൽ പന്ത്രണ്ടു വർഷം വളർന്നു. അതീവസുന്ദരിയായ പെൺകുട്ടിയായപ്പോൾ മയാസുരൻ അവളെ കാണാനിടയായി. അങ്ങനെ പുത്രിയായി സ്വീകരിച്ചതാണ്.'

സുഗ്രീവൻ വിഷാദത്തോടെ അറിയിച്ചു,

'രാമദേവാ, രാജ്യവും, ഭാര്യയും നഷ്ടമായ തുല്യ ദുഃഖിതരാണ് നമ്മൾ. നമുക്ക് പരസ്പരം സഹായിക്കാം. ബാലിയുടെ ഉപദ്രവം കാരണം ഞാനീ ഭൂമിമുഴുവൻ ഓടിനടന്നു താമസിച്ചിട്ടുണ്ട്. അതിനാൽ ഏതു മുക്കും മൂലയും എനിക്കു ഹൃദിസ്ഥമാണ്. അങ്ങയെ സഹായിക്കാൻ എനിക്കാകും. ബാലിക്ക് കടക്കാൻ പറ്റാത്ത ഇടമായപ്പോഴാണ് ഞാനിവിടെ സ്ഥിരമാക്കിയത്. അപ്പോഴും പക തീർന്നിട്ടുണ്ടായിരുന്നില്ല ജ്യേഷ്ഠന്. പൂജക്കായി ഓരോ സമുദ്രതീരത്തേക്കും ചാടുമ്പോൾ എന്റെ തലയിൽ ചവിട്ടിക്കൊണ്ടാണ് പോകുക.'

'ഓഹോ .. അങ്ങനെയെങ്കിൽ ഞാനന്നേരം ബാലിയെ എതിരിടാം.'

'സാധ്യമല്ല രാമാ. ആ ഉപദ്രവം ഇപ്പോഴില്ല. കേൾക്കുക. ഒരു ദിവസം എന്റെ തലയിൽ ചവിട്ടിയപ്പോൾ മാരുതി, ബാലിയുടെ

അരക്കെട്ടിൽ ചാടിപ്പിടിച്ചു. ബലവാനായ മാരുതിയേയും കൊണ്ട് ചാടാൻ ബാലിക്കായില്ല. ബാലിയെ വലിച്ച് താഴെയിടാൻ ഹനൂമാനും കഴിഞ്ഞില്ല. തുല്യശക്തരായ അവർ സഖ്യം ചെയ്തു. എന്നെ ഉപദ്രവിക്കില്ലെന്ന് ജ്യേഷ്ഠനും, ബാലിയെ ഉപദ്രവിക്കില്ലെന്ന് മാരുതിയും. അതിൽപിന്നെ ബാലി ഈ വഴി വന്നിട്ടില്ല.'

രാമൻ ആത്മവിശ്വാസത്തോടെ പറഞ്ഞു,

'വിഷമിക്കേണ്ട. ഞാൻ ബാലിയെ വധിച്ച് അങ്ങയെ കിഷ്കിന്ധയിലെ രാജാവാക്കാം. പകരം അങ്ങെന്നെ സഹായിക്കണം.'

രാമസുഗ്രീവ സഖ്യം അഗ്നിസാക്ഷിയായി നടന്നു. സീതാന്വേഷണത്തിൽ സഹായിക്കുമെന്ന് സുഗ്രീവനും, ബാലിയെ വധിച്ച്, കിഷ്കിന്ധയേയും രുമയേയും സുഗ്രീവനെ ഏല്പിക്കുമെന്ന് രാമനും പ്രതിജ്ഞ ചെയ്തു.

തയ്യാറെടുപ്പിനെ സഹായിക്കുന്ന ഊഴമാണ് രാമൻ നിർദ്ദേശിച്ചത്.

'ആദ്യം ഞാൻ ബാലിയെ വധിച്ച് അങ്ങയെ രാജാവാക്കാം. അപ്പോൾ സീതാന്വേഷണത്തിനുള്ള സൗകര്യങ്ങളും വർദ്ധിക്കും.'

സുഗ്രീവന് സംശയമായി. ആർക്കും തോൽപ്പിക്കാൻ കഴിയാത്ത, ബലവാനായ ബാലിയെ തോൽപ്പിക്കാൻ ഈ മുനിവേഷധാരിക്ക് കഴിയുമോ?

'ശ്രീരാമ, അങ്ങയുടെ ശക്തിയറിയാൻ എനിക്കാഗ്രഹമുണ്ട്. ജ്യേഷ്ഠൻ നിസ്സാരമായി കാലുകൊണ്ട് വലിച്ചെറിഞ്ഞ ദുന്ദുഭിയുടെ ശിരസ്സ് ഈ മലയിലുണ്ട്. അങ്ങയ്ക്കും കാലുകൊണ്ട് അതിനെ ദൂരേക്ക് എറിയാൻ കഴിയുമോ?'

ശ്രീരാമൻ ആ വലിയ തലയോട്ടിയെ ഇടതുകാലിന്റെ പെരുവിരൽകൊണ്ട് കാതങ്ങൾക്കകലെ വലിച്ചെറിഞ്ഞു. എന്നിട്ടും സുഗ്രീവന്റെ ശങ്ക മാറിയില്ല.

'എറിഞ്ഞത് ശരിതന്നെ. പക്ഷെ ഇതിപ്പോൾ ഉണങ്ങി ഭാരം കുറഞ്ഞല്ലോ. ജ്യേഷ്ഠൻ പച്ചമാംസത്തോടു കൂടെയാണ് എറിഞ്ഞത്.'

രാഘവൻ ചിരിച്ചു കൊണ്ട് ചോദിച്ചു,

'വേറെ എന്താണ് ഞാൻ ചെയ്യേണ്ടത്? പറയുക.'

'വൃത്താകൃതിയിൽ നിൽക്കുന്ന ആ ഏഴു സാലവൃക്ഷങ്ങൾ കണ്ടില്ലേ? എതിരാളികളില്ലാത്തപ്പോൾ കൈത്തരിപ്പു തീർക്കാൻ ജ്യേഷ്ഠൻ മൽപ്പിടുത്തം നടത്തിയിരുന്ന വൃക്ഷങ്ങളാണിത്. ഇവ

ഏഴിനേയും ഒന്നിച്ച് കുലുക്കുവാൻ ജ്യേഷ്ഠന് മാത്രമേ സാധിച്ചിട്ടുള്ളൂ. ഇവയിൽ ഒരിലപോലും ഇല്ലാത്തതിന്റെ കാരണമതാണ്. അങ്ങ് ഇവയെ ഒരു ശരം കൊണ്ട് ഖണ്ഡിച്ച് കാണിക്കുക.'

രാമഭദ്രൻ പുഞ്ചിരിയോടെ ഒരു ബാണം കുലച്ചു. അത് ഏഴിനേയും ഖണ്ഡിച്ച് താഴെവീഴ്ത്തി. സുഗ്രീവൻ രാമനെ ആലിംഗനം ചെയ്ത് വിശ്വാസം അറിയിച്ചു.

രാത്രിയിൽ ലക്ഷ്മണന്റെ സംശയം ജ്യേഷ്ഠന് കൈമാറി,

'ജ്യേഷ്ഠാ, അങ്ങെങ്ങനെയാണ് അത് സാധിച്ചത് ..?'

'ലക്ഷ്മണാ അവരാരെന്ന് നിനക്കറിയാമോ? ചന്ദ്രവംശത്തിലെ മണിഭദ്രരാജാവിന്റെ പുത്രരാണ് ഏഴുപേരും. മായാവിദ്യകൾ പഠിച്ചപ്പോൾ അവർ ഒരു വലിയ സർപ്പത്തെ സൃഷ്ടിച്ച് വാഹനമാക്കി സഞ്ചരിച്ചു തുടങ്ങി. ഒരിക്കൽ അഗസ്ത്യമുനി വരുന്നത് കണ്ടപ്പോൾ സർപ്പത്തെ വട്ടത്തിലാക്കി അതിനു മുകളിൽ വൃക്ഷരൂപത്തിൽ നിന്ന് വഴിതടസ്സമാക്കി. കാര്യം മനസ്സിലാക്കിയ മുനി, അവരെ ശപിച്ച് അതേരൂപത്തിൽ നിർത്തിയതാണ്.'

'വൃത്തത്തിൽ നിന്നിരുന്നവയെ ഒരമ്പുകൊണ്ട് വീഴ്ത്തിയല്ലോ!'

'നീ കണ്ടില്ലേ ലക്ഷ്മണാ, ഞാൻ കാൽ അമർത്തിവച്ചത് ഒരു കല്ലിലല്ലേ ? അതിനടിയിൽ മണ്ണിൽ പൂഴ്ന്നുകിടന്ന ആ മഹാസർപ്പത്തിന്റെ തലയായിരുന്നു. വേദനിച്ചപ്പോൾ അത് ദേഹം നിവർത്തി. മരങ്ങൾ ഒരു നിരയിലുമായി. അപ്പോൾ ഒരമ്പു മതിയാകുമല്ലോ.' പിന്നെ പാമ്പ് പഴയപോലെ വട്ടത്തിലാകുകയും ചെയ്തു. വേഗതയാൽ ഈ മാറ്റമൊന്നും ആരും അറിഞ്ഞില്ല. നീ പോലും.'

പിറ്റേന്ന് സുഗ്രീവൻ ബാലിയെ പോരിനായി ക്ഷണിച്ചു. ദ്വന്ദയുദ്ധം മുറുകി. സുഗ്രീവൻ അവശനായി. എന്നിട്ടും രാമൻ നിഷ്ക്രിയനായി നിന്നു.

ഓടി രക്ഷപ്പെട്ട മിത്രാത്മജൻ കുറ്റപ്പെടുത്തി,

'രാമാ. നിങ്ങളെ വിശ്വസിച്ച് ഞാൻ മരിക്കാൻ പുറപ്പെട്ടുവല്ലോ! എന്നെ ചതിക്കുകയായിരുന്നില്ലേ?'

രാമൻ വിഷമത്തോടെ അറിയിച്ചു,

'അല്ല സ്നേഹിതാ. എന്നെ വിശ്വസിക്കൂ. ഒരേപോലെയുള്ള നിങ്ങളെ വേർതിരിച്ചറിയാൻ എനിക്കായില്ല. ഒരുപക്ഷെ ഞാനെയ്യുന്ന ശരം നിനക്കേറ്റാലോ എന്ന് ഭയന്നു. അങ്ങയെ തിരിച്ചറിയാൻ

ഒരടയാളം വേണം.'

ലക്ഷ്മണൻ കോർത്തെടുത്ത ഗജപുഷ്പമാല്യവും അണിഞ്ഞു കൊണ്ട് വീണ്ടും സുഗ്രീവൻ, ജ്യേഷ്ഠനെ പോരിനു വിളിച്ചു.

ബുദ്ധിമതിയായ ബാലീവല്ലഭ, നാഥനെ തടഞ്ഞു.

'തോറ്റോടിയവനല്ലേ സുഗ്രീവൻ? വീണ്ടും വരുന്നതിന് എന്തെങ്കിലും കാരണമുണ്ടാകും. അവൻ ആര്യന്മാരായ രണ്ടതിഥികളുണ്ടെന്ന് അംഗദൻ പറഞ്ഞിരുന്നു. ആപത്തുണ്ടാകും നാഥാ, അങ്ങ് പോകരുത്.'

'പ്രിയേ, വെല്ലുവിളികൾ സ്വീകരിക്കാതിരിക്കുന്നത് ഭീരുത്വമാണ്. നീ വീരപത്നിയാണ്. ദശരഥപുത്രന്മാർ അവൻറടുത്തുണ്ടെന്ന് ഞാനും കേട്ടു. നീതിമാനാണ് രാമൻ. ഭയക്കേണ്ടതില്ല. ഞാനനുജനെ വധിക്കുകയുമില്ല. പോരേ....'

താരയെ ആശ്വസിപ്പിച്ച ശേഷം ബാലി യുദ്ധത്തിനിറങ്ങി. സഹോദരന്മാർ മുഷ്ടിയുദ്ധം തുടങ്ങി. ബാലിയുടെ കനത്ത പ്രഹര മേറ്റ് സുഗ്രീവൻ അവശനായി. മറഞ്ഞു നിന്നിരുന്ന രാഘവൻ, ബാലിയെ ബാണമെയ്തു.

മണ്ണിൽ പതിച്ച ബാലി വേദനയോടെ ചോദിച്ചു,

'ഹാ....രാമാ....നിർദ്ദോഷിയായ എന്നെ ശരമെയ്തതെന്തിന്? സുഗ്രീവനേക്കാൾ എനിക്കങ്ങയെ സഹായിക്കാനാകുമായിരുന്ന ല്ലോ.....! മറഞ്ഞു നിന്ന് ശരമെയ്തത് ധർമ്മമാണോ, ദേവാ ?'

'കപീന്ദ്രാ, ദുഷ്ടരെ നിഗ്രഹിക്കുകയാണ് രാജധർമ്മം. അങ്ങ് അനുജനെ നാടുകടത്തി, അവന്റെ പത്നിയെ സ്വന്തമാക്കി. അതെല്ലാം പാപമാണ്. രാജാക്കന്മാരുടെ ധർമ്മമാണ് നായാട്ട്. മറഞ്ഞിരുന്നും മൃഗങ്ങളെ വധിക്കാം. മാത്രമല്ല എന്നെക്കണ്ടാൽ നീ ഭക്തനാകും. കൂടാതെ നീയെന്റെ ശത്രുവായ രാവണന്റെ സഖാവാണ്. ഞാനുമായുള്ള യുദ്ധത്തിൽ നീ രാവണനെ സഹായിക്കാനെത്തില്ലേ? അന്നേരം ഭക്തനായ നിന്നെ വധിക്കാനാകില്ല എനിക്ക്..'

ബാലിയുടെ പതനമറിഞ്ഞ് താരയും അംഗദനും ഓടിയെത്തി. അവരുടെ വിലാപത്തിന് സാന്ത്വനമേകി ഉപദേശിച്ചു രഘുനാഥൻ.

ശക്രപുത്രൻ, വേദനയാൽ പുളഞ്ഞുകൊണ്ട് അഭ്യർത്ഥിച്ചു,

'എന്റെ തെറ്റുകൾ എനിക്കു മനസ്സിലായി പ്രഭോ...... അങ്ങെന്റെ അപരാധങ്ങൾ പൊറുക്കണേ...! താരയേയും പുത്രനേയും കാത്തു

കൊള്ളേണം. ഹാ...രാമാ.... ശരം പറിച്ചെടുത്താലും.'

ബാലിയുടെ മാറത്ത് ആഴ്ന്നിറങ്ങിയിരുന്ന ബാണം ശ്രീരാമൻ മെല്ലെ ഊരിയെടുത്ത്, തലോടി. ആ ദേഹം നിതാന്ത നിശ്ചലതയിലായി.

രാമന്റെ നിർദ്ദേശപ്രകാരം ലക്ഷ്മണൻ, സുഗ്രീവാഭിഷേകം നടത്തി. അംഗദനെ യുവരാജാവാക്കി. വിശ്വസ്തനായ ആഞ്ജനേയൻ മന്ത്രിസത്തമനായി. രുമാദേവി മഹാറാണിയും, താരാദേവി അമ്മ മഹാറാണിയുമായി.

മഴക്കാലത്തിനു തുടക്കമായി. താര, ദാശരഥിമാരെ ചെന്നുകണ്ട് ക്ഷണിച്ചു.

'ശ്രീരാമദേവാ, പേമാരിക്കു മുൻപ് കൊട്ടാരത്തിൽ വന്നു താമസിച്ചാലും. അത് നിങ്ങളുടേതാണ്. ഇവിടെ മഴ കനത്തതാണ്.'

'റാണി ക്ഷമിച്ചാലും. താതകൽപന കാനനവാസമാണ്. നഗരവാസം പാടില്ല.'

കുമാരന്മാർ പ്രസ്രവണ പർവ്വതത്തിലെ ഗുഹയിലേക്ക് താമസം മാറ്റി. നാലു മാസത്തെ വർഷകാലം കഴിഞ്ഞു. എന്നിട്ടും സീതാന്വേഷണം തുടങ്ങിയില്ല.

രാഘവൻ കുപിതനായി.

'സുഖലോലുപതയിൽ സുഗ്രീവൻ നമ്മുടെ കാര്യം മറന്നെന്നു തോന്നുന്നു. ലക്ഷ്മണാ.....സത്യലംഘനം നടത്തിയാൽ,ബാലിയെപ്പോലെ അവനേയും വധിക്കുവാൻ എനിക്ക് കഴിയുമെന്ന് നീ ചെന്ന് പറയുക.'

ലക്ഷ്മണൻ, വാനരരാജാവിന്റെ കൊട്ടാരത്തിലെത്തി. കോപാകുലനായ രാമാനുജനെ താരയും അംഗദനും ചേർന്നാണ് ശാന്തനാക്കിയത്.

സീതാന്വേഷണത്തിനുള്ള തയ്യാറെടുപ്പുകൾ ആരംഭിച്ചു.

'പത്തു ദിവസത്തിനകം എല്ലാ ദിക്കിൽ നിന്നുമുള്ള വാനരരെ വരുത്തുക.'

ഉഗ്രമായ സുഗ്രീവാജ്ഞ ലംഘിക്കപ്പെട്ടില്ല. വാനരപ്രമുഖർ എട്ടുദിക്കിലേക്കും പാഞ്ഞു. കിഷ്കിന്ധാപുരി അനേകകോടി കപികളെക്കൊണ്ട് നിറഞ്ഞു.

ആ മഹാസംഘത്തിനു മുൻപിൽ അടുത്ത സുഗ്രീവാജ്ഞ പുറ

പ്പെടുകയായി.

'ഒരു മാസത്തിനകം സീതയെ കണ്ടുപിടിച്ചിരിക്കണം. അല്ലാത്തപക്ഷം നിങ്ങൾക്ക് മരണം നുനിശ്ചിതമാകും. സുഗ്രീവൻ നേരമ്പോക്ക് പറയാറില്ല.'

വാനരർ ഭയവിഹ്വലരായി. സുഷേണൻ പടിഞ്ഞാറോട്ടും, ശതബലി വടക്കോട്ടും, ഹനൂമാൻ തെക്കോട്ടും, വിനതൻ കിഴക്കോട്ടും സൈന്യസമേതം സീതാന്വേഷണം തുടങ്ങി. വസന്തകാലം വന്നെത്തി. സീതാദേവിയുടെ ഒരു വിവരവും അറിയാനായില്ല. എല്ലാവരും ജീവനെ കൊതിച്ചു തുടങ്ങി.

അംഗദൻ മ്ലാനവദനനായി തീരുമാനം അറിയിച്ചു,

'ദേവിയുടെ വിവരങ്ങളൊന്നും അറിയാനാകാതെ ചെന്നാൽ ഇളയച്ഛന്റെ കൈകൊണ്ടുള്ള മരണമാകും ഉണ്ടാകുക. നമുക്ക് തിരികെ പോകാതെ ഇവിടെ എവിടെയെങ്കിലും താമസിക്കാം.'

യുവരാജാവിന്റെ അഭിപ്രായം തന്നെയായിരുന്നു മറ്റുള്ളവർക്കും. അവർ ഒളിച്ചിരിക്കാൻ പറ്റിയ ഒരു ഗുഹ കണ്ടെത്തി. അത് സമ്പാതി എന്ന കഴുകന്റേതായിരുന്നു. വൃദ്ധനായ പക്ഷീന്ദ്രൻ, ചിറകുകൾ കരിഞ്ഞ് പറക്കാനാകാതെ അവിടെയുണ്ടായിരുന്നു. വാനരരെ ഭക്ഷിച്ച് വിശപ്പു മാറ്റാമെന്ന സന്തോഷത്തോടെ പക്ഷി നിരങ്ങി നീങ്ങി.

അംഗദൻ പറയുന്നത് കേട്ടു കൊണ്ടാണ് സമ്പാതി ഗുഹാമുഖത്തെത്തിയത്.

'പക്ഷിയായ ജടായുപോലും സീതാദേവിക്കുവേണ്ടി ജീവൻ കളഞ്ഞു. നമുക്ക് അതിനാകുന്നില്ലല്ലോ എന്നാണെന്റെ ദുഃഖം.'

അതുകേട്ട സമ്പാതി അലറിക്കരഞ്ഞു. കപികൾ ഭയന്നു വിറച്ചു.

'ഹോ..... ജടായു മരിച്ചെന്നോ? ഹോ.... അനുജാ....! എങ്ങനെ?'

രാമനിൽ നിന്നും അറിഞ്ഞതെല്ലാം, അംഗദൻ സമ്പാതിയെ അറിയിച്ചു. അവൻ ഒരു നിമിഷം ചിന്തിച്ചശേഷം അറിയിച്ചു,

'ആ... ഞാനോർക്കുന്നു.....! എനിക്കുള്ള ഭക്ഷണം പുത്രൻ സുപാർശ്വനാണ് കൊണ്ടുവരാറുള്ളത്. ഒരു ദിവസം അവൻ ഒന്നും കൊണ്ടുവന്നില്ല. കാരണമായി പറഞ്ഞത് കേൾക്കുക. അന്നവൻ ഒരു വിമാനത്തെയാണ് തടഞ്ഞത്. അതിലുണ്ടായിരുന്ന രാക്ഷസൻ വഴിമാറിത്തരുവാൻ അപേക്ഷിച്ചപ്പോൾ അവൻ പിന്തിരിഞ്ഞുവത്രേ!

അയാൾ രാക്ഷസരാജാവായ രാവണനായിരുന്നു. കൂടെ രാമാ.... എന്നുറക്കെ കരയുന്ന ഒരു സ്ത്രീയും ഉണ്ടായിരുന്നെന്നും അവ നെന്നോട് പറഞ്ഞത് ഓർക്കുന്നു. അത് സീതാദേവിയായിരിക്കും. അങ്ങനെയെങ്കിൽ രാവണനാകും എന്റനുജനെ കൊന്നത്. ചിറകു കളുണ്ടായിരുന്നെങ്കിൽ ഞാൻ തന്നെ അവനെ തീർത്തേനെ. അവ നോട് പകതീർക്കണം. ശ്രീരാമദേവന് അതിനാകും. രാവണൻ കുബേരന്റെ സഹോദരനാണ്. അവനാണിപ്പോൾ ലങ്കയിലെ രാജാവ്. നിങ്ങൾ അവിടേക്ക് പോകണം. '

'അങ്ങയുടെ ചിറകുകൾ കരിഞ്ഞതെങ്ങനെ......?'

'ഞങ്ങൾ രണ്ടാളും അരുണന്റേയും മഹാശ്വേതയുടേയും മക്ക ളാണ്. മഹാവികൃതികളായ ഞങ്ങൾ, ഒരു ദിവസം ആരാണാദ്യം സൂര്യനിലെത്തുകയെന്ന വാതുവച്ച് പറന്നുയർന്നു. അവൻ ഉയർ ന്നു പറന്നെങ്കിലും സൂര്യതാപമേറ്റ് അവശനായി. കുടപോലെ നിന്ന് ഞാനവനെ രക്ഷിച്ചു. എന്റെ പക്ഷങ്ങൾ കരിഞ്ഞു താഴെ വീണപ്പോൾ കാലുകളും ഒടിഞ്ഞു. നടക്കാനോ പറക്കാനോ കഴിയാതെ കിടന്ന എന്നെ നിശാകരമുനിയാണ് സംരക്ഷിച്ചത്. സീതാന്വേഷണത്തിൽ സഹായമാകുമ്പോൾ ചിറകുകൾ മുളക്കു മെന്നും മുനി അറിയിച്ചിരുന്നു. ഹാ....ഇനിയെന്റെ ചിറകുകൾ മുളക്കും. അനുജനുള്ള കർമ്മങ്ങൾ ചെയ്യണം. എന്നെ സമുദ്രതീരത്തേക്ക് കൊണ്ടുപോയാലും.'

വാനരന്മാർ തുള്ളിച്ചാടി. സീത ജീവിച്ചിരിക്കുന്നു......! സമുദ്ര ത്തിനപ്പുറമുള്ള ലങ്കയിലാണ് ഉള്ളതെന്നും അറിഞ്ഞു.

അവർ സമ്പാതിയേയും എടുത്തു കൊണ്ട് സമുദ്രതീരത്തെത്തി. മുന്നിൽ കണ്ണെത്താദൂരത്തോളം പറന്നു കിടക്കുന്ന ആഴി. എല്ലാവ രുടേയും സന്തോഷം അണഞ്ഞുപോയി.

എങ്ങനെ മറുകരയിൽ പോകാനാണ്....?

ആ ആലോചനയിൽ വാല്മീകി ദേവന്റെ സ്വരം കടന്നു വന്നു.

'ഉണ്ണികളേ.... ഇന്നത്തെ പഠനം നിർത്തുകയാണ്. സംശയം ചോദിക്കാം....'

'ശബരി തപസ്വിനി ആരാണ് ആചാര്യ....?'

'ശബരി ഒരു കാട്ടാള താപസിയാണ്. ദിവ്യജ്ഞാനമുള്ള സിദ്ധ യോഗിനി. ഗന്ധർവരാജാവായ ചിത്രകവചന്റെ പുത്രിയായ ശ്രീമാ

ലിനിയായിട്ടായിരുന്നു ജനനം. ഗന്ധർവനായ വീതിഹോത്രന്റെ ഭാര്യയായ ശേഷവും അവൾ കല്മാഷനെന്നൊരു കാട്ടാളനെ പ്രണയിച്ചു. അതറിഞ്ഞ ഭർത്താവ് അവളെ ശപിച്ച് കാട്ടാളത്തിയാക്കിയതാണ്. ശ്രീരാമദർശനത്താൽ ശാപമോക്ഷവും വിധിച്ചു.'

പ്രാർത്ഥനയോടെ ആചാര്യനും കുട്ടികളും പിരിഞ്ഞു.

മുറ്റത്ത് മാതാജി വിറകുകൾ അടുക്കിവയ്ക്കുകയായിരുന്നു.

'മഴക്ക് സാധ്യതയുണ്ട്. നനയാതെ വയ്ക്കണം.'

'മാതാജിക്ക് വയ്യാതാകും. ഞാൻ ചെയ്യാം. കുമാരന്മാരെവിടെ?'

'ഹോമത്തിനുള്ളവ ശേഖരിക്കാൻ പോയിരിക്കയാണ്. അവർ വരുമ്പോഴേക്കും എല്ലാം നനയും.'

വാനം തുടികൊട്ടിത്തുടങ്ങി. പെയ്തൊഴിയാനുള്ള തിടുക്കമാണതിന്. ഞാൻ മക്കളേയും കൂട്ടുകാരേയും വിളിച്ചു കൊണ്ടുവന്നു. അവരുടെ ഉത്സാഹത്തിൽ അതെല്ലാം പെട്ടെന്ന് അടുക്കിവച്ച് മുകളിൽ പനയോലകൾ നിരത്തി. അപ്പോഴേക്കും വെള്ളത്തുള്ളികളുടെ ആരവം കേട്ടു തുടങ്ങി. അവ മേളങ്ങളോടെ മുറ്റത്ത് തുള്ളിക്കളിച്ചു. കുട്ടികളും തുള്ളിക്കളിച്ചു. അന്നത്തെ അവരുടെ കുളി മഴയിലായിരുന്നു.

ചിന്തകളോടൊപ്പം ഞാനും ലങ്കയിലെ മഴനനഞ്ഞു.

അശോകമരച്ചുവട്ടിൽ, മഴയിൽ കുതിരുകയായിരുന്നു എന്റെ മനസ്സപ്പോൾ. രാക്ഷസിമാർ പറഞ്ഞിട്ടും അവിടെ നിന്നും മാറിയില്ല. തലയിലൂടെ ഊർന്നിറങ്ങി, നാസികാഗ്രത്തിലൂടെ ജലമൊഴുകുന്നതും നോക്കി കുനിഞ്ഞിരുന്നു.

പരിവാരങ്ങളുടെ അകമ്പടിയൊച്ച കേട്ടാണ് തലയുയർത്തിയത്. പട്ടുക്കുടകളുമായി നിരന്നു നിൽക്കുന്ന രാക്ഷസികളുടെ മദ്ധ്യത്തിലായി അന്നുകണ്ട ഐശ്വര്യദേവത. മണ്ഡോദരി രാജ്ഞി ..! പിന്നെ മറ്റൊരു റാണിയും.

അവർ അടുത്തെത്തി. കൈകൂപ്പി മന്ദഹസിച്ചു,

'ദേവിക്കെന്നെ മനസ്സിലായോ? മണ്ഡോദരിയാണ്. ഇത് ദേവബാല റാണിയും. എന്നെ രണ്ടാം സ്ഥാനക്കാരിയാക്കുമെന്ന ഭീതിയിൽ വന്നതല്ല. അപേക്ഷിക്കാൻ വന്നതാണ്. മഴ ഇനിയും കൂടും. ദേവി മന്ദിരത്തിലേക്ക് താമസം മാറ്റുക. രാമൻ വരുമ്പോൾ സ്വീകരിക്കാൻ ദേവിയുണ്ടാകണം.'

‘എനിക്കിപ്പോൾ മഴയും വെയിലും മഞ്ഞുമെല്ലാം ഒരുപോലെയാണ്, റാണി.’

‘ദേവിയുടെ അമ്മയാണ് ഞാനെന്നു കരുതണം. എനിക്ക് ഒരു പുത്രി ജനിച്ചതാണ്. അവൾമൂലം രാജ്യം മുടിയുമെന്നു കേട്ടപ്പോൾ എവിടേയോ കൊണ്ടുക്കളഞ്ഞു. ഇപ്പോളെനിക്ക് തോന്നുന്നു അവൾ നീയാകുമെന്ന്. നിന്നെത്തേടിയെത്തുന്ന രാമൻ ഈ കുലം നശിപ്പിക്കുമെന്നും. ഭവതി എന്റെ മകളാണെന്ന് ഞാൻ വിശ്വസിക്കട്ടെ.’

‘അമ്മേ, പട്ടുമെത്തയിൽ കിടന്നാലും എനിക്ക് ഉറങ്ങാനാകില്ല. എന്റെ പ്രാണനാഥൻ വിഷമിക്കുകയാണ്. അപ്പോൾ ഞാനെങ്ങനെ സുഖിക്കും?’

ആ അമ്മയെ പൂർണ്ണമായും എതിർക്കാനായില്ല. അശോകത്തറയുടെ നനഞ്ഞിട്ടില്ലാത്ത ഭാഗത്തേക്ക് മാറിയിരുന്നു. എനിക്കു മുകളിലെ ഇലകൾ ചേർന്നൊരു കുടയായി. രാജ്ഞിമാർ സന്തോഷത്തോടെ തിരിച്ചുപോയി.

രണ്ടുനാൾ കഴിഞ്ഞപ്പോൾ ഒരു യുവതി എന്നെക്കാണാനെത്തി. ഒരു രാജകുമാരിയുടെ വേഷഭൂഷാദികൾ. ദുർമുഖി പിറുപിറുത്തു.

‘രാജകുമാരി വരണ്ട്. ആരും സീതോട് അരിശപ്പെടല്ലേ...’

തോഴിമാരെ അകലെ നിർത്തിക്കൊണ്ട് കുമാരി അടുത്തെത്തി.

‘സീതാ ദേവി .., ഞാൻ വിഭീഷണ പുത്രിയാണ്. കല.’

കൂടെ പറന്നുവന്ന തത്ത അശോകമരത്തിൽ ഇരുന്നു. അത് വിഷ്ണുനാമങ്ങൾ ചൊല്ലുന്നുണ്ടായിരുന്നു. ഞാനതിനെ നോക്കുന്നത് കണ്ട് കല അറിയിച്ചു,

‘അച്ഛൻ വിഷ്ണുഭക്തനാണ്. അദ്ദേഹം ചൊല്ലുന്നത് കേട്ട് തത്തയും പഠിച്ചു. രാജാവിന്റെ അനുജനാണ് അദ്ദേഹം. ദേവിയെ തിരിച്ചു നൽകാൻ അച്ഛനെത്ര പറഞ്ഞെന്നോ! വലിയച്ഛൻ കേട്ടില്ല. അച്ഛനെ പിന്തുണക്കാൻ ആരുമുണ്ടായില്ല. പരദ്രോഹവും പരസ്ത്രീ മോഹവും ഇല്ലെങ്കിൽ രാജാവ് ലോകമാന്യനാകുമായിരുന്നെന്ന് അച്ഛനെപ്പോഴും പറയാറുണ്ട്.’

‘കുമാരി, ഞാനിതൊക്കെ അനുഭവിക്കണമെന്നുണ്ടാകും. ഇവിടെ നിന്നിനി പോകാനാകുമോന്നും അറിയില്ല. എന്തായാലും ഞാൻ രാവണപത്നിയാകില്ല. എന്നെ കൊന്നുതിന്നുമായിരിക്കും.’

‘ഒന്നുമുണ്ടാകില്ല ദേവി. അച്ഛൻ പറയുന്നത് കേട്ടു. സുഗ്രീവനെ

ന്നൊരു വാനരവീരനുമായി രാമൻ ഇന്നലെ സഖ്യം ഉണ്ടാക്കിയെന്ന്. ജ്യേഷ്ഠനായ ബാലിയെ വധിച്ച് സുഗ്രീവനെ വാനരരാജാവാക്ക മെന്ന് രാമൻ ഉറപ്പു നല്കിയത്രേ! പകരം ദേവിയെ കണ്ടെത്താൻ വാനരസൈന്യം സഹായിക്കുമെന്നും.'

'വാനരന്മാർ വിചാരിച്ചാൽ നടക്കുമോ ..? രാക്ഷസർ എത്ര ശക്തരാണ്!'

'പറ്റും ദേവി. അവർ കുറച്ചൊന്നുമല്ല. പത്തായിരം കോടിയുണ്ട ത്രേ! വാനരന്മാർ ഒരുമിച്ചുനിന്നാൽ അവരെ എതിർക്കാനാകില്ല. ഒരു കൂട്ടം മാനുകൾ വിചാരിച്ചാൽ ഒരു സിംഹത്തെ ഓടിക്കാനാ കില്ലേ? അവരെ ഒന്നിപ്പിക്കാൻ കഴിയണം. അതാണിവിടെ നടക്കുക. ദേവി ധൈര്യമായിരിക്കുക.'

ആത്മവിശ്വാസവും തന്നിട്ടാണ് കല പോയത്. ഇന്നലെ രാമസു ഗ്രീവസഖ്യ സമയത്താകും എന്റെ ഇടത്കണ്ണു തുടിച്ചത്. അത് ശുഭലക്ഷണമാണ്

കുറച്ചു ദിവസങ്ങൾക്കുശേഷം ശാന്തഭാവത്തോടെ ഒരു രാക്ഷസി വന്നു. പ്രഘസ അവർക്ക് എന്നെ പരിചയപ്പെടുത്തി.

'ആ മാമി വന്നല്ലോ! എന്താ വരാത്തേന്ന് വിചാരിച്ചിരിക്ക്യായിര് ന്നു. മാമനെ കൊന്നോന്റെ ഭാര്യയാണിവൾ. ഇവൾക്ക് തമ്പ്രാന്റെ ഭാര്യയാകാൻ വയ്യെന്ന്..!'

അവൾ ഒന്നും പറയാതെ എന്റെ അടുത്തെത്തി കൈകൂപ്പി,

'ഞാൻ മാരീചന്റെ ഭാര്യാണ്. ഓന്റെ തെറ്റിന് മാപ്പപേക്ഷിക്കാന് വന്നതാണ്. ദേവിയെ കട്ടോണ്ടു വരാനായി രാമനേം അനിയനേം അകറ്റണമെന്നാണ് തമ്പ്രാൻ ആവശ്യപ്പെട്ടത്. അതിനായി ഒരു ചേലുള്ള മാനായി പോകാനും കൽപിച്ചു. രാവണത്തമ്പ്രാന്റെ മാമ നായതിനാൽ അനുസരിക്കേണ്ടിവന്നു. ആൾ പോകുമ്പോൾ പറേം ചെയ്തു, ന്റെ മരണം ഉറപ്പായെന്ന്. രാവണന്റെ കൈ കൊണ്ട് ചാകണേക്കാൾ രാമൻ കൊല്ലണതാണ് പുണ്യംന്ന്. അങ്ങേര് നിവൃത്തികേടുകൊണ്ട് പോയതാണ്. പൊറുക്കണേ ദേവി'

അവരെന്റെ കാൽക്കൽ കുറേ രത്നങ്ങൾ കാഴ്ചവച്ചു. ഞാനറി യിച്ചു,

'എനിക്കാരോടും വിരോധമില്ല. സമാധാനത്തോടെ പോകുക.'

'രാമൻ ഒടനെയെത്തും ദേവി. രാമന്റെ കഴിവ് എന്റെ ഭർത്താവ്

പറഞ്ഞേന്. ദേവിയെ യാത്രയാക്കാൻ ഏനുണ്ടാവെന്ന് തോന്നണില്ല. ഈ വംശം മുടിയും.'

രാക്ഷസിമാർ ക്രുദ്ധരായി.

'ഹും ..അവള്ടെ ഒരുപദേശം. തമ്പ്രാനെതിരെ പറയുന്നവരാ രായാലും ആയുസ്സുണ്ടാകില്ല. നടക്കടീ മാമീ.'

ഞാനാ രത്നങ്ങളെ നോക്കി. പലനിറത്തിൽ അവ എന്റെ പാദ ങ്ങളേയും പ്രകാശിപ്പിക്കുന്നു. ഈ രത്നങ്ങളെപ്പോലെയാണ് മാരീചപത്നിയും. ആ കറുത്ത ദേഹത്തിലെ തിളങ്ങുന്ന മനം എന്നേയും പ്രകാശിപ്പിച്ചിട്ടാണ് പോയത്.

ഞാൻ രത്നങ്ങളുടെ ഭംഗി ആസ്വദിക്കുകയാണെന്നു തോന്നി യിട്ടുണ്ടാകും ത്രിജടക്ക്.

'ഇവിടെ തോനെ രത്നങ്ങളുണ്ട്. അതു വാരിയെടുക്കണ തീര ങ്ങളുണ്ടേ. ദേവിക്ക് വേണേൽ ഇനിയും കൊണ്ടരാം.'

'വേണ്ട ത്രിജടെ.'

'പാവം ! ആമ്പെറന്നോൻ ചത്തപ്പോൾ അവളെ ആർക്കും പേടീല്ലാതെയായി. പക്ഷേങ്കി ദേവീ.. അവര് പറഞ്ഞത് സത്യാകും. ദേവ്യെ ഇവിടെ കൊണ്ടന്നത് തമ്പ്രാന്റെ ചീത്ത സമയത്താ. പ്രതാപോം അസ്തമിക്കാറായി. എന്തൊക്ക്യോ സൂചനകൾ നാട്ടിൽ കണ്ടു തുടങ്ങീന്ന് കേട്ടു.'

'രാജവിരോധം നേടണ്ട. ഇതെങ്ങാൻ രാവണന്റെ കാതിലെത്തി യാൽ ത്രിജടയെ ഇവിടന്ന് മാറ്റും. എന്റെ ഒരാശ്വാസം നീയാണ്.'

ത്രിജട ചിരിയോടെ എന്റെ പുറത്തു തലോടി.

ഹനൂമാൻ ലങ്കയിൽ

ഞാൻ ഉണർന്നെഴുന്നേറ്റത് ലങ്കയിലായിരുന്നില്ല. വാല്മീകിദേവന്റെ ആശ്രമത്തിലായിരുന്നു. പുറത്ത് കാറ്റും മഴയും താണ്ഡവമാടുന്നു. ആ കുളിരിൽ മക്കളെന്നെ കെട്ടിപ്പിടിച്ചു കിടന്നു. എനിക്കനങ്ങാൻ പറ്റാതെ.

രാവിലെ അവർ ഒരുങ്ങുമ്പോൾ പറഞ്ഞു,

'അമ്മേ, ഇന്നലെ പാഠശാലയിലെ മേൽക്കൂര കാറ്റത്തു പറന്നു പോയത്രേ! ഞങ്ങളത് നേരെയാക്കാൻ പോകട്ടെ.'

ഇന്നു പ്രകൃതിക്ക് കലിയിളകിയിട്ടുണ്ട്. മാതാജി അടുത്തെത്തി അറിയിച്ചു,

'നല്ല ഇടിയും മിന്നലും. പുഴയിലും വെള്ളം കൂടുതലാണ്.'

ജലകണങ്ങൾ പുക പോലെ പറന്നു വന്നെന്നെ പുൽകി കുളിരണിയിച്ചു. ആകാശത്ത് ഒരു യുദ്ധത്തിന്റെ പ്രതീതി. ഞാനിതുവരെ ഒരു യുദ്ധവും കണ്ടിട്ടില്ല. കേട്ടിട്ടേയുള്ളൂ. കാനനത്തിൽ വച്ചായാലും എന്നെ അകറ്റി നിർത്തും. സ്ത്രീകൾ അബലകളാണെന്ന് ധരിച്ചിരിക്കയാണ് എല്ലാവരും.

മഴ കുറഞ്ഞപ്പോൾ പാഠശാലയിലേക്ക് നടന്നു. ഓലകളെല്ലാം ശരിയായി വച്ചു കഴിഞ്ഞു. വാല്മീകി ദേവന്റെ ശബ്ദം കേട്ടു.

'സമ്പാതി പറയുന്നത് കേട്ടപ്പോൾ എല്ലാവരും സന്തോഷിച്ചു. സീത സമുദ്രത്തിനപ്പുറമുള്ള ലങ്കാരാജ്യത്തിലുണ്ട്. ദേവിയെ പോയി കാണണം. എന്നാലേ സുഗ്രീവനോട് വിവരങ്ങൾ പറയാനാകു.'

ആരാണ് സമുദ്രം ചാടുക ?

വിശാലമായ കടലിന്റെ നീലിമയുടെ അങ്ങേയറ്റം വരെ അവർ കണ്ണയച്ചു. കരയുടെ ലാഞ്ചനപോലും അവിടെയെങ്ങും കണ്ടില്ല.

അംഗദൻ നിരാശയോടെ ചോദിച്ചു,

'ഈ സമുദ്രത്തിന്റെ മറുകരയിലാണ് ലങ്ക. ഇടയിൽ നൂറുയോജന ദൂരം അഗാധമായ സമുദ്രമാണ്. നമ്മളിൽ ആർക്കാണത് ചാടിക്കടക്കാനാകുക?'

ആരും മിണ്ടിയില്ല. അപ്പോൾ ജാംബവാൻ പറഞ്ഞു,

'ഓരോരുത്തർക്കും ചാടാൻ കഴിയുന്ന ദൂരം പറയുക. അതാകും എളുപ്പം.'

ഗജൻ പറഞ്ഞു,

'ക്ഷമിക്കണം, എനിക്ക് പത്തു യോജന മാത്രമേ ചാടാനാകു.'

ഗവാക്ഷൻ ഇരുപത്, ശരഭനു നാൽപ്പത്, ഗന്ധമാദനൻ അമ്പത്, ദ്വിവിദൻ എഴുപത്, സുഷേണൻ എൺപത് .. എന്നിങ്ങനെ പലരും കഴിവ് പറഞ്ഞറിയിച്ചു.

എല്ലാവരും നിരാശയിലായപ്പോൾ അംഗദൻ പറഞ്ഞു,

'ചങ്ങാതിമാരെ, എനിക്ക് നൂറു യോജന ചാടാൻ കഴിയും. പക്ഷെ തിരിച്ചു ചാടാനുള്ള ശക്തിയുണ്ടോ എന്ന് സംശയമാണ്.'

ജാംബവാന് വിലക്കിക്കൊണ്ട് പറഞ്ഞു,

'അങ്ങയ്ക്ക് അതിനുള്ള ശക്തിയുണ്ട്. എങ്കിലും, വേണ്ട കുമാര. യുവരാജാ വായ അങ്ങൊരു ദൂതനാകാൻ പാടില്ല. പണ്ടായിരുന്നെങ്കിൽ എനിക്ക് സാധിക്കുമായിരുന്നു. വയസ്സനായ എനിക്കിപ്പോൾ തൊണ്ണൂറു യോജനയേ ചാടാൻ കഴിയു... എന്നാൽ അതിനു കഴിവുള്ള ഒരുവൻ നമുക്കിടയിലുണ്ട്. ഹനൂമാൻ സ്വന്തം ശക്തിയെ കുറിച്ച് അവനറിയില്ല. അവനെ ഉണർത്താം. വരിക.'

ദ്വിവിദനാണ് അറിയാനാഗ്രഹിച്ചത്,

'അദ്ദേഹമെന്താണ് കഴിവില്ലാത്തവനെപ്പോലെ അലസനായിരിക്കുന്നത്?'

'അതൊരു ശാപഫലമാണ്. തൃണബിന്ദു മഹർഷിയുടെ ശാപം. ഒരുദിവസം ഹനൂമാൻ അതുവഴി പോയപ്പോൾ ഒരു സിംഹവും ആനയും പോരാടുന്നത് കണ്ടു. രണ്ടും പിന്മാറുന്നില്ല. അവയുടെ അലർച്ചകൾ ഹനൂമാന് സഹിക്കാനായില്ല. അദ്ദേഹം ചെന്ന് അവയെ പിടിച്ചകറ്റി കെട്ടിയിട്ടു. തൃണബിന്ദു മുനിയുടെ ആശ്രമകവാടത്തിലായിരുന്നു അവയെ കെട്ടിയത്. അതൊന്നും അറിയാതെ

പുറത്തിറങ്ങിയ മുനി അപ്രതീക്ഷിതമായി വന്യമൃഗങ്ങളെ കണ്ട് ഭയന്നു. ഇതുചെയ്തത് ശക്തിമാനായ ഹനൂമാനാണെന്നും മന സ്സിലാക്കി. അവന്റെ ശക്തി അവനറിയാതെ പോകട്ടെ എന്നാണ് മുനി ശപിച്ചത്. നഷ്ടപ്പെട്ട തേജസ്സും ശക്തിയും മറ്റൊരാൾ ഓർമ്മി പ്പിക്കുമ്പോൾ തിരികെവരും. ഞാനവനെ അതെല്ലാം ഓർമ്മി പ്പിക്കാം. വരിക.'

കൂനിക്കൂടി ആഴിപ്പരപ്പിലേക്ക് നിരാശയോടെ നോക്കിയിരിക്കുന്ന മാരുതിയുടെ അടുത്തേക്ക് ചെന്ന് ജാംബവാൻ ചോദിച്ചു,

'ആഞ്ജനേയാ, നീ ഉറക്കം തൂങ്ങിയിരിക്കയാണോ? നമുക്കിനി ലങ്കയിലെത്തണം. സീതാദേവി അവിടെയുണ്ട്. ഇങ്ങനെയിരുന്നാൽ ദേവിയുടെ വിവരങ്ങൾ അറിയുന്നതെങ്ങനെ...? നിനക്കു മാത്രമേ സമുദ്രം കടക്കാനാകു.'

വായുതനയൻ ഉത്സാഹമില്ലാത്തവനായി അറിയിച്ചു,

'വീരന്മാരായ നിങ്ങൾക്കിടയിൽ ഞാനൊരു അൽപപ്രാണിയാണ്. എനിക്കെന്ത് ചെയ്യാനാകും?'

'വിഡ്ഢിത്തം പറയാതെ. നീ വീരനായ കേസരിപുത്രനാണ്. അഞ്ജനാദേവിയുടെ ഉദരത്തിൽ പിറന്ന ശിവചൈതന്യമാണ് നീ. വായുപുത്രനായ നിനക്ക് കൊടുങ്കാറ്റാകാൻ കഴിയും. ദേവകളെ ല്ലാം വരം ചൊരിഞ്ഞിട്ടുള്ളവൻ, ശ്രീരാമസ്വാമിയുടെ വിശ്വസ്തൻ. ഒന്നും നിനക്കസാദ്ധ്യമല്ല. എഴുന്നേൽക്കുക.'

'അങ്ങനേയോ? എങ്കിൽ ചാടിനോക്കാം. എനിക്കിപ്പോൾ തോന്നുന്നു, രാമസ്വാമിക്കും ഞാനാണ് ദേവിയെക്കാണുന്നതെന്ന് തോന്നിയിരുന്നെന്ന്.'

'അതെന്താണ് നിനക്കിപ്പോൾ അങ്ങനെ തോന്നുന്നത്?'

'നമ്മൾ അന്വേഷണത്തിനായി തെക്കോട്ടേക്ക് പോകുന്നതറിഞ്ഞ പ്പോൾ എന്നെയാണ് സ്വാമി മുദ്രമോതിരം ഏൽപിച്ചത്. അടയാള വാക്യവും പറഞ്ഞു. ഞാനാണ് ദേവിയെ കാണുകയെന്ന് സ്വാമിക്ക റിയാമായിരുന്നു. അദ്ദേഹത്തിന്റെ അനുഗ്രഹം എനിക്കുണ്ട്. ശരി യാണ്, ഞാനാണ് പോകേണ്ടത്. ചങ്ങാതിമാരേ, എനിക്ക് ചാടാൻ പറ്റും.. ഞാൻ ദേവിയെ കാണും. തീർച്ച.'

ഉറച്ച ആത്മവിശ്വാസത്തിൽ വാതാത്മജൻ മഹേന്ദ്രഗിരിയുടെ ഉച്ചിയിൽ കയറി. സമുദ്രത്തെ വന്ദിച്ചു ധ്യാനിച്ച ശേഷം കഴുത്ത്

നീട്ടി, ഉടൽ നിവർത്തി, വാൽ മേൽപ്പോട്ടാക്കി മുകളിലേക്ക് കുതിച്ചു.

കാലിന്നടിയിലെ പാറ പൊടിഞ്ഞു, ഭൂമി കുലുങ്ങി

പകുതി ദൂരം പിന്നിട്ടപ്പോൾ ഒരു ഗിരിശൃംഗം ആഴിയുടെ മുകളിലേക്ക് ഉയർന്നു നിൽക്കുന്നത് കണ്ടു. അത് മൈനാകമായിരുന്നു. അതിൽ വിശ്രമിച്ച് പിന്നേയും മുന്നോട്ടേക്ക് ചാടി. അല്പദൂരം പിന്നിട്ടപ്പോൾ ഒരു ഭീഷണരൂപിണി നിൽക്കുന്നു. അവൾ മാരുതിയെ തടഞ്ഞു നിർത്തി.

'ഞാൻ നാഗമാതാവായ സുരസയാണ്. ഈ പ്രദേശത്തു കൂടെ പോകുന്ന ജീവികളെ ഞാൻ ഭക്ഷിക്കും. നിന്നെ ഞാൻ വിഴുങ്ങുകയാണ്.'

'ഞാനൊരു ദൂതനാണ്. ഭവതി എനിക്ക് വിഘ്നമുണ്ടാക്കരുത്. സ്വാമികാര്യം നടത്തിയ ശേഷം തിരികെ വരുമ്പോൾ ഭക്ഷിച്ചുകൊള്ളുക.'

അവൾക്കത് സമ്മതമല്ലായിരുന്നു. അവൾ വായ പിളർന്നുകൊണ്ട് ഹനൂമാനെ വിഴുങ്ങാനടുത്തു. പവനതനയൻ പർവതത്തോളം വലുതായി. രാക്ഷസിയും മഹാഗഹ്വരം പോലെ വായപിളർത്തി. അദ്ദേഹം പെട്ടെന്ന് കൃശരൂപമായി

അവളുടെ വായിലേക്ക് ചാടി ഉദരത്തിലെത്തി, ഒരുനിമിഷം കൊണ്ട് ചെവിയിലൂടെ തിരിച്ചിറങ്ങി. അവളെ വന്ദിച്ചു.

'ഭവതിയുടെ ഉദരത്തിൽ നിന്നും വന്ന പുത്രനാണ് ഞാൻ. അമ്മേ. അനുഗ്രഹിച്ചാലും. എന്റെ ദൗത്യം വിജയിക്കാനുള്ള വരം തന്നാലും.'

സുരസ കേസരീപുത്രന്റെ നെറുകയിൽ ചുംബിച്ച് വിജയമാശംസിച്ചു.

'ഗന്ധർവന്മാർ നിന്റെ ശക്തി പരീക്ഷിക്കാനായി എന്നെ നിയോഗിച്ചതാണ്. നീ ശക്തിമാൻ മാത്രമല്ല ബുദ്ധിമാനും ആണെന്ന് മനസ്സിലായി. പോകുക പുത്ര .. സ്വാമികാര്യം നിറവേറ്റുക. നിനക്ക് സർവ മംഗളങ്ങളും ഉണ്ടാകും.'

പവനാത്മജൻ കുതിച്ചുയർന്നു. ദൂരെയായി ലങ്ക കാണാറായി. പെട്ടെന്ന് അദ്ദേഹം പറക്കാനാകാതെ നിശ്ചലനായി. ശക്തിയിൽ ആഞ്ഞു ശ്രമിച്ചു. അനങ്ങുന്നില്ല. താഴേക്കു നോക്കിയപ്പോഴാണ് അതു കണ്ടത്.

സമുദ്രത്തിൽ കാണുന്ന തന്റെ നിഴലിനെ ഒരുത്തി പിടിച്ചു വലിക്കുന്നു! ഛായാഗ്രാഹിണിയായ ഒരു ദുർഭൂതം!

മാരുതി അലറി. അതുകേട്ടവൾ ഉച്ചത്തിൽ അട്ടഹസിച്ചു,

'ഹ ഹ. നീയിനി എങ്ങോട്ടും പോകില്ല. ഞാൻ സിംഹികയാണ്. നിഴൽ പിടിച്ച് ഭക്ഷിക്കുന്നവൾ. ഇന്നത്തെ ഭക്ഷണം നീയാണ്. ഹ ..ഹാ.'

ആഞ്ജനേയൻ വളരെ ചെറിയ രൂപത്തിലായി. സിംഹിക അവനെ പിടിച്ചു വിഴുങ്ങി. ഉദരത്തിൽ ചെന്നശേഷം ഭീമാകാര രൂപമായി അവളുടെ വയറും പൊട്ടിച്ച് വെളിയിൽ കടന്നു. സിംഹിക സമുദ്രത്തിൽ മുങ്ങിപ്പോയി.

വീണ്ടും പറന്നിറങ്ങിയത് ത്രികൂടാചലത്തിലായിരുന്നു. അവിടെയിരുന്ന് അതുല്യ ശോഭയോടെ പരിലസിക്കുന്ന ലങ്കാരാജ്യം വീക്ഷിച്ചു. നാലുവശവും സമുദ്രത്താൽ സുരക്ഷിതമായ മനോഹര ദ്വീപ്. ചുറ്റും അത്യുന്നതിയിൽ പടർന്നു നിൽക്കുന്ന പർവതനിരകളും. അതിനപ്പുറമാണ് ലങ്കാനഗരം. അവിടെ അസംഖ്യം ഭീകരരാക്ഷസർ കാവൽ നിൽക്കുന്നുമുണ്ട്.

ഹനൂമാൻ ആത്മഗതം പറഞ്ഞു,

'അവിടെയാണ് എന്റെ സ്വാമിയുടെ പ്രിയതമ. അങ്ങോട്ട് കയറുന്നതെങ്ങനെ?'

ചില പദ്ധതികൾ തയ്യാറാക്കി സന്ധ്യയാകാൻ നോക്കിയിരുന്നു. നിഴലുകളില്ലാത്ത നേരമായപ്പോൾ മാർജ്ജാര വലിപ്പത്തിൽ മാരുതി പമ്മിപമ്മി പ്രധാന ഗോപുരം കടക്കാനൊരുങ്ങി. ഒരു വലിയ കൈ അവനെ തടഞ്ഞു.

ആ ഭീകരരൂപി അവനോട് നടുങ്ങുന്ന സ്വരത്തിൽ ചോദിച്ചു,

'നീ ആരാണ് ? എന്തിനു വന്നു ?'

'ഞാൻ ലങ്കയിലെ കാഴ്ചകൾ കാണാൻ വന്നതാണ്. കണ്ടശേഷം പെട്ടെന്ന് തിരികെ പൊയ്ക്കൊള്ളാം. ഭവതി ആരാണ്....?'

'ഞാനോ ? ഹ ഹാ .. ഞാനാണ് ലങ്കാശ്രീ. എന്നെ ജയിച്ചാലല്ലാതെ ആർക്കും അകത്തോട്ടു പ്രവേശനമില്ല. നിനക്കും'

അവളുടെ ഭീമമായ കൈകൾ ഹനൂമാനെ കോരിയെടുത്തു. പെട്ടെന്ന് ഹനുമാൻ പർവതാകാരനായി. ഇടത്തേ കൈകൊണ്ടവളെ ഇടിച്ചുവീഴ്ത്തി.

ലങ്കാലക്ഷ്മി അനലസുതനെ നമസ്കരിച്ചു.

'ഭവാൻ നിസ്സാരനല്ല. അങ്ങ് ശ്രീരാമദൂതനാണോ..?'

'അതേ.. യഥാർത്ഥത്തിൽ ഭവതി ആരാണ് ..?'

'ഞാൻ ബ്രഹ്മദേവന്റെ ഭണ്ഡാരം സൂക്ഷിപ്പുകാരിയായിരുന്ന വിജയലക്ഷ്മിയാണ്. ഒരിക്കൽ കൃത്യവിലോപം കാണിച്ചതിനാൽ, രാവണന്റെ ഗോപുര കാവൽക്കാരിയാക്കിയതാണ്. രാമദൂതനായ ഒരു വാനരൻ എന്നെ കീഴടക്കുമ്പോൾ ശാപമോക്ഷവും അനുവദിച്ചു. അങ്ങെന്തിനാണ് ഇവിടെ വന്നത്?'

'രാമസ്വാമിയുടെ പത്നി സീതാദേവിയെ തേടി വന്നതാണ്.'

'ദേവി ഇവിടെയുണ്ട്. രാക്ഷസകുലത്തിന്റെ നാശമടുത്തിരിക്കുന്നുവെന്ന് ഇപ്പോളെനിക്ക് മനസ്സിലായി. ഇനി ഞാനിവിടെ നിൽക്കുന്നില്ല.'

'അമ്മേ, ഇവിടെയുള്ള മന്ദിരങ്ങളെ കുറിച്ചറിയണമെന്നുണ്ട്. എനിക്കത് സീതാദേവിയുടെ അന്വേഷണത്തിന് സഹായമാകും.'

'ത്രികൂടാചലത്തിന്റെ നെറുകയിൽ ഏറ്റവും ഉയരത്തിലുള്ള മണിശൃംഗത്തിന്റെ വിശാലമായ തലമാണ് ലങ്കാനഗരി. മദ്ധ്യത്തായി നവരത്നങ്ങൾകൊണ്ട് നിർമ്മിച്ച ഒരു പത്തുനില മാളികയുണ്ട്. അതാണ് അസുരേന്ദ്രന്റെ കൊട്ടാരം. അതിനു ചുറ്റുമായി ഒൻപതു സൗധങ്ങൾ കാണാം. ഒൻപതു നിലകളുള്ള. അവ ഓരോന്നും ഓരോ ഇനം രത്നങ്ങൾ കൊണ്ടുള്ളവയാണ്. അതെല്ലാം മഹാമന്ത്രിമാരുടേതാണ്. ആകെ അറുപത്തിനാല് മന്ത്രിമാരാണുള്ളത്. മറ്റു കൊട്ടാരങ്ങൾ അവരുടേതാണ്. ഇവയിൽ ഏതെങ്കിലും ഒന്നിൽ സീതാദേവി ഉണ്ടാകും. അഥവാ കണ്ടില്ലെങ്കിൽ അശോകവനികയിലേക്ക് പോകണം. രാജകൊട്ടാരത്തിനു പുറകിലാണ് അശോകവനിക. രാവണന് പ്രിയപ്പെട്ട പൂങ്കാവനമാണത്. അവിടെയുള്ള ചൈത്യപ്രാസാദങ്ങളിൽ അന്വേഷിക്കുക. അങ്ങയ്ക്ക് എല്ലാ വിജയങ്ങളും ഉണ്ടാകട്ടെ. ഗോപുരത്തിലൂടെ കടക്കരുത്.'

ഹനൂമാൻ ലങ്കാലക്ഷ്മിയെ വന്ദിച്ച് കോട്ടമതിലിലേക്ക് ചാടിക്കയറി. കിടങ്ങും ചാടിക്കടന്നു. അംഗുലീ വലിപ്പത്തിൽ ഇരുട്ടിന്റെ മറപറ്റി രാക്ഷസർക്കിടയിലൂടെ പാത്തും, പതുങ്ങിയും, ഓടിയും, ചാടിയും, തൂങ്ങിയും എല്ലാ മന്ദിരങ്ങളിലും സീതാദേവിയെ തിരഞ്ഞു. അവിടെയൊന്നും ശ്രീരാമസ്വാമി സൂചിപ്പിച്ച ലക്ഷണങ്ങളുള്ള

ഒരു സ്ത്രീയേയും കണ്ടില്ല. പിന്നെപ്പോയത് രാവണന്റെ അരമന യിലാണ്. ഉറങ്ങുന്ന മണ്ഡോദരിയെ കണ്ട് സംശയിച്ചു.

പക്ഷേ പ്രായം? യേയ് .. ഇത്ര പ്രായമുണ്ടാകില്ല..!

ലങ്കാലക്ഷ്മി ഉപദേശിച്ച പോലെ വാതാത്മജൻ അശോകവനി യിലെത്തി. ചൈത്യപ്രാസാദങ്ങളിൽ കയറിയിറങ്ങി. അവിടേയും സീതയെ കണ്ടില്ല.

നിരാശയോടെ അവന്റെ മനസ്സ് പുലമ്പി

'ദേവിയെ കാണാനായില്ലല്ലോ .! കഷ്ടം! എങ്ങനെയാണ് തിരികെ ചെല്ലുക? കണ്ടില്ലെന്നു പറഞ്ഞാൽ സ്വാമി ജീവൻ വെടിയാൻ പോലും മടിക്കില്ല. സുഗ്രീവനോ? അതിലും നല്ലത് എന്റെ ജീവൻ നഷ്ടമാക്കുകയാണ്.'

തീരുമാനമൊന്നും എടുക്കാനാകാതെ നിരാശ, കോപമായി. പൂവിട്ടു പന്തലിച്ചു നിൽക്കുന്ന വൃക്ഷങ്ങളെ പിടിച്ചു കുലുക്കിക്കൊണ്ട് പവനസുതൻ പാറിനടന്നു. പൂവും കായും ഇലയുമെല്ലാം മണ്ണ് കാണാനാകാത്തവണ്ണം മൂടി.

അതെല്ലാം കണ്ടിട്ടെന്നപോലെ പൂന്തിങ്കൾ ചിരിച്ചുയർന്നു.

പൂങ്കാവനമദ്ധ്യത്തിലായി ഒരു വലിയ പൊന്നിരുൾ വൃക്ഷം കണ്ടു. ഇടതൂർന്ന ഇലകളും കെട്ടുപിണഞ്ഞ വള്ളികളും കൊണ്ട് പതുങ്ങി ഇരിക്കാൻ നല്ലൊരിടം. ഹനൂമാൻ ആ ശിംശിപാ വൃക്ഷത്തിൽ കയറിയിരുന്നു.

അടുത്തുള്ള അശോകവൃക്ഷത്തിന്റെ ചുവട്ടിൽ രാക്ഷസിമാർ മദ്യപിച്ച് മദോന്മത്തരായി വഴക്കടിക്കുന്നു. ശല്യങ്ങൾ.!

പെട്ടെന്നാണ് ഹനൂമാൻ അതു ശ്രദ്ധിച്ചത്. നിശാചരിമാരുടെ മദ്ധ്യത്തിലായി ഒരുവൾ കൂനിക്കൂടി ഇരിക്കുന്നു. രാക്ഷസീരൂപമല്ല. മുഷിഞ്ഞു പിന്നിത്തുടങ്ങിയ ചേലയാണ് ചുറ്റിയിട്ടുള്ളത്. മുഖം കാണാനാകുന്നില്ല.

സീതാദേവിയാകുമോ ..?

ആകാൻ സാധ്യതയില്ല. സ്വാമി പറഞ്ഞ കങ്കണങ്ങൾ കൈത്തണ്ടകളെ അലങ്കരിക്കുന്നില്ല. ശിരസ്സു താഴ്ത്തിയതിനാൽ കണ്ഠാഭരണങ്ങൾ കാണാനാകുന്നുമില്ല. ചെമ്പകപ്പൂനിറമുള്ള വസ്ത്രമാണ്. അത് കീറിയതുമാണ്.

പെട്ടെന്നാണ് മാരുതിയുടെ ഓർമ്മ തെളിഞ്ഞത്.

വിമാനത്തിൽ നിന്നും എറിഞ്ഞിട്ട ആഭരണങ്ങൾ ഒരു മഞ്ഞപ്പട്ടിലായിരുന്നു പൊതിഞ്ഞിരുന്നത്. ഈ വസ്ത്രത്തിന്റെ തുമ്പിലാകും പൊതിഞ്ഞത്. കാലപ്പഴക്കം കൊണ്ടും ചെളിപുരണ്ടും ഇപ്പോൾ നിറംമങ്ങിയതാകാം.

അങ്ങനെയെങ്കിൽ ബാക്കിയുള്ള ആഭരണങ്ങൾ എവിടെയാകും?

അപ്പോൾ വീശിയ കാറ്റിൽ ഒരു കിലുങ്ങുന്ന ശബ്ദം...! ഹനൂമാൻ ചുറ്റും സൂക്ഷ്മമായി വീക്ഷിച്ചു. അശോകമരത്തിന്റെ താഴ്ന്ന ചില്ലയിൽ എന്തോ തൂങ്ങിയാടുന്നു.

ആഭരണങ്ങൾ...! സ്വാമി പറഞ്ഞവ ..!

അതെ.... ഇത് സീതാദേവിയാണ് ..

ഹനൂമാൻ ശരീരം വളരെ ചെറുതാക്കി. എല്ലാവരും ഉറങ്ങാൻ കാത്തു നിന്നു.

വാല്മീകിദേവൻ എഴുന്നേറ്റു. പഠനം അവസാനിച്ചതായി അറിയിച്ചു. പ്രാർത്ഥനയോടെ കുട്ടികൾ പിരിഞ്ഞു.

ഇനിയുള്ള കഥയോടൊപ്പം സീതയുമുണ്ട്. ഞാനാലോകത്തേക്ക് പോയി. കാഴ്ചയിൽ അത് വന്നു നിന്നു. എല്ലാം കണ്മുന്നിലെന്നപോലെ.

ഞാനപ്പോൾ കരഞ്ഞുകരഞ്ഞ് മിണ്ടാൻപോലും പറ്റാത്ത അവസ്ഥയിലായിരുന്നു. രാക്ഷസിമാർ മദ്യലഹരിയിൽ മയങ്ങിക്കിടന്നു. അവരുടെ ഘോര ശബ്ദത്തിലുള്ള കൂർക്കം വലികൾ അരോചകമായി അലട്ടി. അവരുടെ ഇടിഞ്ഞു കിടന്ന വയറുകൾ പൊങ്ങുന്നതും താഴുന്നതും നോക്കി ഞാനിരുന്നു.

അർദ്ധരാത്രി കഴിഞ്ഞപ്പോൾ ഘോഷങ്ങൾ കേട്ടുതുടങ്ങി. കാവൽക്കാരികൾ ചാടിയെഴുന്നേറ്റു. ചണ്ഡോദരി അറിയിച്ചു,

'ദേ, സീതപ്പെണ്ണേ തമ്പ്രാൻ വരണ്ട്. നീ നേരാംവണ്ണം ഇരുന്നോണം.'

കനക വിളക്കിന്റെ സുവർണ്ണവെളിച്ചത്തിൽ ആഡംബരത്തോടെ വരുന്ന പൗലസ്ത്യനെ കണ്ടു. കൂടെ പത്നിമാരും. വലതുവശത്ത് മണ്ഡോദരീ ദേവി, ഇടതുവശത്ത് മദ്യചഷകവുമായി ധന്യമാലയും. ആയുധങ്ങൾ ഉയർത്തിപ്പിടിച്ചുകൊണ്ട് പുറകിലായി അംഗരക്ഷകരും. വെഞ്ചാമരവും വെൺകൊറ്റക്കുടയുമായി രാജകീയഘോഷയാത്ര തന്നെ.

മന്മഥനായിട്ടാണ് അഴകിയരാവണന്റെ വരവ്. ആഭരണങ്ങൾക്കിനി ദേഹത്ത് സ്ഥലമില്ല. സുഗന്ധലേപനങ്ങളുടെ ഗന്ധം നാസാരന്ധ്ര ങ്ങളെ മടുപ്പിച്ചു.

ഞാനെന്നെ എന്നിൽത്തന്നെ ഒളിപ്പിച്ചു ചുളുങ്ങിയിരുന്നു. ആ കാമസ്വരം കയറാതെ ചെവികൾ പൊത്തിയിരുന്നു.

എന്നിട്ടും അത് തുളച്ചു കയറി.

'ഓമലാളെ, നീ എന്നെ ഭയക്കുന്നതെന്തിന് ? ആ സുന്ദരമുഖം ഞാനൊന്ന് കാണട്ടെ. ഞാൻ നിന്നെ അപഹരിച്ചത് തെറ്റല്ല. രാക്ഷ സവംശത്തിന്റെ ധർമ്മമാണ്. ലോകൈക സുന്ദരി. ഞാൻ നിന്നെ കാമിക്കുന്നു. നീയെന്തിനാണ് കീറിയ വസ്ത്രം ധരിച്ച്, മണ്ണിൽ കി ടക്കുന്നത്? പട്ടിണികിടന്ന് നിന്റെ ശരീര കാന്തി നഷ്ടമാകുന്നത് കാ ണാൻ എനിക്കു കരുത്തില്ല. മനോഹരീ എന്നോടു ചേർന്ന് ജീവി തം ആസ്വദിച്ചാലും. ഞാനും രാജ്യവും ഇനി ദേവിയുടേതാണ്. രാമനൊരിക്കലും എന്നോട് തുല്യനല്ല. നിസ്സാരനായ അവനെ മറ ക്കുക.'

ഞാനൊരു ഉണക്ക പുല്ലെടുത്തു മുന്നിലിട്ടു.

'ഹേ നീചാ. നീ പറഞ്ഞത് ശരിയാണ്. രാമൻ നിനക്ക് തുല്യനല്ല. നീ വെറും തൃണമാണ്. എന്റെ ഭർത്താവാകാൻ നീ യോഗ്യനല്ല. നിന്റെ പത്നിമാരെ മറ്റൊരാൾ കാമിക്കുന്നത് നിനക്കിഷ്ടമാകുമോ? എന്നെ തിരിച്ചു നൽകിയാൽ രാമദേവൻ ക്ഷമിക്കും. അതേയുള്ളൂ നിനക്കൊരു രക്ഷ.'

ലങ്കാധിപതിയുടെ പൊങ്ങച്ചം കാണാതിരിക്കാൻ ഞാൻ തിരി ഞ്ഞിരുന്നു.

ആ ചുവന്ന കണ്ണുകളിൽ, തീപ്പൊരി പാറിയിട്ടുണ്ടാകും. ഉറയി ൽനിന്നും വാളൂരിയെടുക്കുന്ന ശബ്ദം കേട്ടു.

അതിന്റെ തിളക്കം അശോകമരത്തിൽ പതിച്ചു.

ഇപ്പോളെന്റെ കഴുത്തിലത് പതിക്കും. ഞാൻ രാമരാമ ജപിച്ചു കൊണ്ടിരുന്നു. താഴെ പതിച്ച വാളിന്റെ ചിലമ്പിച്ച സ്വരത്തോടൊപ്പം മണ്ഡോദരി ദേവിയുടെ ഉറച്ച ശബ്ദം കേട്ടു.

'ഛേ എന്താണിത് നാഥാ? വാൾ താഴെയിടു. മഹാവീരനായ അസുരേന്ദ്രൻ ഇങ്ങനെ സ്ത്രീലമ്പടനാകരുത്. അങ്ങയെ സന്തോ ഷിപ്പിക്കാൻ സീതയേക്കാൾ സുന്ദരിമാരായ ഗന്ധർവ ദേവകന്യക

മാർ ഉണ്ടല്ലോ? അവരേക്കാൾ വിശിഷ്ടയല്ല സീത. വരൂ പോകാം.'

രാവണൻ കഠിനസ്വരത്തിൽ പറഞ്ഞു,

'മഹാറാണി വാൾ തട്ടിക്കളഞ്ഞതുകൊണ്ടാണ് നീ രക്ഷപ്പെട്ടത്. അല്ലെങ്കിൽ നീയിനി സംസാരിക്കാനുണ്ടാകുമായിരുന്നില്ല. രണ്ടു മാസം കൂടി ഞാൻ ക്ഷമിക്കും. എന്നിട്ടും സമ്മതിച്ചില്ലെങ്കിൽ പിറ്റേന്ന് നീയെന്റെ ഭക്ഷണമാകും.'

ധന്യമാല, രാവണന് മദ്യചഷകം നൽകി. അയാളത് വലിച്ചു കുടിച്ച് പാത്രം വലിച്ചെറിഞ്ഞു. എന്നോടുള്ള ദേഷ്യം മുഴുവൻ പ്രകടമാക്കി മീശ പിരിച്ചുകൊണ്ട് മുരണ്ടു.

ദശാസ്യന്റെ കൈയിൽ തൂങ്ങി, ലാസ്യത്തോടെ ധന്യമാല പറഞ്ഞു,

'വരൂ നാഥാ. അങ്ങയെ ആനന്ദിപ്പിക്കാൻ ഞാനുണ്ടല്ലോ.'

എല്ലാവരും തിരിഞ്ഞു നടന്നപ്പോൾ ഒരുത്തി മാത്രം തിരിഞ്ഞു നിന്നു. ഞാനവരെ തിരിച്ചറിഞ്ഞു. ദേവബാല റാണി. അവരെന്നെ കൈകൂപ്പി.

'ദേവി ധന്യയാണ്. ഇത്രയും ധൈര്യത്തോടെ പറയാൻ കഴിഞ്ഞല്ലോ? അതിനു സാധിക്കാതെ അദ്ദേഹത്തിന് അടിമപ്പെട്ടവരാണ് ഞങ്ങൾ. ദേവിയെ അഭിനന്ദിക്കണമെന്ന് തോന്നി. ഇനി ഞാൻ പോകട്ടെ.'

രഥങ്ങളെല്ലാം മറഞ്ഞപ്പോൾ രാക്ഷസികൾ ഭീഷണി തുടങ്ങി. ചിലർ ആയുധങ്ങൾ വീശി കൊല്ലുമെന്ന് ആക്രോശിച്ചു. ഞാനെന്റെ സ്വരം ഉയർത്തി.

'നിങ്ങളെന്തു ചെയ്താലും, ഞാൻ രാമന്റെ മാത്രമാണ്. എന്നും...'

ചണ്ഡോദരി ക്രുദ്ധയായി ദംഷ്ട്രകൾ കാട്ടിക്കൊണ്ട് അടുത്തു,

'കണ്ട അന്നുമൊതൽ ഈ കിളുന്തു ശരീരം കടിച്ചുതിന്നാൻ കൊതിച്ചതാ. ഇവളെ ഞാനിപ്പോ തിന്നും.'

തീറ്റക്കാരിയായ പ്രഘസ സന്തോഷത്തോടെ വിളിച്ചു പറഞ്ഞു,

'യേയ് കൂട്ടരേ. മദ്യവുമായി വരിക. ഇന്നിവളാണ് നമ്മുടെ തീറ്റ.'

ഇന്നെന്റെ അവസാനമാണ്. ഭയത്തോടെ ഞാൻ പ്രാർത്ഥിച്ചു,

'ഹാ രാമദേവാ, ലക്ഷ്മണാ, അമ്മമാരേ, അനുജത്തിമാരേ. ഇനിയെനിക്ക് നിങ്ങളെ കാണാനാകില്ല. എന്നെയെന്തിന് അന്വേഷിക്കുന്നെന്ന് സ്വാമിക്കും തോന്നിയിട്ടുണ്ടാകും. ഇവരുടെ കൈ

കൊണ്ടുള്ള മരണമാകും എന്റെ വിധി.'

ഇല്ല. അതിനുള്ള അവസരം ഞാൻ നൽകില്ല. എന്നിലെ ധൈര്യം ഉണർന്നു.

ഞാനെന്തിനു ഭയക്കണം. വ്യസനത്തിൽ നിന്നു മുക്തിനേടാൻ വിവേകത്തിനു കഴിയും. ആത്മാവിന്റെ സ്വരൂപം സത്യമായ ബ്രഹ്മമാണ്. പ്രിയമോ അപ്രിയമോ എന്നതിനില്ല. പ്രിയപ്പെട്ടത് വിട്ടുപോയാലും ദുഃഖമുണ്ടാകില്ല. ഈ ശരീരത്തിൽനിന്ന് പ്രാണനെ ഉപേക്ഷിക്കാൻ എനിക്കു മടിയില്ല.

ചിന്തകൾ തള്ളിക്കയറിയപ്പോഴേക്കും ത്രിജട പറയുന്നത് കേട്ടു.

'ഇവളെ തിന്നാനുള്ളതല്ല. രാത്രീൽ ഏന് കണ്ട സ്വപനം നിങ്ങള് കേക്കണം.'

എല്ലാവരുടേയും തുറിച്ചകണ്ണുകൾ ത്രിജടയിലായി. ഞാനും ശ്രദ്ധിച്ചു.

'വെളുത്ത വേഷത്തിൽ രാമനും അനിയനും പറന്നു വന്ന് സീതാദേവിയേം കൊണ്ടുപോണതാണ് കണ്ടത്. ഒരു കൊരങ്ങൻ നമ്മടെ വീടെല്ലാം തീയിട്ടു. തമ്പ്രാൻ കഴുതപ്പൊറത്ത് തെക്കോട്ടും പോണതും കണ്ടു. കൂടെ നമ്മടെ കൂട്ടരും. ദേഹം മുഴോന് എണ്ണ തേച്ച്.. ഒടുവിൽ ലങ്ക കടലിലേക്ക് താഴണതും കണ്ടെടീ ..ഹോ. പേടിച്ചുപോയി. ഞാനിപ്പോഴും വിറക്കണത് കണ്ടോ ?'

എല്ലാവരും വിഭ്രാന്തിയിലായി. അവരുടെ മുഖങ്ങളിൽ ഭയത്തിന്റെ ചായം പടർന്നു. ആ ഭയത്തെ മദ്യത്തിൽ മയക്കി, ബോധമില്ലാതെ മലർന്നു കിടന്നു.

എന്റെ മനസ്സ് തുള്ളിച്ചാടുകയായിരുന്നു. ഇതൊരു സ്വപ്നം മാത്രമാണെന്ന് ഞാനതിനെ ഓർമ്മിപ്പിച്ചു. നിരാശയുടെ മർദ്ദത്തിൽ സങ്കടം അണപൊട്ടി.

ഞാനിനി ജീവിച്ചിരിക്കില്ല. ആത്മബലത്തോടെ ഞാനെഴുന്നേറ്റു. ജടയായ തലമുടി പാശമാക്കി കഴുത്തിൽ ചുറ്റി, അശോകശാഖയിൽ കോർത്തു. എവിടെ നിന്നോ ശ്രീരാമസ്തുതി കേൾക്കുന്നു. കൈ അയഞ്ഞു.

നമോസ്തു രാമായ സലക്ഷ്മനായ
ദേവ്യൈ ച തസ്യൈ ജനകാത്മജായൈ
നമോസ്തു രുദ്രേന്ദ്ര യമാനിലേഭ്യോ

നമോസ്തു ചന്ദ്രാർക്ക മരുൽഗണേഭ്യഃ .

ഇരുൾ വൃക്ഷത്തിൽ നിന്നാണ്. ഒരു വാനരൻ കൈകൂപ്പി നിൽക്കുന്നു.

'ഇതും സ്വപ്നമാണോ .? വാനരരെ സ്വപ്നം കണ്ടാൽ അശുഭമാണല്ലോ?' ഞാൻ നുള്ളിനോക്കി. വേദനിക്കുന്നുണ്ട്, സ്വപ്നമല്ല.

വാനരൻ മുന്നിലേക്ക് ചാടി. ഞാൻ ഞെട്ടി പിറകോട്ടേക്ക് മാറി. അവനെന്നെ പ്രണമിച്ചുകൊണ്ട് മനുഷ്യശബ്ദത്തിൽ പറഞ്ഞു,

'കനവല്ല ദേവി. ഞാൻ ശ്രീരാമദൂതനാണ്. ജനകാത്മജയാണ് ദേവിയെന്നു കരുതുന്നു.'

എനിക്ക് വിശ്വസിക്കാൻ പ്രയാസമായിരുന്നു. രാവണന്റെ മായയാണോ? ശരീരം കുഴഞ്ഞു. ശിഖരത്തിൽ നിന്നും പിടിവിട്ട് താഴെയിരുന്നു.

കൈകൾ തലയ്ക്കു മുകളിലേക്കുയർത്തി അവൻ തൊഴുതു.

'വിശ്വസിച്ചാലും.... ഞാൻ സുഗ്രീവന്റെ മന്ത്രി ഹനൂമാനാണ്. വായുപുത്രൻ.'

പൂച്ചയോളമുള്ള ഇവൻ വായുപുത്രനോ? എന്റെ പുരികങ്ങൾ വളഞ്ഞു. വിശ്വസിപ്പിക്കാനായി ഹനൂമാൻ അക്കഥ അറിയിച്ചു,

'എന്റെ അച്ഛൻ കേസരിയും, അമ്മ അഞ്ജനയുമാണ്. അവർ മാല്യവാൻ ശൈലത്തിലായിരുന്നു വസിച്ചിരുന്നത്. വീരനായ അച്ഛൻ, ദേവന്മാരുടെ അപേക്ഷപ്രകാരം ശംബരാസുരനെ വധിച്ചു. സന്തുഷ്ടരായ ദേവന്മാർ അമ്മയുടെ ഉദരത്തിലായിരുന്ന എനിക്ക് മഹാദേവ ചൈതന്യം, വായുദേവൻ വഴി പകർന്നുതന്നു. അങ്ങനെയാണ് വായുസുതനായത്. ജനിച്ച ഉടനെയുള്ള വിശപ്പുകൊണ്ട് ഞാൻ ഉദയസൂര്യനെ കണ്ട് പഴമാണെന്നു കരുതി അങ്ങോട്ട് ചാടി. ദേവേന്ദ്രൻ വജ്രായുധം കൊണ്ടെന്നെ തട്ടി താഴെയിട്ടു. ആയുധത്താലെന്റെ താടി മുറിഞ്ഞിരുന്നു. അങ്ങനെ ഹനൂമാനെന്ന് നാമകരണവും നടത്തി.'

എന്റെ ഉറപ്പിനായി ഒന്നുകൂടി ചോദിച്ചു,

'നീ രാമനുമായി ചേർന്നതെപ്പോഴാണ്? രാമലക്ഷ്മണന്മാരുടെ സ്വഭാവവും ആകാരവും പറയു. കേൾക്കട്ടെ.'

'എല്ലാം ദേവിക്ക് അറിയാവുന്നതാണ്. എങ്കിലും അതെല്ലാം പറയുന്നതിൽ സന്തോഷമേയുള്ളൂ.'

അതുവരെ നടന്നതെല്ലാം അവൻ പറഞ്ഞു തീർത്തു. എനിക്കു തീർച്ചയായി,

'ഇവൻ രാമദൂതൻ തന്നെ.'

സ്വാമി, അടയാളമായി കൊടുത്തയച്ച അംഗുലീയം കാൽക്കൽ വച്ചു കൊണ്ട് വാനരൻ അടയാളവാക്യങ്ങളും കേൾപ്പിച്ചു.

'സ്വാമി പറഞ്ഞയച്ചത് കേട്ടാലും. വനവാസത്തിനു പുറപ്പെട്ടപ്പോൾ ഞാനുമുണ്ട് എന്ന് പറഞ്ഞ് ദേവി വാശിപിടിച്ചു, പിന്നെ ഒരു കുറ്റിക്കാട്ടിലെത്തിയപ്പോൾ ദേവി പറഞ്ഞു, വനവാസം ഇവിടെ മതിയല്ലോ എന്ന്. ഇത് നിങ്ങൾക്ക് രണ്ടാൾക്കും മാത്രം അറിയാവുന്ന കാര്യമാണെന്ന് അദ്ദേഹം അറിയിച്ചത്.'

ഞാൻ വിറയ്ക്കുന്ന കൈകളോടെ മുദ്രമോതിരമെടുത്തു. അതിൽ ആലേഖനം ചെയ്തിട്ടുള്ളത് വായിച്ചു, 'രാമൻ'. ഞാനത് ചുംബിച്ച് കണ്ണോടു ചേർത്തു.

അദ്ദേഹം കൂടെയുണ്ടെന്ന തോന്നൽ. പരിഭവംപോലെ പറഞ്ഞു,

'ഈ ഭൂമിയെ മുഴുവൻ നിഗ്രഹിക്കാനുള്ള പരാക്രമം ഉള്ളവനാണല്ലോ? എന്നിട്ടെന്താണ് ധർമ്മപത്നിയെ അപഹരിച്ചവനെതിരെ ഒന്നും ചെയ്യാത്തത്? ഹും ..എന്റെ പാപകർമ്മങ്ങളുടെ ഫലമാകും! അത് മാറ്റാനാകില്ല.'

ഹനൂമാന്റെ കണ്ണുകൾ തടാകങ്ങളായി. മുന്നിലെ ദീപമതിൽ പ്രതിഫലിച്ചു.

'ദേവി ..ഇവിടുന്ന് എവിടെയാണെന്നറിഞ്ഞിട്ടില്ല സ്വാമി. ഞാൻ തിരികെ ചെല്ലേണ്ട താമസമേയുള്ളൂ, അദ്ദേഹം ഇവിടെയെത്തും. ദുഷ്ട രാവണനേയും അനുചരന്മാരേയും നിഗ്രഹിക്കുകയും ചെയ്യും. സമാധാനമായിരുന്നാലും.'

ഞാൻ മുഖമുയർത്തി. കണ്ണുകൾ തുടച്ചു പറഞ്ഞു,

'വിഭീഷണ പുത്രിയിൽനിന്നും കുറച്ചു വിവരങ്ങൾ അറിഞ്ഞു. സ്വാമി വരുമെന്നാണ് അവരും പറഞ്ഞത്. എങ്കിലും മനസ്സ് ശാന്തമായില്ല. രാവണൻ എനിക്കുതന്ന കാലാവധി തീരാറായി.'

ഹനൂമാൻ ദയനീയ ഭാവത്തോടെ കാപട്യമില്ലാതെ അറിയിച്ചു,

'ദേവി, ഭവതിയെ തോളത്തുവച്ചുകൊണ്ട് ഞാൻ സമുദ്രം ചാടാം. രാമചന്ദ്ര പ്രഭുവും അതീവ ഖിന്നനാണ്.'

എനിക്ക് ചിരിക്കാതിരിക്കാൻ കഴിഞ്ഞില്ല.

'കൊള്ളാം.. എന്റെ പാദത്തിനോളം മാത്രം വലിപ്പമുള്ള നീയെങ്ങനെ എന്നെ ചുമക്കും? അത് ഉചിതവുമല്ല. നീ സ്വാമിയെ ഇങ്ങോട്ട് കൊണ്ടുവരിക.'

പവനസുതൻ മഹാരൂപം ധരിച്ച് വാനത്തോളം ഉയർന്നു. അവൻ ദിക്കുകൾ പൊട്ടുമാറ് അലറി. രാക്ഷസിമാർ തെറിച്ചു പൊങ്ങി, താഴേക്കു പതിച്ചു.

ഞാൻ വിസ്മയിച്ചു. ഇവൻ അസാമാന്യനാണ്. എനിക്കു വിശ്വാസം വന്നെന്ന് മനസ്സിലായപ്പോൾ ആ അത്ഭുത വാനരൻ സ്വരൂപത്തിലായി.

'എന്നെ വിശ്വസിച്ചാലും ..സ്വാമിക്ക് നൽകുവാൻ ഒരടയാളം തന്നാലും.'

വസ്ത്രത്തിന്റെ തുമ്പിൽ ഭദ്രമായി കെട്ടിവച്ചിരുന്ന ദിവ്യമായ ചൂഡാരത്നം മാരുതിയുടെ കൈയിലേൽപിച്ചു.

'വിവാഹത്തിനണിഞ്ഞതാണ് ഈ ശിരോലങ്കാരം. ഇതു ദേവന് നല്കുക. മറ്റൊന്നുകൂടി ഓർമ്മിപ്പിക്കണം. ചിത്രകൂടത്തിൽവച്ച് ഒരു ദിവസം സ്വാമി എന്റെ മടിയിൽ തലവച്ചുറങ്ങുകയായിരുന്നു. അപ്പോൾ ഒരു കാകൻ വന്നെന്റെ ശരീരത്തിൽ കൊത്തി മുറിവേൽപ്പിച്ചു. കൈകൾ വീശി ഓടിച്ചിട്ടും പിന്നേയും ശല്യപ്പെടുത്തി. ഉണർന്നപ്പോൾ എന്റെ ദേഹത്ത് നിന്നും രക്തം ഒലിക്കുന്നതു കണ്ട സ്വാമി ക്രുദ്ധനായി, കാക്കയുടെ നേരെ ദർഭകൊണ്ടുള്ള ശരമെയ്തു. ആ വായസം ഇന്ദ്രപുത്രനായ ജയന്തനായിരുന്നു. അദ്ദേഹം പറന്നകന്നു, പിന്നാലെ ശരവും. അവസാനം നാഥന്റെ കാൽക്കൽ വീണ് മാപ്പപേക്ഷിച്ചു. 'രാമശരം വ്യർത്ഥമാകില്ല, അതു നിന്റെ വലതുകണ്ണിനെ ലക്ഷ്യമാക്കും' എന്നാണ് സ്വാമി പറഞ്ഞത്. അങ്ങനെയുള്ള പ്രാണേശ്വരൻ ഇപ്പോൾ എന്നെ കട്ടവനെ ശിക്ഷിക്കാത്തതെന്തെന്ന് ചോദിച്ചെന്നു പറയണം.'

എന്റെ സ്വരം അടഞ്ഞു. ഇടറിയ സ്വരത്തിൽ മന്ദം പറഞ്ഞു,

'ചൂഡാരത്നം കൈയിലുള്ളപ്പോൾ എനിക്കൊരു വിശ്വാസമുണ്ടായിരുന്നു, രാക്ഷസർ ആക്രമിക്കില്ലെന്ന്. അതില്ലാത്തപ്പോൾ ജീവിക്കാനുള്ള ശക്തിയില്ലാതാകും. ഇനിയെനിക്ക് അധികം നാൾ താങ്ങാൻ കഴിയില്ല.'

'സ്വാമി ഇവിടെയെത്തിയാൽ എല്ലാം മംഗളമാകും ദേവി. എനിക്ക്

വിട തന്നാലും. ഇനിയെനിക്ക് രാവണന്റെ ശക്തിയറിയേണ്ടതുണ്ട്. അതിനായി ഞാനീ പ്രമദവനത്തെ നശിപ്പിക്കുകയാണ്. ദേവി ഭയക്കരുത്. അതിശക്തരായ ചിലരെ നിഗ്രഹിച്ചിട്ടേ ഞാൻ പോകുകയുള്ളൂ. അനുഗ്രഹിച്ചാലും.'

മരങ്ങളെല്ലാം തച്ചുതകർത്ത് അവൻ താണ്ഡവമാടി. ഞാനിരുന്ന ഭാഗത്തേക്ക് അവൻ വന്നതേയില്ല. മൈതാനമദ്ധ്യത്തിലെ മന്ദിരങ്ങൾക്ക് മുകളിൽ കയറി അവൻ തകർത്തു തുടങ്ങി. ആ ഭയാനക ശബ്ദത്തിൽ രാക്ഷസിമാരുടെ ലഹരി കെട്ടടങ്ങി.

'എടീ. എല്ലാരും എണീറ്റേ.. ദേ നോക്കിയേ. ഒരു കൊരങ്ങൻ ആ പ്രാസാദത്തിന്റെ മുകളിൽ. അവനത് ചവിട്ടി തകർക്കാണല്ലോ?'

ഉച്ചയായപ്പോൾ ദുർമുഖി വേവലാതിയോടെ ഓടിയെത്തി.

'എടീ സീതേ, ഇന്നലെ നീ ഒരു കൊരങ്ങനോട് സംസാരിക്കണത് കേട്ടല്ലോ, ആരാത്? എന്താടീ ആ ജന്തു പറഞ്ഞേ.?'

ഞാൻ കൈമലർത്തി,

'ആ.... അറിയില്ല..... ഏതെങ്കിലും രാക്ഷസൻ വേഷം മാറി വന്നതാകും.'

ചണ്ഡോദരി സംശയത്തോടെ ദുർമുഖിയെ നോക്കി ചോദിച്ചു,

'എടീ നീയെങ്ങനെയാ കൊരങ്ങനെ കണ്ടത്, ഏനറിഞ്ഞില്ലല്ലോ?'

'മയക്കത്തിനെടേല് ശബ്ദം കേട്ട് കണ്ണുതുറന്നപ്പോ കണ്ടതാ. പക്ഷേങ്കി പറേണത് മനസ്സിലായില്ലാർന്നു. തലക്ക് കനം വന്ന് പിന്നേം കെടന്നു.'

'എന്നിട്ട് അവനെവിടെയാ?'

'അവനേ.... നമ്മുടെ സഭയില്ലേ, ചൈത്യ, അതുമുഴുവൻ ഇടിച്ചു നിരത്തീന്ന്.'

ഏകജട സംശയത്തോടെ ചോദിച്ചു,

'ഒരു കൊരങ്ങനെക്കൊണ്ട് അതു പറ്റോ?'

'ആഹാ പറ്റോന്ന്? കൊള്ളാം. ദാ. ഇപ്പോ കേക്കണ്, ആ കൊരങ്ങന് ഒറ്റയ്ക്ക് നമ്മടെ പടയെ നശിപ്പിച്ചെന്ന് ! ജംബുമാലിയും ചത്തൂടി! നല്ല വീരനല്ലായിരുന്നോ അവന് ? കഷ്ടം! പിന്നാലെപ്പോയ മന്ത്രീടെ മക്കളുമാരേയും കൊന്നു. ഹോ. പേടിയാകണ്'

ദുർമുഖിയുടെ വിശദീകരണം കേട്ടപ്പോൾ വന്ന ചിരി ഞാനൊതുക്കി. ചണ്ഡോദരിയും വിറച്ചു തുടങ്ങി.

'നീ പോയി അറിഞ്ഞിട്ടു വാ...എനിക്കും പേടിയാകണ്. പ്രഘസ എവിടെ?'

'അവൾ തിന്നാൻ പോയിരിക്കണ്. ദാ. ഏകജട വരണ്ട്.'

ഏകജടയിലും പരിഭ്രമം തെളിഞ്ഞു നിന്നിരുന്നു,

'ഹോ ..എന്തൊരു പോരാണമ്പമ്പോ ! നമ്മടെ അഞ്ചു സേനാധിപ തമ്പ്രാരും ചത്തു. പിന്നെ രാജകുമാരൻ അക്ഷകുമാരനാ വന്നത്. എടീ ആ കുമാരനേം കൊന്നൂന്ന്. അതൊരു സാദാ കൊരങ്ങല്ലാട്ടോ ! നമ്മളിനി എന്താ ചെയ്യ?'

ത്രിജട ഓർമ്മിപ്പിച്ചു,

'ആരും ഇവിടന്നു മാറരുത്. സീതേടെ സംരക്ഷണം നമ്മടേതാണ്. മറക്കണ്ട.'

പ്രഘസ കിറിയും നക്കിക്കൊണ്ട് എത്തി. ഒരു ഏമ്പക്കത്തോടെ പറഞ്ഞു,

'ഹോ വയറു നെറഞ്ഞു. നല്ല സ്വാദ്. പിന്നെ കേട്ടോടി പെണ്ണുങ്ങളെ, ഇന്ദ്രജിത്തുകുമാരൻ ആ ശല്യക്കാരനെ കയറിട്ടു കെട്ടിക്കൊണ്ടുപോയി. നാലു സിംഹങ്ങൾ വലിക്കണ തേരില്ലേ? ദതിലാ കൊണ്ടുപോയെ. ഞാങ്കണ്ടു.'

എന്റെ നെഞ്ചു പിടച്ചു. ഹനൂമാന് ഒന്നും സംഭവിക്കരുതെന്ന് പ്രാർത്ഥിച്ചു.

വൈകുന്നേരമായപ്പോൾ ദുർമുഖി വന്നറിയിച്ചു,

'ഹഹ. എടീ സീതേ, നിന്റെ കൂട്ടുകാരനായ ആ കൊരങ്ങന്റെ വാലിൽ തുണികെട്ടി തീകൊളുത്തി പട്ടണത്തിലൂടെ കൊണ്ടുപോകാണെന്ന്. ഞാനും ഏകജടയും കാണാൻ പോവാണ്.'

അവർ പോയപ്പോൾ, ഞാൻ വഹ്നിദേവനെ സ്മരിച്ചു,

'അഗ്നി ദേവാ, ഹനൂമാനിൽ അങ്ങ് ശീതളനായി ഭവിച്ചാലും.'

ഒരു തണുത്തകാറ്റ് എന്നെ തലോടി കടന്നുപോയി. അകലെ പുകച്ചുരുളുകൾ ഉയർന്നു പൊങ്ങി. എന്താണ് സംഭവിച്ചതെന്ന് ഊഹിക്കാൻപോലും കഴിഞ്ഞില്ല. ഹനുമാൻ തീപ്പെട്ടുവോയെന്ന ചിന്ത എന്നെ തളർത്തി. അസ്തമയ സൂര്യനെ വെല്ലുവിളിക്കുന്ന രീതിയിൽ അഗ്നിജ്വാലകൾ വാനിലുയർന്നു.

കാഴ്ചകാണാൻ പോയവർ ഓടി അലച്ചെത്തി.

'അയ്യോ. ദാ തീയ് കൂടെ വരുന്നേ'

ത്രിജടക്ക് ആകാംക്ഷയായി.

'എന്താ പറ്റിയത്? അവിടെ എന്താ നടക്കണത് ? പറയെടീ'

'കൊരങ്ങൻ കെട്ടുപൊട്ടിച്ചു. ഓടിനടന്ന് എല്ലാ വീടും കത്തിച്ചു കളയാണ്. എല്ലാരും വീട്ടീന്നെറങ്ങി ഓടിക്കൊണ്ടിരിക്കയാണ്. ഘോരന്റേം, ഹസ്തിമുഖന്റേം, കരവീരാക്ഷന്റേമെല്ലാം വീടുകൾ കത്തിക്കഴിഞ്ഞെടീ.'

അവർ പരിഭ്രമിച്ച് പറഞ്ഞുകൊണ്ടിരുന്നു. അപ്പോഴേക്കും അശോകവനികയിലെ ഇരുട്ടിനെ ആട്ടിയോടിച്ചു കൊണ്ട് അഗ്നി വന്നു. അത് ആളിപ്പടർന്നു.

വീണുകിടന്ന മരങ്ങളെ ദഹിപ്പിച്ച് അഗ്നി, പച്ചവൃക്ഷങ്ങളിൽ പാഞ്ഞു കയറി. അഗ്നിസ്ഫുലിംഗങ്ങൾ പൊട്ടിത്തെറിച്ചു. എന്റെ മനസ്സിലെ തീയിൽ അത് ജലധാരയായി ചിതറി.

ത്രിജട പരിഭ്രമത്തോടെ എഴുന്നേറ്റു.

'എല്ലാരും മാറ്. ദേ തീ പാറി വരണണ്ട്.. സീതാദേവീ എണീറ്റു മാറ്.'

നിശാചരികൾ ഭയന്നോടി. ഞാനനങ്ങിയില്ല. ജീവൻ രക്ഷിക്കണമെന്ന് തോന്നിയില്ല. അവർ തിരിച്ചെത്തി എന്നെ ശകാരിച്ചു കൊണ്ട് വീണ്ടും ചുറ്റും വന്നിരുന്നു. അഗ്നി അണഞ്ഞു.

അവർ മദ്യത്തിൽ ഭയത്തെ മയക്കിക്കിടത്തി. പുലമ്പിക്കൊണ്ട് പർവതമായവർ നിരന്നു കിടന്നു.

'ജനകരാജപുത്രി ദഹിച്ചിട്ടില്ല.. ആശ്ചര്യം. അമ്മേ..സീതാദേവി വന്ദനം'

നിഷ്കളങ്ക മുഖത്തോടെ ഹനൂമാൻ മുന്നിൽ.

'പുത്രാ, എന്താണിതെല്ലാം? നടന്നത് പറയുക.'

'അമ്മേ, എന്നെ വധിക്കാനാണ് രാക്ഷസരാജാവ് കൽപ്പിച്ചത്. ദൂതനെ കൊല്ലുന്നത് ശരിയല്ലെന്നു പറഞ്ഞ് വിഭീഷണനാണെന്നെ രക്ഷിച്ചത്. അപ്പോൾ വാലിൽ തുണിചുറ്റി തീകൊളുത്തി നഗരത്തിലൂടെ നടത്തിക്കാൻ രാവണൻ കല്പിച്ചു. ഹാ ഹ.... ഞാനാ തീ കൊണ്ട് ലങ്ക മുഴുവൻ ചുട്ടുകരിച്ചു. വിഭീഷണ മന്ദിരം ഒഴിവാക്കി. കോപം മൂലം എന്റെ വിവേകമില്ലാതെയായി. അപ്പോഴൊന്നും ഞാൻ ദേവിയെ ഓർത്തില്ല. ഇവിടേയും തീ പടർന്നെന്നറിഞ്ഞപ്പോൾ..! ഭാഗ്യം! ദേവിയെ ബാധിച്ചില്ലല്ലോ ? ശ്രീരാമപ്രഭുവി

ന്റെ കൃപ. അമ്മേ. വൈകാതെ സ്വാമിയിവിടെ എത്തും. ധൈര്യം നഷ്ടമാകരുത്.'

ഞാനവനെ കേശാദിപാദം നോക്കി.

'നിനക്ക് പൊള്ളലേറ്റില്ലല്ലോ, അല്ലേ......?'

'ഇല്ലമ്മേ. ഒന്നും സംഭവിച്ചില്ല. അഗ്നിദേവന്റെ അനുഗ്രഹമെനിക്കുണ്ട്.'

മാരുതി വാൽ നീട്ടിക്കാണിച്ചു.

'ഹാ ..നന്നായി. പുത്രാ, സമുദ്രം നിങ്ങൾക്കെങ്ങനെ കടക്കാനാകും?'

'ദേവി, ശങ്കിക്കേണ്ട. എന്നേക്കാൾ കൂടുതലായി അവിടുത്തേക്ക് രാമപ്രഭുവിനെ അറിയാമല്ലോ? അദ്ദേഹം കൂടെയുണ്ടെങ്കിൽ വാരിധി ഒരു തടസ്സമാകില്ല. കാലതാമസമില്ലാതെ ഞങ്ങളിവിടെ എത്തും. കാത്തിരുന്നാലും'

അന്ന് രാത്രിയിൽ അവനൊരു ഒരു വൃക്ഷത്തിന്റെ മുകളിലിരുന്നു. പ്രഭാതത്തിൽതന്നെ അവനെന്നെ വന്ദിച്ച് മടക്കയാത്രയിലായി.

അവൻ കൊളുത്തിയ അഗ്നി ഏഴുദിവസം ലങ്കയിൽ ചുറ്റിത്തിരിഞ്ഞു. പിന്നെ ഏഴുദിവസം തുടർച്ചയായി പെയ്തമഴയിൽ അത് പിന്തിരിഞ്ഞു. ചാമ്പൽക്കൂനകൾ മഴവെള്ളത്തിൽ കുത്തിയൊലിച്ച് എല്ലായിടവും വെളുപ്പിച്ചു.

പിന്നെയുള്ള ദിവസങ്ങൾ ശബ്ദകോലാഹലങ്ങൾ കേട്ടു. ത്രിജട അറിയിച്ചു,

'ലങ്കയെ പുതുക്കി പണിയാണ്. വിശ്വകർമ്മാവും മയനും വന്നിട്ടുണ്ട്.'

പഴയതിലും വലുതും ഭംഗിയുമുള്ള മണിമന്ദിരങ്ങൾ ഉയർന്നു.

ഒരു ശബ്ദത്തിൽ ചിന്തകൾ ഓടിമറഞ്ഞു. ഇടിനാദത്തോടെ മഴ പെയ്തു തകർക്കയാണ്. ഞാനെന്റെ മനസ്സിനെ പാഠശാലയിലെത്തിച്ചു. കോരിച്ചൊരിയുന്ന മഴയുടെ ആരവത്തോടുകൂടി മുനീന്ദ്രന്റെ ശബ്ദം എന്റെ സ്വപ്നലോകത്തിലേക്ക് കടന്നെത്തി.

'ഇന്നത്തെ പഠനം അവസാനിച്ചു.'

ആരോ ചോദിക്കുന്നത് കേട്ടു.

'രാവണൻ ആരാണെന്ന് പറയാമോ, ആചാര്യ?'

'ബ്രഹ്മാവിന്റെ പൗത്രനായ വിശ്രവസ്സ് മുനിയാണ് രാവണന്റെ

പിതാവ്. അമ്മയാകട്ടെ രാക്ഷസനായ സുമാലിയുടെ പുത്രി കൈകസിയും. അതായത് ബ്രാഹ്മണനായ ഒരു രാക്ഷസനാണ് ദൈത്യേന്ദ്രൻ. കുംഭകർണ്ണൻ, വിഭീഷണൻ, ശൂർപ്പണഖ എന്നീ സഹോദരങ്ങളുമുണ്ട്. വിശ്രവസ്സിന് മറ്റൊരു ഭാര്യയായ ദേവവർണ്ണിനിയിൽ പിറന്നവനാണ് കുബേരൻ. ഭരദ്വാജ മുനിയുടെ പൗത്രൻ. ആദ്യം കുബേരനായിരുന്നു ലങ്കാധിപൻ. ധനാധിപനായ അദ്ദേഹം പുഷ്പകവിമാനത്തിൽ പറന്നുനടക്കുന്നത് കണ്ട് അസൂയമൂത്ത കൈകസി, മക്കളെ ബ്രഹ്മാവിനെ പ്രീതിപ്പെടുത്താൻ പറഞ്ഞയച്ചു. രാവണൻ പഞ്ചാഗ്നി നടുവിൽനിന്ന് വർഷങ്ങളോളം തപസ്സു ചെയ്തു. അങ്ങനെ കിട്ടിയ വരമാണ് മനുഷ്യരിൽ നിന്നല്ലാതെ അയാൾക്ക് മരണം ഉണ്ടാകില്ലെന്നത്. നിസ്സാരനായ മനുഷ്യന് അത് സാധിക്കില്ല എന്നവൻ വിശ്വസിച്ചു. ദേവനോ യക്ഷനോ അസുരനോ വധിക്കാനും കഴിയില്ല. അപ്പോൾ മരണമില്ലാത്തവനാകും എന്നാണ് രാവണൻ ചിന്തിച്ചത്. മരണഭയമില്ലാത്ത രാവണൻ അഹങ്കാരിയായി. ജ്യേഷ്ഠനെ ലങ്കയിൽ നിന്നും ആട്ടിപ്പായിച്ചു. അങ്ങനെ ലങ്കയും പുഷ്പകവും അവന് സ്വന്തമായി. പാതാളത്തിലൊളിച്ച രാക്ഷസർ വന്ന് ലങ്കയിൽ താമസവുമാക്കി. കുബേരനിപ്പോൾ അളകാപുരിയിൽ യക്ഷന്മാരുടെ രാജാവാണ്.'

'കുബേരൻ എങ്ങനെയാണ് ലങ്കയുടെ രാജാവായത് ..?'

'കുബേരൻ ഘോര തപസ്സിനാൽ ബ്രഹ്മാവിനെ പ്രത്യക്ഷനാക്കി, തന്നെ ലോകപാലകനാക്കണമെന്ന വരമാണ് ആവശ്യപ്പെട്ടത്. ബ്രഹ്മാവ് അദ്ദേഹത്തെ അഷ്ടദിക് പാലകരിൽ ഒരാളാക്കി. കൂടാതെ പുഷ്പകം, ശംഖനിധി, പത്മനിധി എന്ന വിശിഷ്ട വാഹനങ്ങളും നൽകി. അച്ഛൻ വിശ്രവസ്സാണ് ആരുമില്ലാതെ കിടന്ന ലങ്കാനഗരത്തിലേക്ക് കുബേരനെ പറഞ്ഞു വിട്ടത്.'

ലവൻ സംശയിച്ചു,

'അപ്പോഴും ലങ്ക ഇതുപോലെ പ്രൗഢിയിലായിരുന്നുവോ?'

'ത്രികൂടപർവതത്തിന്റെ കൊടുമുടിയിൽ ദേവശില്പിയായ വിശ്വകർമ്മാവ് ഒരു നഗരം നിർമ്മിച്ചിട്ടുണ്ടായിരുന്നു. ഇന്ദ്രനു വേണ്ടി. രാക്ഷസരെ ഭയന്ന് ഇന്ദ്രൻ വരാതായി. അങ്ങനെ ലങ്ക, മാല്യവാൻ, സുമാലി, മാലി എന്നീ രാക്ഷസ പ്രമുഖർ സ്വന്തമാക്കി. അവരുടെ ശല്യം സഹിക്കവയ്യാതെ മഹാവിഷ്ണു നിഗ്രഹിക്കാനെത്തി.

മാലി മരണപ്പെട്ടു. മാല്യവാനും സുമാലിയും അനുചരന്മാരും രക്ഷ പ്പെട്ട് പാതാളത്തിൽ പോയൊളിച്ചു. ആ സമയമാണ് കുബേരൻ വന്ന് ലങ്കയിലെ രാജാവായത്. സുമാലിയുടെ പുത്രിയാണ് രാവണന്റെ മാതാവ് കൈകസിയെന്നു അറിയാമല്ലോ? അതായത് രാവണന്റെ മാതാമഹനായിരുന്നു കുബേരന് മുൻപുള്ള ലങ്കാധിപരിൽ ഒരാൾ.'

'അഷ്ടദിക് പാലകർ ഇന്ദ്രൻ, അഗ്നി, യമൻ, നിരൃതി, വരുണൻ, വായു, ശിവൻ, പിന്നെ കുബേരനും അല്ലേ ആചാര്യ?'

'അതെ. വടക്കു ദിക്കിന്റെ നാഥനാണ് കുബേരൻ.'

'അപ്പോൾ കുംഭകർണ്ണനും വിഭീഷണനും ചോദിച്ച വരങ്ങൾ എന്താണ്?'

'കുംഭകർണ്ണൻ, 'നിർദേവത്വം' ആണ് ആവശ്യപ്പെടാൻ ഒരുങ്ങി യത്. എങ്കിലും നാവുടക്കി അതു 'നിദ്രാവത്വം' എന്നായി മാറി. അങ്ങനെ അദ്ദേഹത്തിന് ആറുമാസം ഉറങ്ങിയും ആറുമാസം ഉണർന്നും ജീവിക്കേണ്ടി വന്നു. നിദ്രാഭംഗമുണ്ടായാൽ മരണവും ഉണ്ടാകും. മൂന്നാമനായ വിഭീഷണൻ, വിഷ്ണുഭക്തി ഉണ്ടാകണ മെന്നാണ് ആവശ്യപ്പെട്ടത്. ആ .. ഉണ്ണികളേ ..നാളെ നമ്മുടെ കഥാകഥനം അവസാനിക്കും. പിറ്റേന്ന് മുതൽ ശ്ലോകങ്ങൾ തുടങ്ങാം.'

ആശ്രമത്തിലെത്തിയിട്ടും മനസ്സ് സ്വതന്ത്രമായില്ല. മാലിനി വന്ന് സത്യയുടെ വിശേഷങ്ങൾ പറഞ്ഞു കൊണ്ടിരുന്നു.

'സത്യ ഭാഗ്യവതിയാണ്.'

ഭാഗ്യം ഓരോരുത്തർക്കും വ്യത്യസ്തമായിരിക്കും. അകലെ നിൽക്കുന്നവർക്ക് ഭാഗ്യമെന്നു തോന്നുന്ന പലതും യഥാർത്ഥ ഭാഗ്യമാകില്ല.

അതാണെന്റെ ജീവിതം.

ശ്രീരാമന്റെ ലങ്കാപ്രവേശം

നിദ്രയെ ക്ഷണിച്ചു കൊണ്ട് കണ്ണടച്ചു കിടന്നു. മനസ്സ് ലങ്കയിലായിരുന്നു. മറക്കാനാകാത്ത ഒരു ദിവസം, കാറ്റത്തെ ദീപമായി.

അന്ന് രാക്ഷസിമാരുടെ അകമ്പടിയോടെ ഒരു പ്രൗഢയായ സ്ത്രീ വന്നു. ഐശ്വര്യവതി...., ശാന്തമുഖം.

ത്രിജട അവരെ ചെന്നു സ്വീകരിച്ചു. എന്നെ പരിചയപ്പെടുത്തി,

'ഇത് സരമ തമ്പ്രാട്ട്യാ.... കലാകുമാരീടെ അമ്മ.'

വിഷാദം, നീർത്തുള്ളിയായി വരാനുള്ള ലക്ഷണമായിരുന്നു മുഖത്ത്.

ഞാൻ കൈകൂപ്പി അറിയിച്ചു,

'എന്നോട് സഹതാപം കാണിക്കുന്നവർക്കെല്ലാം ദുഃഖമാകും ഉണ്ടാകുക.'

അവരുടെ അധരങ്ങൾ വിതുമ്പി. സ്വരം ഇടറിയെത്തി,

'എന്റെ അച്ഛൻ ശൈലൂഷൻ എന്ന ഗന്ധർവനാണ്. അദ്ദേഹം കുബേരജ്യേഷ്ഠനോടൊപ്പമാണ്. അതിനാലെനിക്ക് രാവണജ്യേഷ്ഠന്റെ ദുഷ്ടതകൾ അറിയാം. എന്റെ ഭർത്താവിനും അറിയാം. അതുകൊണ്ടാണ് അദ്ദേഹം ദേവിക്കു വേണ്ടി വാദിച്ചത്. എന്നിട്ടെന്തുണ്ടായി? അദ്ദേഹം നാടുകടത്തപ്പെട്ടു. ഇപ്പോളദ്ദേഹം രാമന്റെയടുത്ത് അഭയം തേടിയിരിക്കയാണ്.'

സ്വയം കണ്ടെത്താനാകാത്ത ആശ്വാസത്തെ ഞാനെങ്ങനെയാണ് അവർക്ക് നൽകുക? ഒന്നും ചെയ്യാനാകില്ല എന്നറിഞ്ഞിട്ടും ഞാനന്വേഷിച്ചു,

'എന്താണ് നടന്നത്?'

'രാമനേയും സൈന്യത്തേയും വധിക്കാമെന്ന് മന്ത്രിമാർ വീമ്പു

പറഞ്ഞപ്പോൾ അത് അസംഭവ്യമെന്നാണ് അദ്ദേഹം അഭിപ്രായപ്പെട്ടത്. സീതയെ തിരികെ നൽകി മാപ്പു പറഞ്ഞാൽ രക്ഷനേടാമെന്നും പറഞ്ഞത്രേ! ദേവിയിവിടെ വന്നതുമുതൽ കാണുന്നതെല്ലാം ദുർന്നിമിത്തങ്ങളായിരുന്നു. ഹോമാഗ്നി അണയുന്നു, എവിടേയും ഇഴജന്തുക്കൾ, ഔഷധം സേവിച്ചാലും രോഗികൾ മരിക്കുന്നു. ഇതെല്ലാം നാശത്തെയാണ് സൂചിപ്പിക്കുന്നത്.'

ത്രിജട അന്വേഷിച്ചു,

'കുംഭകർണ്ണ തമ്പ്രാൻ രാജാവിനെ തടഞ്ഞില്ലേ?'

'ഉവ്വുവ്വ്..... അദ്ദേഹം കോപിച്ചു. ഞങ്ങളോട് ആലോചിക്കാതെയല്ലേ സീതയെ കട്ടത്, പിന്നെന്തിനാണിപ്പോൾ മാർഗ്ഗം ആരായുന്നത് എന്നാണ് ദേഷ്യപ്പെട്ടത്. ആദ്യം വേണ്ടത് അവസാനവും, അവസാനം വേണ്ടത് ആദ്യവും ചെയ്യുന്നവനാകരുത് രാജാവെന്ന് ഉപദേശിക്കുകയും ചെയ്തു. ശക്തനായതു കൊണ്ടാകും, അദ്ദേഹത്തോട് കടന്നുപോകാൻ പറഞ്ഞില്ല. വജ്രജ്വാലേടത്തിയും ദേവിയെ തിരികെ നൽകണമെന്ന അഭിപ്രായക്കാരിയാണ്.'

ത്രിജട എന്നെ തെളിഞ്ഞ മുഖത്തോടെ അറിയിച്ചു,

'ദേവിക്കറിയോ .. മഹാബലിത്തമ്പ്രാന്റെ മോളാണ് ആ റാണി.'

'അതേ ദേവി. കുംഭകർണ്ണേട്ടന്റെ ഭാര്യ, വിഷ്ണുഭക്തയാണ്. പ്രഹ്ളാദമുത്തച്ഛനെപ്പോലെ. അതൊന്നും രാവണരാജാവിന് ഇഷ്ടമല്ല. ഇപ്പോൾ മഹാബലിത്തമ്പുരാൻ പാതാളത്തിലാണല്ലോ..? അവിടേയും ചെന്നു രാവണജ്യേഷ്ഠൻ. ഭൂമിയിലേക്ക് തിരികെ എത്തിക്കാമെന്നും പറഞ്ഞ്. പക്ഷെ അദ്ദേഹം വന്നില്ല. ഭക്തനായ എനിക്ക് വിഷ്ണുഭഗവാൻ നൽകിയ രാജ്യമാണിത്, എന്നെ മോചിപ്പിക്കാൻ നോക്കണ്ടെന്നും പറഞ്ഞ് തിരികെ വിട്ടു.'

മഹാബലിപുത്രിയെ കാണണമെന്നു മനസ്സിലൊരാഗ്രഹം. ഞാനതിനെ തടഞ്ഞു വച്ചു. തടങ്കലിലായ ഒരുവൾക്ക് ആഗ്രഹങ്ങൾ പാടില്ല.

സരമറാണി ഒരു ദീർഘശ്വാസം എടുത്തു കൊണ്ട് വീണ്ടും തുടങ്ങി,

'എങ്ങനെയായാലും സീതാദേവിക്ക് ഭാഗ്യമുണ്ട്. അല്ലെങ്കിൽ എപ്പോഴേ രാജാവ്, ദേവിയെ പത്നിയാക്കുമായിരുന്നു.'

'ഭാഗ്യമോ .? അങ്ങനെ ഒന്നിനി എന്റെ ജീവിതത്തിൽ ഉണ്ടാകുമോ?'

'ഉവ്വ് ദേവി. രാജാവിനൊരു ശാപം കിട്ടിയിട്ടുണ്ട്. ബ്രഹ്മദേവന്റെ മാനസപുത്രിയായ പുഞ്ജികാദേവിയെ ഒരിക്കൽ രാവണരാജാവ് ബലാത്സംഗം ചെയ്തു. അതറിഞ്ഞ ബ്രഹ്മദേവൻ, ഒരു സ്ത്രീയെ, അവളുടെ ഇഷ്ടമില്ലാതെ സ്പർശിച്ചാൽ ശിരസ്സ് പൊട്ടിത്തെറിക്കുമെന്ന് ശപിച്ചിട്ടുണ്ട്. ഈ ശാപമില്ലെങ്കിൽ സീതയെ സ്വന്തമാക്കാമായിരുന്നു എന്നാണ് രാജാവ് അറിയിച്ചതത്രേ!'

ഇങ്ങനെയുള്ള ഗീർവാണത്തിന് മറുപടിയായി വിഭീഷണൻ രാവണനെ ഓർമ്മിപ്പിച്ച കാര്യങ്ങൾ എനിക്ക് ആനന്ദത്തെ നൽകി. സരമറാണിയെ അടുത്തിരുത്തിക്കൊണ്ടാണ് ഞാനതെല്ലാം കേട്ടത്.

രാവണനെ, ഒരു മനുഷ്യന് വധിക്കാനാകും എന്നതിനാൽ രാമന് അതിന് പ്രയാസമുണ്ടാകില്ല ..

രാവണനിൽ പതിച്ചിട്ടുള്ളത് പതിനെട്ടു ശാപങ്ങളാണ്. അതെല്ലാം സത്യമാകാനുള്ള സമയമായിരിക്കുന്നു...

വീരനായ ഇന്ദ്രജിത്തിന്, പതിന്നാലുവർഷം നിരാഹാരനായി, നിദ്രയില്ലാതെ കഴിയുന്ന ബ്രഹ്മചാരിയിൽനിന്നു മാത്രമേ മരണമുണ്ടാകുകയുള്ളു. അതു പാലിക്കുന്ന ലക്ഷ്മണന് അവനെ വധിക്കാനാകും.

മഹാശക്തിമാനായ കുംഭകർണ്ണനാകട്ടെ ഇപ്പോൾ നിദ്രയിലുമാണ്. ഉണർത്തിയാൽ മരണം സുനിശ്ചിതം.

ഇതെല്ലാം എന്റെ മനസ്സിലും സമാധാനത്തിന്റെ വെള്ളിവെളിച്ചം വിതറി.

സരമറാണി ഗദ്ഗദത്തോടെ പറഞ്ഞു,

'മറ്റൊരുവനാണ് ഇങ്ങനെ പറഞ്ഞതെങ്കിൽ അവൻ പിന്നെ ജീവനോടെ ഉണ്ടാകില്ലായിരുന്നു എന്നറിയിച്ച് അദ്ദേഹത്തെ ആട്ടിയോടിച്ചു. ഇങ്ങനെയൊരു അനുജന് നാണക്കേടായി ലങ്കയിൽ വേണ്ടെന്ന്'

ഞാനവരെ ആശ്വസിപ്പിച്ചു.

'അദ്ദേഹം രക്ഷപ്പെട്ടെന്നു കരുതുക. ഈ വംശം താമസിയാതെ നശിക്കും. രാമനും വാനരസൈന്യവും ഉടനെ ഇവിടെയെത്തുമെന്നു തീർച്ചയാണ്. സമാധാനമായി പോകുക. അഭയം പ്രാപിക്കുന്നവരെ കൈവിടില്ല എന്റെ നാഥൻ.'

രാക്ഷസിമാർ എന്നെ തുറിച്ചു നോക്കി. റാണി കണ്ണുതുടച്ചുകൊണ്ട് യാത്ര പറഞ്ഞു. പിന്നെ കരഞ്ഞത് എന്റെ മനസ്സായിരുന്നു.

സ്വാമിയും കൂട്ടരും വരില്ലേ ..?

വന്നാലല്ലേ ഈ പറഞ്ഞതൊക്കെ സത്യമാകു!

ഹനൂമാനെപ്പോലെയുള്ളവരാണ് സൈന്യത്തിലെങ്കിൽ അസാദ്ധ്യമാകില്ല ..

കാടുകയറിയ ചിന്തകൾക്ക് കടിഞ്ഞാണിട്ടു കൊണ്ട് രഥയൊച്ച കേട്ടു. ദൈത്യേന്ദ്രനും അനുയായികളുമാണ്. കൂടെ ആരാണ്?

ഹോ.. എന്റെ അച്ഛൻ! ജനകനൃപൻ! ഞാൻ ചാടിയെഴുന്നേറ്റ് അച്ഛനെ വണങ്ങി.

'അച്ഛാ. അങ്ങെങ്ങനെയാണ് ഇവിടെ എത്തിയത്?'

'പുത്രീ..... നിന്റെ വിവരം അറിഞ്ഞപ്പോൾ വരാതിരിക്കാനായില്ല. നീ നിമിത്തം മഹായുദ്ധപ്രളയമാണ് ഉണ്ടാകാൻ പോകുന്നത്. സർവലോകൈക വിജയിയായ രാവണനെ ജയിക്കാൻ രാമനാകില്ല. അവൻ വധിക്കപ്പെടും. ഇന്ദ്രനെ ജയിച്ച മേഘനാദൻ, ലക്ഷ്മണനേയും വധിക്കും. പിന്നെ നിനക്കാരാണുള്ളത്? ഞാൻ പടുവൃദ്ധനായി. ഈ വീരനെ വരിച്ച് നീ ലോകചക്രവർത്തിനിയാകുക. അതാണ് എനിക്കും നിനക്കും ഉത്തമമായിട്ടുള്ളത്.'

ദശകണ്ഠൻ ശൃംഗാരത്തോടെ പുഞ്ചിരിച്ചു കൊണ്ടറിയിച്ചു,

'കേട്ടില്ലേ? അദ്ദേഹത്തിന് എന്നെ അറിയാം. അച്ഛനെ അനുസരിക്കുക. നിന്റെ വളർത്തച്ഛനാണെങ്കിലും ഞാനിദ്ദേഹത്തെ ലങ്കാ ചക്രവർത്തിയാക്കും. പിന്നെ നമുക്ക് സ്വർലോകത്ത് പോയി രമിച്ചു കഴിയാം. വരൂ പ്രിയേ'

വെറുപ്പോടെ ഞാൻ മുഖം തിരിച്ചു. എന്റെ മൗനം രാവണനെ കോപിഷ്ഠനാക്കി. അയാൾ അച്ഛനെ ക്രൂരമായി മർദ്ദിച്ചു.

അച്ഛൻ ഉറക്കെ എന്നെ ഭത്സിച്ചു കൊണ്ടിരുന്നു.

'ഹാ.. ദുഷ്ടയായ സീതേ ..നീയെന്നെ കൊല്ലാൻ നൽകുകയാണോ? എന്റെ പുത്രിയല്ലാതിരുന്നിട്ടും നിന്നെ വളർത്തിയത് ഇതിനായിരുന്നോ?'

ആ വാക്കുകൾ എന്നെ കുലുക്കിയുണർത്തി. സാത്വികനായ ജനകരാജാവ് ഇത്തരം പരുഷവാക്കുകൾ ഒരിക്കലും ഉപയോഗിക്കില്ല. ഞാൻ മകളല്ലെന്നു പറയാൻ അദ്ദേഹത്തിനാകില്ല.

ഞാനയാളെ തുറിച്ചു നോക്കി. രൂക്ഷമായ നയനങ്ങളെ നേരിടാനാകാതെ ജനകവേഷധാരി വിരണ്ടു. അവനൊരു രാക്ഷസനായി ഓടിമറഞ്ഞു.

ദശാസ്യൻ വിവർണ്ണനായി, തലതാഴ്ത്തി, മിണ്ടാതെ തിരികെ പോയി.

ത്രിജട അറിയിച്ചു,

'അത് മരുത്തനാണ് ദേവി.. മഹാമായാവി..... തമ്പ്രാന്റെ ഇഷ്ട ക്കാരനാ.'

'ആ. അത് അച്ഛനല്ലെന്ന് എനിക്കു തോന്നിയിരുന്നു ത്രിജടെ'

വൈകിട്ട്, കല ആഹ്ളാദത്തോടെ എത്തി.

'സന്തോഷ വാർത്തയുണ്ട് ദേവി. രാമദേവൻ ഉടനെ എത്തും. സമുദ്രത്തിൽ സേതു നിർമ്മിക്കാനാണ് അവരുടെ തീരുമാനം.'

ആഹ്ളാദം മനസ്സിലെ കണ്ണീരു തുടച്ചു.

'ഉവ്വോ....? എങ്ങനെ അറിഞ്ഞു......?'

'അച്ഛന്റെ കൂടെ നാലുമന്ത്രിമാരും പോയിട്ടുണ്ട്. അതിലൊരാൾ വന്നിരുന്നു. പിന്നെ മറ്റൊന്നും അറിയിച്ചു.'

'എന്താണ്..?'

'അച്ഛനെ ലങ്കേശ്വരനായി രാമൻ അഭിഷേകം ചെയ്തു. പനസൻ എന്ന വാനരനെ മുഖ്യമന്ത്രിയാക്കുകയും ചെയ്തു.'

'ഹാ.....അതാണ് നടക്കുകയുള്ളു..... അതുതന്നെയാണ് നടക്കേ ണ്ടതും.'

സന്തോഷത്തിന്റെ കനം കൂടുന്നതാണ് കല പിന്നെ പറഞ്ഞത്.

'കുംഭകർണ്ണവല്യച്ഛൻ വീണ്ടും ഉറക്കം തുടങ്ങി. ആറുമാസം കഴിഞ്ഞേ ഉണരുകയുള്ളു. അതിനു മുമ്പുണർന്നാൽ ആപത്താണ്.'

മഹാവീരനും, ഭീമാകാരമുള്ള കുംഭകർണ്ണൻ സ്വാമിക്കെതിരെ ഉണ്ടാകില്ല.

പിന്നെയുള്ളത് മണ്ഡോദരീനന്ദനന്മാരാണ്. മേഘനാദൻ, ത്രി ശിരസ്സ്, അക്ഷകുമാരൻ എന്നിവർ. അവർ വീരരാണെന്ന് ത്രിജട പറഞ്ഞറിയാം. അതിൽ അക്ഷകുമാരനെ ഹനൂമാൻ വധിച്ചു കഴിഞ്ഞു. ധന്യമാലയുടെ ദത്തുപുത്രനായ അതികായനേയും ഭയക്കണം. പരശുരാമൻ നൽകിയ പാശുപതാസ്ത്രം അവന്റെ കൈയിലുണ്ട്. മറ്റുള്ളവർ വീരരാണെങ്കിലും സ്വാമിക്കൊരു തടസ്സമാകില്ല. പക്ഷേ..... മേഘനാദനെ ഭയക്കണം.

'കലേ, മേഘനാദൻ എങ്ങനെയുള്ളവനാണ്...?'

'ഏട്ടൻ ജനിച്ചപ്പോൾ മുതൽ ശക്തനാണ്. ഇടിനാദം പോലെ

യാണത്രേ കരഞ്ഞത്! അതുകേട്ട് കൊട്ടാരത്തിലുള്ളവരെല്ലാം ഞെട്ടിത്തെറിച്ചെന്നു കേട്ടിട്ടുണ്ട്. അതാണ് മേഘനാദനെന്ന പേര് കിട്ടിയത്. വലുതായപ്പോൾ മായാവിദ്യകളിലും മിടുക്കനായി. അനേകം വിശിഷ്ടായുധങ്ങൾ കൂടി സ്വന്തമായപ്പോൾ പരാജയം അറിയാത്തവനുമായി. ഒരിക്കൽ ഇന്ദ്രനെപ്പോലും കീഴടക്കി ഇവിടുത്തെ കൊടിമരത്തിൽ കെട്ടിയിട്ടത്രേ! ബ്രഹ്മദേവൻ വന്നാണ് ഇന്ദ്രനെ മോചിപ്പിച്ചതെന്ന് അച്ഛൻ പറഞ്ഞു കേട്ടിട്ടുണ്ട്. അങ്ങനെ ഇന്ദ്രജി ത്തുമായി. ആ പേരാണ് ഏട്ടനിഷ്ടം. അദ്ദേഹം ഏകപത്നീവ്രതനാണ്. അതാണ് ഏട്ടനെ ഞാനിഷ്ടപ്പെടാൻ കാരണവും.'

ഓരോ വാക്കുകളും എന്നെ ഭയപ്പെടുത്തി. മറ്റൊന്നു കൂടി പറ ഞ്ഞത് കൂടുതൽ വിഷണ്ണയാക്കി.

'ഇന്ദ്രജിത്തേട്ടന്, ഒരുവരം കിട്ടിയിട്ടുണ്ട്. ബ്രഹ്മദേവനിൽ നിന്നും. ഒരിക്കലും മരിക്കരുതെന്നായിരുന്നു ഏട്ടന്റെ ആഗ്രഹം. അതു സാധ്യമല്ലെന്ന് ദേവനറിയിച്ചപ്പോൾ മറ്റൊന്ന് ആവശ്യപ്പെടുകയാ യിരുന്നു. ഒരു വിശിഷ്ട ഹോമത്തിൽ ഒരു തേര് പ്രത്യക്ഷമാകണ മെന്ന്! അതിലേറി യുദ്ധം ചെയ്താൽ ആർക്കും വധിക്കാനാകരു തെന്നായിരുന്നു ആവശ്യം. ഹോമം തടസ്സപ്പെട്ടാൽ വധിച്ചു കൊള്ളട്ടെ എന്നും പറഞ്ഞു..... ആ വരമുണ്ട്.'

'അദ്ദേഹത്തിന്റെ പത്നിയെങ്ങനെ....... ?'

'സുലോചനയേടത്തി നല്ലവളാണ്. ദേവിയെ തിരിച്ചു നൽകാൻ രാജാവിനെ നിർബന്ധിക്കാൻ ഏട്ടനെ ഉപദേശിച്ചതാണ്. അതിന് ഏട്ടൻ ഒരുപാട് ശകാരിച്ചു. എന്നോട് ദേവിയെ കാണാൻ ആഗ്രഹ മുണ്ടെന്ന് പറഞ്ഞതാണ്.'

എന്റെ മനസ്സിൽ പ്രതീക്ഷയും വിതറിക്കൊണ്ടാണ് കല പോയത്.

വൈകിട്ട് ഒരു ഒറ്റക്കണ്ണി വന്നു. അവൾ മാറിനിന്ന് ത്രിജടയോട് സംസാരിച്ചു. തിരിച്ചു വന്നപ്പോൾ എകജട അന്വേഷിച്ചു,

'അതു നിന്റെ സോദരിയല്ലേ....?'

'ആ....നീയവളെ കണ്ടിട്ടില്ല്യേ...മണ്ഡോദരി തമ്പ്രാട്ടീടെ ദാസി. പൂർണ്ണകുംഭി.'

'ഓ....അറിയാം.... എന്താടി അവള് പറഞ്ഞേ ?'

ത്രിജട എന്നെ നോക്കി. അത് ഞാനറിയേണ്ടതാണെന്ന് ആ കണ്ണുകളറിയിച്ചു.

'നിങ്ങളാ ശാർദ്ദൂലനെ അറിയില്ലേ? അവൻ ചാരനാണ്. അവൻ

തമ്പ്രാനോട് പറഞ്ഞ കാര്യങ്ങൾ അറിഞ്ഞത് കുംഭി പറയാർന്നു. കൊരങ്ങന്മാർ കൊറച്ചൊന്നുമല്ലാട്ടോ? വേറൊരു കടലുപോലെതോന്നിച്ചെന്ന്. പത്തു യോജന സ്ഥലത്ത് നിരന്ന് നിക്കാത്രേ! ഒരു ദൂതനെ വിട്ട് കൊരങ്ങന്മാരെ പിന്തിരിപ്പിക്കണമെന്നാ ശാർദ്ദൂലൻ തമ്പ്രാനെ അറിയിച്ചേന്ന്.'

'അയ്യോ.....എന്നിട്ട് ആരേലും പോയോ....?'

'അതല്ലേ പേടിപ്പെടുത്തണത്! ശുകനില്ലേ, മന്ത്രി... അവനാ പോയത്. കൊരങ്ങമ്മാരുടെ രാജാവിനോട് എല്ലാവരേയും കൊണ്ട് തിരിച്ചു പോകാൻ പറയാനാ പോയത്. പക്ഷേങ്കി പോയവനിതുവരെ തിരിച്ചെത്തിയില്ലെടീ....! എന്താണ് നടന്നേന്ന് അറിയേം ഇല്യ. തമ്പ്രാൻ ദേഷ്യത്തിലാന്ന്.'

എന്റെ സന്തോഷശിലയിൽ ചാർത്തിയ കളഭത്തിന്റെ കുളിര് ഞാനറിഞ്ഞു.

ഇപ്പോളെനിക്ക് ദുഃഖിക്കാൻ സമയമില്ല. സേതുകെട്ടാൻ കഴിയണമെന്ന് മനമുരുകി പ്രാർത്ഥിച്ചു. അലറിയടിക്കുന്ന ആഴി കണ്ടതാണ്. ഈ വസന്തകാലത്തിൽ സമുദ്രം പിന്മാറുമെന്നു തന്നെ ഞാൻ വിശ്വസിച്ചു. വരുണദേവനെ സ്തുതിച്ചു കൊണ്ടിരുന്നു. രാത്രിയും പകലും......

ദിവസങ്ങളെണ്ണിയെണ്ണി നീങ്ങി....ഒന്ന്, രണ്ട്, മൂന്ന്, നാല്,.......

അഞ്ചാംദിവസം വൈകിട്ടുള്ള പ്രഘസയുടെ ആഘോഷമാണ് എനിക്ക് ആനന്ദം കൊണ്ടുത്തന്നത്. ഒരു മാനിന്റെ കാലും കടിച്ചു പറിച്ചു കൊണ്ട് അവൾ ഭക്ഷണശാലയിൽ നിന്നും എത്തി. കൂടെ കുറേ മദ്യകുംഭങ്ങളും കൊണ്ട് രാക്ഷസിമാരും. അവരുടെ കണ്ണുകളിൽ പരിഭ്രാന്തിയായിരുന്നു.

ഭയന്ന സ്വരത്തിൽ പ്രഘസ അറിയിച്ചു,

'ഹോ.... കേട്ടോ കൂട്ടരേ....ഇവൾടെ ഭർത്താവെത്തിയെന്ന്.... പേടിയാകണു. ഇനീങ്ങനെ തിന്നാൻ പറ്റീല്ലെങ്കിലോ? ഇന്നാഗോഷിക്കാം. വാടീ....'

ത്രിജട അലസതയോടെ ചോദിച്ചു,

'എന്താ പ്രഘസേ....കുടിച്ചു ബോധം പോയോ?'

'ഏനൊള്ളതാ പറഞ്ഞേ. ഇവൾടെ ഭർത്താവും കൊരങ്ങന്മാരും കടലില് വഴീണ്ടാക്കി ലങ്കേലെത്തീന്ന്. അവര് മോശക്കാരല്ലാട്ടോ....! വെറും അഞ്ചീസം കൊണ്ടാ ഇങ്ങെത്തിയത്.....'

മദ്യം തീർന്നു കൊണ്ടിരുന്നു. വർത്തമാനം കൂടിയും. എന്നെ ശകാരിച്ച് അവർക്ക് മതിയാകുന്നില്ല. അതെല്ലാം കയറാതെ ഞാനെന്റെ മനസ്സടച്ചു.

ഭീമാകാരങ്ങളായ മരങ്ങളും പാറകളും കൊണ്ടാണ് സേതു കെട്ടിയതെന്ന് !

ഞാനാ വാർത്തയിൽ ഉയർന്നു പൊങ്ങി. പിന്നിത്തുടങ്ങിയ വസ്ത്രത്തിലെ പൊടി തട്ടിക്കളഞ്ഞ് ഭംഗിയിൽ ചുറ്റി. പാറിപ്പറന്ന തലമുടിയിലെ ജടകൾ വിടർത്താൻ നോക്കി. കാന്തനെ എതിരേൽക്കാനുള്ള തയ്യാറെടുപ്പിലായി മനസ്സും. അവിടെ ലജ്ജ നാമ്പിടുന്നത് അനുഭവിച്ചു.

വൈകിട്ട്, ഒരു വൃദ്ധ, ത്രിജടയെ കാണാനെത്തി. അവരെന്നെ കൈകൂപ്പി.

'ഏൻ കേതുമതിയാണ്. രാജതമ്പ്രാന്റെ സേവക. ഭാസകർണ്ണൻ ഏന്റെ മോനാണ്. പക്ഷേല്..... അവനെ ആ ഹനൂമാൻ കൊന്നുകളഞ്ഞു. കൊരങ്ങന്മാർ നിസ്സാരരല്ല ദേവി.....! ഇപ്പോൽ ലങ്കേല് മുഴോനും അവരാ.'

ത്രിജട എന്റെ ചെവിയിൽ പറഞ്ഞു,

'ഏൻ വിവരങ്ങൾ കൊണ്ട് വരാൻ പറഞ്ഞേർന്നു. ഏന്റെ കൂട്ടുകാര്യാ...'

എന്നിട്ട് എന്നെ കുറ്റപ്പെടുത്തി, ദേഷ്യം അഭിനയിച്ചു.

'ചങ്ങാതി, ഞങ്ങക്കൊക്കെ പേട്യായി. ഈ പെണ്ണ് കാരണം നമ്മളും നശിക്കും. ശുകനെ തമ്പ്രാൻ പറഞ്ഞയച്ചിട്ടെന്തായി? അവനേം കൊന്നില്യേ...? കഷ്ടം.....'

'ഇല്ലില്ല. അവനെത്തി. ഇവളെ തിരിച്ചു കൊടുത്തില്ലേൽ പോരിനു തയ്യാറാവാനാ രാമൻ പറഞ്ഞു വിട്ടേക്കണേ. വീണ്ടും തമ്പ്രാൻ അവനേം, മന്ത്രി സാരസനേം അങ്ങട് കൊരങ്ങന്റെ വേഷത്തില് വിട്ടേക്കാന്ന് കേട്ടേക്കണ് . തമ്പ്രാന് പേടി തൊടങ്ങീടീ. ആ വെപ്രാളം കണ്ട് ഞങ്ങക്കും....ഹോ..'

ദുർമുഖി പെട്ടെന്ന് ചോദിച്ചു,

'ഇവളെ കൊടുക്കാന്ന് തമ്പ്രാൻ സമ്മതിച്ചെങ്കീ പേടിക്കണ്ടാർന്നു.'

'യേയ്....ഇല്ലില്യാ.... കൊടുക്കില്ല. ഇവളെ അത്രക്ക് മോഹാണേ.! ഇമ്മടെ ഭാഗ്യക്കേടെന്നല്ലാതെ എന്തുപറയാനാ! നാളെ യുത്താണ് ഉണ്ടാവാ. യുത്തം...!'

എല്ലാവരും ഒന്നിച്ചലറി.

'ശ്ശോ.....നാളേയോ........?' .

'തമ്പ്രാൻ മാളികേടെ ഏറ്റം മോളിൽ കേറി നോക്കി ഇറങ്ങിവരണത് കണ്ടേർന്നു. മൊകത്ത് സന്തോഷമില്ലാതെ. കണ്ണുകളിലും പഴയ വെട്ടമില്ല. അതു കണ്ടപ്പോള് ഞങ്ങക്കെല്ലാം പേടികൂടി. ഇനി ആർക്കൊക്കെയാവോ ആമ്പെറന്നോൻ ഇല്ലാതാവാന്ന് അറീല്യ'

അവർ നടന്നു നീങ്ങി. ഞാൻ മനസ്സിനെ ശാന്തമാക്കി കിടത്തി. നാളത്തെ യുദ്ധത്തിനായി നീ ഉറങ്ങുക.

ആ ശാന്തത അധികം നേരം ഉണ്ടായില്ല. സന്ധ്യയായപ്പോൾ രാവണനും കിങ്കരന്മാരും എത്തി.

ദശകന്ധരൻ അട്ടഹസിച്ചു കൊണ്ട് പറഞ്ഞു,

'ഹ...ഹാ.... സീതേ.....ഞാനവരെയെല്ലാം വധിച്ചു. നിന്റെ രാമനേയും. അവന്റെ ശിരസ്സ് കൊണ്ടുവന്നിട്ടുണ്ട്. വിദ്യുദ്ജിഹ്വാ..... അതിവളുടെ മുമ്പിൽ വയ്ക്കുക. പ്രാണനാഥന്റെ ശിരസ്സെങ്കിലും അവസാനമായി അവൾ കാണട്ടെ...ഹാ..ഹ..'

എന്റെ സമനില തെറ്റി. കണ്ണുകൾ മറയുന്നപോലെ. കേട്ടത് സത്യമോ......?

ആ നിശാചരൻ, രാമശിരസ്സ് മുൻപിലേക്ക് വച്ചു. രക്തം അശോകത്തറയിൽ വട്ടമിട്ടു നിന്നു. എന്റെ കാഴ്ച മങ്ങി, ശബ്ദം അടഞ്ഞു, തളർച്ച വട്ടംപിടിച്ചു.

രാവണന്റെ ശബ്ദം വീണ്ടും കേട്ടു,

'ദാ...അവന്റെ വില്ലും ശരവും നോക്കുക. ഇപ്പോൾ വിശ്വാസമായില്ലേ, രാമൻ എനിക്കെത്ര നിസ്സാരനായിരുന്നെന്ന്....? വിഷമിക്കേണ്ട. നിനക്ക് ഞാനുണ്ട്. നീയിനി ആരെയാണ് കാത്തിരിക്കുന്നത്...? എന്നോട് ചേരുക....'

തറയിൽ അവ വീണ ചിലമ്പിച്ചശബ്ദം കേട്ടു. ഹോ.... ദിവ്യമായ കോദണ്ഡം....! എനിക്കത് വിശ്വസിക്കാനായില്ല. ബോധം മറയുന്ന പോലെ.

ഞാൻ നേരിയ സ്വരത്തോടെ യാചിച്ചു,

'എന്നേയും വധിക്കുക...ഞാനെന്റെ പതിയോടൊപ്പം പോകട്ടെ..'

ഞാൻ തലയിട്ടടിച്ച് വിലപിച്ചു. ആരോ അറിയിക്കുന്നത് മർമ്മരമായി.

'സർവ്വ സൈന്യാധിപൻ പ്രഹസ്തൻ തമ്പ്രാനെ കാത്തുനിൽ

ക്കുന്നു.'

രാക്ഷസേന്ദ്രൻ പോയി.

നാഥന്റെ നിറഞ്ഞ കണ്ണുകൾ എന്നെതന്നെ നോക്കുന്നു. സഹിക്കാനായില്ല. ഞാനാ ശിരസ്സെടുത്തു ചുംബിച്ച് മാറത്തടക്കി ഏങ്ങലടിച്ചു. ഞാനും ചുവപ്പണിഞ്ഞു. ത്രിജട എന്നെ ചേർത്തു പിടിച്ചു തഴുകിക്കൊണ്ടിരുന്നു.

'പുത്രീ, കരയല്ലേ....?'

സരമറാണിയുടെ സ്വരം.......!

'ശ്രീരാമന് ഒന്നും സംഭവിച്ചിട്ടില്ല. അദ്ദേഹവും സൈന്യവും കടൽ കടന്നെത്തിക്കഴിഞ്ഞു. എന്റെ ഭർത്താവാണ് ദേവിയെ ആശ്വസിപ്പിക്കാൻ എന്നെ പറഞ്ഞുവിട്ടത്. രാജാവിനെക്കണ്ട് മറഞ്ഞിരിക്കുകയായിരുന്നു ഇതുവരെ. ഇവിടെ നടന്നതും കണ്ടു. ഇതെല്ലാം വിദ്യുദ്ജിഹ്വന്റെ മായയാണ്.'

എന്റെ കണ്ണുനീരൊപ്പിക്കൊണ്ടവർ അടുത്തിരുന്നു. ഉച്ചത്തിലുള്ള പെരുമ്പറ ശബ്ദം കേട്ട്, റാണി അറിയിച്ചു,

'ദാ കേട്ടില്ലേ....? സൈന്യങ്ങളോട് തയ്യാറെടുക്കാനുള്ള അറിയിപ്പാണിത്. യുദ്ധം തുടങ്ങുന്നതേയുള്ളു. അതിൽ ശ്രീരാമൻ വിജയിക്കും. ദേവിയെ കൊണ്ടുപോകുകയും ചെയ്യും. വിശ്വസിക്കുക.'

സരമറാണി എന്റെ കൈയിൽ പിടിച്ചുകൊണ്ട് ചോദിച്ചു,

'ഞാനെന്താണ് രാമനോട് പറയേണ്ടത്....? ആരും കാണാതെ പോകാനുള്ള കഴിവുണ്ടെനിക്ക്. ശ്രീരാമന്റെ വാക്കുകളും ഞാനിവിടെ വന്നു പറയാം.'

രാമന്റെ കഴിവ് എനിക്കറിയാവുന്നതാണ്. അതിനെ വെല്ലുന്നതാണോ രാവണന്റെ എന്നറിയണം. ഞാൻ ശങ്കയില്ലാതെ അറിയിച്ചു,

'വേണ്ട റാണി. എനിക്കറിയേണ്ടത് രാവണന്റെ ഒരുക്കങ്ങളാണ്...'

വിഭീഷണ പത്നി അപ്രത്യക്ഷയായി. വൈകിയാണ് തിരികെയെത്തിയത് .

'ഇന്നലെ മണ്ഡോദരിയേടത്തി ആവുന്നിടത്തോളം നിർബന്ധിച്ചു, ദേവിയെ വിട്ടയക്കാൻ. മാല്യവാൻ മുത്തച്ഛനും ഉപദേശിച്ചു, ശത്രുക്കളെ നിസ്സാരരായി കാണാതെ രാമനോട് സന്ധിചെയ്യണമെന്നും. അതൊന്നും ചെവിക്കൊണ്ടില്ല. ഒരു കുരങ്ങൻ ചെയ്തു പോയത് കണ്ടില്ലേ, വംശം മുടിയുമെന്നൊക്കെ മന്ത്രിമാരും ഭയപ്പെടുത്തി. രാജാവ് അവരെയെല്ലാം കുറ്റപ്പെടുത്തി. ഭയന്ന് കീഴടങ്ങില്ല,

രാമൻ തിരികെ പോകില്ല, എന്നൊക്കെ ഗർവ്വോടെ പറയുകയും ചെയ്തു.'

ഞാൻ നടുങ്ങിയത് കണ്ട് റാണി ആശ്വസിപ്പിച്ചു,

'ഒന്നുമുണ്ടാകില്ല ദേവി....'

'സൈന്യത്തെ വിന്യസിച്ചില്ലേ......?'

'ഉവ്വ്. കിഴക്കേ ഗോപുരത്തിൽ പ്രഹസ്തനും സൈന്യവും, ദക്ഷിണദിക്കിൽ മഹാപാർശ്വനും മഹോദരനും അവരുടെ സൈന്യവും, പടിഞ്ഞാറ് ഗോപുരം കാക്കുന്നത് ഇന്ദ്രജിത്തും സൈന്യവുമാണ്. വടക്കേ ഗോപുരത്തിൽ ശുകനും സാരണനും സൈന്യവും. അവിടെയാണ് രാക്ഷസേന്ദ്രനും. പിന്നെ വിരൂപാക്ഷനെ ചതുരംഗ സൈന്യത്തോടെ മധ്യഭാഗത്തും നിർത്തും'

'രാമദേവന്റെ സൈന്യം ഏത് വ്യൂഹത്തിലാണ്....? അറിയാമോ?'

'ദേവിക്ക് വാനരന്മാരെ പരിചയമില്ലെന്നറിയാം. എങ്കിലും പറയാം. ബാലിപുത്രനായ അംഗദനും നീലനും ഹൃദയ സ്ഥാനത്ത് നിൽക്കും, ഋഷഭൻ വലതു ഭാഗത്തും. ഗന്ധമാദൻ ഇടതു ഭാഗത്ത്. ജാംബവാൻ, സുഷേണൻ, വേഗദർശി എന്നിവർ മധ്യഭാഗത്ത്. സുഗ്രീവൻ ഏറ്റവും പുറകിൽ. ബാക്കിയുള്ളവരിൽ കാൽഭാഗം പേർ ആഹാരാദികൾ ഒരുക്കുന്നതിനും, ബാക്കിയുള്ളവർ സന്നദ്ധ സേനകളായും നിൽക്കും. വിഭീഷണനോട് യുദ്ധത്തിനിറങ്ങേണ്ടെന്നാണ് പറഞ്ഞിട്ടുള്ളത്. ലക്ഷ്മണനോടൊപ്പം, സൂചനകളും നിർദ്ദേശങ്ങളും നൽകി, സൈന്യത്തെ പരിശോധിച്ച് ചുറ്റിനടന്നാൽ മതിയെന്ന്. ബലക്ഷയം കണ്ടാൽ അറിയിക്കണം. രാവണരാജാവ്, കുംഭകർണ്ണജ്യേഷ്ഠൻ, മേഘനാദൻ തുടങ്ങി ശക്തരെ എതിരിടാൻ രാമദേവനുണ്ടാകും.'

അതിഭയങ്കരമായ യുദ്ധമാകും ഉണ്ടാകുകയെന്ന് സ്പഷ്ടം. ഇരുഭാഗവും ശക്തരാണ്. മായാവികൾ ഉണ്ടെന്നുള്ളതാണ് രാക്ഷസപ്പടയുടെ രക്ഷ. എണ്ണത്തിൽ കൂടുതലുള്ള എവിടേയും കയറിച്ചെല്ലാനാകുന്ന ചപലരായ വാനരന്മാരാകും എന്റെ നാഥന്റെ രക്ഷയും.

യുദ്ധം

ഞാൻ കാത്തിരുന്നു, ഉറങ്ങാതെ. ഉദയ സൂര്യനെക്കാണാൻ.

യുദ്ധത്തിനായി ആഗ്രഹിക്കുന്നതു പോലെ തെളിച്ചമില്ലാതെ അർക്കനെത്തി. ഗഗനത്തിന് കരിമുകിൽനിറം. പ്രകൃതിയും അക്ഷമയായയപോലെ അസ്വസ്ഥയായി. ഭൂമി കുലുങ്ങി. കൊടുങ്കാറ്റടിച്ചു. അവയിൽ മഹാവൃക്ഷങ്ങളുടെ വേരുകൾ ഇളകി വീണു.

കരിയിലകൾ പാറി വന്നെന്നോട് കുശലം പറഞ്ഞു.

'പേടിക്കേണ്ട. യുദ്ധത്തിന്റെ ലക്ഷണങ്ങളാണിതെല്ലാം.'

ദുർമുഖി ചാടി എഴുന്നേറ്റിട്ട് ലഹരി മാറാത്ത സ്വരത്തിൽ ചോദിച്ചു,

'ആരാന്നെ കുലുക്കണത് ? ടീ.. പെരുവയറി നീങ്ങിക്കെടക്കെടീ.'

എല്ലാവരും ഉണർന്നു. പ്രകൃതിയുടെ മാറ്റമായിരുന്നു അന്നത്തെ വിഷയം. ഭക്ഷണശേഷം കൈ ഉടുവസ്ത്രത്തിൽ തുടച്ചു കൊണ്ട് ത്രിജടയെത്തി.

'കേട്ടില്ലേ ..! രാത്രീൽ രാമനും കൂട്ടരും സുവേലമലേലായിരുന്നെന്ന്.'

ഛായാഗ്രഹ, ത്രിജടയെ തുറിപ്പിച്ചു നോക്കി.

'ഇതൊക്കെ ഇവളെ അറീക്കണെന്തിനാ? ഇവള് കാരണം പേടി മാറണില്യ. ഇന്നലെ ഒര് കൊരങ്ങൻ, തമ്പ്രാനെ ഉപദ്രവിച്ചത് കേട്ടില്ലേ.'

അതറിയണമെന്ന ആശ ഉദിച്ചു. ആകാംക്ഷ ചിറകുവിടർത്തി.

'ആരാണ് ത്രിജടേ? നീ അറിഞ്ഞോ?'

'രാത്രീൽ മട്ടുപ്പാവിൽ നിന്നേർന്ന തമ്പ്രാന്റെ മേല് ഒര് കൊര

ങ്ങൻ ചാടി വീണെന്ന് ഏനും കേട്ടു. സുഗ്രീവനെന്നാ പറഞ്ഞത്. ദേഹം മുഴോന് ചോരയായിട്ടാ രാജത്തമ്പ്രാൻ താഴെയെത്തിയ തെന്ന്.'

വാനരരാജാവ് സുഗ്രീവൻ! ധൈര്യവാനാണ്. വീരനുമാണ് ! ആനന്ദത്തിന്റെ ബീജം മുളയ്ക്കുന്നത് അനുഭവിച്ചു.

ത്രിജട എറിഞ്ഞ അടുത്ത വിത്തും മനസ്സിൽ കയറി,

'ഇപ്പോ രാവിലെ അംഗദനെന്നവനും വന്ന് തമ്പ്രാനോട് സീതയെ കൊടുക്കാൻ പറഞ്ഞത്രേ! നാലുപേര് അവനെ പിടിച്ചു കെട്ടാൻ നോക്കി. പക്ഷേങ്കില് അവരേം വാലേതൂക്കി ചാടീന്ന്. എല്ലാരും താഴെവീണ് ചത്തു പോയി. ദേവീ, ആ കൊരങ്ങനും മോശക്കാരനല്ല. അവൻ വാല് ചുറ്റി മടക്കി തമ്പ്രാന്റെത്ര പൊക്കത്തിലാണ് ഇരുന്ന തെന്ന്.'

അംഗദൻ. അവനും വീരനാണ്. പക്ഷേ.. അപേക്ഷിക്കാൻ വിട്ട തെന്തിന്?

സ്വാമിയിൽ പരാജയഭീതി ഉണ്ടോ?

പെട്ടെന്ന് കൂട്ടത്തോടെയുള്ള ശബ്ദം കേട്ടു. കടലിരമ്പുന്ന പോലെ. വാക്കുകൾ മനസ്സിലാകുന്നില്ല. എന്റെ കാതുകൾ കൂർത്തു.

'ശക്തനായ ശ്രീരാമചന്ദ്രൻ ജയിക്കട്ടെ, തമ്പി ലക്ഷ്മണൻ ജയിക്കട്ടെ, തമ്പുരാൻ സുഗ്രീവൻ ജയിക്കട്ടെ, യുവരാജാ അംഗദൻ ജയിക്കട്ടെ.'

അതേ .. ഇങ്ങനെയാണ് ആ ഇരമ്പൽ. അതിനോടൊപ്പം ഞാനും പറഞ്ഞു.

'ശ്രീരാമദേവൻ വിജയിക്കട്ടെ!'

ഛായാഗ്രഹ എന്റെ നേരെ കൈയോങ്ങി,

'മിണ്ടാണ്ടിരിക്കെടീ..കൊന്നുകളയും..ഞങ്ങടെ ആണുങ്ങൾ ചാകാതിരിക്കാൻ നോക്കുമ്പോ അവള്ടെ ഒര് രാമൻ.'

പെരുമ്പറകളും ശംഖങ്ങളും മുഴങ്ങി. ആനകളുടെ ചിന്നംവിളികൾ, പടയാളികളുടെ അലർച്ച. യുദ്ധം തുടങ്ങിക്കഴിഞ്ഞു. എന്താണ്, എങ്ങനെയാണ്, എന്നറിയാതെ ഓരോ നിമിഷവും ഇഴഞ്ഞു നീങ്ങി. എന്റെ അസ്വസ്ഥത ത്രിജട അറിഞ്ഞു,

'ഏനെങ്ങനെയാ ദേവിയെ സമാധാനിപ്പിക്ക്യാ? ഏന്റേം ആളുകള് യുത്തത്തിനുണ്ട്. ദാ ഇവരുടേംണ്ട്. അവരെയിനി ജീവനോടെ

കാണാനാകോ?'

കാവൽഭൂതങ്ങൾക്ക് അന്നെന്നോട് ദേഷ്യം കൂടുതലായിരുന്നു. രാവണനെ ഞാൻ സ്വീകരിച്ചിരുന്നെങ്കിൽ ഇതൊന്നും ഉണ്ടാകില്ലായിരുന്നത്രേ!

വൈകിട്ട്, കലയുടെ മുന്നിൽ അടക്കിവച്ചിരുന്ന സന്ദേഹങ്ങൾ പുറത്തു ചാടി,

'കുമാരീ, എനിക്കൊരു സമാധാനവുമില്ല. യുദ്ധത്തിന്റെ ബഹളം കേൾക്കുമ്പോൾ തളരുകയാണ്. വാനരർക്ക് എങ്ങനെയാണ് ഈ രാക്ഷസരെ എതിരിടാനാകുക? ആരൊക്കെയാകും ശേഷിക്കുക. മനസ്സിൽ ഭയം നിറയുന്നു.'

'ദേവീ, ഒന്നുകൊണ്ടും ഭയക്കേണ്ടതില്ല. കപികൾക്ക് ആയുധങ്ങളൊന്നുമില്ലെങ്കിലും കല്ലുകളും മരങ്ങളും കൊണ്ട് ആക്രമിക്കാൻ വിരുതരാണ്. രാവിലെത്തന്നെ അവർ ലങ്കാപുരി വളഞ്ഞു. ഇവിടെയുള്ള രാക്ഷസപ്പടയാളികൾ കോട്ടയുടെ മുകളിൽകയറി നിന്ന് വാനരന്മാർക്ക് നേരെ ഘോരമായ ആയുധങ്ങളാണ് പ്രയോഗിച്ചത്. എന്നിട്ടും അവർ മതിലിനു മുകളിലേക്ക് ചാടിക്കയറി രാക്ഷസരുടെ തലയിൽ കയറിയിരുന്ന് പല്ലും നഖവും ഉപയോഗിച്ച് മുറിപ്പെടുത്തിയും മുടിയും താടിയും വലിച്ചുപറിച്ചും അവശരാക്കി കിടങ്ങിലേക്ക് തട്ടിയിട്ടു. ചീങ്കണ്ണികൾക്ക് സദ്യയായി. വലിപ്പവും ശക്തിയും കൂടുതലുണ്ടെങ്കിലും രാക്ഷസർക്ക് ഓടി രക്ഷപ്പെടാനേ സാധിക്കു.'

'ഇന്നത്തെ യുദ്ധത്തെ കുറിച്ചറിഞ്ഞോ?'

'ദേവിയുടെ വിഷമം അമ്മയ്ക്കറിയാം. ദേവിയെ യുദ്ധവിവരം അറിയിച്ച് സമാധാനപ്പെടുത്താൻ അമ്മയാണ് എന്നെ വിട്ടത്. കേൾക്കുക. അംഗദനോട് ഇന്ദ്രജിത്തേട്ടനാണ് പൊരുതിയത്. രണ്ടാളും മോശമില്ല. വീരനായ ജംബുമാലിയെ ഹനൂമാനും, പ്രഘസനെ സുഗ്രീവനും വധിച്ചു'

'ലക്ഷ്മണനും സ്വാമിയും?'

'മന്ത്രിയായ വിരൂപാക്ഷനെ ലക്ഷ്മണനാണ് നിഗ്രഹിച്ചത്. തന്നെ ഒന്നിച്ചെതിരിട്ട അഞ്ചു വിദഗ്ധരായ രാക്ഷസപ്രമുഖരെയാണ് രാമൻ കുറഞ്ഞസമയം കൊണ്ട് വധിച്ചത്. എനിക്കിപ്പോൾ ഉറപ്പായി. രാക്ഷസസൈന്യത്തെ നശിപ്പിക്കാൻ ദേവിയുടെ സ്വാമിക്ക്

കഴിയും. വിഷമിക്കാതിരിക്കുക.'

എന്നിലെ ഭയത്തെ കെടുത്തിയിട്ടാണ് കലാദേവി പോയത്. ഇനി ഞാൻ കരയാൻ പാടില്ല. പ്രാർത്ഥനയോടെ ഓരോ നിമിഷവും കഴിയണം.

എകജട കരഞ്ഞെന്നവണ്ണം പറയുന്നതു കേട്ടു,

'ഇവള് കാരണം എന്തൊക്കെയാ ഉണ്ടാകാവോ ..? നമ്മടെ ആൾക്കാർ ജീവനോടെ ഉണ്ടോന്ന് അറിയാനാകോ?'

പ്രഘസ നിസ്സംഗയായി പറഞ്ഞു,

'ഹും.. പറ്റില്യ. രാത്രീലും യുദ്ധോണ്ടാകും. നീ വിഷമിക്കാതിരിയെടീ..... നമക്ക് രാത്രീല് ശേഷി കൂടൂല്ലോ. അപ്പോ അവരായിരിക്കും ചാകണത്.'

ആകാശത്തിന്റെ നെറ്റിത്തടത്തിൽ ചന്ദ്രക്കലയുടെ ചിരികണ്ടു. അധികം പ്രകാശമില്ലാത്ത രാത്രിയിലെ യുദ്ധം ആർക്കൊപ്പമാകും?

യുദ്ധഭൂമിയിൽ നിന്നുള്ള ആക്രോശങ്ങളും, ഭീഷണികളും, അലർച്ചയും ഗർജ്ജനവും മാറിമാറി കാതിൽ പതിച്ചു. എന്റെ ജപവും ഉറക്കെയായി. സൂര്യൻ ഉദിക്കാറായപ്പോൾ ഒരു നക്തഞ്ചരൻ ഓടിയെത്തി.

'കൂട്ടരേ. രാജാവ് നിങ്ങളെ കൂട്ടിക്കൊണ്ടു വരാൻ വിട്ടതാണ്. വേഗം വരിക.'

രാക്ഷസിമാരെ എന്തിനാണ് വിളിപ്പിച്ചതെന്നറിയാതെ ഇരിപ്പുറച്ചില്ല. അശോകത്തറയിൽ ഉലാത്തിക്കൊണ്ട് ഞാനെന്റെ സംഘർഷത്തെ നേരിട്ടു. ഇളംവെയിലിന്റെ തഴുകൽപോലും എന്നെ ചുട്ടുപൊള്ളിച്ചു.

പുഷ്പകം പറന്നിറങ്ങി. അതിൽനിന്നും പ്രഘസയും ഛായാഗ്രഹയും അടുത്തെത്തി. അവരെന്നേയും വിമാനത്തിൽ കയറ്റി. അതിൽ ത്രിജടയുണ്ട് വിഷാദമണിഞ്ഞിരിക്കുന്നു. ഞാൻ പിടഞ്ഞു.

'ത്രിജടേ, നിങ്ങളെന്നെ എങ്ങോട്ടാണ് കൊണ്ടുപോകുന്നത് ?'

മറുപടിയുണ്ടായില്ല. പുഷ്പകം ഉയർന്നു. ലങ്കയുടെ ആഹ്ളാദമാണ് ഞാൻ കണ്ടതെല്ലാം! പതിവില്ലാത്തവിധം അത് അലങ്കരിച്ചിരിക്കുന്നു. വീഥികളിൽ പുഷ്പമാല്യങ്ങൾ കെട്ടുന്നവർ, കൊടിമരങ്ങൾ നാട്ടുന്നവർ..

എന്താണ് കാരണം ..?

യുദ്ധഭൂമിക്ക് മുകളിലൂടെ വിമാനം സാവധാനം നീങ്ങി. ആയിരക്കണക്കിന് വാനരന്മാർ മരിച്ചു കിടക്കുന്നതാണ് ആദ്യം കണ്ടത്. അപ്പോഴുണ്ടായ ദുഃഖം രാക്ഷസമൃതശരീരങ്ങൾ കണ്ടപ്പോൾ സന്തോഷത്തിലേക്ക് മാറി.

പെരുമ്പറ ശബ്ദത്തോടെ രാക്ഷസരുടെ വിളംബരം മുഴങ്ങുന്നു.

'ഇന്ദ്രജിത്ത് കുമാരൻ, രാമലക്ഷ്മണന്മാരെ കൊന്നു.'

പിന്നെ എനിക്കൊന്നും ഓർമ്മയില്ല. ഉണർന്നപ്പോൾ ഞാൻ ത്രിജടയുടെ മടിയിലാണ്. വിമാനം താഴ്ന്നു പറന്നു.

രാക്ഷസികൾ അട്ടഹാസത്തോടെ ചൂണ്ടിക്കാണിച്ചു,

'ഹ..ഹ സീതേ, നീയതു നോക്ക്യേ? ശരിക്കും കാണ്.'

ഞാൻ കണ്ടു! നിശ്ചേതരായ ദാശരഥിമാരെ! ശരശയ്യയിലെന്ന പോലെ!

'ഹാ ജീവനാഥാ. ഈ ഭാഗ്യഹീന വിധവയായല്ലോ! ദീർഘസുമംഗലിയാകുമെന്നും, പട്ടമഹിഷിയാകുമെന്നും പറഞ്ഞ പണ്ഡിതർക്ക് തെറ്റുപറ്റിയല്ലോ'

ത്രിജട എന്റെ വായപൊത്തി.

'ദേവി, ശരിക്ക് നോക്ക്. അവര്ടെ തേജസ്സ് കണ്ടോ? അവര് ചത്തിട്ടില്ല. കൊരങ്ങന്മാരുടെ മൊകത്ത് സങ്കടല്ല, ദേഷ്യല്ലേന്ന് നോക്ക്യേ. വിഭീഷണ തമ്പ്രാനും വിഷമത്തിലല്ല. അവർക്ക് ജീവന്ണ്ട് സത്യം'

അവളെന്റെ കണ്ണുകൾ തുടച്ചു. നിശാചരികൾ ക്രുദ്ധരായി മുരണ്ടു. തിരിച്ചു വനികയിലെത്തിയപ്പോൾ ഞാൻ ത്രിജടയോട് കെഞ്ചി,

'എന്നേക്കാൾ പ്രായക്കൂടുതലുണ്ടെങ്കിലും നീയെന്റെ സഖിയാണ് ത്രിജടേ. നിന്റെ സ്നേഹം എനിക്കറിയാം. ഇനിയും നീയെന്നെ സഹായിക്കുമോ?'

'ഏനതിനാകും ദേവി. ഏന് പോയി വിവരങ്ങള് അറിയാം.'

അകലെ നിന്നും വാനരരുടെ വലിയ ആർപ്പുവിളികൾ കേട്ടു. എന്താണെന്നറിയാതെ ഞാൻ വിഷമിച്ചു. രാക്ഷസിമാർ ലഹരിയിലാഴ്ന്നപ്പോൾ ത്രിജട പോയി, വിവരങ്ങളുമായി വന്നു.

'ഇന്ദ്രജിത്തു കുമാരനാണ് രണ്ടു പേരേം നാഗാസ്ത്രംകൊണ്ട് കെട്ടിയിട്ടത്. പിന്നേം അമ്പുകൾ എയ്തു. അവര് മരിച്ചെന്നു കരുതി

പോകേം ചെയ്ത്. അവര് കെടക്കണത് ദേവ്യെ കാണിക്കാനാ രാവണത്തമ്പ്രാന് ഞങ്ങളെ വിളിപ്പിച്ചേ. അതാണ് ദേവ്യെ കൊണ്ടോയേ. നമ്മൾ പോന്നേപ്പിന്നെ വല്യോരു പക്കി വന്ന് പാമ്പുകളെ കൊത്തിയെടുത്താ അവരെ രക്ഷിച്ചത് !'

'ഉം, ഗരുഡനാകും ആ പക്ഷി. ആ മേളമാണ് നമ്മൾ കേട്ടത്'

'ദേവീ, ഇപ്പോൾ പിന്നേം യുത്തം തൊടങ്ങീട്ടുണ്ട്. രാത്രീലും ഉണ്ടാകും.'

യുദ്ധഗതിയറിയാനുള്ള ത്രിജടയുടെ താൽപര്യം എനിക്കു സഹായമായി. എന്നും വിവരങ്ങൾ അറിഞ്ഞുകൊണ്ടിരുന്നു.

മൂന്നാം ദിവസത്തെ യുദ്ധത്തിൽ മാരുതി, അനേകം രാക്ഷസരെ കാലപുരിക്കയച്ചു. അംഗദനായിരുന്നു ആർക്കും എതിരിടാനാകാതെ പാഞ്ഞു നടന്നത്. സൈന്യാധിപനായ വജ്രദംഷ്ട്രന്റെ തലയറുത്താണ് അവൻ രാക്ഷസരെ വിരട്ടിയോടിച്ചത്. അവരെയെല്ലാം ഒരുമിപ്പിച്ച് അകമ്പനൻ സൈന്യാധിപസ്ഥാനത്തു വന്നെങ്കിലും, ആഞ്ജനേയൻ ചുഴറ്റിയെറിഞ്ഞ വൃക്ഷത്തോടൊപ്പം അവന്റെ ജീവനും പോയി.

നിരാശയിലായ രാജാവിനെ ആശ്വസിപ്പിച്ച് സൈന്യാധിപനായത് പ്രധാനമന്ത്രി പ്രഹസ്തനാണ്. അവനും അധികം ആയുസ്സുണ്ടായിരുന്നില്ല. നീലനെറിഞ്ഞ പാറ അവന്റെ തലപിളർത്തി. വീണ്ടും രാക്ഷസപ്പട ഛിന്നഭിന്നമായി.

ഭയത്തിന്റെ പിടിയിലായ രാവണന് നാലാം ദിവസം യുദ്ധഭൂമിയിൽ നേരിട്ടിറങ്ങി. കൂടെ പുത്രന്മാരായ വീരകേസരികളും. ഇന്ദ്രജിത്തും ത്രിശിരസ്സും അതികായകനുമാണ് അതിൽ പ്രധാനികൾ. മാരുതിയാണ് രാവണനെ എതിരിട്ടത്. ദശാസ്യന്റെ മുഷ്ടിപ്രയോഗത്താൽ അവൻ ബോധം കെട്ടു. പിന്നെ അയാൾ ലക്ഷ്മണനെതിരെ തിരിഞ്ഞു. രാവണന്റെ ബ്രഹ്മദത്തമായ ദിവ്യവേൽ തറഞ്ഞ് സൗമിത്രിയും മയങ്ങി വീണു. അനുജൻ വീണത് കണ്ട ശ്രീരാമൻ പാഞ്ഞെത്തി. രാവണനെ എതിരിട്ടു.

രാവണൻ തേരിലും, രാമൻ മണ്ണിലും .!

മോഹാലസ്യം വിട്ടൊഴിഞ്ഞ മാരുതി, ഓടിയെത്തി രാമനെ തോളിലേറ്റി. രാഘവനെ എതിരിടാനാകാതെ രാക്ഷസേന്ദ്രൻ അവശനായി.

അപ്പോൾ രാമദേവൻ പറഞ്ഞത്രേ!

'രാവണാ, നിന്നെ ഞാൻ വധിക്കുന്നില്ല. മുറിവേറ്റ് ആയുധമില്ലാതെ നിൽക്കുന്നവനെ വധിക്കുന്നത് എന്റെ ധർമ്മമല്ല. നീ ക്ഷീണം തീർത്ത് നാളെ വരിക.'

രാക്ഷസ ചക്രവർത്തി തലകുനിച്ച് യുദ്ധക്കളം ഒഴിഞ്ഞു.

അഞ്ചാം ദിവസം കുംഭകർണ്ണനെ വിളിച്ചുണർത്തിയാണ് യുദ്ധക്കളത്തിലിറക്കിയത്. നിദ്രയ്ക്ക് ഭംഗം വന്നാൽ അവന്റെ ആയുസ്സൊടുങ്ങുമെന്നറിയാവുന്ന ദശാനനന്, രാമനെ വധിക്കണമെന്നു മാത്രമായിരുന്നു ലക്ഷ്യം.

സ്ഥൂലവിപുലഗാത്രനായ കുംഭകർണ്ണൻ കുറേയധികം വാനരരെ ഭക്ഷിച്ചു വിശപ്പുതീർത്തു. പിന്നെ കുറേപ്പേരെ അടിച്ചും ചവിട്ടിയും കൊന്നു. മഹേശ്വനിൽ നിന്നും ലഭിച്ച ത്രിശ്ശൂലം, ലക്ഷ്മണന് നേരെ പ്രയോഗിക്കുന്നതു കണ്ട സുഗ്രീവൻ, വലിയൊരു കരിമ്പാറ എറിഞ്ഞ് അതിന്റെ മുനയൊടിച്ചു. ക്രുദ്ധനായ രാവണാനുജൻ സുഗ്രീവനെതിരെ തിരിഞ്ഞു. വാനരരാജാവിനേയും റാഞ്ചിക്കൊണ്ട് അവൻ യുദ്ധഭൂമിയിൽ നിന്നും പോയി.

കുംഭകർണ്ണന്റെ കർണ്ണം കടിച്ചെടുത്തു കൊണ്ടാണ് സുഗ്രീവൻ രക്ഷപ്പെട്ടതെന്ന്! അപമാനിതനായ അസുരൻ പോർക്കളത്തിലെ കണ്ണിൽപെട്ട വാനരരെയൊക്കെ അടിച്ചു തെറിപ്പിച്ചു.

എന്നിട്ട് ഗർവോടെ പ്രഖ്യാപിച്ചു,

'എനിക്കീ വാനര കൃമികളോടല്ല പോരടിക്കേണ്ടത്. രാമനെവിടെ ..?'

അവന്റെ വിധിയെ അവന് ക്ഷണിച്ചു വരുത്തുകയായിരുന്നു. നേരെവന്നു പോരാടിയ രാമന്റെ ബാണങ്ങളാൽ അവന്റെ രണ്ടുകരങ്ങളും ഛേദിക്കപ്പെട്ടു. അടുത്ത ശരം അവന്റെ മാറിനേയും.

ജീവൻ പോകുന്നതിനു മുൻപ് അവൻ അപേക്ഷിച്ചു,

'മഹാനുഭാവാ അങ്ങയുടെ കൈകൊണ്ടുള്ള മരണം മഹാഭാഗ്യമാണ്. ഒരപേക്ഷയുണ്ട്. കാതില്ലാത്ത എന്റെ വൈരൂപ്യത്തെ രാക്ഷസർ പരിഹസിക്കും. അതില്ലാതാക്കണം.'

ശ്രീരാമ നിർദ്ദേശപ്രകാരം ആഞ്ജനേയൻ അവന്റെ ഭീമാകാരമായ തല വേർപെടുത്തി, മഹാസമുദ്രത്തിൽ താഴ്ത്തി.

ആറാം ദിവസം രാവണസുതരായ അതികായനും ത്രിശിരസ്സും ഇന്ദ്രജിത്തും ഇറങ്ങി. ശക്തരായ അവർ വാനരസൈന്യത്തിന്

കനത്ത നഷ്ടങ്ങൾ വരുത്തി. ലക്ഷ്മണനാണ് അതികായനെ വധിച്ചത്. പിന്നെ ത്രിശിരസ്സിനേയും.

കോപിഷ്ഠനായ ഇന്ദ്രജിത്ത്, നാരായണാസ്ത്രം ലക്ഷ്മണനു നേരെ തൊടുത്തു. സപ്താക്ഷരീമന്ത്രം ജപിച്ചുനിന്ന സൗമിത്രിയെ ആ അസ്ത്രം തൊട്ടില്ല. പിന്നെ രാവണി എയ്തത് ബ്രഹ്മാസ്ത്രമായിരുന്നു. അത് രാമലക്ഷ്മണന്മാരേയും വാനരരേയും മോഹാലസ്യപ്പെടുത്തി. പലരും മരിച്ചുവീണു.

വേഗത്തിൽ ബോധം തെളിഞ്ഞ ജാംബവാൻ, ഹനൂമാനെ ഉണർത്തി. ദിവ്യൗഷധങ്ങൾ വളരുന്ന ഹിമാലയത്തിലെ ഋഷഭാദ്രിയിലേക്ക് പറഞ്ഞു വിട്ടു. മൃതസഞ്ജീവനി, വിശല്യകരിണി, ശല്യകരിണി സന്ധനകരിണി എന്നീ ഔഷധസസ്യങ്ങൾ കൊണ്ടുവരാനാണ് നിർദ്ദേശിച്ചത്. എന്നാൽ മാരുതിക്ക് അവയൊന്നും തിരിച്ചറിയാനായില്ല. ആ ശക്തിമാൻ ആ പർവതം ഒന്നാകെ ഇളക്കിയെടുത്താണ് ലങ്കയിലെത്തിയത്. അതിൽ നിന്നുള്ള ഔഷധക്കാറ്റേറ്റപ്പോൾ തന്നെ അബോധാവസ്ഥയിൽ ഉള്ളവർ ഉണർന്നു.

ജാംബവാൻ ഔഷധസസ്യങ്ങൾ തിരിച്ചറിഞ്ഞു. മൃതഞ്ജീവനി കൊണ്ട്, മരിച്ചവരെ ജീവിപ്പിച്ചു. വിശല്യകരിണികൊണ്ട് ദേഹത്തെ ശല്യങ്ങളെല്ലാം നീക്കി, ശല്യകരിണി തേച്ച് മുറിവുകളെല്ലാം പെട്ടെന്നുണക്കി, സന്ധനകരിണിയാൽ വലിയ മുറിവുകളെല്ലാം ചേർത്തുപിടിപ്പിച്ചു.

ശേഷം മാരുതി ആ പർവതം ഇരുന്നിടത്തു തന്നെ കൊണ്ടുപോയി വച്ചു.

അന്നു രാത്രിയിൽ തീപ്പന്തങ്ങളുമായി വാനരർ ലങ്കാപുരിയിലേക്ക് തള്ളിക്കയറി. കാണുന്നവയെല്ലാം അഗ്നിക്കിരയാക്കി അവർ മുന്നേറി. അരക്കന്മാർ ഭയന്നോടി രാവണ സന്നിധിയിലെത്തി. ഇന്ദ്രജിത്ത് രക്ഷകനായി.

അദ്ദേഹം ഒരു മായാസീതയേയും രഥത്തിലിരുത്തി വാനരരുടെ മദ്ധ്യത്തിലെത്തി. അവരുടെ മുന്നിൽവച്ച് ദേവിയുടെ തലയറുത്തു. ഭയന്ന കപികൾ ഓടിപ്പോയി രാമനെ വിവരമറിയിച്ചു. അത് മേഘനാദന്റെ മായയാണെന്നറിയിച്ചത് വിഭീഷണനാണ്.

കൊടിയടയാളമായ അഗ്നിജ്വാല പോലെയാണ് രാവണിയും. പാഞ്ഞുനടന്ന് പടർന്നുകയറും. കാണുന്നതെല്ലാം നാമാവശേഷമാകാൻ പിന്നെ അധികം സമയം വേണ്ട. അതുപോലെ മായായു

ദ്ധത്തിൽ അഗ്രഗണ്യനും. മൂന്നു വിശിഷ്ട അസ്ത്രങ്ങളായിരുന്നു മേഘനാദന്റെ അഹങ്കാരം. നാഗാസ്ത്രം, നാരായണാസ്ത്രം, ബ്രഹ്മാസ്ത്രം. അവ മൂന്നും നിഷ്ഫലമായി.

'മേഘനാദൻ മാരണഹോമം തുടങ്ങി എന്നറിഞ്ഞു. ഹോമശേഷം ലഭിക്കുന്ന തേരിലേറിയാൽ പിന്നെ ആർക്കും അവനെ കാണാനാകില്ല. വധിക്കാനുമാകില്ല. എന്നാൽ ഹോമം മുടങ്ങിയാൽ, മരണം അടുത്തുതന്നെ ഉണ്ടാകുകയും ചെയ്യും. മഹാരണ്യത്തിലുള്ള ചൈത്യപ്രസാദത്തിൽ വച്ചാണ് ഹോമവും ഭൂതബലിയും ചെയ്യുക. ആ ഹോമം വേഗത്തിൽ തടയണം.'

അവിടേക്ക് പുറപ്പെട്ട ലക്ഷ്മണനെ ഓർമ്മിപ്പിച്ചു വിഭീഷണൻ,

'ലക്ഷ്മണാ, മറ്റൊന്നുകൂടി കേൾക്കുക. ഇന്ദ്രജിത്തിന്റെ ശിരസ്സ് വേർപെട്ടാലും, പത്നിയായ സുലോചന അത് ഉടലിനോട് ചേർത്താൽ പുനർജ്ജീവിക്കും. അത്ര പതിഭക്തയാണവൾ! പിന്നെ അവനെ വധിക്കാൻ കഴിയില്ല. അതിനാൽ ഉടലും ശരീരവും നശിപ്പിക്കണം.'

ലക്ഷ്മണനും വാനരരും മഹാരണ്യത്തിലെത്തി. ഹോമകുണ്ഡവും ഹോമദ്രവ്യങ്ങളും ലക്ഷ്മണൻ നശിപ്പിച്ചു. വാനരർ വലിയ പാറകളെറിഞ്ഞ് മേഘനാദനെ പുറത്തിറക്കി. പിന്നെ താമസമുണ്ടായില്ല, സുമിത്രാതനയൻ ഐന്ദ്രബാണത്താൽ അവന്റെ തലയറുത്ത് ഹോമാഗ്നിയിൽ വീഴ്ത്തി. ശിരസ്സ് ചാമ്പലായി. മൃതദേഹത്തെ വാനരർ കൊണ്ടുപോയി കടലിലും താഴ്ത്തി.

ഇതെല്ലാം കേട്ട് ഞാൻ ഓരോ ദിവസവും രോമാഞ്ചിതയായി.

സൗമിത്രി ഇത്രയുംവർഷം ഉറക്കമില്ലാതെ, നിരാഹാരനായി കഴിഞ്ഞതു കൊണ്ടാണത്രേ ഇന്ദ്രജിത്തിനെ വധിക്കാനായത് .!

അനുജൻ ഉറങ്ങാറില്ലെന്ന് എനിക്കറിയാമായിരുന്നു. എന്നാൽ ഭക്ഷണം കഴിക്കാറില്ലെന്നത് അറിഞ്ഞിരുന്നില്ല. എന്നും അവൻ ഫലങ്ങളോ മറ്റെന്തിങ്കിലുമോ കൊണ്ടുവന്ന് എന്നെ ഏൽപിക്കും. ലക്ഷ്മണൻ ഭക്ഷിച്ചിട്ടുണ്ടാകുമെന്ന് സ്വാമി പറയുന്നതിനാൽ ഞങ്ങൾ കഴിക്കുകയാണ് പതിവ്.

ഇതും ഒരു വിധിയാണ്. മേഘനാദനെ വധിക്കാനുള്ള യോഗം.

ആ രാത്രിയാണ് രാവണൻ വാളുമായി അശോകവനിയിൽ എത്തിയത്. പുത്രനഷ്ടം കുമിഞ്ഞുകൂടി ആ കണ്ണുകളിലെ ദുഃഖക്ക

ടലിന് തീപിടിച്ചിരുന്നു. സർവാംഗവും കുലുക്കിയുള്ള വരവു കണ്ടു ഭയന്ന് ഞാൻ കൂനിക്കൂടി.

വാക്കുകൾ ഇടിനാദത്തോടെ എന്റെ ധൈര്യത്തെ കരിച്ചു കളഞ്ഞു.

'എന്റെ പ്രിയപ്പെട്ട മകൻ വധിക്കപ്പെട്ടു. ഇനി എനിക്ക് നിന്നെ വേണ്ട. അവൻ ആഗ്രഹിച്ചപോലെ നിന്നെ ഞാൻ കൊല്ലാൻ പോകയാണ്.'

ചുറ്റുമുള്ളവർ തടയാൻ നോക്കി. അവരെ തട്ടിമാറ്റി എന്റെ നേർക്കു തന്നെ വരികയാണ് രാവണരാക്ഷസൻ. വാടിയ കരിമ്പുതണ്ടായി ഞാൻ ഒടിഞ്ഞു തൂങ്ങി. ഉറക്കെ കരയണമെന്നുണ്ട്. ശബ്ദം തൊണ്ടയിൽ കുരുങ്ങുന്നു. മനസ്സ് വിലപിക്കുന്നുണ്ടായിരുന്നു.

രാക്ഷസേന്ദ്രൻ അലറിക്കൊണ്ട് ഉയർത്തിപ്പിടിച്ച വാളുമായി എന്നോടടുത്തു. ഇനി ഒരുനിമിഷം മാത്രം. പിന്നെ ഞാനില്ല.

ഞാൻ കണ്ണടച്ച് മനസ്സിലുള്ള രൂപങ്ങളെ അറിയിച്ചു,

'ഹാ രാമാ ലക്ഷ്മണാ ഞാനിതാ വധിക്കപ്പെടാൻ പോകുന്നു.'

അപ്പോൾ ഒരു രാക്ഷസശബ്ദം പറഞ്ഞു,

'അങ്ങ് അസുരചക്രവർത്തിയാണ്. ശോകത്താൽ നില മറക്കരുത് പ്രഭോ. ശിവഭഗവാൻ നൽകിയ ചന്ദ്രഹാസം കൊണ്ട് അധർമ്മം ചെയ്യരുത്.'

'സുപാർശ്വാ മാറുക, ഇനിയിവൾ ജീവിച്ചിരിക്കണ്ട. അത്രയും ധർമ്മം മതി എനിക്ക്.'

സുപാർശ്വൻ മാറാതെ പറഞ്ഞുകൊണ്ടിരുന്നു,

'ക്ഷമിച്ചാലും മിത്രമേ, കോപം കൊണ്ട് വിവേകം നഷ്ടമാകരുത്. കേട്ടാലും. നാളെ അമാവാസിയാണ്. അത് ജയത്തിന്റേതാകും. നാളെ തീർച്ചയായും അങ്ങയ്ക്ക് രാമനെ വധിക്കാനാകും. പിന്നെ ഇവൾ അങ്ങയുടേതാകില്ലേ?'

രാവണൻ തിരിച്ചു നടക്കുന്നതറിഞ്ഞ് ഞാൻ തലയുയർത്തി. ആ കാമാന്ധന്റെ ദൗർബല്യം അപ്പോഴും ഞാനായിരുന്നു.ത്രിജടയുടെ ശ്വാസം പുറത്തേക്ക് പാഞ്ഞു. അതെന്റെ ജടകൂടിയ മുടിയെ പറത്തി.

'എന്തു ദുഷ്ടനാ ഞങ്ങടെ തമ്പ്രാൻ! ദേവീടെ ഭർത്താവ് ദേവ്യേപ്പോലെ തന്നെ നല്ലവനാ. ഏന്റെ രണ്ടു മക്കൾ യുദ്ധത്തിനുണ്ട്.

ഇന്നലെ കൊരങ്ങമ്മാർ അവരെ കൊല്ലാൻ പിടിച്ച്. എല്ലാരേം കൊന്ന് രാക്ഷസവംശം പാടെ ഇല്ലാണ്ടാക്കണ്ടെന്ന് രാമനാ പറഞ്ഞ് തടഞ്ഞേ. ഞാൻ ദേവ്യോട് കാണിക്കുന്ന സ്നേഹാകും അതിന് കാരണം. നിങ്ങളിൽ ദൈവാംശമുണ്ടെന്ന് കേക്കണത് ശര്യാണ്. ജീവൻ കിട്ട്യ സന്തോഷാ ഏന്റെ മക്കക്ക്. അവര് ഏനെ കാണാൻ വന്നേർന്നു. കേട്ടില്ലേ.. കറുത്തവാവ് ജയത്തിന്റേന്ന് ..? ഹും ജയിക്കണത് തമ്പ്രാനാകില്ല...നിങ്ങക്ക് മംഗളമുണ്ടാകും ദേവി.'

ഞാൻ അത്ഭുതത്തോടെ ചോദിച്ചു,

'ത്രിജടയുടെ മക്കൾ യുദ്ധത്തിനുണ്ടെന്ന് ഇതുവരെ പറഞ്ഞിട്ടില്ലല്ലോ?'

'വെഷമിച്ചിരിക്കണ ദേവ്യോട് ഏന്റെ വെഷമം പറയാൻ തോന്നീല്യ? പറഞ്ഞു തുടങ്ങിയാ കണ്ണുകൾ നിറയും. വാക്ക് കിട്ടില്യ. അതാ.'

ഞാനവരെ ചേർത്തിരുത്തി. അപ്പോൾ മറ്റുള്ള രാക്ഷസിമാരും വിലപിച്ചു തുടങ്ങി. അവരിലും രാവണനോടുള്ള വിരോധം പൊട്ടിപ്പുറത്തു വന്നു.

'ഏന്റെ എല്ലാരും ചത്തു സീതേ .. എന്നിട്ടും ഞങ്ങടെ തമ്പ്രാൻ ഒര് പെണ്ണിനായി യുദ്ധം ചെയ്യാ അയാള് ഞങ്ങളെ സ്നേഹിക്കണില്ല.'

പിറ്റേന്ന് യുദ്ധത്തിന്റെ ഏഴാം നാൾ. വിവരങ്ങളറിഞ്ഞത് വൈകുന്നേരമാണ്. രാവണന്റെ ശൂലം, ലക്ഷ്മണന്റെ മാറിൽ ആഴ്ന്നിറങ്ങി. രാമനത് ഊരിയെടുത്ത്, വാനരരെ അനുജന് കാവൽ നിർത്തി രാവണനെ എതിരിട്ടു.

രക്ഷയില്ലാതെ രാക്ഷസരാജാവ് ഓടിയൊളിച്ചുവത്രേ!

രക്തം വാർന്ന് അവശനായി സൗമിത്രി കിടന്നു. മാരുതി വീണ്ടും മഹൗഷധഗിരിയിലെ മരുത്വാമല കൊണ്ടുവന്നു. ലക്ഷ്മണൻ സുഖം പ്രാപിച്ചശേഷം, അതിനെ ഭാരതത്തിന്റെ തെക്കേമൂലയിൽ പ്രതിഷ്ഠിച്ച് തിരിച്ചെത്തി.

അനുജന്റെ വീഴ്ച രാമനെ തളർത്തിയിരുന്നു. ഉത്സാഹം നഷ്ടപ്പെട്ട് വിഷണ്ണനായി ഇരിക്കുന്ന അവസരത്തിലാണ് അഗസ്ത്യമുനി എത്തിയത്.

അദ്ദേഹം രാഘവന് സർവശത്രുവിനാശകരമായ ആദിത്യഹൃദയ

മന്ത്രം ഉപദേശിച്ചു. പിന്നാലെ ഇന്ദ്രൻ കൊടുത്തയച്ച ദിവ്യതേരും ആയുധങ്ങളുമായി ഇന്ദ്രസാരഥിയുമെത്തി. രണ്ടും അനുഗ്രഹമായിരുന്നു.

രാത്രിയിൽ മറ്റൊന്നുകൂടി നടന്നു. മാരുതി, വാൽകൊണ്ടുണ്ടാക്കിയ കോട്ടയിലാണ് രാമലക്ഷ്മണന്മാർ ഉറങ്ങാറുള്ളത്. തളർന്നുറങ്ങിയ അവരെ പാതാള രാവണൻ അപഹരിച്ചു. കാളീദേവിക്ക് ബലി നൽകുകയായിരുന്നു ഉദ്ദേശ്യം. ഒരു തുരങ്കം നിർമ്മിച്ചാണ് പാതാളത്തിൽ നിന്നും അയാളെത്തിയത്.

അർദ്ധരാത്രിയിൽ വാൽകോട്ടക്കുള്ളിൽ നിരീക്ഷണത്തിനെത്തിയ അംഗദൻ, കുമാരന്മാരെക്കാണാതെ പരിഭ്രമിച്ചു. കാവൽ നിന്നിരുന്ന ഹനൂമാനും ഓടിയെത്തി. തുരങ്കം കണ്ടപ്പോൾ വിഭീഷണന് കാര്യം മനസ്സിലായി.

അദ്ദേഹം പറഞ്ഞതനുസരിച്ച് ഹനൂമാൻ, സുഗ്രീവൻ, ജാംബവാൻ, അംഗദൻ എന്നിവർ കുറച്ചു വാനരരേരും കൊണ്ട് പാതാളത്തിലെത്തി. ആ രാക്ഷസന്റെ ജീവൻ അന്തഃപുര കല്ലറയിൽ സൂക്ഷിച്ചിരുന്ന ഒരു വരമണിയിലായിരുന്നു. രത്നനിർമ്മിതമായ ഒരു വണ്ടിന്റെ ഉള്ളിൽ. മാരുതി, ആ മണിയുമെടുത്ത് വായിലിട്ടുകൊണ്ടാണ് പാതാളരാവണനെ എതിരിട്ടത്. രത്നവണ്ടിനെ കടിച്ചു പൊട്ടിച്ച് അയാളെ വധിക്കുകയും ചെയ്തു.

അവർ തിരികെ എത്തിയപ്പോഴേക്കും പ്രഭാതമായിരുന്നു.

പാതാളരാവണനെ രാവണനായിരുന്നു പറഞ്ഞയച്ചിരുന്നത്. ആ രാത്രിയിൽ ദശമുഖൻ അസ്വസ്ഥനായിരുന്നു. അപജയവും, അപകർഷവും അപമാനവും അദ്ദേഹത്തെ വളരെയധികം വേദനിപ്പിച്ചു. വിഷണ്ണനായി തനിച്ചിരിക്കുന്ന പൗത്രനരികിൽ മാല്യവാനെത്തി.

'പുത്രാ, വിഷമിച്ചിട്ടെന്തു കാര്യം? ഞാനാദ്യമേ ഉപദേശിച്ചതാണ്, ഇങ്ങനെയൊക്കെയേ നടക്കുകയുള്ളൂയെന്ന്. നീ കേട്ടില്ല. ഇനിയിപ്പോൾ നിന്നോട് പിന്തിരിയാനും ഞാൻ പറയുന്നില്ല. വീരന് ചേർന്നപോലെ ചെയ്യുക.'

'മാതാമഹ, അങ്ങയെ ധിക്കരിച്ചതിൽ ക്ഷമിച്ചാലും. നേത്രങ്ങൾക്ക് പിടിച്ചെടുക്കാൻ കഴിയാത്ത വേഗചലനമാണ് രാമന്റെ നീക്കങ്ങൾക്ക്. ഞാനെവിടെ ചെന്നാലും അവിടെ അവനുണ്ടാകും. എന്തായാലും ഞാൻ ഭയന്ന് മാറുന്നില്ല. നാളെ ഞങ്ങളിൽ ഒരാളുടെ മരണമാകും

കേൾക്കുക. അനുഗ്രഹിച്ചാലും.'

'ഇതു തന്നെയാണ് അഭിമാനകരം. അശുഭചിന്ത കളയുക. മംഗളമുണ്ടാകട്ടെ.'

കൊച്ചുമോനെ ആശീർവദിച്ചു കൊണ്ട് അദ്ദേഹം പോയി. പ്രഭാതത്തിൽ കേട്ട വാർത്ത ദൈത്യേന്ദ്രനെ പൂർവാധികം കുണ്ഠിതനാക്കി.

'പാതാളരാവണൻ മരണപ്പെട്ടു. കൂടെ കുറേ അനുയായികളും.'

ദശകണ്ഠൻ, നഷ്ടമായ ഊർജ്ജത്തെ ബലത്തിൽ പിടിച്ചെടുത്താണ് യുദ്ധക്കളത്തിൽ ഇറങ്ങിയത്. ഇന്ദ്രസാരഥിയായ മാതുലി നയിക്കുന്ന തേരിലായിരുന്നു രാമൻ. അവർ ശക്തമായി പോരാടി. അവസാനം രാമന്റെ ഐന്ദ്ര ബാണം, രാവണന്റെ ശിരസ്സറുത്തു. പക്ഷേ അത് വീണ്ടും മുളച്ചുവരും.

നൂറ്റിയൊന്ന് തവണ തലയറുത്തിട്ടും അസുരേന്ദ്രന്റെ മരണം നടന്നില്ല.

'സ്വർലോകം കീഴടക്കിയപ്പോൾ രാവണൻ അമൃത് പാനം ചെയ്തിട്ടുണ്ടാകും. അതാണ് മരണമില്ലാത്തവനായത്. ഗരുഡന് അത് നശിപ്പിക്കാനാകും.'

ഏതു കാര്യത്തിന്റേയും വിജയത്തിന് ആദിത്യഹൃദയ മന്ത്രം ജപിക്കണമെന്ന് അഗസ്ത്യമുനിയുടെ ഉപദേശമുണ്ട്. രാമൻ ആ മന്ത്രം ഭക്തിയോടെ ജപിച്ചു.

'ആദിത്യഭഗവൻ ! ലോക
തമസ്സംഹാരകകാരക!
ത്രയീരൂപാത്മഭവ്യശ്രീ
ദിവ്യമൂർത്തേ! നമോസ്തുതേ!'

ശേഷം ഗരുഡനെ ധ്യാനിച്ച് ഗരുഡാസ്ത്രം രാവണന്റെ വക്ഷസ്സ് ലക്ഷ്യമാക്കി തൊടുത്തു. ആ അസ്ത്രം ഗരുഡരൂപമായി രാക്ഷസേന്ദ്രന്റെ മാറ് തുളച്ച് നെഞ്ചിനകത്തെ അമൃത് പുറത്താക്കപ്പെട്ടു. ശ്രീരാമൻ കാലവിളംബമില്ലാതെ മാഹേന്ദ്രബാണത്താൽ ദശവദനനെ മൃത്യുദേവന് സമർപ്പിച്ചു.

ഏഴുദിവസത്തെ യുദ്ധം അവസാനിച്ചു. ശേഷിച്ചവർ ആർത്തലച്ചു കൊണ്ട് യുദ്ധഭൂമിയിലെത്തി. അവരുടെ വിലാപങ്ങൾ നഭസ്സിൽ അലയടിച്ചു. കൂടുതലും സ്ത്രീകളായിരുന്നു. രാജ്ഞിമാർ അലമുറയിട്ടു.

മണ്ഡോദരി രാവണശരീരത്തിൽ വീണ് വിലപിച്ചു,

'ഞാനെത്ര പറഞ്ഞതാണ്, രാമനുമായുള്ള ശത്രുത നല്ലതല്ലെന്ന്. ഇപ്പോൾ ഞങ്ങളെ അനാഥരാക്കിയല്ലോ! ഉണരൂ പ്രാണേശ്വരാ... ഞാനെന്റെ ഐശ്വര്യത്തിൽ അഹങ്കരിച്ചു. അച്ഛൻ, ഭർത്താവ്, മക്കൾ ഇവരെല്ലാം അജയ്യരാണെന്ന ഗർവായിരുന്നു എനിക്ക്. ഐശ്വര്യം ചഞ്ചലമാണെന്ന് ഞാൻ ഓർത്തില്ല. ശ്രേഷ്ഠയായ സീതയെ മോഹിച്ച്, അങ്ങെന്റെ ഐശ്വര്യം നഷ്ടമാക്കിയല്ലോ നാഥാ'

കല വിങ്ങിക്കൊണ്ടാണ് ഇതെല്ലാം എന്നെ അറിയിച്ചത്. മാതൃ തുല്യയായ മണ്ഡോദരി റാണിയുടെ ദുഃഖം എന്റേതുമായി. മനസ്സ് തേങ്ങി.

'വലിയച്ഛന്മാരുടെ അന്ത്യകർമ്മങ്ങൾ ചെയ്യാണ് അച്ഛൻ. അതു കഴിഞ്ഞാൽ അച്ഛന്റെ പട്ടാഭിഷേകമാണ്. എനിക്കതിൽ പങ്കെടുക്ക ണമെന്നുണ്ട്.'

കല മറഞ്ഞപ്പോൾ, ഞാൻ നന്ദിയോടെ ഭഗവാനെ സ്തുതിച്ചിരു ന്നു. കണ്ണു തുറന്നപ്പോൾ മുന്നിൽ തൊഴുകൈകളോടെ ഹനൂമാൻ നിൽക്കുന്നു..

'വന്ദനം അമ്മേ .സ്വാമിയുടെ സന്ദേശവുമായി വന്നതാണ്. കേട്ടാലും. ഞാൻ ദശാസ്യനെ കീഴടക്കി ലങ്ക സ്വന്തമാക്കിയിരിക്കുന്നു. ഇപ്പോളിത് നമ്മുടെ രാജ്യമാണ്. നിർഭയയാകുക. ഞാൻ ദേവിയെകാണാൻ ആഗ്രഹിക്കുന്നു.'

എനിക്ക് വാക്കുകൾ നഷ്ടമായി. ഹനൂമാൻ ചോദിച്ചു,

'ദേവി എന്താണ് ചിന്തിക്കുന്നത്..? ഒന്നും സംസാരിക്കാതെ?'

'ആനന്ദാതിരേകത്താൽ എന്താണ് പറയേണ്ടതെന്നറിയുന്നില്ല പുത്രാ.. ശുഭവാർത്ത അറിയിച്ച നിനക്ക് തരാൻ ഒന്നുമില്ലല്ലോ.'

'അമ്മയുടെ സന്തോഷം എനിക്കേതൊരു ഉപഹാരത്തേക്കാൾ അമൂല്യമാണ്. പിന്നെ..... ദേവിയെ ഭയപ്പെടുത്തിയ ഈ ദുഷ്ടകളെ ശിക്ഷിക്കട്ടെ?'

'വേണ്ട പുത്ര. അവർ ദാസികളാണ്. രാജകൽപന അനുസരി ച്ചെന്നുമാത്രം. ലോകത്ത് തെറ്റു ചെയ്യാത്തവർ ആരുമില്ല. നീ പോകുക. എന്നിട്ട് സ്വാമിയെ അറിയിക്കണം, എനിക്കും കാണാൻ തിടുക്കമായെന്ന്.'

‘അങ്ങനെയാകട്ടെ ദേവി. ഞാനുടനെ പല്ലക്കുമായി വരുന്ന താണ്.’

ഒരു നിമിഷം..

കണ്ണഞ്ചിപ്പിച്ചൊരു മിന്നലും ചെവിപൊട്ടുന്ന കനത്ത ഇടിനാദവും . അതെന്റെ ചിന്തകളെ എവിടെക്കോ ഓടിച്ചു വിട്ടു. ഞാനറി യാതെ ചാടി എഴുന്നേറ്റു. ആശ്രമുറ്റത്തെ വൃക്ഷത്തിൽ തീ ആളിപ്പ ടരുന്നു. യുദ്ധഭൂമി പോലെയായി ആശ്രമ പരിസരം.

വാല്മീകി ദേവൻ പറഞ്ഞു,

‘മിന്നലേറ്റതാണ്. എല്ലാവരും ഉള്ളിലേക്ക് കയറുക..’

ശ്രീരാമദർശനം

'നദിക്ക് കലിയിളകിയിരിക്കയാണ്. ഇന്നു പുഴയിലുള്ള കുളി വേണ്ട.'

മാതാജി പറയുന്നത് കേട്ടു.

ഞാൻ പെരുമഴയിലേക്കിറങ്ങി. രോമകൂപങ്ങളെ ഉത്തേജിപ്പിച്ചു കൊണ്ട്, ശിരസ്സിനെ തഴുകി മഴത്തുള്ളികൾ താഴേക്ക് ഒഴുകിയിറങ്ങി. അതോടൊപ്പം എന്റെ പ്രായവും ഒലിച്ചുപോയി.

ഇത്രയും ആനന്ദിപ്പിച്ച മറ്റൊരു സ്നാനമേയുള്ളൂ. നീണ്ട ഇടവേളക്കു ശേഷം മനസ്സിനേയും ശരീരത്തേയും ഒരുപോലെ കുളിർപ്പിച്ച നീരാടൽ.

പതിനൊന്നുമാസവും പതിന്നാലു ദിവസവും നീണ്ട വിരഹം സമാപ്തമായ ദിനം. ആത്മനാഥനെ കാണാൻ മനസ്സ് തുടിക്കുകയായിരുന്നു. അതിന്റെ ലഹരിയിൽ ഞാൻ മറ്റൊരു ലോകത്തെന്നപോലെ ഇരുന്നു. രാക്ഷസിമാർ എന്റെ ശരീരത്തിൽ മഞ്ഞളും ചന്ദനവും തേച്ചുപിടിപ്പിച്ചു. ത്രിജട പകർന്ന സുഗന്ധ പൂരിത ജലത്തിന്റെ ഊഷ്മളത എന്നിലേക്ക് പടർന്നുകയറി.

കുളിച്ചു സിന്ദൂരവും ചാർത്തി ശ്രേഷ്ഠങ്ങളായ ആടയാഭരണങ്ങളുടെ ശോഭയിൽ ഞാനൊരു അപ്സരസ്സായി. കളിയാക്കലുകളിൽ ഞാനവരുടെ റാണിയായി. ആ സുഖലഹരിയിൽ പറന്നു പൊങ്ങിയപ്പോൾ സമയം നീങ്ങുന്നതായി തോന്നിയില്ല.

കുറേക്കഴിഞ്ഞപ്പോൾ അരക്കന്മാർ ചുമക്കുന്ന രണ്ടു അലങ്കരിച്ച പല്ലക്കുകൾ വരുന്നത് കണ്ടു. അതിൽനിന്നിറങ്ങുന്ന രാജാവിനെക്കണ്ട് ഞാൻ വിറച്ചു.

'ത്രിജടേ. നീയല്ലേ പറഞ്ഞത് രാവണരാജാവ് വധിക്കപ്പെട്ടെന്ന്'

കൈയിലുള്ള പുഷ്പമാല്യം എന്റെ കഴുത്തിലണിയിച്ചിട്ട് അവ ളറിയിച്ചു,

'ദേവീ. അത് വിഭീഷണ രാജാവാണ്.'

എന്റെ പരിഭ്രമം, മന്ദഹാസത്തിൽ ഒതുങ്ങി. വിഭീഷണൻ മുന്നി ലെത്തി.

'വന്ദനം ദേവി.. ഞാൻ വിഭീഷണനാണ്. ദേവിയേയും കൊണ്ടു ചെല്ലാൻ ശ്രീരാമദേവൻ അറിയിച്ചിരിക്കുന്നു. വന്നാലും.'

ആർഭാടമായി അലങ്കരിച്ച പല്ലക്കിൽ ഞാനിരുന്നു. എന്റെ നാഥനുമായുള്ള അകലം കുറഞ്ഞുകൊണ്ടിരുന്നു. അതോടൊപ്പം വിരഹവേദനയും..

അവിടെയെത്തിയപ്പോൾ സ്വാമിയെ കാണാൻ മനസ്സ് കുതിച്ചു. പക്ഷേ, പാദങ്ങൾ നീക്കാനാകാതെ എനിക്കു ചുറ്റും വാനരർ നിര ന്നു. 'ഞാൻ ദേവിയെ കാണട്ടെ. ഞാൻ കാണട്ടെ..' എന്ന തിക്കലും തിരക്കലുമായി.

മാരുതി, അവരെ തള്ളിമാറ്റി, എന്നെ സ്വാമിയുടെ അരികിലെ ത്തിച്ചു. ലജ്ജ തുടുപ്പിച്ച മുഖം ചേലാഞ്ചലം കൊണ്ടുമറച്ച് ഞാൻ പ്രണയാദ്രമായി വിളിച്ചു,

'ആര്യപുത്രാ.....'

അദ്ദേഹത്തിന്റെ മുഖം മറുവശത്തേക്ക് വെട്ടിത്തിരിഞ്ഞു. ആ ഭാവപ്പകർച്ച എനിക്കന്യമായിരുന്നു. കാലുകളിൽ വിലങ്ങുവീണു.

നാളുകളായി കേൾക്കാൻ കൊതിച്ച സ്വരം ചെവിയിലെത്തി. എന്നാലതിൽ കൊതിച്ച വാക്കുകളായിരുന്നില്ല.

'ഹേ സീതേ, മാറി നിൽക്കുക. നിന്നെ വീണ്ടെടുത്തത് നിന ക്കോ എനിക്കോ വേണ്ടിയല്ല. വംശത്തിന് ദുഷ്പേര് വരാതിരിക്കാ നും, രാജനീതി പാലിക്കാനുമാണ്. ഇപ്പോൾ നീ സ്വതന്ത്രയായി. യഥേഷ്ടം എവിടേക്കെങ്കിലും പോകുക.'

എന്റെ കാലുകൾ പിന്നോട്ടേക്ക് വലിഞ്ഞു. കണ്ണുകളിലെ ഉറവ പൊട്ടി. ഹനൂമാനിൽ നിന്നും ഒരു കരച്ചിൽ ഉയർന്നു കേട്ടു.

രാമദേവന്റെ ഉറച്ച വാക്കുകൾ കേട്ടു,

'മാറിപ്പോകുക .ചാരിത്ര്യത്തിൽ സംശയിക്കേണ്ടവളായി നീ.. ദുഷ്ടാഗ്രേസനായ രാവണന്റെ കൈയിൽപെട്ടവളെ ഞാനെങ്ങനെ

ഭാര്യയായി തിരിച്ചെടുക്കും ? നിന്നെ സ്വീകരിച്ചാൽ എന്റെ വംശത്തിന്റെ കീർത്തി നഷ്ടമാകും.'

ഒരു ഭർത്താവിന്റെ താഴ്ചയായിരുന്നു ആ കഠോര വാക്കുകളിൽ. വംശാഭിമാനത്തിനുവേണ്ടി ത്യാഗം ചെയ്യുന്ന രാജാവായി ഉയരുകയും ചെയ്തു. കേമമായി!

ഞാനും എന്റെ ഉറച്ച സ്വരം പുറത്തെടുത്തു.

'അങ്ങ് പ്രാകൃതനെപ്പോലെ സംസാരിക്കുന്നു. സ്ത്രീവംശത്തിന് മുഴുവൻ അപമാനമാണ് ഇത്തരം വാക്കുകൾ. ഇതാദ്യമേ ഹനൂമാനോട് പറഞ്ഞയച്ചിരുന്നെങ്കിൽ ഞാനിവിടെ വരില്ലായിരുന്നു. കളങ്കമായി ഞാൻ ജീവനോടെ ഉണ്ടാകുമായിരുന്നില്ല. അങ്ങയുടെ ഇപ്പോഴത്തെ ക്ലേശവും ഒഴിവാകുമായിരുന്നു.'

മനസ്സെടുത്ത തീരുമാനം ലക്ഷ്മണനോടുള്ള കല്പനയായി.

'ലക്ഷ്മണാ, വേഗം ഒരു ചിത ഒരുക്കുക. ഭർത്താവിന് വിശ്വാസമില്ലാത്തവൾ ജീവിച്ചിരിക്കാൻ പാടില്ല. അദ്ദേഹം അതു പറഞ്ഞുകഴിഞ്ഞു. എന്റെ ആഗ്രഹമോ സമ്മതമോ ഇല്ലാതെയാണ് ദുഷ്ടരാക്ഷസനെന്നെ കൊണ്ടുപോയത്. എന്റെ അധീനത്തിലാണ് മനസ്സ്. വിശ്വസിക്കാവുന്ന ചാരിത്ര്യവും സ്വന്തമാണ്.'

ജ്യേഷ്ഠന്റെ അനുമതിയോടെ, ലക്ഷ്മണൻ ചിതയൊരുക്കി. അവന്റെ കണ്ണുനീരോടെ ചിത ആളിക്കത്തി. ദേഹം, മനസ്സ്, ചിന്ത, നോട്ടം ഇവ കൊണ്ടൊന്നും ഞാൻ വ്യഭിചരിച്ചിട്ടില്ല. പതിവ്രതയായവൾ അഗ്നിയാണ്. അവൾക്ക് മറ്റൊരാളുടെ സംരക്ഷണം ആവശ്യമില്ല. ആ ചാരിത്രാഗ്നിയെ ദഹിപ്പിക്കാൻ മറ്റൊരഗ്നിക്കും സാധിക്കുകയുമില്ല.

വാക്കുകളിലെ അവിശ്വാസം രാമദേവന്റെ കണ്ണുകളിൽ കണ്ടില്ല. അതെന്റെ ആത്മവിശ്വാസമായി. ഞാൻ തൊഴുകൈകളോടെ കണ്ണടച്ചു.

'ശ്രീരാമചന്ദ്രനിൽ നിന്നും ഒരുകാലത്തും എന്റെ ഹൃദയം അകന്നിട്ടില്ല. അതു സത്യമെങ്കിൽ അഗ്നിദേവൻ എന്നെ രക്ഷിക്കട്ടെ.'

ചിതയിലെ ജ്വാല എന്റേതുമായി ചേർന്നു. അത് ഒന്നുമല്ലാതെയായി. കുളിർമ്മയുള്ള കരങ്ങളാൽ തലോടിയപോലെ. ദേഹം പൊള്ളിയില്ല, തലമുടി കരിഞ്ഞതുമില്ല. എന്റെ പതിവ്രതാപ്രഭയിൽ ആ അഗ്നികുണ്ഡം കരിക്കട്ടയായി. പുഷ്പമാല്യങ്ങൾപോലും

വാടാതെ ജ്യോതിയായി ഞാൻ നിലകൊണ്ടു.

എല്ലാവരും ആർത്തു വിളിച്ചു..

'സീതാദേവി പരിശുദ്ധയാണ്. പതിവ്രതയായ ദേവിയെ സ്വീകരിച്ചാലും..'

സ്വാമി എന്നെ മധുരമായി വിളിച്ചു,

'വരൂ, സീതേ..'

അപ്പോൾ ഹനൂമാന്റെ സ്വരം കേട്ടു,

'അരുത് പ്രഭോ. നമ്മൾ മാത്രമാണ് ദേവിയുടെ പരിശുദ്ധി കണ്ടതുള്ളു. അയോദ്ധ്യയിൽ ചെന്ന് മറ്റുള്ളവരുടേയും മുന്നിൽ പരിശുദ്ധി തെളിയിച്ചിട്ടു വേണം ദേവിയെ അങ്ങയുടെ അരികെ ചേർക്കാൻ.'

സ്വല്പം മുൻപ് രാമദേവന്റെ കല്പന കേട്ട് കരഞ്ഞവനാണ് ഹനൂമാൻ. അവനും സ്വാമിയെ വിശ്വസിക്കുന്നവൻ തന്നെ. ശരിയായ സേവകൻ!

അംഗദനും അതേറ്റു പറഞ്ഞു,

'ശരിയാണ് പ്രഭോ. പ്രജകളിൽ വിശ്വാസമുണ്ടാക്കുക രാജധർമ്മമാണ്.'

'അതിന്റെ ആവശ്യമില്ല.' എന്ന രാമന്റെ അഭിപ്രായം തന്നെയായിരുന്നു ലക്ഷ്മണനും ജാംബവാനും.

ഇതെല്ലാം കേട്ട് തളർന്നു നിന്ന എന്റെ സമീപത്തേക്ക് ആര്യപുത്രൻ വന്നു. ബലിഷ്ഠങ്ങളായ കൈകൾ എന്നെ വലിച്ചടുപ്പിച്ചു.

മന്ദസ്മിതത്തോടെ എല്ലാവരോടുമായി പറഞ്ഞു,

'വൈദേഹി മംഗളരൂപിണിയാണ്. എനിക്കതറിയാം. എങ്കിലും രാവണന്റെ അന്തഃപുരത്തിൽ കഴിഞ്ഞ ദേവിയെ പരീക്ഷിക്കാതെ സ്വീകരിച്ചാൽ സജ്ജനങ്ങൾ എന്നെ പഴിക്കും. ദേവിക്കും അതറിയാമെന്നതിനാൽ എന്നോട് പരിഭവം ഉണ്ടാകുകയുമില്ല. സീതേ, നമുക്കിനി അയോദ്ധ്യയിലേക്ക് മടങ്ങാം.'

വിഭീഷണൻ അറിയിച്ചു,

'അങ്ങിവിടെ കുറച്ചുനാൾ താമസിക്കണമെന്നാണ് എന്റെ ആഗ്രഹം.'

'ക്ഷമിച്ചാലും രാക്ഷസേന്ദ്ര, ഞങ്ങളുടെ വനവാസം കഴിയാനിനി രണ്ടു ദിവസമേയുള്ളു. ഉടനെ അയോദ്ധ്യയിലേക്ക് മടങ്ങേണ്ടതുണ്ട്.'

'രാമാ, അങ്ങയെ ഒരൊറ്റ ദിവസം കൊണ്ട് അയോദ്ധ്യയിലെ

ത്തിക്കാം. പുഷ്പകവിമാനം തയ്യാറാണ്. എന്റെ സത്ക്കാരത്തിൽ ഇന്നിവിടെ കഴിയുക.'

'ഇല്ല വിഭീഷണാ, എനിക്ക് ഭരതനെ കാണാൻ തിടുക്കമായി. യാത്രാനുമതി തന്നാലും. അങ്ങ് ലങ്കാരാജ്യം ധർമ്മനീതികളോടെ ഭരിച്ചു വാഴുക. വാനരർക്ക് സമ്മാനങ്ങൾ നൽകി ആദരിക്കണമെന്ന് ഒരപേക്ഷയുണ്ട്.'

സ്വർണ്ണരത്നാദികൾ നൽകി വാനരന്മാരെ തൃപ്തിപ്പെടുത്തി യാത്രയാക്കി ലങ്കാധിപൻ. അയോദ്ധ്യയേയും ബന്ധുക്കളേയും നേരിട്ടു കാണണമെന്ന ആഗ്രഹത്തോടെ, സുഗ്രീവൻ, അംഗദൻ, ജാംബവാൻ, ഹനൂമാൻ തുടങ്ങിയ വാനരപ്രമുഖർ അവരോടൊപ്പം പോയില്ല.

ഞങ്ങളോടൊപ്പം വിഭീഷണ രാജാവും, സരമറാണിയും, കലാകുമാരിയും യാത്രയായി. പിന്നെ വാനര വീരരും. എല്ലാവരേയും കൊണ്ട് പുഷ്പകവിമാനം നിറഞ്ഞു. അതിന് ഇത്രയും വലിപ്പം പണ്ടെനിക്ക് തോന്നിയിരുന്നില്ല.

എന്റെ സംശയം തീർത്തത് സരമറാണിയാണ്.

'ആളുകൾ കയറുന്നതനുസരിച്ച് പുഷ്പകത്തിന്റെ വിസ്തൃതിയും കൂടും.'

ഞാൻ സ്വാമിയുടെ അടുത്തിരുന്നു. അപ്പുറം വിഭീഷണനും സരമയും. ഞാൻ ത്രിജടയെ നോക്കി കൈവീശി. അവളുടെ കണ്ണുകൾ തുളുമ്പി നിൽക്കുന്നു. അതു മറച്ചുകൊണ്ട്, കറുത്തപല്ലുകൾ ചിരിച്ചു കാണിച്ചു.

വിമാനം മുകളിലെത്തിയപ്പോൾ ഞാൻ അവസാനമായി ലങ്കയെ നോക്കി. കരിഞ്ഞുപോയ വൃക്ഷങ്ങളില് കിളുന്തിലകൾ മങ്ങിയപച്ചനിറം ചാർത്തുന്നതേയുള്ളൂ. രക്തവും മാംസവും പുതച്ച് യുദ്ധഭൂമിയും ജഡമായി കിടക്കുന്നു.

ലങ്കയൊരു കറുത്ത അണ്ഡമായി ചെറുതായിക്കൊണ്ടിരുന്നു..

സമുദ്രം ശാന്തമാണ്. അതിന്റെ അരഞ്ഞാണമായി മഹാസേതു കണ്ടു. സേതുബന്ധനം ഹനൂമാൻ വിശദീകരിച്ചു കൊണ്ടിരുന്നപ്പോഴാണ് സ്വാമി, ഞാൻ കൊടുത്തയച്ച ചൂഡാരത്നം എന്റെ ശിരസ്സിലണിയിച്ചത്. മുദ്രമോതിരം ഊരുവാനായി ഞാൻ വിരൽ നിവർത്തി. അയഞ്ഞു കിടന്നിരുന്ന മോതിരം തെറിച്ച് കടലിലേക്ക്

വീണു. ഹനൂമാൻ പിന്നാലെ ചാടിയെങ്കിലും അനേകം ശ്രീരാമ മോതിരങ്ങൾ കണ്ട് ഒന്നും എടുക്കാതെ തിരിച്ചുവന്നു.

സമുദ്രതീരത്തുള്ള ശ്രീരാമേശ്വരത്ത് ഇറങ്ങി ശിവാരാധന നടത്തിയ ശേഷമാണ് യാത്ര തുടർന്നത്. ഹനുമാൻ ചാടിയ മഹേന്ദ്രഗിരിയും, സുഗ്രീവനുമായി സഖ്യം ചെയ്ത ഋശ്യമൂകാചലവും പിന്നിട്ട് വിമാനം താഴ്ന്നു പറന്നു.

'ദാ, നോക്കു ദേവി, കിഷ്കിന്ധാപുരിക്കു മുകളിലാണ് നമ്മളിപ്പോൾ. സുഗ്രീവന്റെ രാജധാനിയാണ് ആ കാണുന്നത്.'

ഞാനെന്റെ ആഗ്രഹം അറിയിച്ചു,

'നാഥാ...... വാനര റാണിമാരെ ഞാൻ കണ്ടിട്ടില്ല. അവരേയും അയോദ്ധ്യയിലേക്ക് കൊണ്ടുപോകണമെന്നുണ്ട്.'

വിമാനം താഴെയിറങ്ങി. താരാദേവി, രുമാദേവി, രാജബന്ധുക്കൾ തുടങ്ങിയവരേയും കൊണ്ടാണ് പിന്നെ യാത്ര തുടർന്നത്.

പുണ്യവതിയായ ശബരിയെ കണ്ടതും, കബന്ധനെ വധിച്ചതുമെല്ലാം പറയുമ്പോൾ, എന്റെ വിയോഗത്തിന്റെ കയ്പ് സ്വാമിയുടെ വാക്കുകളിലുണ്ടായിരുന്നു. ചിത്രകൂട മഹാചലവും, ജടായുവിനെ കണ്ടുമുട്ടിയ സ്ഥലവും, ഭരതൻ സന്ദർശിച്ച പ്രദേശവുമെല്ലാം എന്റെ ഹൃദയമിടിപ്പിന്റെ താളം കൂട്ടിയിരുന്നു. ലക്ഷ്മണനും വികാരത്തോടെ അതെല്ലാം വിഭീഷണനോട് പറയുന്നതും കേട്ടു.

ഒരു ആശ്രമം കണ്ടപ്പോൾ എനിക്കു സംശയമായി.

'നാഥാ ആ കാണുന്നത് അഗസ്ത്യാശ്രമമല്ലേ?'

'അതേ ദേവി'

'അദ്ദേഹം നൽകിയ അസ്ത്രങ്ങൾ അങ്ങയ്ക്ക് ഉപകാരപ്പെട്ടു, അല്ലേ?'

'ഉം. അന്നു കിട്ടിയ ബ്രഹ്മാസ്ത്രം കൊണ്ടാണ് ഞാൻ രാവണനെ വധിച്ചത്. അപാരമാണ് അതിന്റെ ശക്തി. മുനയിൽ അഗ്നിയും ആദിത്യനും, പക്ഷങ്ങളിൽ വായു, ശരീരത്തിൽ ആകാശവുമുള്ള ആ ബാണം പത്തി വിടർത്തി പാഞ്ഞുപോകുന്ന ഉഗ്രനാഗമായാണ് ലക്ഷ്യത്തിലെത്തുക.'

വിമാനം കുറച്ചുകൂടി പറന്നപ്പോൾ സ്വാമി അറിയിച്ചു,

'ലക്ഷ്മണാ.. ദാ.... ഭരദ്വാജാശ്രമം കണ്ടില്ലേ? അവിടെ സൗകര്യമുള്ളിടത്തു വിമാനം ഇറക്കുക. മുനിയെ വന്ദിച്ചിട്ടു യാത്ര തുട

രാം.'

ഒരു വിശാലമായ പ്രദേശത്ത് വിമാനം ഇറങ്ങി. ഞങ്ങൾ കാൽ നടയായി ആശ്രമത്തിലേക്ക് നടന്നു. മാമുനി ആനന്ദമഗ്നനായി.

'ഹാ. സന്തോഷമായി. എല്ലാവരേയും കാണാൻ കഴിഞ്ഞല്ലോ ! രാമാ, വനവാസം കഴിയാൻ ഇനി ഒരു ദിവസം കൂടിയുണ്ടല്ലോ? ഇന്നിവിടെ വസിക്കുക.'

അന്നവിടെ താമസിക്കാൻ തീരുമാനിച്ചു. മുനിപത്നി എല്ലാവരേയും പരിചയപ്പെട്ടു. ശ്രുതാവതിയെ കണ്ടില്ല. അമ്മയെക്കാണാൻ പോയിരിക്കയാണത്രേ! അവളെ ഒന്നുകൂടി കാണണമെന്ന് മനസ്സ് കൊതിച്ചിരുന്നു.

വനവാസത്തിലെ സംഭവങ്ങൾ പറഞ്ഞിരിക്കെ, താര അവിടെയെത്തി.

'എന്തുചെയ്യാം ദേവി! ഭക്ഷണം തേടി പോയവർ വെറും കൈയോടെ തിരിച്ചെത്തിയിരിക്കുന്നു. കായ്കനികൾ ഒന്നുംകിട്ടിയില്ലെന്ന്! എല്ലാവർക്കും വിശക്കുന്നുണ്ടെന്നു പറയുന്നു. എന്താണ് ചെയ്യുക?'

'വരൂ നമുക്ക് സ്വാമിയെ അറിയിക്കാം. ഒരു മാർഗ്ഗം കണ്ടെത്താതിരിക്കില്ല.'

ജാംബവാൻ വഴി സ്വാമി അതറിഞ്ഞിരിക്കുന്നു. ആര്യപുത്രൻ മുനിയോട് അപേക്ഷിക്കുന്നത് കേട്ടു കൊണ്ടാണ് ഞങ്ങളവിടെ എത്തിയത്.

'മഹാമുനേ, കൂടെയുള്ള വാനർക്ക് ഭക്ഷണമില്ലാതെ വരരുത്. അയോദ്ധ്യയിലേക്കുള്ള മാർഗ്ഗത്തിലെ വൃക്ഷങ്ങളിൽ ഫലവും തേനുള്ള പുഷ്പങ്ങളും ഉണ്ടാകുവാൻ അനുഗ്രഹിച്ചാലും.'

ഭരദ്വാജമുനിയുടെ തപോബലത്താൽ തേൻകിനിയുന്ന പൂക്കളും, മധുര കായ്കനികളും കൊണ്ട് വൃക്ഷലതാദികൾ തല കുമ്പിട്ടു. കപികൾ തൃപ്തരായി.

വിശ്രമിച്ചിരിക്കെ സ്വാമി ഹനുമാനെ അറിയിച്ചു,

'നീ വേഗം അയോദ്ധ്യയിലേക്ക് പോകുക. ആദ്യം ശൃംഗിവേരപുരത്തിറങ്ങി ഗുഹനെ വിവരങ്ങളറിയിക്കണം. ശേഷം നന്ദിഗ്രാമത്തിലെത്തണം. അവിടെയാണ് ഭരതൻ. ഞങ്ങൾ ഉടനെ വരുമെന്ന് അവനെ അറിയിക്കണം.'

രാമന്റെ സ്വരം തടഞ്ഞുനിന്നു. മാരുതി വായുവേഗത്തിൽ അപ്രത്യക്ഷനായി. ഭരതനെ മനസ്സിലിട്ട് സ്വാമി വിതുമ്പി.

'അവന്റെ ഓർമ്മയിൽ ഞാൻ തളരുന്നു ദേവി. മരവുരിയും ജടയുമായി ആശ്രമത്തിൽ കഴിയുന്ന കോസലാധിപതി ! എന്നെക്കൂടാതെ അയോദ്ധ്യയിലേക്കില്ലെന്ന വാക്കവൻ സത്യമാക്കി. അവനിപ്പോൾ വല്ലാതെ ചടച്ചിട്ടുണ്ടാകും.'

ഞാനദ്ദേഹത്തിന്റെ കൈകളിൽ തലോടി,

'അത്തരം ഒരു അവസ്ഥയിലല്ലേ അനുജൻ നമ്മളെ കണ്ടതും? അതവന് താങ്ങാൻ കഴിഞ്ഞിട്ടുണ്ടാകില്ല. സ്വന്തം മാതാവാണ് അതിനെല്ലാം കാരണമെന്നറിഞ്ഞപ്പോൾ അവനെന്തു മാത്രം വിഷമിച്ചിരിക്കും!'

നിർന്നിമേഷനായി അദ്ദേഹം എന്നെ നോക്കി.

തുടർയാത്രയിൽ അദ്ദേഹം മൗനിയായിരുന്നു. പുഷ്പകം താഴ്ന്നു പറന്നു. അയോദ്ധ്യയുടെ വെള്ളി പാദസരമായി സരയൂനദി ഒഴുകുന്നു. ദൂരെനിന്നും ഒരു വലിയ സംഘവുമായി ഹനൂമാൻ വരുന്നത് കണ്ടു.

'ദാ സ്വാമി നോക്കുക, മാരുതി വരുന്നു. കൂടെ ഭരതനും ഗുരുവും അമ്മമാരും ഹാ.... എല്ലാവരും ഉണ്ടല്ലോ?'

രാമദേവൻ ഗദ്ഗദത്തോടെ പറഞ്ഞു,

'സീതേ, നഗ്നപാദനായി അയോദ്ധ്യാധിപതി വരുന്നത് കണ്ടോ? താപസനെപ്പോലെ....അവന്റെയത്ര ദുഃഖം നമ്മൾ അനുഭവിച്ചിട്ടില്ല.'

'അതെ....മാണ്ഡവിയും ഊർമ്മിളയെപ്പോലെ വിരഹത്തിലാകും..'

'ശ്രീരാമൻ വരുന്നു' എന്ന ഘോഷവും ഉയർന്നു കേട്ടു. വിമാനം കോസല ഭൂമിയെ തൊട്ടു. പിന്നാലെ ഞങ്ങളും. ആ സ്പർശനം ആസ്വദിച്ച് ഒരു നിമിഷം സ്വാമി കണ്ണടച്ച് നിന്നു. എന്റെ മനസ്സിലുള്ള സന്തോഷം വിങ്ങലായി. അത് കണ്ണിൽ ഈർപ്പമുണ്ടാക്കിക്കൊണ്ട് മന്ദസ്മിതമായി വെളിയിലേക്കൊഴുകി.

ഭരതൻ ഓടിവന്നു. രാമപാദങ്ങളെ പുണർന്നു കിടന്ന് അവൻ വിലപിച്ചു. എന്റെ കാൽക്കലും അവന്റെ കണ്ണീരു പകർന്നു.

'പാപിയായ അനുജനോട് ക്ഷമിക്കണേ! എന്റെ ദുഷ്ടയായ അമ്മ കാരണം ദേവിയും കാനനത്തിൽ അലഞ്ഞല്ലോ......? മാപ്പു തന്നാലും...'

സ്വാമി അവനെ സാന്ത്വനപ്പെടുത്തി.

'സാരമില്ല അനുജാ.... നടക്കേണ്ടത് കാലാകാലങ്ങളിൽ നടക്കുകതന്നെ ചെയ്യും. അതുകൊണ്ട് ഞങ്ങൾക്കു ശ്രേയസ്സേ ഉണ്ടായിട്ടുള്ളൂ. എന്റെ കൂടെയുള്ള ഇവരെല്ലാം എന്നെ സഹായിച്ച മിത്രങ്ങളാണ്. പരിചയപ്പെടുക.'

സുഗ്രീവനെ പുണർന്നുകൊണ്ട് ഭരതനറിയിച്ചു,

'ഞങ്ങൾ നാലുപേരായിരുന്നു സഹോദരങ്ങൾ. ഇപ്പോളത് അഞ്ചുപേരായി. സോദരാ, അങ്ങ് ജ്യേഷ്ഠനു നൽകിയ സഹായം അമൂല്യമായിരുന്നു.'

വിഭീഷണനെ കൈകേയീസുതൻ ആദരപൂർവ്വം വണങ്ങി.

'ലങ്കേശാ.....അങ്ങയുടെ സഹായത്താൽ എല്ലാം മംഗളമായി....'

ഓരോരുത്തരോടും അവൻ സ്നേഹം പങ്കുവച്ചുകൊണ്ട് നടന്നു.

ഞങ്ങൾ അമ്മമാരെ സമീപിച്ചു. കൗസല്യാമ്മയെ നമസ്കരിച്ചപ്പോൾ വികാരനിർഭരയായി വാരിപ്പുണർന്നറിയിച്ചു,

'ഹാ...... നിങ്ങളെ കാണുന്നതുവരെ ഞാൻ ജീവിച്ചിരുന്നല്ലോ? മഹാഭാഗ്യം.'

'അമ്മയെ സേവിക്കാൻ ഇത്രയുംകാലം കഴിഞ്ഞില്ലല്ലോ? ക്ഷമിച്ചാലും....'

എന്നറിയിച്ചപ്പോൾ നാഥന്റെ കണ്ണുകൾ നിറഞ്ഞിരുന്നു. കണ്ണുനീർ തുടച്ചു കൊണ്ട് അമ്മ പുത്രനെ ചുംബിച്ചു.

സുമിത്രാമ്മയേയും നമസ്കരിച്ചു കഴിഞ്ഞപ്പോളാണ് മാറിനിന്ന കൈകേയിയമ്മയെ കണ്ടത്. അവരേയും നമസ്കരിച്ചുകൊണ്ട് സ്വാമി അറിയിച്ചു,

'മനഃക്ലേശമരുത് ചെറിയമ്മേ. ഭവതിയുടെ ആജ്ഞ പാലിച്ചുകൊണ്ട് ഈ മകൻ തിരിച്ചെത്തിയിരിക്കുന്നു. അനുഗ്രഹിച്ചാലും.'

കൈകകേയിയമ്മയുടെ നയനങ്ങൾ നിറഞ്ഞു തുളുമ്പി. ഞാനത് തുടച്ചു. സ്വാമി, സുമിത്രാമ്മയുടെ പാദങ്ങളെ വന്ദിച്ചുകൊണ്ട് അറിയിച്ചു,

'അമ്മയുടെ പുത്രൻ രത്നതുല്യനാണ്. സീതയെ, രാവണനിൽ നിന്നും മോചിപ്പിക്കാൻ എനിക്കു കഴിഞ്ഞത് അദ്ദേഹം കൂടെയുള്ളതിനാലാണ്. എല്ലാ ആപത്തുകളിലും സഹായിച്ച എന്റെ പ്രിയപ്പെട്ട അനുജനാണവൻ.'

ലക്ഷ്മണനും അമ്മയെ കെട്ടിപ്പിടിച്ചുകൊണ്ട് കരയുന്നുണ്ടായി

രുന്നു.

വിഷമങ്ങൾ പറഞ്ഞുതീർന്നപ്പോൾ എല്ലാവരേയും കൊണ്ട് പുഷ്പകം ഉയർന്നു. അയോദ്ധ്യയാകെ ദീപങ്ങളാൽ അലങ്കരിച്ചിരുന്നു. രാജധാനിക്കടുത്തുള്ള മൈതാനത്തിൽ വിമാനമിറങ്ങി ഞങ്ങൾ നടന്നു. ദീപാവലികൾക്കിടയിലൂടെ പുഷ്പങ്ങൾ വിതറിയ വീഥികളിൽ പ്രവേശിച്ചു. തിങ്ങി നിറഞ്ഞ ജനങ്ങൾ വാദ്യഘോഷങ്ങളോടെ ഞങ്ങളെ എതിരേറ്റു.

എന്നെക്കാണാൻ ഏറ്റവും തിടുക്കം കാണിച്ചത് നന്ദിനിയമ്മയായിരുന്നു. അവരുടെ തലയിൽ വെള്ളിയിഴകൾ പാകിത്തുടങ്ങിയിരിക്കുന്നു. കൺതടത്തിൽ ക്ഷീണം ഇരുണ്ടനിറം പൂശി നിന്നു. ഒലിച്ചിറങ്ങിയ കണ്ണുനീർ തുടച്ചുകൊണ്ട് ഞാനവരെ ചേർന്നുനിന്നു. മെല്ലിച്ച കൈകളുടെ തഴുകലിനായി കൊതിയോടെ.......

കൊതി തീർന്നപ്പോൾ ഒരു വിജയിയെപ്പോലെ ഞാൻ നടന്നു.

ആര്യപുത്രൻ ആദ്യം പോയത് ഊർമ്മിളയുടെ കൊട്ടാരത്തിലേക്കാണ്. ഞാനാഗ്രഹിച്ചപോലെ. ലക്ഷ്മണനും മറ്റൊന്നാഗ്രഹിക്കാൻ ഇടയില്ല.

അവിടെ ഞങ്ങളെ വരവേൽക്കാൻ എന്റെ അച്ഛനുമമ്മയും ഉണ്ടായിരുന്നു. അവരേയും നമസ്കരിച്ച്, അവരുടെ ലാളനകൾ വാരിയെടുത്ത് ഞാൻ ഊർമ്മിളയുടെ സമീപത്തേക്ക് ചെന്നു.

സ്വാമി തൊഴുകൈകളോടെ അറിയിച്ചു,

'ദേവീ, ഭവതി എന്റെ അനുജത്തിയല്ല, മാതാവാണ്. ഭർത്താവിനെ എനിക്കു വിട്ടുതന്നെ മഹാത്യാഗി. പ്രണാമം അമ്മേ.......'

'അരുത് ജ്യേഷ്ഠം, ഞാനെന്നും അങ്ങയുടെ ദാസിയായ അനുജത്തിയാണ്. ജ്യേഷ്ഠനോടുള്ള കടമ ചെയ്യാൻ എന്റെ ഭർത്താവിനെ അനുവദിച്ചല്ലോ....! അതാണ് അങ്ങ് ഞങ്ങൾക്ക് തന്ന ഭാഗ്യം....'

അവൾ രാമദേവനെ നമസ്കരിച്ചു. എന്നേയും നമസ്കരിച്ച് ചേർന്നു നിന്ന് അവൾ വിതുമ്പി. ഞാനവളെ ഇറുകെ പുൽകി.

'എന്റെ പ്രിയ അനുജത്തീ..'

എനിക്കു വാക്കുകൾ കിട്ടിയില്ല. ഞങ്ങൾ രണ്ടാളും കരയുന്നുണ്ടായിരുന്നു. പിന്നെ അവളെ ലക്ഷ്മണനരികിലേക്ക് ചേർത്തുനിർത്തി. അവൾ ഭർത്താവിന്റെ കാൽക്കൽ നമസ്കരിച്ചു. അവരുടെ കണ്ണുകൾ സംസാരിച്ചു.

ലക്ഷ്മണനെ അവിടെ വിട്ട് ഞങ്ങൾ രാമമന്ദിരത്തിലേക്ക് പോയി. തോഴിമാർ എന്നെ മഞ്ഞളും ചന്ദനവും ചേർന്ന പനിനീരിൽ കുളിപ്പിച്ച് സുഗന്ധിയാക്കി. പട്ടുവസ്ത്രങ്ങളും, ആഭരണങ്ങളും അണിയിച്ചു. സുമംഗലീ തിലകവും ചാർത്തിക്കഴിഞ്ഞപ്പോൾ ഞാനാകെ മാറി.

കാത്തുനിൽക്കുന്ന പ്രജകളുടെ മുന്നിലേക്ക് ധാത്രിയോടൊപ്പം നടന്നു. അവിടെ സ്വാമിയും ഉണ്ടായിരുന്നു. ജടയെല്ലാം കളഞ്ഞ് പുതുമാല്യവും ചാർത്തി മനോഹരനായി. ഞങ്ങൾ പരസ്പരം നോക്കി നിന്നു.

യുധാജിത്തമ്മാവൻ അടുത്തെത്തി, രാമലക്ഷ്മണന്മാരെ പുൽകി അറിയിച്ചു,

'കുമാരാ, എന്റെ സഹോദരിമൂലം ഉണ്ടായ ദുരിതങ്ങളിൽ ഖേദിക്കുന്നു. ഞാൻ മാപ്പ് ചോദിക്കുന്നു. അതെല്ലാം അതിജീവിച്ച അമാനുഷനാണ് ഭവാൻ.'

ഓടിയണഞ്ഞ അനുജത്തിമാരെ മതിയാകുവോളം ഞാൻ മാറി മാറി ആശ്ലേഷിച്ചു. വിതുമ്പലോടെയുള്ള അവരുടെ ചുംബനങ്ങൾ എന്നെ പൊള്ളിച്ചു.

ലങ്കയിലേയും കിഷ്കിന്ധയിലേയും സ്ത്രീകളിൽ നിന്നുള്ള അനുജത്തിമാരുടെ കഥാശ്രവണം രണ്ടു ദിവസം നീണ്ടു. എല്ലാം കേട്ടു കഴിഞ്ഞുള്ള അവരുടെ ആവലാതികൾ മാറ്റാൻ ഞാനേറെ ബുദ്ധിമുട്ടി.

'ഞങ്ങളുടെ ഏടത്തി എന്തൊക്കെയാണ് അനുഭവിച്ചത്? അപ്പോഴൊക്കെ ഞങ്ങൾ കൊട്ടാരത്തിൽ സുഖിക്കുകയായിരുന്നല്ലോ.... കഷ്ടം.....!'

നെടുവീർപ്പിട്ട് അവർക്ക് മതിയായില്ലെന്നു തോന്നുന്നു. അതു തുടർന്നു കൊണ്ടിരുന്നു.

മൂന്നാം ദിവസമായിരുന്നു ശ്രീരാമ പട്ടാഭിഷേകം. ഞാൻ രാജ്ഞിയുമായി. ലക്ഷ്മണനെ യുവരാജാവായി നിർദ്ദേശിച്ചപ്പോൾ അദ്ദേഹം പറഞ്ഞു,

'ജ്യേഷ്ഠ, ഞാനെന്നും അങ്ങയുടെ ദാസനായിരിക്കും. ഒരു അധികാരസ്ഥാനങ്ങളും എനിക്കു വേണ്ടാ. എന്നെ അങ്ങയെ സേവിക്കാൻ അനുവദിച്ചാലും.'

ലക്ഷ്മണൻ സൈന്യാധിപനാകാൻ സമ്മതിച്ചു. ഭരതൻ യുവരാജാവായി. ശത്രുഘ്നനെ ധനകാര്യങ്ങളും ഏല്പിച്ചു.

എല്ലാവർക്കും രാമരാജാവ് പാരിതോഷികങ്ങൾ നൽകി. അണിഞ്ഞിരുന്ന ഒരു അമൂല്യ മുത്തുമാല ഊരിയെടുത്ത് അംഗദന്റെ കഴുത്തിലിട്ടു. മറ്റൊരു ദിവ്യമായ ഭവ്യരത്നമാലയും ഊരിയെടുത്ത് സ്വാമി എന്നെ ഏല്പിച്ചു.

'ഇത് ഭവതിക്ക് ഏറ്റവും പ്രിയപ്പെട്ട ഒരാൾക്ക് നല്കിക്കൊള്ളുക.'

കൂടുതൽ ആലോചിക്കാനില്ലായിരുന്നു. സിംഹാസനത്തിന് താഴെയായി, ഞങ്ങളെ കൈകൂപ്പി ഭക്തിയോടെ ശിരസ്സ് നമിച്ചിരിക്കുന്ന മാരുതീ കണ്ഠത്തിലാണ് ഞാനത് അണിയിച്ചത്.

'പുത്രാ......ഉണരുക. എനിക്കേറ്റവും പ്രിയപ്പെട്ടവൻ നീ തന്നെയാണ്. ആശ്വാസത്തിന്റെ കാറ്റായി ആദ്യം ലങ്കയിലെത്തിയവൻ നീയാണ് പുത്രാ...'

അവനുണർന്ന് സാഷ്ടാംഗം നമസ്കരിച്ചു.

അതിഥികളായ സ്ത്രീജനങ്ങൾക്ക് നൽകാനുള്ള സമ്മാനങ്ങൾ കൊണ്ടുവരപ്പെട്ടു. സരമറാണിക്കും കലയ്ക്കും അമൂല്യപട്ടുവസ്ത്രങ്ങളാണ് സമ്മാനിച്ചത്. അശോകവനത്തിലെ കാവൽക്കാരികൾക്കുള്ളതും അവരെ ഏല്പിച്ചു. പ്രത്യേകിച്ച് ത്രിജടക്കുള്ളത്. താരയ്ക്കും, രുമയ്ക്കും വിശിഷ്ടങ്ങളായ ആഭരണങ്ങളും രത്നങ്ങളും നൽകി. ശേഷിച്ച എല്ലാവർക്കും പാരിതോഷികങ്ങൾ നൽകി സ്വരാജ്യങ്ങളിലേക്ക് മടക്കി.

വൈകിട്ട് രണ്ടുപേരുടെ സഹായത്താൽ മന്ഥര എത്തി. അവരുടെ പശ്ചാത്താപം കണ്ണുനീരിൽ കുതിർന്നു.

' പ്രഭോ, അങ്ങ് കൈകേയിറാണിയെ തെറ്റിദ്ധരിക്കരുതേ....! എന്റെ ബോധമില്ലായ്മയാണ് എല്ലാത്തിനും കാരണം. ഞാനാണ് റാണിയിൽ അസൂയ വളർത്തിയത്. അടിയനോട് ക്ഷമിച്ചാലും. മരിക്കുന്നതിനു മുൻപ് അങ്ങയോട് കുറ്റം ഏറ്റുപറഞ്ഞ് മാപ്പപേക്ഷിക്കണമെന്നുണ്ടായിരുന്നു. അത് സാധിച്ചല്ലോ! ഭാഗ്യം.....ദയാനിധേ കനിഞ്ഞാലും....'

'മന്ഥരേ, നടക്കേണ്ടത് നടന്നു എന്ന് കരുതുക. ഒരാളല്ലെങ്കിൽ മറ്റൊരാൾ അതിനു കാരണമാകുകയും ചെയ്യും. എനിക്കോ സീതക്കോ നിങ്ങളോട് വിരോധമില്ല. സമാധാനമായി പോകുക.'

‘എനിക്കാശ്വാസമായി പ്രഭോ. എനിക്കിനി സമാധാനത്തോടെ മരിക്കാം..... ശ്രീരാമചന്ദ്ര പ്രഭു വിജയിക്കട്ടെ......’

അവർ അകന്നപ്പോൾ സുമന്ത്രർ അറിയിച്ചു,

‘ഇപ്പോൾ കൈകേയിറാണി അവരെ കൊട്ടാരത്തിൽ കയറ്റാറില്ല. മക്കളും ഉപേക്ഷിച്ചു. രണ്ടു ചങ്ങാതിമാരാണ് സഹായത്തിനുള്ളത്.’

‘ഉം...അങ്ങ് അവർക്ക് വേണ്ട സഹായങ്ങൾ ചെയ്തു കൊടുക്കണം.’

ലക്ഷ്മണൻ പൊട്ടിത്തെറിച്ചു,

‘ആ നീചയെ കൽത്തുറുങ്കിൽ അടക്കുകയാണ് വേണ്ടത്..’

‘ലക്ഷ്മണാ, കോപം വെടിയുക. ദുഷ്ടനിഗ്രഹം രാജധർമ്മമാണ്. അതിനവർ നമ്മളെ സഹായിക്കുകയല്ലേ ചെയ്തത് ? അവരെ ആദരിക്കുകയാണ് വേണ്ടത്. കർമ്മം സത്യമാണ്. അതിന് പലരും കാരണക്കാരാകുമെന്ന് നീ അറിയണം.’

അങ്ങനെ എത്രയെത്ര സംഭവങ്ങളാണ് ഓർമ്മയിൽ അടയാളപ്പെടുത്തിയത്.

രാമഭരണം പുതുവഴികൾ തേടി. പൂർവ്വാചാരങ്ങളെ പരിഷ്കരിച്ചു. നവ്യമായ ആചാരങ്ങൾ നടപ്പിലാക്കി. രാജ്യം ഐശ്വര്യത്തിലേക്ക് കുതിച്ചു.

ജനങ്ങളിൽ വിവേകബുദ്ധി വർദ്ധിപ്പിക്കുന്നതിനായി വിദ്യാഭ്യാസത്തിന് ഊന്നൽ നൽകി. സഹകരണത്തിലൂടെ വ്യവസായങ്ങൾ വിപുലീകരിച്ചു. അതിലൂടെ സാമ്പത്തിക നില ഉയർന്നു. കൃഷിയിലൂടെ ദാരിദ്ര്യം ഇല്ലായ്മ ചെയ്തു. ഉല്പന്നവിഭവങ്ങൾ കൊണ്ട് സമൃദ്ധമായി കോസലരാജ്യം.

എല്ലാ വിഭാഗക്കാർക്കും രാജ്യത്തെ സമ്പത്തുക്കളും സൗകര്യങ്ങളും തുല്യമായി അനുഭവിക്കാനുള്ള പദ്ധതി തയ്യാറാക്കി. ഭരണത്തിന്റെ മേന്മ അനുഭവിക്കാത്ത പ്രദേശങ്ങളില്ലെന്ന് ഉറപ്പുവരുത്താൻ ചാരന്മാരേയും ഉദ്യോഗസ്ഥരേയും നിയോഗിച്ചു. ഉത്തമഭരണത്തിൽ രാജ്യം മികച്ചതായി. പ്രജകൾ രാജാവിന്റെ മക്കളായി. നാട്ടിൽ അകാലമരണമില്ല, വിധവകളില്ല, ബാലമരണമില്ല, വ്യാധികളില്ല, കള്ളവും ചതിയുമില്ല.....

എല്ലാ പ്രജകളും ധർമ്മ സ്വരൂപികൾ.

അതായിരുന്നു രാമരാജ്യം. അതൊരു ദേവരാജ്യം പോലെ പവിത്രമായി.

ശത്രുഘ്നനനും ശ്രുതകീർത്തിക്കും സുബാഹു പിറന്നു. അധികം വൈകാതെ മാണ്ഡവിയും തക്ഷകുമാരന്റെ അമ്മയായി.

കൈകേയിയമ്മ പറയും,

'ഭരതനും കുട്ടിക്കാലത്ത് ഇതേ രൂപമായിരുന്നു.'

വീണ്ടും ഒരു കൊല്ലം കഴിഞ്ഞാണ് ഊർമ്മിള ഗർഭിണിയായത്. ലക്ഷ്മണ പുത്രന് അംഗദൻ എന്ന പേര് നിർദ്ദേശിച്ചത് രാമദേവനാണ്.

ഒരുവർഷത്തിനുള്ളിൽ മാണ്ഡവിക്ക് രണ്ടാമത്തെ പുത്രൻ പുഷ്കലൻ പിറന്നു.

എന്റെ സമയം മുഴുവൻ ആ കുസൃതികൾ അപഹരിച്ചു. അവരെല്ലാം കൂടി എന്നിലെ അമ്മമോഹത്തേയും വിളിച്ചുണർത്തി.

അതിനിടയിൽ എനിക്കെന്റെ അസ്ത്രവൈഭവം പുറത്തെടുക്കാനുള്ള ഒരവസരവും വന്നുചേർന്നു. ദശമുഖനെ കണ്ട് വിറച്ചിരുന്ന എനിക്കാണ് ആയിരം മുഖമുള്ളവനെ വധിക്കാനുള്ള യോഗമുണ്ടായിരുന്നത്. ഓർക്കാൻ രസമുണ്ട്.

സമുദ്ര മദ്ധ്യത്തിലുള്ള ത്രിലോകപുരിയെന്ന ദ്വീപിലെ രാജാവായിരുന്നു സഹസ്രമുഖരാവണൻ. പാതാളരാവണന്റെ മകൾ ഇന്ദുമുഖിയാണ് ഭാര്യ.

സഹസ്രമുഖനും സൈന്യാധിപനായ ബാണനും കൂടി മറ്റുരാജ്യങ്ങളിലുള്ള വരെ പീഡിപ്പിച്ചുകൊണ്ടിരുന്നു. ആ അസുരന്റെ ഉപദ്രവങ്ങളിൽ നിന്നും രക്ഷിക്കണമെന്ന അപേക്ഷയുമായി മുനിമാർ എത്തിയിരുന്നു. അതിനടുത്തനാൾ സുഗ്രീവനും വിഭീഷണനും മറ്റൊരു പരാതിയുമായി എത്തി. സുഗ്രീവന്റെ പുത്രിയേയും വിഭീഷണന്റെ പുത്രവധുവിനേയും സഹസ്രമുഖന്റെ പുത്രൻ ചന്ദ്രഗുപ്തൻ അപഹരിച്ചത്രേ!

പിന്നെ സ്വാമി കാത്തുനിന്നില്ല. പടയുമായി വിമാനത്തിലേറി ത്രിലോകപുരിയിലേക്ക് പോയി. മൂന്നു ദിവസം കഴിഞ്ഞപ്പോൾ ലക്ഷ്മണൻ തിരിച്ചെത്തി.

'ലക്ഷ്മണാ, ജ്യേഷ്ഠനെവിടെ?......യുദ്ധം കഴിഞ്ഞോ...?'

'ജ്യേഷ്ഠത്തിയെ വിളിച്ചു കൊണ്ടുചെല്ലുവാൻ ജ്യേഷ്ഠൻ കല്പിച്ചിരിക്കുന്നു.'

'എന്നേയോ....? എന്താണ് കുമാരാ..... ? അദ്ദേഹം അസുരനെ വധിച്ചില്ലേ?'

അവൻ നിരാശയോടെ പറഞ്ഞു,

'ജ്യേഷ്ഠന് കഴിഞ്ഞില്ല ദേവി. സ്ത്രീകളിൽ നിന്നല്ലാതെ അയാൾക്ക് മരണമുണ്ടാകില്ലത്രേ! ജ്യേഷ്ഠത്തിക്കത് സാധിക്കുമെന്നാണ് ജ്യേഷ്ഠനറിയിച്ചത്.'

'ചന്ദ്രഗുപ്തനെയോ...?'

'അദ്ദേഹത്തെ അംഗദൻ വധിച്ചു. വിഭീഷണനനും സുഗ്രീവനും ഞാനും ജ്യേഷ്ഠനോടൊപ്പം നിന്ന് ബാണനുൾപ്പെടെ അനവധി വീരരാക്ഷസരേയും യമലോകത്തേക്കയച്ചു. എന്നിട്ടും സഹസ്രമുഖനെ വധിക്കാനായില്ല. പുരുഷന്മാരാൽ അത് സാധ്യമല്ലെന്ന് ! ദേവീ....സമയം കളയാതെ വന്നാലും.'

സൗമിത്രിയോടൊപ്പം ഞാനും പുഷ്പകത്തിലേറി. മനോവേഗത്തിൽ ത്രിലോകപുരിയിലെത്തി. വിഷണ്ണനായി നിൽക്കുന്ന സ്വാമിയെ നമസ്കരിച്ചു. അദ്ദേഹത്തിൽ നിന്നും വില്ലുവാങ്ങി ഒരു ശാക്തിക ബാണം തൊടുത്തു.

പഴയതൊന്നും മറന്നിട്ടുണ്ടായിരുന്നില്ല. ലക്ഷ്യം തെറ്റിയില്ല. അസ്ത്രം സഹസ്രമുഖന്റെ കണ്ഠത്തിൽ തന്നെ തുളച്ചു കയറി. അയാൾ ആർത്തനാദത്തോടെ നിലംപതിച്ചു.

ആ നിഗ്രഹത്തിന്റെ ഓർമ്മ എന്നും എന്റെ അഭിമാനമായിരുന്നു.

അതിനുശേഷം നടന്ന സംഭവങ്ങൾ എന്നെ വാല്മീക്യാശ്രമത്തിൽ എത്തിച്ചു. ആകാശത്തേക്കാൾ നിർമ്മലഹൃദയനായ യതിവര്യന്റെ സാമീപ്യത്തിൽ ഞാനും എന്റെ മനസ്സും മാറി.

ഇന്നു ഞാൻ പഴയസീതയല്ല. അമ്മയാണ്, സന്യാസിനിയാണ്. അതിലുപരി മനസ്സുകൊണ്ട് മുനിപുത്രിയുമാണ്.

വൈകിട്ട് പഠനം കഴിഞ്ഞെത്തിയ കുശൻ പറഞ്ഞു,

'ഇന്നു ഞങ്ങൾ രാമചരിതം ശ്ലോകം പഠിച്ചു തുടങ്ങി. എത്ര ചിട്ടയോടെയാണ് ആചാര്യൻ അതെഴുതിയിട്ടുള്ളത്!'

ബാക്കി പൂരിപ്പിച്ചത് ലവനാണ്.

'ഇരുപത്തിനാലായിരം ശ്ലോകങ്ങളുണ്ട് ആ കാവ്യത്തിൽ. അമ്മേ.... ഗായത്രീ മന്ത്രത്തിലെ ഇരുപത്തിനാല് അക്ഷരങ്ങളിൽ

തുടങ്ങുന്ന ശ്ലോകമായിരിക്കും ഓരോ ആയിരം ശ്ലോകങ്ങൾ കഴിയുമ്പോൾ തുടങ്ങുന്നത്!'

'അതെങ്ങനെ?

'മന്ത്രത്തിലെ ആദ്യ അക്ഷരം 'ത'യിൽ തുടങ്ങി ആയിരം ശ്ലോകം. പിന്നെ രണ്ടാം അക്ഷരം 'ത്'യിൽ തുടങ്ങി അടുത്ത ആയിരം.അങ്ങനെ ഇരുപത്തി നാല് അക്ഷരങ്ങളും ഉപയോഗിച്ചുള്ള ഇരുപത്തിനാലായിരം ശ്ലോകങ്ങൾ. '

അവരന്നു പഠിച്ച ശ്ലോകങ്ങൾ ഉറക്കെ പാടിക്കൊണ്ട് നടന്നു നീങ്ങി.

'ഓം......തപഃ സ്വാധ്യായ നിരതം
തപസ്വി വാഗ്വിതാം വരം.
നാരദം പരിപപ്രച്ഛ
വാല്മീകിർ മുനി പുംഗവം........'

ജാനകീജയം

കുശലവന്മാർക്ക് പന്ത്രണ്ടു വയസ്സായി. അവർ രാമായണകാവ്യം അമൃത മധുരമായി പാടിത്തുടങ്ങി. വീണയും മീട്ടിക്കൊണ്ടുള്ള ആ ആലാപനത്തിൽ ആശ്രമം മുങ്ങി. ആനന്ദാമൃതം നുകർന്ന് ഞാനും മതിമറന്നു.

ഒരു ദിവസം ത്രിസന്ധ്യയ്ക്ക്, ആശ്രമമുറ്റത്തു നിന്നും കേട്ടു.

'വന്ദനം മുനേ.... ലവണനിഗ്രഹശേഷം ഇപ്പോഴാണ് തിരികെ പോകുന്നത്.'

ആ സ്വരം....! ശത്രുഘ്നനാണല്ലോ........?

ഞാൻ വേഗത്തിൽ പുറത്തെത്തി. കുമ്പിട്ടു നിൽക്കുന്ന ശത്രുഘ്നന്റെ ശിരസ്സിൽ മുനി കൈവച്ചനുഗ്രഹിക്കുന്നതാണ് കണ്ടത്.

'വത്സാ, അഗ്രജന്റെ ആജ്ഞ നിറവേറ്റിയ നീ പുണ്യം ചെയ്തവനാണ്. എല്ലാ മംഗളങ്ങളും ഭവിക്കട്ടെ...!'

'ഇത്രയും നാൾ ജ്യേഷ്ഠനെ പിരിഞ്ഞിരുന്നിട്ടില്ല. കാണാൻ കലശലായ ആഗ്രഹം തോന്നിയപ്പോൾ ഇറങ്ങിയതാണ്.'

'അങ്ങ് പോയിട്ടിപ്പോൾ പന്ത്രണ്ടു വർഷമായില്ലേ?'

'അതേ മുനീന്ദ്രാ. മധുരവനത്തെ മധുരാപുരിയാക്കി, ജ്യേഷ്ഠന്റെ കല്പന പ്രകാരം രാജാവുമായി. പുത്രൻ സുബാഹുവിനെ രാജ്യം ഏൽപ്പിച്ചു.'

എന്നെക്കണ്ട് സൗമിത്രി ഓടിയെത്തി പ്രണമിച്ചു,

'ഏട്ടത്തിയേയും മക്കളേയും കാണാനാഗ്രഹം തോന്നി. അനുഗ്രഹിക്കുക.'

ലവണാസുരവധം കേട്ടു ഞാൻ അഭിമാനിച്ചു. വാല്മീകീദേവൻ സന്തുഷ്ടനായി.

'അങ്ങൊരു മഹാകാര്യമാണ് ചെയ്തത്. മുനിമാരുടെ ഭയം

നീക്കിയല്ലോ? ഹാ.....കുമാരാ.... രാത്രിയാകുന്നു, ഇന്നിനി യാത്ര വേണ്ട. ഇവിടെ തങ്ങുക.'

ശത്രുഘ്നനും ഭടന്മാരും അവിടെ തമ്പടിച്ചു. പൂജചെയ്യുന്ന കുശലവന്മാരെ അവൻ ശ്രദ്ധിക്കുന്നത് കണ്ടു.

ഞാൻ ശത്രുഘ്നനെ വ്യസനത്തോടെ അറിയിച്ചു,

'അവരാണ് കുശനും ലവനും. നീ അവരുടെ ഇളയച്ഛനാണെന്ന് അവർക്കറിയില്ല .... എനിക്ക് ദുഃഖമുണ്ട്.'

'സാരമില്ല ഏട്ടത്തി, ഞാൻ ദൂരെ നിന്നു കണ്ടുകൊള്ളാം.'

എന്റെ ഹൃദയം നുറുങ്ങി. അത് ഒന്നിച്ചെടുക്കാനാകാതെ ഞാൻ കുഴഞ്ഞു. ലക്ഷ്മണൻ ഒരിക്കൽ അവനെ സന്ദർശിച്ചപ്പോൾ പറഞ്ഞറിഞ്ഞ അയോദ്ധ്യാ വിശേഷങ്ങൾ അവൻ എനിക്കും പകർന്നു തന്നു.

മൂന്നു കുമാരന്മാർക്കും രണ്ടുമക്കൾ വീതമായെന്നു കേട്ടപ്പോൾ എന്റെ സന്യാസിനീ മനസ്സ് കുതറി. ഭരതമാണ്ഡവീ പുത്രരായ തക്ഷനേയും പുഷ്കലനേയും കണ്ടിട്ടുണ്ട്.

'ലക്ഷ്മണന്റേയും നിന്റേയും മക്കളുടെ പേരുകൾ പറയു. കേൾക്കട്ടെ.'

' ലക്ഷ്മണ ജ്യേഷ്ഠന്റെ മൂത്ത മകൻ അംഗദനെ ഏട്ടത്തി കണ്ടിട്ടുണ്ട്. രണ്ടാമൻ ചന്ദ്രകേതു. എന്റെ സുബാഹുവിനേയും കണ്ടിട്ടുണ്ട്. അടുത്തവനെ ശത്രുഘാതി എന്നാണ് പേരിട്ടത്.'

'എന്റെ അനുജത്തിമാരെ കാണണമെന്ന് ചിലപ്പോൾ മോഹിക്കാറുണ്ട്. അക്കൂട്ടത്തിൽ ഇപ്പോൾ നിങ്ങളുടെ മക്കളും. മുളച്ചുവരുന്ന മോഹങ്ങളെ ഇറുത്തുകളയുവാൻ ഞാൻ പഠിച്ചു കഴിഞ്ഞു അനുജാ. സാധിക്കാത്ത കാര്യം ആഗ്രഹിക്കരുതല്ലോ? അതുകൊണ്ട് നിരാശയും ഉണ്ടാകുന്നില്ല.'

പിറ്റേന്ന്, വെളിച്ചം എത്തുന്നതിനു മുൻപേ യാത്ര പറയാനെത്തി ശത്രുഘ്നൻ.

'രാത്രിയിൽ മുനീന്ദ്രന്റെ ശിഷ്യർ ശ്രീരാമവൃത്താന്തം പാടുന്നത് കേട്ടിരുന്നു. അതുകേട്ടപ്പോൾ ജ്യേഷ്ഠനെക്കാണാൻ തിടുക്കമായി. അതാണ് അതിരാവിലെതന്നെ യാത്രയാകുന്നത്. ജ്യേഷ്ഠനോട് എന്താണ് പറയേണ്ടത്?'

പുത്രന്മാരാണ് അത് പാടിയതെന്ന് പറഞ്ഞില്ല. നിസ്സംഗതയോടെ അറിയിച്ചു,

'ഒന്നുമില്ല അനുജാ, ഞാനിപ്പോൾ ആ ചിന്തകളിൽ നിന്നും മോചിതയാണ്.'

ധ്യാനങ്ങൾ അതിനു സഹായമായിട്ടുണ്ടെന്നുള്ളത് വാസ്തവമാണ്. ഞാനിപ്പോൾ ബന്ധനങ്ങളില്ലാത്ത മുനിപുത്രിയാണ്. എങ്കിലും രാമചരിതം കുട്ടികളിൽ നിന്നും കേൾക്കുമ്പോൾ മനസ്സ് കൈവിട്ടു പോകും.

അനുജൻ എന്നേയും വന്ദിച്ച് രഥത്തിലേറി. അത് മറയുന്നതും നോക്കി ഞാൻ നിന്നു.

മൂന്നു വർഷങ്ങൾ കൂടി വേഗത്തിൽ ഓടിമറഞ്ഞു.

രാമചരിതം കുട്ടികൾക്ക് ഹൃദിസ്ഥമായി. അവരുടെ ഗാനാലാപനത്തിൽ മനസ്സ് ത്രസിക്കും. വീണാനാദത്തിന്റെ ലയവും അവരുടെ അംഗചലനവും കൂടിയാകുമ്പോൾ മനസ്സ് സിംഹാസനത്തിലേറും.

ഒരു ദിവസം വാല്മീകിദേവൻ അടുത്തെത്തി,

'പുത്രീ, ശ്രീരാമൻ അശ്വമേധയജ്ഞം നടത്തുന്നു. എന്നേയും ക്ഷണിച്ചിട്ടുണ്ട്. ശിഷ്യരോടൊപ്പം കുമാരന്മാരേയും കൊണ്ടുപോകയാണ്. അവരവിടെ ശ്രീരാമചരിതം അവതരിപ്പിക്കട്ടെ.'

'അച്ഛാ, എവിടെയാണ് യജ്ഞം നടക്കുന്നത് ?'

'നൈമിശാരണ്യത്തിൽ വച്ച്.'

അടക്കാനാകാത്ത ആഹ്ളാദത്തോടെയാണ് മക്കളെന്നോട് യാത്ര ചോദിച്ചത്.

'അമ്മേ, രാമരാജാവ് ഈ കഥകൾ കേട്ട് വളരെ സന്തോഷിക്കും, ഇല്ലേ അമ്മേ?, അധികം താമസിക്കാതെ തിരിച്ചെത്താം. അനുഗ്രഹിച്ചാലും.'

അച്ഛനെ കാണാനാണ് പോകുന്നതെന്ന് ഉണ്ണികൾക്കറിയില്ലല്ലോ! അവർ തിരികെ എത്തുന്നതുവരെ ഞാൻ അസ്വസ്ഥയായിരുന്നു.

ഒരു മാസം കഴിഞ്ഞാണവർ മടങ്ങി എത്തിയത്. എന്നെ പുണർന്നു കൊണ്ടാണവർ വന്ദിച്ചത്.

കുശൻ അത്ഭുതം വിടർത്തിയ കണ്ണുകളോടെ അറിയിച്ചു,

'അമ്മേ, എത്ര വലുതാണ് ആ യാഗശാല. ധാരാളം മാഹാത്മാക്കൾ നിറഞ്ഞ ഗംഭീര സദസ്സിൽ, ഞങ്ങൾ ശ്രീരാമചരിതം വീണ മീട്ടി ആലപിച്ചു.'

ലവൻ ഇടയിൽ കൂട്ടിച്ചേർത്തു,

'ഇരുപത്തഞ്ചു ദിവസം കൊണ്ടാണ് പാടി തീർത്തത്. രാമചന്ദ്ര

പ്രഭുവിന് വലിയ സന്തോഷമായി. കണ്ണുകൾ നിറഞ്ഞ്, ആലിംഗനം ചെയ്ത് അഭിനന്ദിച്ചു. പിന്നെ പതിനായിരം പൊൻപണവും നൽകി.'

'ഏ.... പണമോ...? എന്നിട്ട് നിങ്ങളത് വാങ്ങിയോ....?'

രണ്ടാളും പരസ്പരം നോക്കി ഉറക്കെ ചിരിച്ചുകൊണ്ടറിയിച്ചു,

'ഇല്ലമ്മേ.....വാല്മീകീ ദേവന്റെ ശിഷ്യരായ ഞങ്ങൾക്ക് പണമോ പൊന്നോ ആവശ്യമില്ലെന്ന് പറഞ്ഞു. കാട്ടിലുള്ള കായ്കനികൾ ഭക്ഷിക്കുന്ന ഞങ്ങൾക്ക് പണം കൊണ്ട് ഒന്നും നേടാനില്ലെന്നും അറിയിച്ചു. പോരേ....... ഹ...ഹ..'

എന്റെ ശ്വാസഗതി അറിഞ്ഞിട്ടാകണം ലവൻ പറഞ്ഞു,

'ആചാര്യൻ പറഞ്ഞിരുന്നു സമ്മാനങ്ങൾ സ്വീകരിക്കരുതെന്ന്. പിന്നെ രാജാവ് എല്ലാവരുടേയും പിതാവാണ്, അനാദരിക്കരുതെന്നും. അതുകൊണ്ട് ഞങ്ങൾ വിനയത്തോടെയാണ് പാരിതോഷികം നിരാകരിച്ചത്.'

പുത്രരാണെന്ന് ദേവൻ മനസ്സിലാക്കിയിട്ടുണ്ടാകുമോ.....? സംശയമായി......

'ആരുടെ മക്കളാണെന്ന് ചോദിച്ചില്ലേ......?'

'ചോദിച്ചു. സീതയുടെ മക്കളാണെന്ന് അഭിമാനത്തോടെ പറയുകയും ചെയ്തു. അപ്പോൾ രാജാവ് ഞങ്ങളെ മടിയിലിരുത്തി വാത്സല്യത്തോടെ തലോടി. മിടുക്കന്മാർ എന്നു പറഞ്ഞ് അഭിനന്ദിക്കുകയും ചെയ്തു.'

ആര്യപുത്രൻ അറിഞ്ഞിരിക്കുന്നു. ആ മനസ്സ് സന്തോഷിച്ചിട്ടുണ്ടാകും.

ലവൻ എന്നെ കെട്ടിപ്പിടിച്ച് ചുംബിച്ചു.

'പിന്നെ.... അമ്മേ ഒരുകാര്യം പറഞ്ഞാൽ ദേഷ്യപ്പെടരുത്. പറയട്ടെ....?'

'ഉം.....പറയു....'

'വാമഭാഗത്ത് പത്നിയില്ലാതെ അശ്വമേധം നടത്താനാകില്ലല്ലോ? അവിടെ രാജാവിന്റെ സമീപം ഒരു സ്വർണ്ണ പ്രതിമയാണ് ഇരുന്നിരുന്നത്. അതിന്..... അതിന്.......അമ്മയുടെ മുഖമായിരുന്നു.'

കുശൻ ശകാരിച്ചു,

'നിനക്ക് തോന്നിയതാണ്. അതിനു ലക്ഷ്മീദേവിയുടെ മുഖമായിരുന്നു.'

ഞാൻ അന്ധാളിച്ചിരിക്കെ കൂട്ടുകാർ വന്നെത്തി.

'എത്ര നാളായി നിങ്ങളെ കണ്ടിട്ട് ! ഒരുപാട് വിശേഷങ്ങൾ പറയാനുണ്ട്. വരൂ..'

അവർ മറഞ്ഞപ്പോൾ, ഞാനെന്റെ കനകവിഗ്രഹം ഭാവനയിൽ വാർത്തെടുക്കാൻ തുടങ്ങി. ആ ദിവസങ്ങളിൽ മനസ്സ് കനത്തു നിൽക്കുകയായിരുന്നു.

ഒന്നുരണ്ടു മാസങ്ങൾക്കു ശേഷം, ഒരു ദിവസം ഞാൻ ആശ്രമമാനിനെ താലോലിച്ചു നിൽക്കുമ്പോൾ കുറച്ചു മുനികുമാരന്മാർ ഓടിക്കിതച്ചെത്തി.

'അമ്മേ...അമ്മേ..... അവിടെ യുദ്ധം നടക്കുന്നു.... ലവനും രാജഭടന്മാരുമായിട്ട്.'

ഞാൻ, വിശാഖനെ പിടിച്ചു കുലുക്കിക്കൊണ്ട് ചോദിച്ചു,

'രാജാവിന്റെ സൈന്യവുമായിട്ടോ...? അയ്യോ.... എനിക്കൊന്നും മനസ്സിലാകുന്നില്ല.... എന്തിന് ...? പറയൂ ഉണ്ണി ...... എന്താണ് സംഭവിച്ചത്?'

'ചമത പറിക്കുന്നതിനായി കാട്ടിലേക്ക് പോയപ്പോൾ ഞങ്ങളൊരു അശ്വത്തെ കണ്ടു. അലങ്കരിച്ച ഒരെണ്ണം. അതിന്റെ ഫാലത്തിൽ ഒരു കുറിമാനമുണ്ടായിരുന്നു. ലവൻ അതുവായിച്ച്, കുപിതനായി ആ കുതിരയെ പിടിച്ചു കെട്ടി.'

'എന്താണ് അതിലെഴുതിയിട്ടുള്ളത്....?'

'ക്ഷത്രിയരുണ്ടെങ്കിൽ കുതിരയെ തടയട്ടെ, അല്ലെങ്കിൽ കാൽ വണങ്ങട്ടെ എന്നാണ്. അമ്മേ, അതൊരു യാഗാശ്വമായിരുന്നു. കോസല രാജാവിന്റെ.'

'എന്ത്...? ശ്രീരാമ രാജാവിന്റെയോ...?'

'അതേ, ശത്രുഘ്നനാണ് നയിക്കുന്നതെന്നും എഴുതിയിട്ടുണ്ട്. ഞങ്ങൾ തടഞ്ഞിട്ടും ലവൻ അശ്വത്തെ ഒരു മരത്തിൽ കെട്ടിയിട്ടിരിക്കയാണ്. മുനികുമാരനെ തോൽപിച്ചിട്ട്, കുതിരയെ കൊണ്ടുപോകട്ടെ എന്നാണവൻ പറയുന്നത്.

'എന്നിട്ട് ആരും ഇതുവരെ വന്നില്ലേ....?'

'ഉവ്വമ്മേ, ആദ്യം ഭടന്മാർ വന്നു. അവർ പരാജിതരായി ഓടിപ്പോയി....'

അടുത്തയാൾ തുടർന്നു,

'പിന്നെ വന്നത് സേനാനായകനാണ്. കാലജിത്തെന്നാണ് പരി

ചയപ്പെടുത്തിയത്. അദ്ദേഹം ശാന്തനായി അശ്വത്തെ മോചിപ്പിക്കാൻ ആവശ്യപ്പെട്ടു. ലവൻ സമ്മതിച്ചില്ല. ഭയങ്കരയുദ്ധമാണ് പിന്നെ നടന്നത്. കാലജിത്തിന്റെ കൈകാലുകളും തലയും അറുത്തിടുന്നത് കണ്ട് ഞങ്ങൾ പേടിച്ചോളിച്ചു.'

ഞാനും വിറച്ചു. ശിശിരൻ മുന്നോട്ട് കയറിനിന്നു വിശദമാക്കി.

'ശേഷിച്ചവർ ഓടിപ്പോയി പുഷ്കലൻ എന്നൊരു കുമാരനെ കൂട്ടിക്കൊണ്ടു വന്നു. രഥത്തിൽ വന്ന ആ കുമാരൻ, ലവന് ഒരു രഥം നൽകിയിട്ട്, ഇതിൽ കയറി എന്നോട് പോരാടുക എന്നും പറഞ്ഞു.'

കാഞ്ചനൻ അതിശയഭാവത്തിൽ അറിയിച്ചു,

'നമ്മുടെ ലവൻ വീരനാണമ്മേ....! അയാളുടെ രഥം തകർത്തിട്ടു പറയുകയാണ്, ഇപ്പോൾ നമ്മൾ രണ്ടാളും നിലത്തായല്ലോ, ഇനി യുദ്ധം ചെയ്യുകയെന്ന്.'

മനസ്സ് അറിയാതെ തേങ്ങിപ്പോയി. പുഷ്കലൻ ഭരതപുത്രനാണ്. സഹോദരന്മാർ നേർക്കുനേരെ പോരാടിയെന്നോ......?

'ഹോ.....മഹാദേവാ....! എന്നിട്ട്...? എന്നിട്ടെന്തുണ്ടായി മക്കളേ....?'

'പുഷ്കലൻ ബോധംകെട്ടു വീണു...ഹ...ഹ..'

'ചിരിക്കാതെ വേഗം പറയു.....'

'അപ്പോൾ ഒരു കുരങ്ങൻ വന്ന് പുഷ്കലനെ എടുത്തുകൊണ്ടു പോയി. ലവൻ ആ വാനരനേയും വെറുതെ വിട്ടില്ല. അയാളേയും അമ്പെയ്ത് ബോധഹീനനാക്കി. അപ്പോഴാണ് രാജാവിനെപ്പോലെ ഒരാൾ വന്നത്. അത് ശത്രുഘ്നനായിരുന്നു. അദ്ദേഹം ലവനോട് അച്ഛനമ്മമാരെ കുറിച്ച് ചോദിച്ചു.'

'പറയു....പറയു.....എന്നിട്ടെന്തുണ്ടായി....?'

'രൈവതനാണ് പിന്നെ അറിയിച്ചത്,

'ലവൻ മറുപടി പറഞ്ഞില്ല. ആരായാലെന്താ, എന്റെ ജ്യേഷ്ഠന്റെ കാൽക്കൽ വീണാൽ അശ്വത്തെ വിടാമെന്നാണ് പറഞ്ഞത്. പിന്നെ പൊരിഞ്ഞ യുദ്ധമാണ് നടന്നത്. ഇപ്പോൾ...'

അവർ പറയാൻ മടിക്കുന്നു. അവരുടെ കണ്ണുകൾ നിറയുന്നത് കണ്ടു.

'ഹോ.....എന്താണ് നടന്നതെന്ന് പറയു കുമാരന്മാരെ...'

'ലവനെ...ലവനെ....അദ്ദേഹം ബന്ധിതനാക്കി കൊണ്ടുപോയിരിക്കയാണ്. അമ്മേ..... കുശനെവിടെ ? ലവനെ രക്ഷപ്പെടുത്താൻ

അവനേ കഴിയു'

'അവൻ ആചാര്യനോടൊപ്പം ഉജ്ജയിനിയിലേക്ക് പോയിരിക്കയാണല്ലോ....... ഇനി ഞാനെന്താണ് ചെയ്യുക.....? മഹാദേവാ....'

ഞാൻ വിലപിച്ചുകൊണ്ടിരുന്നു. വിവരങ്ങളറിഞ്ഞ മാതാജിയും മറ്റു സന്യാസിനിമാരും ഓടി വന്നെന്നെ സാന്ത്വനിപ്പിച്ചു.

'രാമരാജാവ് ധർമ്മിഷ്ഠനാണ്. ബാലനായ കുമാരന് ഒന്നും സംഭവിക്കയില്ല. സമാധാനമായിരിക്കുക.'

കുറച്ചു കഴിഞ്ഞപ്പോൾ കുശനെത്തി. എല്ലാം അറിഞ്ഞപ്പോൾ, അവൻ കവചവും ധരിച്ച് ആയുധധാരിയായി അനുജനെ തിരഞ്ഞിറങ്ങി. മക്കൾക്കു വേണ്ടി പ്രാർത്ഥിക്കാനേ എനിക്കു കഴിയുമായിരുന്നുള്ളൂ.

അവരെ തിരിച്ചറിഞ്ഞിരുന്നെങ്കിൽ എന്ന് ആദ്യമായി ഞാനാഗ്രഹിച്ചു.

സൂര്യാസ്തമയത്തിനു മുൻപ് കൂട്ടുകാരുടെ ആർപ്പുവിളികളോടെ മക്കളുടെ വിജയഘോഷം കേട്ടു. എല്ലാവരും കിരീടങ്ങളും ആഭരണങ്ങളുമണിഞ്ഞ് അത്യാഹ്ളാദത്തോടെ ലവനേയും കുശനേയും എടുത്തുയർത്തിയാണ് എത്തിയത്. ചില കുമാരന്മാർ വള്ളികളിൽ കെട്ടിയ രണ്ടു വാനരന്മാരെ ചാടിക്കളിപ്പിക്കുന്നുമുണ്ട്. അവരെന്റെ മുന്നിലെത്തി.

കൊണ്ടുവന്ന കിരീടങ്ങളെല്ലാം എന്റെ കാൽക്കൽ വച്ചിട്ട് കുശനറിയിച്ചു,

'അമ്മേ.... ഞങ്ങൾ രാജാക്കന്മാരെ തോൽപിച്ചു വന്നിരിക്കുന്നു. ഇതെല്ലാം അവരുടേതാണ്. ഈ കപികളെ കുമാരന്മാർക്ക് കളിക്കാൻ കൊണ്ടുവന്നതാണ്.'

വാനരർ, രാമനാമ ജപത്തോടെ നമസ്കരിച്ചു. ഞാൻ ഞെട്ടിത്തെറിച്ചു.

'അയ്യോ....മക്കളേ ഇവരെ വിടുക. ഇവർ ഹനൂമാനും, സുഗ്രീവനുമാണ്. ലങ്ക ചുട്ടെരിച്ചവർ.... കെട്ടഴിച്ചു വിടുക. വേഗം......'

അവർ ഹനൂമാനേയും സുഗ്രീവനേയും മോചിപ്പിച്ചു. ഹനൂമാന്റെ കണ്ണുനീർ ധാരയായി ഒഴുകി. അവനെന്നെ സാഷ്ടാംഗം പ്രണമിച്ചു.

'എനിക്കമ്മയെ.....കാണാറായല്ലോ....ഭാഗ്യം...മഹാഭാഗ്യം....ദേവിയെ കാണാൻ ഞാൻ വരാറുണ്ടായിരുന്നു. ആ മരത്തിലിരുന്ന് കാണും. മതിയാകുമ്പോൾ തിരികെ പോകും. എന്റെ ഹൃദയത്തിൽ

നിറഞ്ഞു നിൽക്കുന്നത് പ്രഭുവും ദേവിയുമാണ്.'

ഞാനാ ഹൃദയം കണ്ടു. അഭിഷേക സമയത്ത് ഹനൂമാൻ ധ്യാനത്തിലെന്ന പോലെ നിന്നത് ആ രൂപങ്ങൾ മനസ്സിൽ പതിപ്പിക്കാനായിരുന്നു.

സുഗ്രീവൻ തൊഴുതറിയിച്ചു,

'പുത്രന്മാർ വീരന്മാരാണ്. രാമചന്ദ്രപ്രഭുവിനെപ്പോലെ.... സീതയില്ലാതെ രാമനില്ല ദേവി. നിങ്ങളൊന്നാകണം. അതിനായി ഞങ്ങൾ ശ്രമിക്കും. പണ്ട് നിങ്ങളെ ഒരുമിപ്പിക്കാൻ സാധിച്ചതുപോലെ ഇന്നും സാധിക്കും.'

ഇനി എനിക്കു മറച്ചു വയ്ക്കാനാവില്ല. അത്ഭുത സ്തബ്ധരായി നിൽക്കുന്ന മക്കളുടെ മുൻപിൽ രഹസ്യത്തിന്റെ ഭാണ്ഡമഴിച്ചു.

'മക്കളേ, നിങ്ങൾ രാമരാജാവിന്റെ പുത്രന്മാരാണ്. ശത്രുഘ്നൻ ചെറിയച്ഛനും. താതന്റെ യാഗാശ്വത്തെയാണ് നിങ്ങൾ പിടിച്ചു കെട്ടിയിരിക്കുന്നത്. അതിനെ വിട്ടു കൊടുത്ത് എല്ലാവരോടും ക്ഷമ പറയുക.'

അവരിൽ അത്ഭുതം വിടർന്നു. ജ്യേഷ്ഠാനുജന്മാർ പരസ്പരം നോക്കി.

'അമ്മേ, ആചാര്യൻ പഠിപ്പിച്ചിട്ടുണ്ട്, അച്ഛനോട് മകനും, ജ്യേഷ്ഠനോട് അനുജനും, ഗുരുവിനോട് ശിഷ്യനും യുദ്ധം ചെയ്യാം. പണ്ട് ദുഷ്യന്തരാജാവിന്റെ യാഗാശ്വത്തെ തടഞ്ഞ് പുത്രനായ ഭരതൻ യുദ്ധം ചെയ്തിട്ടുണ്ട്. അത് പാപമല്ല, ക്ഷത്രിയ ധർമ്മമാണ്. എന്നാലും ഞങ്ങൾ അമ്മയെ അനുസരിക്കും'

കുട്ടികൾ യാഗാശ്വത്തെ സ്വതന്ത്രമാക്കാൻ ആഘോഷത്തോടെ പോയി.

ഹനൂമാനോട് ഞാനെന്റെ സംശയം ചോദിച്ചു,

'പുത്രാ....നിന്നെ തടയാൻ ആർക്കും കഴിയില്ലെന്നെനിക്കറിയാം. നിങ്ങൾ രണ്ടു പേരും ഈ കുഞ്ഞുങ്ങളുടെ മുന്നിൽ കീഴടങ്ങിയതല്ലേ...?'

'അതേ ദേവി.....ഇവരിൽ ശ്രീരാമസ്വാമിയുടെ മുഖമാണ് ഞാൻ ദർശിച്ചത്. വാല്മീക്യാശ്രമം അടുത്തായതിനാൽ ഈ കുമാരന്മാർ രാമാത്മജന്മാരാണെന്ന് തോന്നിയിരുന്നു. ദേവിയേയും കാണാമല്ലോ എന്നാണ് കരുതിയത്.'

സുഗ്രീവൻ വന്ദിച്ചു കൊണ്ട് പറഞ്ഞു,

'യാഗത്തിന് ദേവിയുടെ സ്ഥാനത്ത് കാഞ്ചനസീതയെ കണ്ടപ്പോളാണ് വിവരങ്ങളറിഞ്ഞത്. സഹിക്കാനായില്ല ദേവി. ജാംബവാനമ്മാവൻ ക്രുദ്ധനായി. സീതാദേവിയില്ലാത്ത സദസ്സിൽ ഇരിക്കില്ലെന്നറിയിച്ച് ഞങ്ങൾ ഗംഗാതീരത്തേക്ക് തപസ്സിനായി പോയി. പിന്നെ രാമലക്ഷ്മണന്മാർ വന്നാണ് ഞങ്ങളെ സമാധാനിപ്പിച്ച് കൂട്ടിക്കൊണ്ടു പോയത്.'

വിളറിയ മുഖം അവരിൽ നിന്നും മറച്ചുകൊണ്ട് ഞാൻ തല കുനിച്ചു.

'താരക്കും രുമക്കും സൗഖ്യമല്ലേ.....?'

'അതേ ദേവി..... അവർ വന്നിട്ടില്ല. അന്വേഷണം അറിയിക്കാം. ഇനി ഞങ്ങൾ പോകട്ടെ. അനുവദിച്ചാലും'

അവരെന്നെ വന്ദിച്ചു സൗഖ്യവും നേർന്നു പിരിഞ്ഞു.

രണ്ടുദിവസം കഴിഞ്ഞ് വാല്മീകി ദേവൻ അറിയിച്ചു,

'പുത്രീ, അയോദ്ധ്യയിലേക്ക് യാത്രയാകുക. രാമദേവൻ ഭവതിയെ സ്വീകരിക്കാൻ തയ്യാറായിരിക്കുന്നു. ദേവിയേയും മക്കളേയും കൊണ്ടു ചെല്ലാനറിയിച്ച് ദൂതരെത്തിയിട്ടുണ്ട്. രഥവും കൊടുത്തയച്ചിരിക്കുന്നു.'

എന്റെ ഹൃത്തം തുളുമ്പി..... മനം നവവധുവിന്റേതായി.....

മാലിനിയാണ് എന്നെ അണിയിച്ചൊരുക്കിയത്. ഞാനവളുടെ കവിളിൽ തട്ടി പറഞ്ഞു,

'നീയെന്നും എന്റെ അനുജത്തിയായിരിക്കും. ഏടത്തിയെ മറക്കരുതേ. ഇടയ്ക്കെന്നെ കാണാനെത്തണം. നല്ല ഫലങ്ങളുമായി..... മറക്കരുതേ...'

ദുഃഖത്തെ മറച്ചുകൊണ്ടുള്ള മന്ദഹാസം ആ ചുണ്ടുകളിൽ വിരിഞ്ഞു. ഞാനവളെ ആലിംഗനം ചെയ്ത് കവിളിൽ മുത്തമിട്ടു.

'ഇനി ദേവി ഞങ്ങളുടെ മഹാറാണിയല്ലേ......എനിക്കഭിമാനം തോന്നുന്നു. ഞാൻ റാണിയുടെ സഹോദരിയായതിൽ.'

മാതാജി എന്റെ മൂർദ്ധാവിൽ ചുംബിച്ചനുഗ്രഹിച്ചു,

'ദീർഘ സുമംഗലിയാകട്ടെ, പുത്രി.....!'

'ഞാൻ മാതാജിയെ കാണാൻ വരും. പതിനാറു വർഷമായി ഞാനനുഭവിച്ച വാത്സല്യം നുകരാനായി...... '

കുമാരന്മാരുടെ വിടപറയൽ മനസ്സിനെ നോവിപ്പിച്ചു. മുനികുമാരന്മാർ രാജകുമാരന്മാരെ കൈകൂപ്പിയാണ് സൗഹൃദം പകർന്നത്.

കുശലവന്മാർ അവരെ വലിച്ചടുപ്പിച്ചു. രാജധാനിയിലേക്ക് ക്ഷണിക്കുകയും ചെയ്തു. കണ്ണുതുടച്ചു കൊണ്ടെല്ലാവരും പുഞ്ചിരിച്ചു.

കുറച്ചു മുനിമാർ അനുഗമിച്ചു. ഞങ്ങൾ പോയത് യജ്ഞഭൂമിയിലേക്കായിരുന്നു. അശ്വമേധയാഗാവസാനം അടുത്തിരിക്കുന്നു. അവിടെയാണിപ്പോൾ പൗരപ്രമാണിമാരും, മുനിശ്രേഷ്ഠരും, രാജാക്കന്മാരും.

കവാടത്തിലെത്തിയപ്പോൾ സന്തോഷം കണ്ണീരായി. എന്റെ വരവറിഞ്ഞ അയോദ്ധ്യാവാസികളെല്ലാവരും അവിടെ എത്തിയിരുന്നു.

വാല്മീകിദേവൻ അറിയിച്ചു.

'ഇന്നലെത്തന്നെ ദേവിയുടെ വരവ് എല്ലാവരേയും അറിയിച്ചിരുന്നു.'

അവർക്കിടയിൽ നിന്ന് ഒരാൾ, വാവിട്ടു കരഞ്ഞുകൊണ്ട് ഓടിയെത്തി. കൈയിലുള്ള തുണിക്കെട്ട് മണ്ണിലെറിഞ്ഞുകൊണ്ട് അവനെന്റെ കാൽക്കൽ വീണു. അപ്രതീക്ഷിതമായിരുന്നു ആ വീഴ്ച. മുന്നോട്ടൊരടി വയ്ക്കാനാകാതെ ഞാൻ നിന്നു. മുനിമാർ അവനെ പിടിച്ചുയർത്തി.

'മഹാറാണി, മഹാപാപിയാണ് ഞാൻ. ഈ ദുഷിച്ച നാവ് അറുത്തെടുത്താലും. പുരുഷഗർവ്വിൽ ഞാൻ ബോധമില്ലാതെ ഭാര്യയെ ശകാരിച്ചു. ദേവിയാണതിന്റെ ഫലം അനുഭവിച്ചത്. എന്നെ ശിക്ഷിച്ചാലും....'

അയാൾക്കെതിരെ ജനം ആക്രോശിച്ചടുത്തു.

'ഈ രജകനാണ് റാണിക്കെതിരെ പറഞ്ഞത്. അവനെ ശിക്ഷിക്കുക.'

ഞാനവരെ തടഞ്ഞു,

'അരുത്..... ഇതെല്ലാം വിധിയാണ്. അദ്ദേഹത്തെ വിടുക'

ഞങ്ങൾ യജ്ഞവേദിയിലെത്തി. രാമദേവനടുത്തേക്ക് ഞങ്ങളെ വാല്മീകീ ദേവൻ നയിച്ചു. വിറയ്ക്കുന്ന പാദങ്ങളോടെ ഞാൻ മന്ദം നടന്നു. അതിശയത്തോടെ മക്കളും. എല്ലാവരും എഴുന്നേറ്റു നിന്ന് ഞങ്ങളെ സ്വീകരിച്ചു.

മഹർഷി പുംഗവന്മാരായ ശ്രീനാരദൻ, വസിഷ്ഠൻ, വാമദേവൻ, കശ്യപൻ, വിശ്വാമിത്രൻ, ദുർവ്വാസാവ്, ഭരദ്വാജൻ, ഗൗതമൻ, അഗസ്ത്യൻ.......

രാക്ഷസപ്രമുഖനായ വിഭീഷണനും കൂട്ടരും........

വാനരശ്രേഷ്ഠരായ ജാംബവാൻ, സുഗ്രീവൻ, ഹനൂമാൻ,അംഗദൻ, നീലൻ.......

ഞാനെല്ലാവരേയും കാരുണ്യത്തോടെ വീക്ഷിച്ച് കൈകൂപ്പിക്കൊണ്ട്, വാല്മീകീദേവന്റെ പുറകെ സദസ്സിനു മുൻപിലേക്ക് നടന്നു.

സ്വാമിയുടെ സമീപമുള്ള കനകസീത തിളങ്ങുന്നു. ആ സിംഹാസനം എന്റെ ചൂടറിയേണ്ടതാണ്. എല്ലാം കണ്ണുകളാൽ ഒപ്പിയെടുത്തു. ആനന്ദാശ്രുക്കൾ കാഴ്ചയെ തടഞ്ഞുനിർത്തി.

വാല്മീകിദേവൻ രാമദേവന് മുന്നിലെത്തി അറിയിച്ചു,

'രാജാവേ, ഇതാ അങ്ങയുടെ ധർമ്മപത്നി വന്നിരിക്കുന്നു. പതിവ്രതയായ സീതയെ സ്വീകരിച്ചാലും. സീതയുടെ പുത്രന്മാർ അങ്ങയുടെ ആത്മജരാണ്. ഇവരേയും അങ്ങയെ ഏൽപ്പിക്കുകയാണ്. ജാനകി പരിശുദ്ധയാണെന്ന് തികച്ചും അങ്ങയ്ക്ക് ബോധ്യമുണ്ട്. എന്നിട്ടും ലോകാപവാദത്തിൽ കലുഷിതമായ മനസ്സോടെ ഉപേക്ഷിച്ചതാണെന്നും അറിയാം. ഇനിയും സംശയിക്കാതെ ഈ സതീരത്നത്തെ സ്വീകരിച്ചാലും.'

വസിഷ്ഠമുനീന്ദ്രൻ ആഹ്ളാദത്തോടെ അറിയിച്ചു,

'ഇനി കനകറാണിയെ മാറ്റാവുന്നതാണ്. രത്നതുല്യയായ സീതാദേവിക്കുള്ളതാണ് ആ സ്ഥാനം. ദേവിയെ വാമഭാഗത്തിരുത്തി യജ്ഞം പൂർണ്ണമാക്കുക.'

സ്വാമി തടസ്സമുള്ളവനെപ്പോലെ സാവകാശം പറഞ്ഞു,

'വാല്മീകി ദേവന്റെ വാക്കുകൾ ഞാൻ വിശ്വസിക്കുന്നു. മൈഥിലീ പരമശുദ്ധയാണ് എന്നറിഞ്ഞിട്ടും ഉപേക്ഷിച്ചത് അങ്ങ് ക്ഷമിച്ചാലും. സീതക്ക് പിറന്ന ഇരട്ടകൾ എന്റെ ആത്മജന്മാരാണെന്നും നിശ്ചയമുണ്ട്. പക്ഷേ.....'

എന്റെ നാണം പോയ് മറഞ്ഞു. ഞാൻ തലയുയർത്തി. പുരികങ്ങൾ വക്രിച്ചു കൊണ്ട് മനസ്സ് സംശയിച്ചു......, എന്താണ് 'പക്ഷേ'.....

ഒരു നിമിഷം അദ്ദേഹം നിശ്ശബ്ദനായി. പിന്നെ ശിരസ്സുയർത്തി ഗാംഭീര്യത്തോടെ പ്രഖ്യാപിച്ചു,

'ഈ ജനങ്ങളെ വിശ്വസിപ്പിക്കണം. ജനമദ്ധ്യത്തിൽ വച്ച് സീത പരിശുദ്ധി തെളിയിക്കട്ടെ......! എന്നാൽ മാത്രമേ എന്റെ കൂടെ ഈ സിംഹാസനം പങ്കിടാൻ അർഹതയുണ്ടാകു.'

ഉള്ളിൽ നിന്നും വന്ന തേങ്ങൽ ഞാനെന്റെ തൊണ്ടയിൽ കുടുക്കി നിർത്തി. എത്രയോ പ്രാവശ്യം എന്റെ അഭിമാനത്തെ ചോദ്യം

ചെയ്തിരിക്കുന്നു!

ഇപ്പോഴും തുടരുന്നു. ഇനിയും തുടർന്നുകൊണ്ടിരിക്കുകയും ചെയ്യും.

ഞാൻ ചുറ്റുമുള്ളവരെ നോക്കി. വാനരശ്രേഷ്ഠർ എല്ലാവരും തലതാഴ്ത്തി നിൽക്കുന്നു. മുനീന്ദ്രന്മാരുടെ കണ്ണുകൾ ചുവന്നു. പൗരമുഖ്യരുടെ കണ്ണുകളിൽ എന്നോടുള്ള കരുണ നീരണിഞ്ഞു. രാജാക്കന്മാർ കാതുകൾ പൊത്തി. സാധാരണജനങ്ങൾ ഉറക്കെ കരഞ്ഞു.

ഹോമാഗ്നി ജ്വലിക്കുകയാണ്. എന്റെ മനസ്സ് പോലെ. ഇനിയും ഇത്തരം സന്ദർഭങ്ങൾ ഉണ്ടാകും. ഞാനൊരു റാണിയായാൽ, രാമനൊരു രാജാവ് മാത്രമാകും. രാമരാജ്യത്ത് ഒരു അപസ്വരവും ഉണ്ടാകാൻ ഇടയാക്കില്ല.

പരിശുദ്ധി എന്ന വാക്ക് സ്ത്രീകൾക്കു നേരെ മാത്രമോ...... ?

ദേഹമെന്നത് സ്ത്രീയ്ക്ക് മാത്രമേ ഉള്ളുവെന്നോ......?

കാണാനാകാത്ത മനസ്സിനേയും സംശയിക്കുമോ......?

സംശയവും വിശ്വാസവും തമ്മിലുള്ള വേർതിരിയൽ ഒരു നൂലിഴമാത്രം. എപ്പോൾ വേണമെങ്കിലും പൊട്ടാവുന്നത്. കണ്ണറിയുന്നവയെ എല്ലാം വാക്കുകൾ കൊണ്ട് വ്യാഖ്യാനിക്കാം. പക്ഷെ മനസ്സിനെ പ്രവൃത്തിയിലൂടെയല്ലേ മനസ്സിലാക്കേണ്ടത്....? എന്നിട്ടും........

എന്റെ പ്രവൃത്തികൾ ശുദ്ധമാണ്. എന്നും ..... എപ്പോഴും.....

അങ്ങനെയുള്ള എനിക്ക് ഒന്നിനേയും ഭയക്കേണ്ട. കീഴടങ്ങുകയും വേണ്ട....

ഞാൻ ഹോമാഗ്നിക്ക് നേരെ തിരിഞ്ഞു. അതിനെ വന്ദിച്ചു.....

ഇപ്പോൾ പാദം വിറയ്ക്കുന്നില്ല. ഉറച്ച കാലടികളോടെ ഞാൻ പുറത്തിറങ്ങി. രാമദേവനും മക്കളും അനുജന്മാരും സഭാവാസികളും കൂടെയെത്തി. എന്തിനെന്നറിയാതെയുള്ള ചില മർമ്മരങ്ങളും......

കുശലവന്മാരെ കൈകൾ രാമദേവന്റെ കൈകളിൽ ഭദ്രമായിരുന്നു. മക്കളെ സിംഹാസനത്തിലിരുത്താൻ യോഗ്യരാക്കി, അവരുടെ അച്ഛനെ ഏൽപിച്ചു കഴിഞ്ഞു. മറ്റൊരു ലക്ഷ്യവും എനിക്കില്ല. പരിത്യജിക്കപ്പെട്ട ഞാൻ ജീവിച്ചതുതന്നെ മക്കൾക്കു വേണ്ടിയായിരുന്നു. അവരിന്നു സുരക്ഷിതരാണ്.

അരികിലെത്തിയ മക്കളെ മാറോട് ചേർത്ത് നിറുകയിൽ ചുംബിച്ചു. കണ്ണുനീരിൽ അവർ നനയുമെന്നായപ്പോൾ പിന്തിരിഞ്ഞു.

അനുജത്തിമാരുടെ നിറഞ്ഞ കണ്ണുകളിലെ സാന്ത്വനം ഞാനനുഭവിച്ചു.

ഞാനെന്റെ ആത്മനാഥനെ മനസ്സുകൊണ്ട് പുണർന്നു. ആ താമരയിതൾ നയനങ്ങളിൽ ആജ്ഞയുടെ കാഠിന്യമല്ല, ക്ഷമിക്കണമെന്ന യാചനയാണ്.

കൂപ്പുകൈകളോടെ ഹൃദയം മന്ത്രിച്ചു.

'ദേവാ, അടുത്തജന്മത്തിലും ഞാനങ്ങയുടെ സഹധർമ്മിണി ആയിരിക്കണം. കിരീടത്തിന്റെ ഭാരമില്ലാതെ സ്നേഹിക്കാൻ കഴിയുന്നവനായി അങ്ങുണ്ടാകണം നാഥനായി. എന്റെ കർമ്മം പൂർത്തിയായി...... വിട തന്നാലും.'

അദ്ദേഹം എന്റെ മനസ്സാണ്. അതുറപ്പിച്ചു കൊണ്ട് ആ മനസ്സും പറഞ്ഞു,

'എന്റെ പ്രിയതമേ, നിന്നെ പിരിയാനാകുമോ എനിക്ക് ? വാല്മീകി മുനിയുടെ കൈകളിൽ നിന്നെ ഭദ്രമായി ഏൽപ്പിക്കുകയല്ലേ ചെയ്തത് ? അവിടെ ദേവി പൂർണ്ണസുരക്ഷിതയാകും എന്നെനിക്ക് ഉറപ്പായിരുന്നു. നീയെന്നും എന്നോടൊപ്പം ഉണ്ടാകും. മറ്റൊരുവൾ എന്റെ ജീവിതത്തിൽ ഉണ്ടാകുകയുമില്ല.'

അമ്മമാരേയും, വാല്മീകിദേവനേയും, വസിഷ്ഠമുനിയേയും മനസ്സുകൊണ്ട് പ്രണമിച്ചു. എന്നെ അനുഗ്രഹിക്കുന്ന ആദിത്യദേവനേയും വന്ദിച്ചു.

ശിരസ്സ് താഴ്ത്തി, കൈകൂപ്പി എല്ലാവരും കേൾക്കെ പ്രാർത്ഥിച്ചു,

'അമ്മേ വസുന്ധരേ, ശ്രീരാമദേവനെയല്ലാതെ മറ്റൊരാളേയും ഞാൻ സ്മരിച്ചിട്ടില്ലെങ്കിൽ ഒരു മാർഗ്ഗം കാണിച്ചു തരണേ...... മനസാവാചാകർമ്മണാ ഞാൻ ശ്രീരാമസ്വാമിക്കു മാത്രം അർപ്പിച്ചവളാണ്. അമ്മേ.....എന്നെ സ്വീകരിക്കു.'

ഒരു ശക്തി എന്നിൽ നിറഞ്ഞു. എന്റെ ഭാരത്താൽ ഭൂമിയുടെ പാളികൾ തെന്നിമാറുന്നതും ഞാനനുഭവിച്ചു. വലിയൊരു കുലുക്കത്തോടെ ധരണി പിളർന്നു. പലരും വിറച്ചു വീണു. എന്റെ പാദങ്ങളിലേക്ക് ഭൂമിയുടെ വിടവ് നീണ്ടു. അതിലേക്ക് ഞാൻ താഴ്ന്നുകൊണ്ടിരുന്നു. എന്റെ മക്കളെ അവസാനമായി നോക്കി. അവർ കരയാനാകാതെ മിഴിച്ചു നിൽക്കുന്നു.

ഞാൻ പതിയെ മറഞ്ഞുകൊണ്ടിരുന്നു. എന്റെ ദൃഷ്ടിയിൽ നിന്നും യാഗശാല മറഞ്ഞു. ജനങ്ങൾ മറഞ്ഞു.

എങ്കിലും ആരവം കേൾക്കാമായിരുന്നു,

'ഹാ....ഹാ...... ജനകസുത രണ്ടു വംശത്തിനും ഉത്തമയാണ്..... നമ്മുടെ മഹാറാണി ശ്രേഷ്ഠയാണ്..... പുണ്യവതി ജാനകീദേവി ജയിക്കട്ടെ.'

വസിഷ്ഠമുനിയുടെ ശബ്ദം കേട്ടു.

'ശ്രീരാമചന്ദ്ര.... പത്നിയെ തിരികെ വിളിച്ചാലും. പരീക്ഷണം മതിയാക്കുക.'

രാമന്റെ ഉറച്ച വീരശബ്ദം അവസാനമായി കാതിൽ പതിച്ചു.

'കടൽ കടന്നുചെന്ന് ലങ്കയിൽ നിന്നും ദേവിയെ കൊണ്ടുവന്ന വനാണ് ഞാൻ. എവിടെപോയാലും ഞാൻ സീതയെ തിരികെ കൊണ്ടുവരും.'

ആ ധീരമായ വിശ്വാസം എന്റെ തൃപ്തിയായി. ഒരു ദീർഘശ്വാസത്തോടെ ഞാനെന്റെ അമ്മയുടെ മാറത്തു ചാഞ്ഞ് സ്വാമിയെ നോക്കി.

എന്റെ മിഴികൾ അദ്ദേഹത്തോട് സംവദിച്ചു.

'ദേവാ.... അങ്ങയുടെ ഈ വാക്കുകൾ പാലിക്കാൻ ആവില്ലെന്നറിയുക. ലങ്കയിലെ എന്റെ മനസ്സ് അങ്ങയെ ആഗ്രഹിച്ചിരുന്നു. ഇപ്പോൾ അതില്ല. അടുത്ത ജന്മത്തിൽ കാണണമെന്ന ആഗ്രഹം മാത്രം. മാധവീദേവിയുടെ ഗർഭത്തിൽ ഞാൻ സുരക്ഷിതയാണ്. കളങ്കമില്ലാത്തവളാണ്. എന്നെത്തേടി വരേണ്ടതില്ല. ഭൂമിയിൽ നിന്നും വന്നവൾ ഭൂമിയിലേക്കു തന്നെ മടങ്ങുകയാണ്.'

സീതയാണ് ഞാൻ........ ഭൂമിപുത്രി......

ഇതെന്റെ വിജയമാണ്. ഇങ്ങനെയെങ്കിലും ഞാൻ ജയിക്കട്ടെ....

www.ingramcontent.com/pod-product-compliance
Ingram Content Group UK Ltd.
Pitfield, Milton Keynes, MK11 3LW, UK
UKHW042135021026
15589UKWH00003B/841

9 789390 999132